ദി ബെൽബോയ്

ദി ബെൽബോയ്

2018-ലെ സാഹിത്യ അക്കാദമി അവാർഡ് ജേതാവ്

അനീസ് സലിം

വിവർത്തനം : ഹരിത സി കെ

MANJUL

മഞ്ജുൾ പബ്ലിഷിങ് ഹൗസ്

First published in India by

MANJUL

Manjul Publishing House

Corporate and Editorial Office

• 2nd Floor, Usha Preet Complex, 42 Malviya Nagar, Bhopal 462 003 – India

Sales and Marketing Office

• C-16, Sector 3, Noida, Uttar Pradesh 201301 – India

Website: www.manjulindia.com

Distribution Centres

Ahmedabad, Bengaluru, Bhopal, Kolkata, Chennai,
Hyderabad, Mumbai, New Delhi, Pune

Malayalam translation of *The Bellboy* by *Anees Salim*

The English edition first published by Penguin Random House India in 2022

This edition first published in 2024

ISBN 978-93-5543-913-0

Translation by Haritha C K

Printed and bound in India by Gopsons Papers Pvt. Ltd.

അദാ അനീസ്, ഒമർ അനീസ്, ഷമീന അനീസ്
എന്നിവർക്ക്

1

നല്ല മരണം കാംക്ഷിച്ച് പുണ്യനഗരികളിലേയ്ക്ക് പോകുന്നവരെപ്പോലെയായിരുന്നു, ആത്മഹത്യ ചെയ്യാൻ പാരഡൈസ് ലോഡ്ജിലേക്ക് വന്നവർ. ചെറുപ്പക്കാരും, വൃദ്ധരും, പുരുഷന്മാരും, സ്ത്രീകളും, അരോഗദൃഢഗാത്രരും, രോഗികളും, ഒക്കെ അക്കൂട്ടത്തിലുണ്ടായിരുന്നു. ലത്തീഫിന് കേട്ടുകേൾവി പോലുമില്ലാത്ത ഇടങ്ങളിൽ നിന്നു പോലും, ദേശാടനപ്പക്ഷികളെപ്പോലെ അവർ വന്നുകൊണ്ടിരുന്നു. മറുജന്മത്തിലേയ്ക്ക് കടക്കാൻ ഏറ്റവുമെളുപ്പമുള്ള ഒരു ബിന്ദുവാണ് ആ ലോഡ്ജ് എന്നപോലെയായിരുന്നു അവരുടെ വരവ്. ലോഡ്ജിനു പിറകിലെ ചെളി നിറഞ്ഞു ശുഷ്കിച്ച തോട്ടിലെ കാലപ്പഴക്കം കൊണ്ടു ദ്രവിച്ച ബോട്ട്ജെട്ടിയാകട്ടെ, സ്വർഗ്ഗത്തിനോടൊട്ടി നിൽക്കുന്ന ഒരിടം എന്നതു പോലെയുമായിരുന്നു അവരുടെ വരവ്.

ഹൈവേയ്ക്ക് മുകളിൽ നിന്നുകൊണ്ടാണ് ലത്തീഫ് ആ ലോഡ്ജ് ആദ്യമായി കണ്ടത്. പെയിന്റിന്റെ മണം പോലുമടിച്ചിട്ട് വർഷങ്ങളായി എന്ന് തോന്നിപ്പിക്കുന്ന, നന്നേ ഉയരമുള്ള ഒരു കെട്ടിടം. അതിന്റെ മങ്ങിയ ബ്രൗൺ നിറം, പുണ്യനഗരങ്ങളുടെ മ്ലാനമാർന്ന ഭൂമികയെ ഓർമ്മപ്പെടുത്തി. അഞ്ചാം നിലയിലെ, പുറത്തേക്കുന്തി നിൽക്കുന്ന കൂറ്റൻ ജനാലയുടെ ഏതാനും ചില്ലുകൾ നഷ്ടപ്പെട്ടിരുന്നു. അത് കണ്ടാൽ, മുൻനിരയിലെ ചില പല്ലുകൾ നഷ്ടപ്പെട്ടുപോയ ഒരു വായ മലർക്കെത്തുറന്നുവച്ചിരിക്കുന്നതു പോലെ തോന്നുമായിരുന്നു. ചുറ്റുമുള്ള യുവത്വം തുളുമ്പുന്ന കെട്ടിടങ്ങളിലേയ്ക്ക് നോക്കി, ശൂന്യമായ മിഴികളോടെ ചിരിക്കുന്ന ഭ്രാന്തനായ ഒരു വൃദ്ധൻ – ഹൈവേയിലൂടെ ആശങ്കകളോടെ താഴേയ്ക്കിറങ്ങുമ്പോൾ അങ്ങനെയാണ് ലത്തീഫിന് ലോഡ്ജിനെക്കുറിച്ച് തോന്നിയത്.

കാലക്രമേണ, ജീവനക്കാർ കുറഞ്ഞ, ഇടിഞ്ഞുപൊളിഞ്ഞ ആ ലോഡ്ജിൽ മുറിയെടുക്കാൻ വരുന്നവരെല്ലാം തന്നെ, മരിക്കാൻ വേണ്ടി വരുന്നവരാണോ എന്ന് ലത്തീഫ് സംശയിക്കാൻ തുടങ്ങി. പക്ഷേ

ചിലരൊക്കെ രക്ഷപ്പെട്ടിരുന്നു. ഭയമോ, കുറ്റബോധമോ ഒക്കെ അവസാന നിമിഷം അവരെ അധൈര്യപ്പെടുത്തിയതാവാം കാരണം. അല്ലെങ്കിൽ ചിലപ്പോൾ, തുറന്നുകിടന്ന ജനാലയിലൂടെ ഒഴുകിക്കയറിച്ചെന്ന ഭാഗ്യക്കുറിയുടെ പരസ്യം വിളിച്ചുപറഞ്ഞുകൊണ്ടിരുന്ന ഭാവിയുടെ പ്രതീക്ഷകളാവാം. എന്നാൽ മറ്റു ചിലർ വിധിക്ക് കീഴടങ്ങി. ലോബിയിലെ കൗണ്ടറിന് മുകളിൽ തടിച്ച ഒരു കണക്കുപുസ്തകം ഉണ്ടായിരുന്നു. അരികു മടക്കിവെച്ച പേജുകളുടെ ബാഹുല്യം കാരണം അതിന്റെ കനം വല്ലാതെ കൂടിയിരുന്നു, ഒരു പേന അതിന്റെ നടുവിൽ കുടുക്കിയിട്ട ഒരു ചരടിൽ തൂങ്ങിക്കിടന്നു. ചിലപ്പോഴൊക്കെ സമയം കളയാനായി ആ പുസ്തകത്തിന്റെ മഞ്ഞിച്ച പേജുകളിലൂടെ, സ്മാരകശിലകളിലെ അക്ഷരങ്ങളിലൂടെന്ന പോലെ, സഗൗരവം ലത്തീഫ് കണ്ണോടിക്കാറുണ്ടായിരുന്നു. താമസം മതിയാക്കിയതായി രേഖപ്പെടുത്തുന്ന ഭാഗം ഒഴിഞ്ഞു കിടന്ന ആളുകളുടെ പേരുവിവരങ്ങൾ ശ്രദ്ധയോടെ അവൻ വായിച്ചു. നെടുകെയുള്ള മങ്ങിയ ചുവപ്പു വരകൾ, പേജിനെ പല കളങ്ങളായി വേർതിരിച്ചു കൊണ്ടു നിലകൊണ്ടു. അതിലൊന്നിൽ, 'സന്ദർശന ലക്ഷ്യം' എന്ന തലക്കെട്ടിനടിയിൽ, മിക്കപ്പോഴും 'ബിസിനസ്സ്' എന്നോ, 'സ്വകാര്യം' എന്നോ മാത്രം ആളുകൾ കുറിച്ചിട്ടു. ആരുംതന്നെ, 'മരിക്കുവാൻ' എന്ന് കുറിച്ചിരുന്നില്ല. മരിച്ചുപോയ അതിഥികളുടെ കൈയ്യക്ഷരങ്ങൾ മിക്കപ്പോഴും നിരതെറ്റിയതും, അവ്യക്തവുമായിരുന്നു. എന്നാൽ അപൂർവ്വമായി ചിലതൊക്കെ അച്ചടിവടിവിന്റെ ഭംഗിയിൽ എഴുതിയവയായിരുന്നു. അവയിലൂടെയൊക്കെ വിരലോടിക്കുമ്പോൾ, അവസാനമായി വീട്ടിൽ നിന്നും യാത്ര പറഞ്ഞിറങ്ങുമ്പോൾ അവരുടെ സ്വരം ഇടറിയിരുന്നോ, ഈ പുസ്തകത്തിൽ എഴുതുമ്പോൾ അവരുടെ കൈകൾ വിറച്ചിട്ടുണ്ടാവുമോ എന്നൊക്കെ ലത്തീഫ് വെറുതെ ഓർത്തു.

തുരുത്തിലെ നാട്ടുകാർ, പട്ടണത്തിലെ ജോലി എങ്ങനെയുണ്ട് എന്ന് കുശലം അന്വേഷിക്കുമ്പോഴൊക്കെ, ഒത്തിരി ഇഷ്ടമായെന്ന മട്ടിലാണ് ലത്തീഫ് മറുപടി പറഞ്ഞിരുന്നത്. എങ്കിലും, ഉള്ളിന്റെയുള്ളിൽ, മരണത്തിന്റെയും നാശത്തിന്റെയും ആലയമായിട്ടാണ് ആ ലോഡ്ജിനെ അവൻ കരുതിയിരുന്നത്. ജോലിയിലെ ആദ്യ ദിനം തന്നെ, അത്തരം ചിന്തകൾ അവന്റെയുള്ളിൽ കൂടുകൂട്ടുകയും, അവനെ തകർക്കുകയും ചെയ്തിരുന്നു. ഇരുണ്ട ഇടനാഴിയിലൂടെ 117-ാം നമ്പർ മുറിയിലേയ്ക്ക്, അലക്കി വൃത്തിയാക്കിയ പുതുപുത്തൻ കിടക്കവിരികളും കൊണ്ടു പോയതായിരുന്നു അവൻ. ഒരുപാട് നേരം മുട്ടിയിട്ടും വാതിൽ തുറക്കാതായപ്പോൾ അവൻ വിവരം മാനേജരെ അറിയിച്ചു. നാവൊന്ന് ഞൊടിച്ച ശേഷം, മേശവലിപ്പിൽ നിന്നും ഒരു താക്കോൽക്കൂട്ടവുമെടുത്തു കൊണ്ട് മാനേജർ ലത്തീഫിനൊപ്പം വന്നു. അയാൾ, പൊക്കം കുറഞ്ഞ ഒരു മധ്യവയസ്കനായിരുന്നു. അയാളെ കാണുമ്പോഴൊക്കെയും, മുൻപെപ്പോഴോ അയൽപക്കത്തെ ടിവിയിൽ കണ്ട, അപരിഷ്കൃതനായ ഒരു മെക്സിക്കൻ കാൽപ്പന്തു കളിക്കാരനെയാണ് ലത്തീഫിന് ഓർമ്മ വന്നത്.

ഇടനാഴിയിലൂടെ മുറി ലക്ഷ്യമാക്കി നടക്കുമ്പോൾ, മെക്സിക്കോയിൽ, മങ്ങിയ പച്ചപ്പരവതാനിയെന്നു തോന്നിപ്പിക്കുന്ന മൈതാനങ്ങളിൽ കാൽപ്പന്തു കളിക്കുന്ന ഒരു അപരൻ അദ്ദേഹത്തിനുണ്ട് എന്നത് പറയണോ വേണ്ടയോ എന്ന് ലത്തീഫൊന്നു ശങ്കിച്ചു. പക്ഷേ, അത് ജോലിയിലെ ആദ്യ ദിവസം ആയതുകൊണ്ടും, അത്തരമൊരു പ്രശംസയിൽ സന്തോഷിക്കാൻ തക്കവണ്ണം ഒരു ഫുട്ബോൾ പ്രിയനാണോ അയാൾ എന്ന് തീർച്ചയില്ലാത്തതുകൊണ്ടും, ലത്തീഫ് ആ ഉദ്യമത്തിൽനിന്നും പിന്മാറി. മാത്രവുമല്ല, അത്തരം സൗഹൃദസംഭാഷണങ്ങൾ പ്രോത്സാഹിപ്പിക്കുന്നില്ല എന്ന മട്ടിലുള്ള ഒരു ഭാവമായിരുന്നു അയാളുടെ കണ്ണുകളിൽ എപ്പോഴും. അതുകൊണ്ട്, തങ്ങൾ രണ്ടുപേരും കർക്കശക്കാരായ രണ്ടു മേൽവിചാരകന്മാരാണെന്നും, അൽപം കുഴപ്പക്കാരനായ ഒരാളുടെ സെല്ലിലേയ്ക്ക് പൊയ്ക്കൊണ്ടിരിക്കുകയാണെന്നും ലത്തീഫ് മനസ്സിൽ സങ്കൽപ്പിച്ചു. മേലുദ്യോഗസ്ഥന്റെ ആയാസപ്പെട്ടുള്ള നടത്തത്തിന്റെ വലിഞ്ഞ താളത്തിനൊപ്പം താക്കോൽക്കൂട്ടവും കിലുങ്ങി.

മാനേജർ ഏതാനും നിമിഷങ്ങൾ വാതിലിൽ ശക്തിയായി ഇടിച്ച ശേഷം, ആ താക്കോൽക്കൂട്ടത്തിൽ നിന്നും ഒന്നെടുത്ത്, താക്കോൽ ദ്വാരത്തിലേയ്ക്കിട്ടു. ആ വാതിൽ തുറക്കുമെന്ന് ലത്തീഫ് പ്രതീക്ഷിച്ചിരുന്നില്ല എങ്കിലും, അത് തുറന്നു. അരുതാത്തതെന്തോ നടക്കാൻ പോകുന്നുവെന്ന ഭയത്തിൽ അവൻ മാനേജരുടെ പിന്നിലേയ്ക്ക് ഒളിച്ചുനിന്നു. പിന്നെ, ധൈര്യം സംഭരിച്ച്, ആ കുടുസ്സുമുറിയിലേയ്ക്ക് അവൻ എത്തിനോക്കി. ഉത്തരത്തിൽ തൂങ്ങിക്കിടന്നിരുന്ന ആ അതിഥിയുടെ മുഖത്തെ ഭാവം ഹാസ്യജനകമായിരുന്നു. അതു കണ്ടപ്പോൾ, മരണത്തിന്റെ മുഖം ഇരുണ്ടതല്ലെന്നും, മരണം തന്നെ ഹാസ്യജനകമായ ഒന്നാണെന്നുമുള്ള തോന്നൽ അവനുണ്ടായി. എത്രയുംപെട്ടെന്ന് ആ ലോഡ്ജിൽ നിന്നും ഇറങ്ങിപ്പോകണമെന്നും, ഇനിയൊരിക്കലും അങ്ങോട്ട് തിരികെ വരരുത് എന്നുമുള്ള ആഗ്രഹം ലത്തീഫിൽ ഉടലെടുത്തു. പക്ഷേ വീട്ടിലെ സ്വീകരണമുറിയുടെ ചുവരിൽ തൂങ്ങുന്ന മരിച്ചുപോയ ഉപ്പയുടെ ചിത്രവും, ഉമ്മ പൊതിഞ്ഞുകൊടുത്തുവിട്ട ഊണും, ഏകാന്തമായ ഗ്രാമത്തിന്റെ കനത്ത നിശബ്ദതയും ഓർമ്മയിലേയ്ക്ക് തികട്ടി വന്ന് അവനെ അവിടെത്തന്നെ പിടിച്ചുനിർത്തി.

മാനേജർ മുറിയിലേയ്ക്ക് കടന്ന്, മരിച്ചു തൂങ്ങി നിൽക്കുന്ന ആ മനുഷ്യന് കീഴിൽ തളംകെട്ടിക്കിടന്ന മൂത്രത്തിൽ ചവിട്ടാതെ ശ്രദ്ധയോടെ ഉള്ളിലേയ്ക്ക് നടന്നു ചെന്ന്, മുറിയുടെ മൂലയിലുള്ള ചുവരലമാര വലിച്ചു തുറന്നു. ലത്തീഫ് ഇടനാഴിയിൽത്തന്നെ നിന്നതേയുള്ളൂ. തൂങ്ങി നിൽക്കുന്ന ആ മനുഷ്യശരീരത്തിനപ്പുറം, ജനലിന്റെ ചതുരഫ്രെയിമിനുള്ളിലൂടെ പുറത്തെ ഗുൽമോഹറിന്റെ ചില്ലകളിൽ നിറഞ്ഞു നിൽക്കുന്ന പൂക്കളിലും, പക്ഷികളിലും, ഓജസ്സിലും അവൻ കണ്ണുകളെ കൊരുത്തിട്ടു. നടുവിലെ തട്ടിൽ നിന്നും കിട്ടിയ മടക്കിവച്ച ഒരു കഷണം പേപ്പർ എടുത്തു

തുറന്ന മാനേജർ, അതൊന്ന് ഓടിച്ചുവായിച്ചു. അത് തിരികെ വച്ച ശേഷം, പറന്നുപോകാതിരിക്കാൻ അതിന് മുകളിലേയ്ക്ക് ഒരു ബാൾ പോയിന്റ് പേന എടുത്ത് വെച്ചു. പിന്നീട്, അയാൾ അവിടിരുന്ന പേഴ്സ് എടുത്ത് തുറന്ന്, അതിൽ നിന്നും ഏതാനും നോട്ടുകൾ എടുത്ത് സ്വന്തം പോക്കറ്റിനുള്ളിലേയ്ക്ക് വെച്ചു. ജോലിയിൽ ആദ്യമായി കയറിയ, ഇത്തരമൊരു ആത്മഹത്യാ സാഹചര്യം ഇതിനുമുൻപൊരിക്കലും നേരിടേണ്ടി വന്നിട്ടില്ലാത്ത ലത്തീഫ് ഇതൊക്കെ കണ്ട് അന്തം വിട്ടു. അവൻ തലതിരിച്ച് ജെട്ടിയിൽ നിന്നും ഉച്ചയ്ക്കുള്ള ബോട്ട് പുറപ്പെടുന്നതും നോക്കി നിന്നു. അതിൽ കയറിപ്പറ്റിയിരുന്നെങ്കിൽ ഒരു മണിക്കൂറിനുള്ളിൽ വീട്ടിലെത്താമായിരുന്നു. അവിടെ, തന്റെ ഇടുങ്ങിയ മുറിയിൽ ആകെയുള്ള വീതി കുറഞ്ഞ കട്ടിലിൽ കിടന്ന്, തെങ്ങിൻതോപ്പിലൂടെ, അകലെയുള്ള ഒലിവു പച്ച നിറത്തിലെ ജലാശയത്തെ നോക്കി വെറുതെ കിടക്കാമായിരുന്നു. അടുത്ത ബോട്ട് ഒരു മണിക്കൂറിനകം ഉണ്ടാവുമെങ്കിലും, അതിലും തനിക്ക് കയറാനാവില്ല എന്ന് അവനറിയാമായിരുന്നു. പുലർച്ചയ്ക്ക് തൊട്ടുമുൻപ് പുറപ്പെടുന്ന ബോട്ടിൽ പോവുകയും, അടുത്ത ദിവസം രാവിലെയുള്ള ബോട്ടിൽ ജോലിയ്ക്ക് മടങ്ങിയെത്തുകയും ചെയ്യണമായിരുന്നു, ഒന്നിടവിട്ടുള്ള ദിവസങ്ങളിൽ ഇതായിരുന്നു പതിവ്. ലോഡ്ജുകാരുമായുണ്ടാക്കിയ കരാർ അങ്ങനെയായിരുന്നു. ജോലി ഉപേക്ഷിക്കണം എന്ന് എത്രയൊക്കെ ആഗ്രഹം മനസ്സിലുണ്ടെങ്കിലും, ചുവരിലെ ഉപ്പയുടെ ചിത്രവും, ഉമ്മയുടെ പൊതിച്ചോറും അവനെ അവിടെ പിടിച്ചുനിർത്തി.

മാനേജർ മുറി പൂട്ടി ലോബിയിലേയ്ക്ക് നടന്നപ്പോൾ, ലത്തീഫ് സങ്കോചത്തോടെ പിന്നാലെ നടന്നു. ആദ്യത്തെ ജോലിയിൽ കയറി മൂന്നു മണിക്കൂർ തികയും മുൻപേ തന്നെ, ഒരു ശവശരീരം കൊള്ളയടിക്കപ്പെടുന്നതിന് അവൻ സാക്ഷിയാകേണ്ടി വന്നിരിക്കുന്നു. പെട്ടെന്ന്, താനൊരുമുതിർന്ന ആളായി എന്നവന് തോന്നി. അസാധാരണത്വങ്ങളുടെ ദൃക്സാക്ഷി. രഹസ്യങ്ങളുടെ സൂക്ഷിപ്പുകാരൻ. ഒരു മാസം മുൻപുവരെ, തുരുത്തിന്റെ അറ്റത്ത്, കടൽപ്പാലത്തിനടുത്തുള്ള കശുവണ്ടി പൊളിക്കുന്ന കമ്പനിയിൽ അവന്റെ ഉമ്മ ജോലിയ്ക്ക് പോയിരുന്നു. ജോലി വിട്ടതിന് ശേഷവും, കശുമാങ്ങയുടെയും വിറകടുപ്പിന്റെയും മണം ഉമ്മയെ ചുറ്റിപ്പറ്റി നിന്നു. ദിവസം മുഴുവൻ വെന്ത കശുവണ്ടികൾ കൈകാര്യം ചെയ്തുചെയ്ത്, ഉമ്മയുടെ വിരലുകൾ പതുപതുത്തിരുന്നു, അവയിലെ ചർമ്മം കരി പിടിച്ച്, ദുർഗന്ധം വമിച്ച്, സാൻഡ്പേപ്പർ പോലെ പരുപരുത്ത ഒന്നായിത്തീർന്നിരുന്നു. കശുവണ്ടികൾ തല്ലിപ്പൊളിക്കാൻ ഉപയോഗിക്കുന്ന ചെറുവടി കൈയിൽ പിടിക്കാൻ കഴിയാതെ വന്നപ്പോഴാണ് അവർ മനസ്സില്ലാമനസ്സോടെ ആ ജോലി വിട്ടത്. ക്വയിലോൺ കാഷ്യൂസിന്റെ മുതലാളിയിൽ നിന്നുമാണ് ലോഡ്ജിലെ ജോലിയെക്കുറിച്ച് അവർ മനസ്സിലാക്കിയത്. അതിൽ നിന്നും കിട്ടിയേക്കാവുന്ന വരുമാനത്തേക്കാളുപരി, അതിലൂടെ ലത്തീഫിന് ആ തുരുത്തിൽ

നിന്നും പട്ടണത്തിലേയ്ക്ക് രക്ഷപ്പെട്ടേക്കാനാകുമെന്ന നേരിയ പ്രതീക്ഷയായിരുന്നു അവർക്കുണ്ടായിരുന്നത്. പട്ടണത്തിലേയ്ക്കുള്ള ബോട്ടിൽ ചെന്നിറങ്ങി, ഒരു തോട്ട ചാടിക്കടന്നാൽ ലോഡ്ജായി. അതുപോലെ തന്നെ തുരുത്തിലേയ്ക്കുള്ള ബോട്ടിൽ എത്തി, പത്തു നിമിഷം നടന്നാൽ വീടെത്തും. ഒരുപക്ഷേ ബോട്ട് മറിയുകയോ മറ്റോ ചെയ്താൽ പോലും, എവിടെയാണോ ബോട്ട് മുങ്ങിയിരിക്കുന്നത് എന്നതനുസരിച്ച് വീട്ടിലേയ്ക്കോ ജോലിസ്ഥലത്തേയ്ക്കോ നീന്തി രക്ഷപ്പെടാൻ അവനു കഴിയും. തുരുത്തിലെ മറ്റെല്ലാവരെയും പോലെ, അവനും നല്ലൊരു നീന്തൽക്കാരനായിരുന്നു.

താക്കോലുകൾ മേശവലിപ്പിലിട്ട ശേഷം മാനേജർ ഒരു സിഗരറ്റ് വലിച്ചു. അതിനു ശേഷം മാത്രമാണ് അയാൾ ഫോണെടുത്ത് 117-ാം നമ്പർ മുറിയിലെ സംഭവം അധികാരികളെ അറിയിച്ചത്. ഫോൺ വെച്ച തൊട്ടടുത്ത നിമിഷത്തിൽത്തന്നെ ആംബുലൻസും പോലീസ് ജീപ്പും ഒന്നിനുപിറകെ ഒന്നായി സൈറൺ മുഴക്കി ചീറിപ്പാഞ്ഞു വരും എന്നാണ് ലത്തീഫ് പ്രതീക്ഷിച്ചത്. മണിക്കൂറുകൾക്ക് ശേഷമാണ് പോലീസ് എത്തിച്ചേർന്നത്. ആംബുലൻസ് വരാൻ ഉച്ച കഴിയും. ഗുൽമോഹറിന് ചുവട്ടിൽ അപ്പോഴേയ്ക്കും അങ്ങിങ്ങ് മഞ്ഞപ്പൂമ്പൊടിപ്പൊട്ടുകളുമായി ഒരു ചുവപ്പ് പൂമെത്ത വിടർന്നു കഴിഞ്ഞിരുന്നു. ഈ പൂക്കളത്തിനെ തൊട്ടു... തൊട്ടില്ല... എന്ന മട്ടിലാണ് പോലീസ് ജീപ്പ് വന്നു നിന്നത്.

“ആ മുറിയിലെ താമസക്കാരൻ വിളിച്ചിട്ട് പ്രതികരിക്കുന്നില്ല”, മാനേജർ പോലീസിനോട് പറഞ്ഞു.

“നിങ്ങൾ മുറി തുറക്കാൻ ശ്രമിച്ചില്ലേ?” ഒരു പോലീസുകാരൻ ചോദിച്ചു.

“ഇല്ല, നിങ്ങൾ വരാൻ വേണ്ടി കാത്തിരിക്കുകയായിരുന്നു.”

പോലീസുകാർക്കും, മാനേജർക്കും പിന്നിലായി, അവരുടെ തൊപ്പിവച്ച നിഴലുകളിൽ ചവിട്ടാതിരിക്കാൻ ശ്രദ്ധിച്ചുകൊണ്ട്, ലത്തീഫ് ഇടനാഴിയിലൂടെ നടന്നു. താൻ ഒരു ജയിൽ വാർഡനായും‌ം, ആ മുറിയിലെ മരിച്ചയാൾ അപകടകാരിയായ ഒരു തടവുകാരനുമാണെന്നുമുള്ള ചിന്തകൾ ഇനിയും അയാൾ ചിന്തിക്കുന്നതേയില്ല. ഇതിനുമുൻപ് ഒരിക്കലും ഇല്ലാത്ത വണ്ണം, ആകെയൊരു മരവിപ്പായിരുന്നു, ഉപ്പയുടെ മരണം അറിഞ്ഞ നിമിഷം പോലും ഇത്ര മരവിപ്പുണ്ടായിരുന്നില്ല. ചിന്തകളും, വ്യസനവും, സങ്കല്പ ചിന്തകളും ഒക്കെ തന്നിൽ നിന്നും കൂടൊഴിഞ്ഞു പോയതായി അവൻ മനസ്സിലാക്കി. മാനേജർ ആദ്യം തെറ്റായ താക്കോലെടുത്തിട്ട വാതിൽ തുറക്കാൻ ശ്രമിച്ചു. പിന്നീട് മൂന്നു തവണ കൂടി തെറ്റായ താക്കോലുകൾ ഇട്ടതിന് ശേഷമാണ് അയാൾ ശരിയായ താക്കോലെടുത്തത്. വാതിൽ തുറന്നതും, വായ അല്പം തുറന്ന് മുഖത്ത് ഞെട്ടൽ ഭാവിച്ചുകൊണ്ട് മാനേജർ നാടകീയതയോടെ പിന്നിലേയ്ക്ക് നീങ്ങി. മെക്സിക്കൻ കാൽപ്പന്തു കളിക്കാരൻ, ഒരു പെനാൽറ്റി

കിക്ക് നേടുന്നതിനുവേണ്ടി, കള്ള വേദന അഭിനയിച്ചുകൊണ്ട് നിലത്തുകിടന്നുരുളുന്ന രംഗമാണ് ലത്തീഫിനപ്പോൾ ഓർമ്മവന്നത്. അപ്പോഴാണ് മറ്റൊന്ന് അവന്റെ ശ്രദ്ധയിൽപ്പെട്ടത്; മരിച്ച മനുഷ്യന്റെ പാന്റിന്റെ മുൻവശം നനഞ്ഞിരുന്നു. അയാളുടെ കാലിലെ വലിയ തള്ളവിരലുകളിൽ നിന്നും, ഒരു ആശുപത്രിയിലെ ഡ്രിപ്പിൽ നിന്നെന്ന പോലെ, പതുക്കെ മൂത്രം ഇറ്റുവീണുകൊണ്ടിരുന്നു. ആ മുറിയിലപ്പോൾ മൂത്രത്തിന്റെ നാറ്റം അസ്സഹനീയമായിരുന്നു.

ഒരു പോലീസുകാരൻ ചുവരലമാരയിലിരുന്ന ആത്മഹത്യാക്കുറിപ്പെടുത്ത്, സൂര്യവെളിച്ചത്തിലേയ്ക്ക് പിടിച്ചു വായിച്ചു. അയാളുടെ ഒരു സഹപ്രവർത്തകൻ, ജനലരികിലേയ്ക്ക് ഒരു കസേര വലിച്ചിട്ടിരുന്ന്, ഒരു ക്ലിപ്പ്ബോർഡിൽ എന്തോ എഴുതാൻ തുടങ്ങി. ഒരു കഥയെഴുതാൻ പ്രചോദനമുൾക്കൊള്ളാനെന്നവണ്ണം, ഇടയ്ക്കിടെ അയാൾ ആ ശവശരീരത്തെ ദീർഘമായി നോക്കിയിരുന്നു. ബാക്കി നടപടികൾക്കായി ലത്തീഫ് കാത്തില്ല. ഇടനാഴിയിലൂടെ തിടുക്കപ്പെട്ടു നടക്കുന്നതിനിടയിൽ, വീട്ടിലെ 40 വാട്ട് ബൾബിന്റെ അരണ്ടവെളിച്ചത്തിൽ, കൈയിലെ സ്ഥിരമുറിവുകൾ നീറാതിരിക്കാൻ ശ്രദ്ധിച്ചുകൊണ്ട്, ഒരു ചെറിയ കരണ്ടിയിൽ മസാലപ്പൊടികൾ എടുത്ത് ഉമ്മ തയ്യാറാക്കി തന്നുവിട്ട ചോറുപൊതിയും അവൻ കൈയിലെടുത്തു. ലോബിയിലെ ഒരു ബെഞ്ചിലിരുന്ന്, അവൻ എണ്ണമയമുള്ള ആ പൊതി തുറന്നു. പെട്ടെന്ന്, ആ പൊതിയുമെടുത്ത് പുറത്തേയ്ക്കോടിയ അവൻ, ലോഡ്ജിന് പുറകിലെ ചുരപ്പുളി മരത്തിന് കീഴിൽ കുനിഞ്ഞിരുന്ന് ഓക്കാനിച്ചു.

2

ചിതറിക്കിടന്ന ദ്വീപുസമൂഹങ്ങളിൽ, അങ്ങേയറ്റത്തുള്ളതായിരുന്നു അവന്റേത്. ആ ആറു ദ്വീപുകളിൽ ഏറ്റവും വലുതുമായിരുന്നു അത്. അവിടെ, പുഴയും കരയും ചേരുന്നിടത്താണ് മാന്റോ ദ്വീപിന്റെ ഐതിഹ്യം തുടങ്ങുന്നത്. കടൽപ്പാലത്തിനടുത്ത്, പുഴയ്ക്കഭിമുഖമായി, ഒരു ചെറിയ സ്തംഭത്തിൽ, മാന്റോയുടെ ഒരു അർദ്ധകായപ്രതിമയുണ്ട്. നിറം മങ്ങിയ, വികൃതമായ ഒന്ന്. കട്ടിയുള്ള പിരിയൻ മീശയും, തുങ്ങുന്ന കീഴ്ത്താടിയുമുള്ള ഒരു തടിയനായിരുന്നു മാന്റോ. ആ പ്രതിമയുടെ നിറം കറുപ്പായിരുന്നു എങ്കിലും, കൊളോണിയൽ കാലത്ത് ആ ദ്വീപ സമൂഹത്തിന്റെ രക്ഷാധികാരിയായി ജോലി ചെയ്തിരുന്ന മാന്റോ ഒരു വെള്ളക്കാരനാണെന്ന് ലത്തീഫിനറിയാമായിരുന്നു. അതിന്റെ ശില്പി, മാന്റോയുടെ തടിച്ച ചുണ്ടുകളിൽ ഒരു പുഞ്ചിരി തിരുകിക്കയറ്റാൻ ശ്രമിച്ചിട്ടുണ്ട്. പക്ഷേ, ആ ദ്വീപിൽ നിന്നും ബോട്ടിൽ പുറപ്പെട്ടു പോയി, കപ്പലേറി, നവജാത ഭാരതത്തിൽ നിന്നും കടൽ കടക്കുന്നതുവരെ ഒരിക്കലെങ്കിലും അദ്ദേഹം തദ്ദേശവാസികളെ നോക്കി പുഞ്ചിരിച്ചിട്ടുണ്ടാകുമോ എന്ന് ലത്തീഫ് സംശയിച്ചു. ഓരോ തവണ ആ പ്രതിമയ്ക്കടുത്തുകൂടി പോകുമ്പോഴും, ഇത്തരത്തിലൊരു സ്മാരകമൊരുക്കുവാനും, പിന്നീട് പന്തവും അഴുക്കും കൊണ്ട് നശിപ്പിക്കപ്പെടാനും തക്കതായി എന്തൊക്കെയായിരിക്കും അദ്ദേഹം ചെയ്തിട്ടുണ്ടാവുക എന്ന് ലത്തീഫ് ഓർക്കാറുണ്ട്. ദ്വീപ്, ആ പ്രതിമയെ ഏറെക്കുറെ വിസ്മരിച്ചുതുടങ്ങിയിരുന്നു. പക്ഷികൾ പോലും അവയിൽ വന്നിരിക്കാനോ, കാഷ്ഠിക്കാനോ മുതിർന്നില്ല. അയൽപക്കത്തെ ടിവിയിൽ ആ പ്രതിമ കണ്ടപ്പോഴാകട്ടെ, ലത്തീഫിന്റെ ഹൃദയമിടിച്ചു. പരിചയക്കാരായ ബന്ധുക്കളെയും, അയൽക്കാരെയും, പുത്തനുടുപ്പ് തുന്നി നൽകിയ യുവാവായ തുന്നൽക്കാരനെയും, വൃദ്ധനായ മുടിവെട്ടുകാരനെയും ഒക്കെ തിരശീലയിൽ കണ്ടപ്പോൾ സന്തോഷം കൊണ്ട് അവരുടെയൊക്കെ പേരുകൾ ഉറക്കെ വിളിക്കണമെന്ന് അവനു തോന്നി. പക്ഷേ, ക്യാമറ നോക്കി ലജ്ജയോടെ ചിരിക്കുന്ന

നാട്ടുകാരുടെ മുഖങ്ങൾ പശ്ചാത്തലമാക്കിയ ആ റിപ്പോർട്ട് പറഞ്ഞതാകട്ടെ, മാന്റോ ദ്വീപിനെ പിടിമുറുക്കിക്കൊണ്ടിരിക്കുന്ന അത്യാപത്തിനെക്കുറിച്ചായിരുന്നു.

പരിസ്ഥിതി ശാസ്ത്രജ്ഞർ പറയുന്നത് ശരിയാണെങ്കിൽ, മാന്റോ ദ്വീപ് പതുക്കെ മുങ്ങിക്കൊണ്ടിരിക്കുകയാണ്. ഉയർന്നുകൊണ്ടിരിക്കുന്ന ജലനിരപ്പ്, നാനാവശത്തു നിന്നും ദ്വീപിനെ കാർന്നുതിന്നുകൊണ്ടിരിക്കുകയാണത്രേ. പക്ഷേ, ലത്തീഫിന് പരിസ്ഥിതി ശാസ്ത്രജ്ഞരെ അത്ര വിശ്വാസമില്ല. അവരുടെ വാദം തെറ്റാണെന്ന് സമർത്ഥിക്കുന്നതിനായി ഗ്രാമത്തിന്റെ അതിർത്തിയിൽ അവൻ ഒരു കല്ലു നാട്ടി. അതിൽ രേഖപ്പെടുത്തിയ അളവുകളിൽ വ്യത്യാസങ്ങൾ ഒന്നും ഇല്ലാതിരുന്നതിനാൽ, കര ഒരിഞ്ചു പോലും ചുരുങ്ങുന്നില്ലെന്നും, ജലനിരപ്പ് അൽപം പോലും കൂടുന്നില്ലെന്നും അവൻ കണ്ടെത്തി. തന്റെ തലമുറ കഴിഞ്ഞാലും ദ്വീപ് കരുത്തോടെ നിലനിൽക്കും. അല്ലെങ്കിൽപ്പിന്നെ ദ്വീപ് അതിന്റെ ഒത്തനടുക്ക് സ്വയം ഒരു ഗർത്തമായി മാറി, പുഴയുടെ അടിത്തട്ടിലേയ്ക്ക് മുങ്ങാംകുഴി ഇടേണ്ടി വരും.

ദ്വീപിൽ താമസിച്ചിരുന്നവരുടെയൊക്കെ വിചാരം, അന്തമില്ലാതെ നീണ്ടുപരന്നു കിടക്കുന്ന ഒന്നാണ് ആ ദ്വീപ് എന്നായിരുന്നു. ആ തെറ്റായ കണക്ക് പ്രകാരം നോക്കുമ്പോൾ, ലത്തീഫിന്റെ വീട്ടിലേയ്ക്കെത്താൻ ജെട്ടിയ്ക്കടുത്തുള്ള മാന്റോ റോഡിൽ നിന്നും പത്തു മിനിറ്റോളം ആയാസപ്പെട്ട് നടക്കേണ്ടതുണ്ട്. ദ്വീപിന്റെ അങ്ങേ വശത്തെ ചതുപ്പിനരികിൽ, കരിയിലപ്പുതപ്പ മൂടിയ നടപ്പാതയുടെ അറ്റത്ത്, ഇടതൂർന്നു നിൽക്കുന്ന ശീമക്കൊന്നകൾ അതിരിട്ട പുരയിടത്തിലായിരുന്നു അവന്റെ വീട്.

ആ വീട്ടിൽ നിന്നും കഷ്ടിച്ച് ഒരു മൈൽ അകലെ, ദ്വീപിന്റെ വടക്കായി, ഒരു കടൽപ്പാലം ഉണ്ടായിരുന്നു; ധൃതിയിൽ പണിഞ്ഞുകൊണ്ടിരുന്ന കടൽപ്പാലം ആരോ പാതിവഴിയിൽ ഉപേക്ഷിച്ചു പോയ പോലെ, അതിലെ കോൺക്രീറ്റ് സ്തംഭങ്ങൾ വെള്ളത്തിൽ നിന്നും പുറത്തേയ്ക്കുന്തി നിന്നു. അതിൽ നിന്നും ഏതാനും അടി അപ്പുറത്തായി, ഒരു ചെറിയ ഷെഡ്ഡുണ്ടായിരുന്നു. അതിനെ താങ്ങി നിർത്തിയിരുന്ന നാല് തൂണുകൾ നിറയെ, ജനനേന്ദ്രിയങ്ങളുടെ ചിത്രങ്ങൾ കൽക്കരികൊണ്ടു കുത്തിവരച്ചിട്ടിരുന്നു. അതിലെ, ടീബാഗ് പോലത്തെ വൃഷണങ്ങളും, അനുസരണയില്ലാത്ത രോമങ്ങളും കാണുമ്പോഴൊക്കെ ലത്തീഫ് ചിരിയടക്കാൻ പാടുപെട്ടു. തലമുറകളായി, ജോലിയ്ക്കും, കച്ചവടത്തിനും, പെണ്ണു പിടിക്കാനും വേണ്ടി പട്ടണത്തിലേയ്ക്ക് പോവുകയും, മ്ലാനമായ മുഖത്തോടെ തിരികെ വരികയും ചെയ്തിരുന്ന ദ്വീപുകാരുടെ കാലടികൾ വീണു തെളിഞ്ഞു വന്ന ഒരു ചെറിയ നടപ്പാത, അവിടെ നിന്നും തുടങ്ങി, മരങ്ങൾ തിങ്ങി നിറഞ്ഞ പറമ്പിലൂടെ വളഞ്ഞുപുളഞ്ഞു പോകുന്നുണ്ടായിരുന്നു.

അത് ചെന്നു നിന്നത് മാന്റോ റോഡിലായിരുന്നു; മാന്റോയുടെ പ്രതിമയ്ക്ക് ജനരോഷത്തിനു പാത്രമാകേണ്ടി വന്നെങ്കിലും, ആ റോഡിനിപ്പോഴും അദ്ദേഹത്തിന്റെ പേരു തന്നെയായിരുന്നു. സ്കൂളിൽ പഠിച്ചിരുന്നപ്പോൾ, ആ ദ്വീപുസമൂഹങ്ങൾക്ക് തെക്കുള്ള നഗരത്തിലെ പുരാവസ്തു വകുപ്പിന്റെ കാഴ്ചബംഗ്ലാവിലേയ്ക്ക് വിനോദയാത്ര പോകും വരെ, ഭൂമിയിലെ ഏറ്റവും തിരക്കുള്ള തെരുവ് മാന്റോ റോഡാണ് എന്നാണ് ലത്തീഫ് കരുതിയിരുന്നത്. നഗരത്തിന്റെ വിസ്താരവും, തിരക്കും കണ്ടമാത്രയിൽത്തന്നെ മാന്റോ റോഡിനെക്കുറിച്ച് ലത്തീഫ് ധരിച്ചുവച്ചിരുന്നതൊക്കെയും ഒരു കുമിളപോലെ പൊട്ടി തവിടുപൊടിയായിപ്പോയി. തന്റെ ദ്വീപിന്റെ പരിഷ്കൃതമായ മുഖംപോലും, ആ കാഴ്ചബംഗ്ലാവിന്റെ ഒരു കോണിലിരിക്കുന്ന വെറുമൊരു ചിത്രത്തിനു സമമേ ആകുന്നുള്ളൂ എന്ന് ലത്തീഫിന് തോന്നിത്തുടങ്ങി. ആ തെരുവിനോട് കുറച്ചെങ്കിലും മതിപ്പ് വീണ്ടും തോന്നാൻ, പിന്നെയുമൊരുപാട് മാസങ്ങൾ തന്നെയെടുത്തു. പക്ഷേ ലത്തീഫിന്റെ മനസ്സിൽ മുഴുവനും നഗരത്തിലെ അംബരചുംബികളായ പാർപ്പിട സമുച്ചയങ്ങളിൽ താമസിക്കുന്ന ആൺകുട്ടികളായിരുന്നു. ഒഴുകി നീങ്ങുന്ന മേഘങ്ങൾക്ക് നേരെ കൊട്ടിയടയ്ക്കാനാവുന്നതാവും അവയുടെ ജനാലകളെന്ന് അവൻ വെറുതേ സങ്കൽപ്പിച്ചു.

ജോലിയിൽ പ്രവേശിക്കുന്നതിന്റെ തലേ രാത്രി, ലത്തീഫിന്റെ വീട്ടിലുള്ളവർ കഷ്ടിച്ചേ ഉറങ്ങിയുള്ളൂ. ലത്തീഫിന്റെ ഏറ്റവും നല്ല വസ്ത്രങ്ങൾ, സഹോദരിമാർ ഊഴമെടുത്ത് ഇസ്തിരിയിട്ട് വടിപോലെയാക്കി. ലത്തീഫപ്പോൾ തന്റെ കുടുസ്സുമുറിയ്ക്കുള്ളിൽ കതകടച്ചിരിക്കുകയായിരുന്നു. മീശയുടെ സൂചനകളുണ്ടായിരുന്ന ഭാഗങ്ങളൊക്കെ ഒരു ഐബ്രോ പെൻസിൽ കൊണ്ട് മിനുക്കി മിനുക്കി, ചതഞ്ഞരഞ്ഞ പഴതാരയെ ഓർമ്മിപ്പിക്കുന്ന എന്തോ പോലെയാക്കി മാറ്റുകയായിരുന്നു അവൻ. ഒടുവിലവൻ കിടക്കാനൊരുങ്ങുമ്പോഴേയ്ക്കും അടുക്കളയിലെ വിളക്ക് തെളിഞ്ഞിരുന്നു. ദ്വീപുനിവാസികൾ പ്രാതലിനെക്കുറിച്ചു ചിന്തിച്ചുപോലും തുടങ്ങിയിട്ടില്ലാത്ത ആ നേരത്ത്, ലത്തീഫിന്റെ ഉമ്മ അവനു വേണ്ടി ഉച്ചഭക്ഷണം തയ്യാറാക്കുകയായിരുന്നു.

വെളിച്ചം പോലും വീഴുന്നതിനുമുമ്പ് അവൻ വീട്ടിൽനിന്നും ഇറങ്ങുമ്പോൾ, ഉമ്മയും സഹോദരിമാരും, തടി കൊണ്ടുണ്ടാക്കിയ ചെറിയ ഗേറ്റ് വരെ അവനൊപ്പം ചെന്നു. ഇടവഴിയിലെ ചേറിലൂടെ നടക്കുമ്പോൾ അവന്റെ ചെരുപ്പ് ചെറിയ കിറുകിറു ശബ്ദങ്ങളുണ്ടാക്കി. വഴിയുടെ അറ്റത്തെ വളവു തിരിഞ്ഞ്, പ്രിയപ്പെട്ടവരുടെ കാഴ്ചയിൽ നിന്നു മറഞ്ഞ ശേഷവും, താനൊരു സ്വപ്നാടനത്തിലല്ല എന്ന് അവനെ ബോധ്യപ്പെടുത്തിക്കൊണ്ടിരുന്നത് ആ ശബ്ദമായിരുന്നു. ആ വിജനമായ ഇടവഴിയിൽ, വഴിയരികിലെ വീടുകളിലെ കാവൽക്കാരായ നായ്ക്കൾക്കു പോലും കാണാനാവാത്ത, ഭാരമില്ലാത്ത, ആഴമില്ലാത്ത, ശരീരമില്ലാത്ത

ഒരു വെറും നിഴൽ മാത്രമാണ് താനെന്ന് അവന് തോന്നി. ഏകദേശം ഒരു മണിക്കൂറിനു ശേഷം, പാരഡൈസ് ലോഡ്ജിന്റെ അഴിവാതിലിനു മുൻപിൽ നിൽക്കുമ്പോൾ, താൻ കൂടുതൽ അദൃശ്യനായിരിക്കുന്നു എന്നവനു തോന്നി. മടിച്ചുമടിച്ച് അവനാ വാതിലിൽ ചെറുതായി തട്ടി.

വാതിൽ തുറന്ന തടിച്ച മനുഷ്യനെ കണ്ടപ്പോൾ, അയാളെ മാന്റോ ദ്വീപിൽ എവിടെയോ വച്ചു കണ്ട പരിചയമുള്ളതുപോലെ അവനു തോന്നി. ഉറക്കച്ചടവുള്ള കണ്ണുകൾ കൊണ്ട് അഴികൾക്കിടയിലൂടെ ഏതാനും നിമിഷങ്ങൾ അവനെ സൂക്ഷിച്ചു നോക്കിയതിനു ശേഷമാണ്, അയാൾ അത് തുറന്ന് അവനെ അകത്തേയ്ക്ക് കയറാൻ അനുവദിച്ചത്. ഒരേയൊരു ചെറിയ ബൾബ് മാത്രമുള്ള, വിശാലമായ ഒരു ലോബിയായിരുന്നു അത്. നെഞ്ചുവേദന വന്നവനെപ്പോലെ ഒരു കൈ നെഞ്ചിനു മുകളിൽ പിടിച്ചുകൊണ്ട്, മാനേജറിനെ കാണണം എന്ന ആവശ്യം മുക്കിയും മൂളിയും ലത്തീഫ് അറിയിച്ചു. ആ മനുഷ്യൻ, തന്റെ ശരീരഭാരം മുഴുവൻ ഒരു കസേരയിലേയ്ക്ക് കൊണ്ടിട്ട ശേഷം, മാനേജർ എന്ന് എഴുതിയ ചെറിയ ബോർഡെടുത്ത് മേശമേൽ വച്ചു. 'എവിടെയായിരിക്കും ഞാനിയാളെ കണ്ടിട്ടുണ്ടാവുക?' ലത്തീഫ് ഓർത്തുനോക്കി. അയാളുടെ ഇടതു കൈത്തണ്ടയിൽ ഒരു കാവിച്ചരടു കണ്ട ലത്തീഫിന്റെ ഹൃദയം നുറുങ്ങി; എത്രയൊക്കെ കഠിനമായി പണിയെടുത്താലും അയാൾ തന്നെ നോക്കി നെറ്റി ചുളിച്ചേക്കും എന്നതിന്റെ ഒരു സൂചനയാണതെന്ന് അവനു തോന്നി.

"എന്താ വേണ്ടത്?" മാനേജർ നീരസത്തോടെ ചോദിച്ചു.

ക്വയിലോൺ കാഷ്യൂസിന്റെ മുതലാളി പറഞ്ഞുവിട്ട ഉദ്യോഗാർത്ഥിയാണ് താൻ എന്ന്, പതിഞ്ഞ ശബ്ദത്തിൽ ലത്തീഫ് അറിയിച്ചു. അദ്ദേഹത്തിന്റെ മുഖത്തെ ഭാവം ആർദ്രമാകുമെന്നും, അനുകമ്പയും പരിഗണനയുമുള്ളതായി അത് മാറുമെന്നും അവൻ പ്രതീക്ഷിച്ചു. പക്ഷേ, ഒരു ബെഞ്ചിനെ ചൂണ്ടിക്കാണിച്ച് അവിടെ കാത്തിരിക്കാൻ മാത്രമാണ് അയാൾ പറഞ്ഞത്. ആർച്ചു പോലെ വളഞ്ഞ ജനലിനു പുറംതിരിഞ്ഞിരിക്കുമ്പോഴാണ് ആ മാനേജരെ എവിടെയാണ് കണ്ടിട്ടുള്ളതെന്നും, എന്തുകൊണ്ടാണയാൾ അത്ര പരിചിതനായി തോന്നിയതെന്നും പെട്ടെന്നവന് ഓർമ്മവന്നത്. അയാൾക്ക് ഒരു മെക്സിക്കൻ ഫുട്ബോൾ കളിക്കാരന്റെ ഛായയായിരുന്നു. നിരന്തരം അയാൾക്ക് കിട്ടിയിരുന്ന മഞ്ഞയും ചുവപ്പും കാർഡുകളുടെ ബാഹുല്യത്തിൽ നിന്നും, അയാൾ അത്ര നല്ലവനായിരിക്കില്ല എന്ന് അവൻ ഊഹിച്ചിരുന്നു.

ജനാലയിലൂടെ വെളിച്ചം മുറിയിലേയ്ക്ക് വീഴാൻ തുടങ്ങിയപ്പോൾ, കൗതുകം നിറഞ്ഞ കണ്ണുകളോടെ അവൻ തന്റെ പുതിയ പണിയിടം ആകമാനം ഒന്നു നോക്കി. മച്ചിലെ ഫാൾസ് സീലിങ്ങും, ജനലിന്റെ ആകൃതിയും, അലങ്കാരവിളക്കുകളും, മരം കൊണ്ടുള്ള പാളികളും ഒക്കെ സൂചിപ്പിച്ചത്, ഒരു കാലത്ത്, പ്രത്യേക വസ്ത്രം ധരിച്ച ഭൃത്യരും, ചിട്ടയായ

സമയക്രമത്തിൽ മാറി മാറി ജോലി ചെയ്യുന്ന പാറാവുകാരുമുള്ള മുന്തിയ ഒരു ലോഡ്ജായിരുന്നു അത് എന്നതായിരുന്നു. പക്ഷേ ഇന്ന്, ആ ചുമരുകളിലൊക്കെ അഴുക്കു പുരണ്ടിരുന്നു; ആ മുറിയിലെ സാമഗ്രികളൊക്കെ ഏതോ പഴഞ്ചൻ കടയിൽ വിൽക്കാനിട്ടിരിക്കുന്നവ യെപ്പോലെയായിരുന്നു; മഞ്ഞിച്ച സീലിംഗ് ഫാനുകൾ, കറങ്ങുമ്പോൾ കെണിയിലകപ്പെട്ട എലിയെപ്പോലെ ശബ്ദമുണ്ടാക്കിയിരുന്നു. മാനേജറുടെ കൗണ്ടറിനു പിന്നിൽ, പുറത്തെ ചതുരപ്പുളി മരത്തെ ഫ്രെയിം ചെയ്യുന്ന മട്ടിൽ ഒരു ജനാലയുണ്ടായിരുന്നു. അവൻ അതിലൂടെ പുറത്തേയ്ക്ക് നോക്കിയിരുന്ന അതേ സമയത്താണ്, ആ മരം പതുക്കെ ഒരു ചതുരപ്പുളി താഴേയ്ക്ക് പൊഴിച്ചത്. അങ്ങോട്ടോടിച്ചെന്ന് അതെടുക്കാനും, ബ്രസീലിയൻ ജേല്ലിയുടെ നിറമുള്ള അതിന്റെ കാമ്പിൽ പല്ലുകളാഴ്ത്താനുമുള്ള സഹജമായ ഒരു ത്വര അവനിലുണർന്നു. പക്ഷേ അത്ര പുലർച്ചെ തന്നെ പുളി കഴിക്കുക എന്നത് പ്രായോഗികമായിരുന്നില്ല. ഉറക്കച്ചടവ് അവനിൽ വിശപ്പിന്റെ നാളങ്ങൾ ഊതിക്കാച്ചി. നേരം പരപരാ വെളുക്കുന്നതിനു മുൻപേ, കൊണ്ടുവന്ന ചോറുപൊതി തുറക്കുന്നത് മോശമായാലോ എന്ന പേടിയും കുറ്റബോധവും അവനെ ഉലച്ചുകളഞ്ഞു. വിശപ്പ് കാളുന്ന വയറുമായി ഇരുന്നിരുന്ന അവന്റെ മുന്നിൽ ആ തളം പതുക്കെ ജീവൻ വച്ചുണർന്നു വന്നു.

ആ ഹോട്ടലിലെ മറ്റൊരു ബെൽബോയ്, ഒരു വൃദ്ധനായിരുന്നു. ലത്തീഫിന്റെ കാലുകളെക്കാൾ മെലിഞ്ഞ കാലുകളുണ്ടായിരുന്നിട്ടുകൂടി, മന്തു പിടിച്ച ഒരാളെപ്പോലെ ഏന്തിവലിഞ്ഞായിരുന്നു അയാളുടെ നടത്തം. അയാൾ പഴകി ദ്രവിച്ച ജഗ്ഗുകളിൽ വെള്ളം നിറച്ച് ട്രേയിൽ അടുക്കി വയ്ക്കുന്നതും, ഒരു തുണിക്കെട്ടു തുറന്ന് കിടക്കവിരികൾ എടുക്കു ന്നതും, ഒരു നനഞ്ഞ പഴന്തുണി കൊണ്ട് കൗണ്ടർ തുടയ്ക്കുന്നതും, അവിടെ യിരുന്ന തടിയൻ കണക്കുപുസ്തകം പൊടി തട്ടി വയ്ക്കുന്നതുമൊക്കെ ലത്തീഫ് നോക്കിക്കൊണ്ടിരുന്നു. ഒരു കണക്കിന്, ആ കാഴ്ചകളാ യിരുന്നു ലത്തീഫിന് ലഭിച്ച പ്രവൃത്തി പരിശീലനം. ആ വൃദ്ധൻ ചെയ്തതൊക്കെയായിരുന്നു, പിന്നീട് ലത്തീഫിന് ചെയ്യേണ്ടിയിരുന്നത്.

ക്ലോക്ക് ഏഴുമണിയിലേയ്ക്ക് ചുവടു വച്ചതും, മധ്യവയസ്കയായ ഒരു സ്ത്രീ അകത്തേയ്ക്ക് കയറിവന്നു. ലത്തീഫിനെ കണ്ടപ്പോൾ, അവിടെ മുറിയെടുക്കാൻ വന്ന ഒരാളാവും എന്ന് തെറ്റിദ്ധരിച്ച അവർ, ഭവ്യതയോടെ ഒന്ന് പുഞ്ചിരിച്ചു. മാനേജർ ക്ലോക്കിലേയ്ക്കൊന്ന് നോക്കി. സമയമറിയാൻ എന്നതിലുപരിയായി, ലോഡ്ജിലെ തിരക്കേറിയ ഒരു സമയമാണത് എന്നൊരു സൂചനയായിരുന്നു ആ നോട്ടം. കൃത്യസമയത്ത് എത്തിച്ചേർന്നതിന് ആ സ്ത്രീയെ അഭിനന്ദിക്കാൻ പോവുകയാണ് എന്ന് കരുതിയിരുന്ന ലത്തീഫിനു തെറ്റി. അരമണിക്കൂർ വൈകി എന്ന് പറഞ്ഞുകൊണ്ട് അയാൾ ആ സ്ത്രീയെ ഉറക്കെ ചീത്തപറയാൻ തുടങ്ങി. ഉഗ്രകോപത്താൽ വിറയ്ക്കുമ്പോൾ പോലും,

അയാളുടെ മുഖത്തിന് ആ ഫുട്ബോൾ കളിക്കാരന്റെ മുഖത്തോട് നല്ല സാദൃശ്യം ഉണ്ടായിരുന്നു. എന്തായാലും, ആ സ്ത്രീയെ ഔപചാരികമായി പരിചയപ്പെടാനുള്ള ഒരു അവസരമായി ലത്തീഫ് ആ ശകാരത്തെ കണക്കാക്കി. സ്റ്റെല്ല എന്നായിരുന്നു അവരുടെ പേര്. മുറ്റമടിക്കലും, മുറികൾ തുത്തു തുടയ്ക്കുന്നതുമായിരുന്നു അവരുടെ ജോലി. ലോഡ്ജിൽ നിന്നും മൂന്നു തെരുവുകൾക്കപ്പുറമായിരുന്നു അവരുടെ താമസം. മാനേജറുടെ ശകാരവർഷം തെല്ലും ഗൗനിക്കാതെയുള്ള സ്റ്റെല്ലയുടെ നിൽപ്പ് കണ്ടപ്പോൾ തന്നെ, ഇതിവിടെ ഒരു പതിവാണെന്ന് ലത്തീഫ് ഉറപ്പിച്ചു. തൊട്ടടുത്തുള്ള ഒരു ചെറിയ മുറിയിലേയ്ക്കു കയറിപ്പോയ സ്റ്റെല്ല മടങ്ങിവന്നപ്പോൾ, മങ്ങിയ ഒരു ഷർട്ട് തന്റെ വസ്ത്രങ്ങൾക്ക മേൽ ധരിച്ചിരുന്നു. കൈയിൽ, നീളം കൂടിയ ഒരു ചൂലും ഉണ്ടായിരുന്നു. ഹാജർ രേഖപ്പെടുത്തുന്ന പുസ്തകമായിക്കൂടി ഉപയോഗിച്ചിരുന്ന ആ കണക്കുപുസ്തകം തുറന്ന് അതിൽ അലസമായി ഒപ്പിട്ട ശേഷം, അവനു മുൻപിലൂടെ ചൂലും വലിച്ചുകൊണ്ട് നടന്നുപോയി.

"സ്റ്റെല്ലാ, ഞാനിന്നലെ പറഞ്ഞ ആ പയ്യൻ ദേ ഇതാണ്," മാനേജരുടെ സ്വരത്തിലെ ശാന്തത ലത്തീഫിനെ ഞെട്ടിച്ചു. "ഒന്നിടവിട്ട ദിവസങ്ങളിൽ വന്ന് അവൻ ഫുൾ-ഷിഫ്റ്റ് ചെയ്തോളും. ഉറങ്ങാൻ ആ ബെഞ്ച് മതിയാവും. നിന്റെ തൂപ്പും തുടപ്പുമൊക്കെ കഴിഞ്ഞിട്ട്, അവന് ചെയ്യേണ്ട കാര്യങ്ങളൊക്കെ ഒന്ന് പറഞ്ഞുകൊടുക്ക്."

സ്റ്റെല്ല വീണ്ടും അവനെ നോക്കി പുഞ്ചിരിച്ചു. ഇപ്പോൾ ആ പുഞ്ചിരിയിൽ ഉണ്ടായിരുന്ന ഭാവം ഭവ്യതയായിരുന്നില്ല; മറിച്ച്, അതിലൊരല്പം സഹതാപത്തിന്റെ ചായ്‌വുള്ളതുപോലെ അവനു തോന്നി. അവർ മുറ്റത്തു പോയി, മണ്ണിലൂടെ ചൂലോടിക്കാൻ തുടങ്ങി. ചവറ് ഒരു ചെറിയ കൂനയായപ്പോൾ അവരത് കത്തിച്ചു.

അരമണിക്കൂറിനു ശേഷം ലത്തീഫ് ആ പുസ്തകത്തിന്റെ പുറകുവശം തുറന്ന്, രണ്ടു നീലവരകൾക്കുള്ളിൽ ശ്രദ്ധയോടെ ഒപ്പിട്ടു. ആ ലോഡ്ജിന്റെ തുരുമ്പിച്ച ദ്രവിച്ച സംവിധാനങ്ങളോട് പൊരുത്തപ്പെട്ടു തുടങ്ങി ഏകദേശം ഒരു മണിക്കൂറിനു ശേഷമാണ്, ഒരു കൈയിൽ കിടക്കവിരിയുമായി ചെന്ന്, 117-ാം നമ്പർ മുറിയുടെ വാതിലിൽ ബഹുമാനപുരസ്സരം കൊട്ടി, അതിനുള്ളിലെ മരിച്ച മനുഷ്യൻ പ്രതികരിക്കുന്നതും കാത്ത് അവൻ നിന്നത്.

3

വെളുത്ത തടിച്ച ഒരു ചേച്ചിയും, ഇരുണ്ട നിറമുള്ള ആരോഗ്യവാനായ ഒരു അനിയനും—അവർ സഹോദരങ്ങളാണ് എന്നാണ് ലത്തീഫ് കരുതിയിരുന്നത്. പത്തു വയസ്സിന്റെയെങ്കിലും അന്തരമുണ്ടാവും അവർക്ക്. പക്ഷേ അയാൾ അവന്റെ കൈയിൽ വെച്ചുകൊടുത്ത ഒരു ഉണ്ടുകടലാസ്സുമായി മെഡിക്കൽ ഷോപ്പിലെത്തിയപ്പോഴാണ് തനിക്ക് പിണഞ്ഞ അബദ്ധം അവനു മനസ്സിലായത്. ആ കടലാസ്സിലേയ്ക്ക് നോക്കിയ കടക്കാരന്റെ മുഖം ചുളിഞ്ഞു. ബനാനയുടെ ഫ്ലേവറിലുള്ള കോണ്ടം ഇല്ലെന്ന് അയാൾ അറിയിച്ചു. സ്ട്രാബെറിയുടെയും, ബബിൾഗമ്മിന്റെയും ഫ്ലേവറുകൾ മാത്രം തരുന്ന ഒരു ഡിസ്പെൻസർ അയാൾ ചൂണ്ടിക്കാട്ടി. ജീവിതത്തിൽ ഒരിക്കൽപ്പോലും സ്ട്രാബെറി രുചിച്ചു നോക്കിയിട്ടില്ലാത്തതിനാൽ ലത്തീഫ് രണ്ടാമത്തേതു തിരഞ്ഞെടുത്തു. നാണക്കേടു കൊണ്ടു കുനിഞ്ഞ മുഖവുമായി ലോഡ്ജിലേയ്ക്ക് തിരികെ നടക്കുമ്പോൾ, ആ വയസ്സനായ കടക്കാരനും അയാളുടെ സഹായിയും ചേർന്ന്, തന്നെ കളിയാക്കി ചിരിക്കുകയാവും എന്നവന് ഉറപ്പായിരുന്നു. പട്ടാപ്പകൽ ഇങ്ങനെ വന്നു കയറി ചോദിക്കുന്ന ധിക്കാരിയായ ഒരു കൊച്ചുപയ്യൻ (പതിനേഴ വയസ്സു തികഞ്ഞിട്ട് ആറു മാസം കഴിഞ്ഞെങ്കിലും, അവനെ കണ്ടാൽ ഒരു ചെറിയ പയ്യനെപ്പോലെയേ തോന്നുമായിരുന്നുള്ളൂ) എന്നോ, ചിലപ്പോൾ അച്ഛനാവും അത് വാങ്ങാൻ പയ്യനെ അയച്ചിട്ടുണ്ടാവുക എന്നോ, അങ്ങനെയെങ്കിൽ ആ അച്ഛൻ എന്തൊരു യുക്തിഹീനൻ ആണെന്നോ ഒക്കെയാവും അവരവിടെ സംസാരിക്കുക എന്നവൻ ആലോചിച്ചു. തന്റെ വീണ്ടുവിചാരമില്ലായ്മയ്ക്ക് ഉപ്പ പഴികേൾക്കേണ്ടി വരുന്നതോർത്തപ്പോൾ ലത്തീഫിനു ദേഷ്യവും സങ്കടവും വന്നു.

ദ്വീപുകാർ മാന്റോയുടെ പ്രതിമ ശ്രദ്ധിക്കുന്നത് നിർത്തിയത് പോലെതന്നെ, സ്വീകരണമുറിയിലെ ഉപ്പയുടെ ചിത്രവും ലത്തീഫിന്റെ ശ്രദ്ധയിൽ നിന്നും മാഞ്ഞുപോയിട്ട് വളരെ നാളുകളായിരുന്നു. ജനിച്ചത് മുതൽ ഉപ്പ കണ്ടുവളർന്ന അതേ പുഴയിൽ അദ്ദേഹം മുങ്ങിമരിക്കുന്നതിന്

ഏതാനും ദിവസങ്ങൾക്ക് മുൻപ് മാത്രം എടുത്ത ഒരു ചിത്രമായിരുന്ന അത്. ഒരു ഓർമ്മച്ചിത്രമാക്കാൻ പറ്റിയ ഒന്നായിരുന്നില്ല അത്; അതിൽ അദ്ദേഹത്തിന്റെ മുഖത്ത് പുഞ്ചിരിയോ ഗൗരവമോ ഉണ്ടായിരുന്നില്ല. അടുത്തു നിന്നിരുന്ന, ഗ്രാമത്തിന്റെ ആയുർദൈർഘ്യം നിർണ്ണയിക്കാനുള്ള പഠനങ്ങൾക്കായി നിയോഗിക്കപ്പെട്ട പരിസ്ഥിതി ശാസ്ത്രജ്ഞന്റെ മുഖത്തേയ്ക്ക് ഏറുകണ്ണിട്ട നോക്കി നിൽക്കുകയായിരുന്ന ഉപ്പ. നീണ്ട്, നന്നേ മെലിഞ്ഞ ഒരാളായിരുന്ന ആ പരിസ്ഥിതി ശാസ്ത്രജ്ഞൻ. അദ്ദേഹം അവിടെ വന്ന ആദ്യത്തെ ആഴ്ചയിൽ, സെമിനാറിനിൽ പ്രതിനിധിയായി വന്ന ഏതോ പുരോഹിതനാണ് അദ്ദേഹം എന്നാണ് എല്ലാവരും കരുതിയിരുന്നത്. കാരണം, അതിനുമുൻപ് അവിടെ വന്നിട്ടുള്ള മറ്റാരും തന്നെ, അത്രയും നാൾ അവിടെ നിന്നിട്ടില്ലായിരുന്നു. പഠനത്തിനു വേണ്ടി ചെളിയുടെ സാമ്പിളുകൾ ഒരു ചെറിയ ചില്ലുകുപ്പിയിൽ ശേഖരിച്ചും, ദ്വീപിന്റെ അതിരിൽ ചേറിൽ ചെറിയ കമ്പുകൾ കുഴിച്ചുനിർത്തിയും, കല്ലുകൾ ശേഖരിച്ചും, ഒരു നീല ചോക്കു കഷണം കൊണ്ട് പഴയ മരങ്ങളുടെ തടിയിൽ എന്തൊക്കെയോ വരച്ചിട്ടുമൊക്കെ നടക്കുന്ന അയാളെ കണ്ടാൽ, ഒരു നിത്യപദയാത്രയിലാണ് അദ്ദേഹം എന്നു തോന്നും. ഒരു ദിവസം ഉച്ചയ്ക്ക് ചുരുപ്പിലേയ്ക്ക് പോകുന്ന വഴിയ്ക്ക്, അദ്ദേഹം വീട്ടിലേയ്ക്ക് കയറിവന്ന് ഉപ്പയെ സ്നേഹപൂർവ്വം പരിചയപ്പെട്ടു. കപ്പ നടാൻ വേണ്ടി മുറ്റം കിളയ്ക്കുകയായിരുന്ന ഉപ്പയപ്പോൾ. അദ്ദേഹത്തെ പരിചയപ്പെട്ടതിൽ ലത്തീഫിന്റെ ഉപ്പയ്ക്ക് ഒത്തിരി സന്തോഷം തോന്നി. ദ്വീപിന്റെ മുക്കും മൂലയും, നദിയുടെ സകല ഭാവങ്ങളും, ദ്വീപുസമൂഹത്തിന്റെ വിവിധ ഭാഗങ്ങളും എല്ലാം ഉപ്പയ്ക്ക് ഹൃദിസ്ഥമായിരുന്നു. ഒരു ദ്വിഭാഷിയുടെ സഹായത്തോടെ, അവിടെ ജനിച്ചു വളർന്ന ഒരു പ്രൊഫസ്സറിനെപ്പോലെ ഉപ്പ അദ്ദേഹത്തോട് സംസാരിച്ചു. അരഭിത്തിയ്ക്ക് മുകളിൽ എല്ലാം കേട്ടുകൊണ്ട് ഒരു റെക്കോർഡർ ഇരിക്കുന്നുണ്ടായിരുന്നു. ആ ശാസ്ത്രജ്ഞനാകട്ടെ, ചുറ്റും അയാളിൽ കൗതുകമുണർത്തിയ എല്ലാറ്റിന്റെയും ചിത്രങ്ങളെടുത്തുകൊണ്ടു നടന്നു. മീശയുടെ പ്രത്യേക ആകൃതി കാരണം 'മാൻഡ്രേക്' എന്ന വിളിപ്പേരു വീണ ലത്തീഫിന്റെ ഉപ്പയെയും അദ്ദേഹം ചിത്രത്തിലാക്കി. അടുത്തയാഴ്ച കടവിൽ കണ്ടുമുട്ടാമെന്നും, പുഴയിലൂടെ അടുത്തുള്ള ദ്വീപിലേയ്ക്ക് പോകാമെന്നും തീരുമാനിച്ച ശേഷം, അദ്ദേഹവും ദ്വിഭാഷിയും മടങ്ങിപ്പോയി. ഉപ്പ പറമ്പു കിളയ്ക്കുന്നത് തുടർന്നു. അവർ പോയതിനു ശേഷം കുറെ നേരം കഴിഞ്ഞപ്പോഴാണ്, ആ ദ്വിഭാഷിയുടെ കഴിവുകളെക്കുറിച്ചോർത്ത് അവൻ അത്ഭുതം കൂറിയത്. തന്റെ ശബ്ദം ഒന്നുകൊണ്ടു മാത്രം, എത്ര അനായാസമായാണ് അയാൾ രണ്ടു ഭാഷകളെ ബന്ധിപ്പിക്കുന്നത്! സൂര്യൻ തെങ്ങിൻതോപ്പിലൂടെ താഴ്ന്നവന്ന്, നദിയുടെ പച്ചയെ അരുണാഭമാക്കുമ്പോഴാണ്, തനിക്കും ഒരു ദ്വിഭാഷിയാകണം എന്ന് ലത്തീഫിന് ആഗ്രഹം തോന്നിയത്. പക്ഷേ, അടുത്ത ദിവസം രാവിലെ, കപ്പലിലേറി, തുറമുഖങ്ങളിലൂടെയും ഭൂഖണ്ഡങ്ങളിലൂടെയും

യാത്ര ചെയ്യുന്ന ഒരു നാവികനാകണമെന്ന ആഗ്രഹത്തിലേയ്ക്ക് അവൻ തിരികെപ്പോയി. എന്നാൽ ഇങ്ങനെ ഒരു ബെൽബോയ് ആയി കുറെ പൊട്ട ജോലികളും ചെയ്ത് ജീവിക്കേണ്ടിവരുമെന്ന് അവൻ സ്വപ്നത്തിൽ പോലും കരുതിയിരുന്നില്ല.

വാതിലിൽ മുട്ടിയ ഉടനെ തന്നെ ഇരുണ്ടനിറക്കാരനായ ആ മനുഷ്യൻ വാതിൽ തുറന്നു. ഒരു പുഞ്ചിരിയോ, ഫ്ലേവറിലെ ലത്തീഫിന്റെ തിരഞ്ഞെടുപ്പിനെ ചോദ്യം ചെയ്യലോ ഇല്ലാതെയും, ബാക്കി പണം തിരികെ വാങ്ങാതെയുമാണ് അയാൾ ആ കോണ്ടത്തിന്റെ പാക്കറ്റ് അവന്റെ കൈയിൽ നിന്നും വാങ്ങിയത്. അതായിരുന്നു ലത്തീഫിന് കിട്ടിയ ആദ്യത്തെ ടിപ്പ്. ഒരു മാസം മുൻപ് ആ ലോഡ്ജിൽ ജോലിയ്ക്ക് കയറിയപ്പോൾ മുതൽ, അതിഥികൾക്ക് മുറി കാണിച്ചുകൊടുത്തും; അവിടുത്തെ പഴയ ലിഫ്റ്റ് പണിമുടക്കിയപ്പോഴൊക്കെ അവരുടെ പെട്ടികൾ ചുമന്ന് കൊണ്ടുക്കൊടുത്തും; അവർക്ക് വേണ്ട തലയിണകളും സോഡകളുമൊക്കെ എത്തിച്ചുനൽകിയും; അവർക്ക് ശുഭരാത്രി നേർന്നു കൊണ്ടുമൊക്കെ, തന്റെ ഏറ്റവും നല്ല പുഞ്ചിരിയുമായി ലത്തീഫ് ആ മുറികളിലൂടെയും ഇടനാഴികളിലൂടെയും കയറിയിറങ്ങിയിട്ടുണ്ട്. പക്ഷേ അവന് തിരിച്ചുകിട്ടിയതൊക്കെയും അവഗണന നിറഞ്ഞ പുഞ്ചിരികളും, പോകുമ്പോൾ വാതിൽ അടയ്ക്കണമെന്നുള്ള ഓർമ്മപ്പെടുത്തലുകളും മാത്രമായിരുന്നു. ആ പണം പോക്കറ്റിലേയ്ക്കിട്ട്, അയാളെ ഒന്നുകൂടി നോക്കിയിട്ട് അവൻ നടന്നു നീങ്ങി. ആ സ്ത്രീയെ അവിടെങ്ങും കണ്ടില്ല. പക്ഷേ കുളിമുറിയിൽ, അവരുടെ മാംസളമായ ശരീരത്തിൽ വെള്ളം വീഴുന്ന ശബ്ദം അവൻ കേട്ടു.

തിരികെ ലോബിയിലെത്തി ബെഞ്ചിൽ കിടക്കുമ്പോൾ, ആ ഇരുണ്ടനിറക്കാരൻ കട്ടിലിന്റെ ഓരം ചേർന്നിരിക്കുന്നത് അവൻ മനസ്സിൽ സങ്കൽപ്പിച്ചു. അലക്കി വെളുപ്പിച്ച കിടക്കവിരികൾക്കും, ചെറിയ രണ്ടു സാമ്പിൾ സോപ്പുകൾക്കുമൊപ്പം അവൻ കൊണ്ടുക്കൊടുത്ത പിഞ്ഞിത്തുടങ്ങിയ വെളുത്ത ടവ്വലിൽ ശരീരം പൊതിഞ്ഞ് ആ സ്ത്രീ കുളിമുറിയിൽ നിന്നും വരുന്നതും കാത്തിരിക്കുകയാണയാൾ. കൗണ്ടറിനു പിന്നിൽ മാനേജരുടെ കൂർക്കം വലി കേട്ടു തുടങ്ങിയപ്പോൾ, ലത്തീഫിന്റെ കൈ അവന്റെ ലിംഗത്തിലേയ്ക്ക് നീണ്ടു. ഉള്ളംകൈയിലിട്ടുരസി അവനതിനെ ചൂണ്ടുവിരലിനോളം വലുതാക്കിയപ്പോഴേയ്ക്കും, ആ സ്ത്രീ ടവ്വൽ നിലത്തിട്ട് കട്ടിലിലേയ്ക്ക് കിടക്കുന്ന രംഗം അവന്റെ മനസ്സിൽ തെളിഞ്ഞുവന്നു. പിങ്ക് നിറത്തിലുള്ള മാംസം അടുക്കടുക്കായി ചുരുണ്ടു കിടക്കുന്ന അവരുടെ യോനീഭാഗം, മുറിച്ചുവെച്ച ഒരു സവാള ഉള്ളിയെപ്പോലെയായിരുന്നു. ഇരുണ്ടനിറക്കാരനെ ഒരു കൈകൊണ്ട് തള്ളിമാറ്റിയ ലത്തീഫ്, അവരുടെ മാംസളിമയിലേയ്ക്ക് ആണ്ടിറങ്ങി. ആ കവിളുകൾക്ക് സോപ്പിന്റെ വേപ്പുമണവും, മുടിയ്ക്ക് വാസന എണ്ണയുടെ സുഗന്ധവുമായിരുന്നു. അവരുടെ യോനിയ്ക്ക് അവന്റെ കക്ഷത്തിന്റെ

അതേ മണമാണെന്ന് അവനു തോന്നി; അത്ര അപ്രിയം തോന്നാത്ത, പുളിപ്പുരസമുള്ള മണം. ഉറപ്പില്ലാത്ത ബെഞ്ച് ഇടയ്ക്കിടെ നൽകിയ പ്രോത്സാഹനകരമായ ഞരക്കങ്ങളെ അവൻ മുരടനക്കങ്ങൾ കൊണ്ടു മറച്ചു. രതിമൂർച്ഛയ്ക്ക് ശേഷം ലിംഗം തള്ളവിരലിന്റെ വലിപ്പത്തിലേയ്ക്ക് ചുരുണ്ടപ്പോൾ, അവൻ നീട്ടിയൊന്ന് ചുമയ്ക്കുന്നതായി നടിച്ചു. ആദ്യത്തെ ടിപ്പ് പോലെതന്നെ, തന്റെ കുടുസ്സുമുറിയുടെ നാലു ചുവരുകൾക്ക് വെളിയിലെ ആദ്യത്തെ രതിമൂർച്ഛയും അവന് പുതിയൊരു അനുഭവമായിരുന്നു. അത് രണ്ടും ഒരിക്കലും അവൻ മറക്കില്ല.

പുറത്തേയ്ക്കുള്ള ഗ്രില്ല്, ഒരു ഭിക്ഷക്കാരന്റെ പാത്രം പോലെ കിലുങ്ങിക്കൊണ്ട് തുറന്നപ്പോൾ, അവനുണർന്നു. ഒളിസങ്കേതം തേടിയെത്തിയ അഭയാർത്ഥികളെപ്പോലെ, ഇരുട്ടിൽ ഒരു പറ്റം ആൾരൂപങ്ങൾ നിൽക്കുന്നുണ്ടായിരുന്നു. ലത്തീഫ് കൗണ്ടറിനു പിന്നിലേയ്ക്ക് ചെന്ന് മാനേജറിനെ ഉണർത്താൻ ശ്രമിച്ചു. അയാൾ ആദ്യം അവനെ നോക്കി ഒന്നു പുഞ്ചിരിച്ചുവെങ്കിലും, അടുത്ത നിമിഷം ആ മുഖത്തെ ഭാവം ഗൗരവമുള്ളതായി. വെളിച്ചം വന്നപ്പോൾ അഞ്ചു പേരെ അവർ കണ്ടു—മൂന്നു പേർ ഒന്നിച്ച് മുറ്റത്തേയ്ക്കുള്ള കമാനത്തിനു കീഴിലും, മറ്റു രണ്ടു പേർ മുറ്റത്തെ ഗുൽമോഹറിന് കീഴിലും. ആ മൂന്നു പേർ മഫ്റ്റിയിലെത്തിയ പോലീസുകാരാണെന്ന് അവരുടെ ബൂട്ടുകളും, ശരീരഭാഷയും വിളിച്ചുപറയുന്നുണ്ടായിരുന്നു. മാനേജർ വാതിൽ തുറന്നുകൊടുത്തപ്പോൾ രണ്ടുപേർ ലോബിയിലേയ്ക്ക് കയറിവന്ന് കൗണ്ടറിനു മുകളിലേയ്ക്ക് ഒരു ഫോട്ടോ എടുത്തുവച്ചു.

"ഈ ആൾ ഇവിടെ താമസിക്കുന്നുണ്ടോ?" ആ ഫോട്ടോയിൽ മെല്ലെ തട്ടിക്കൊണ്ട് ഒരു പോലീസുകാരൻ ചോദിച്ചു.

ഫോട്ടോ വ്യക്തമായി കാണാൻവേണ്ടി ലത്തീഫ് ആ കൗണ്ടറിനു കുറച്ചുകൂടി അടുത്തേയ്ക്ക് നീങ്ങിനിന്നു. കടലാസ്സുകൊണ്ടുള്ള പൂക്കളും, പ്ലാസ്റ്റിക് കൊണ്ടുള്ള കറ്റാർവാഴകളും അതിരിട്ട പോലെയുള്ള കാറ്റാടി മരങ്ങളുടെ ചിത്രത്തിനു മുന്നിൽ നിൽക്കുന്ന ദമ്പതികളെ അവൻ കണ്ടു. അവരുടെ ആ നിൽപ്പും, അവർ നിൽക്കുന്ന അന്തരീക്ഷവും കണ്ടപ്പോൾ, കുറച്ചുവർഷങ്ങൾക്ക് മുൻപ് വരെ നിലവിലുണ്ടായിരുന്ന, എല്ലാ യുവമിഥുനങ്ങളും വിവാഹശേഷം നിർബന്ധമായും എടുത്തിരുന്ന തരത്തിലുള്ള വിവാഹഫോട്ടോയാണതെന്ന് സൂചിപ്പിച്ചു. അതിലെ പുരുഷൻ തീരെ അയവില്ലാത്ത ഒരാളെപ്പോലെ തോന്നിച്ചു. ഒരു കൈ ആ സ്ത്രീയുടെ തോളിനു കുറുകെ ഇട്ടും, മറുകൈ അവരുടെ ഇടം തോളിനു മുകളിൽ വച്ചുമാണ് അയാൾ നിന്നിരുന്നത്; ആ സ്ത്രീയാകട്ടെ, ശരീരം ഭർത്താവിനരികിലേയ്ക്ക് അൽപം തിരിച്ച്, ക്യാമറ നോക്കി ചിരിച്ചുകൊണ്ട് നിന്നു. ആ ചിത്രത്തിൽ അവർ നന്നേ മെലിഞ്ഞും, ചെറുപ്പവുമായിരുന്നു. എങ്കിലും, ലത്തീഫിന് അവരെ ഒറ്റനോട്ടത്തിൽ തിരിച്ചറിയാൻ കഴിഞ്ഞു. ഏതാനും മണിക്കൂറുകൾക്ക് മുൻപ് അവർക്ക് മുകളിൽ ഒരു കുതിരയെപ്പോലെയവൻ പാഞ്ഞിരുന്നു.

ലെഡ്ജർ തുറന്ന് പേജുകൾ മറിക്കുമ്പോൾ, തന്റെ ഡ്യൂട്ടി വൈകുന്നേരം തുടങ്ങിയിട്ടേയുള്ളൂ എന്നും, അതിനുമുൻപ് അവിടെ മുറിയെടുത്തവരെക്കുറിച്ച് തനിക്കറിയില്ല എന്നും മാനേജർ പിറുപിറുത്തു കൊണ്ടിരുന്നു. പോലീസുകാരോട് ഒരു കള്ളം പറഞ്ഞു ഫലിപ്പിക്കാനൊന്നും തനിക്കാവില്ല എന്നറിയാമായിരുന്നെങ്കിലും, ഇന്നലെ രാത്രി മുതൽ ഒരു സ്ത്രീ പോലും അവിടെ മുറിയെടുത്തിട്ടില്ല എന്ന് പറയാൻ ലത്തീഫിന്റെ നാക്കു തരിച്ചു. പക്ഷേ 209-ാം നമ്പർ മുറിയിലെ താമസക്കാരെ ഏതു വിധേനയും സംരക്ഷിക്കണമെന്ന് അവനു തോന്നി. അവിടെ നിന്നും പതുക്കെ മുങ്ങി, കിലുകിലെ ശബ്ദമുണ്ടാക്കുന്ന ലിഫ്റ്റിൽ കയറി രണ്ടാം നിലയിലേയ്ക്കെത്തി, വാട്ടർ ടാങ്കിന് അടുത്തു നിന്നു ചതുരപ്പുളി മരത്തിനടുത്തുകൂടി പുറകിലെ ഭിത്തിയിലുള്ള ചെറിയ വിടവിലേയ്ക്ക് നീളുന്ന നടപ്പാതയിലൂടെ അവരെ രക്ഷിക്കാൻ, അവന്റെ മനസ്സു വെമ്പി. അതിലൂടെ സുരക്ഷിതമായ എങ്ങോട്ടേയ്ക്കെങ്കിലും അവർക്ക് രഹസ്യമായി ഓടിപ്പോകാം.

ലെഡ്ജറിലെ ഒരു വിവരത്തിൽ മാനേജറുടെ വിരൽ തടഞ്ഞു. ആ ദിവസം ഉച്ചയ്ക്ക് ശേഷം ഒരേയൊരു സ്ത്രീ മാത്രമേ അവിടെ മുറിയെടുത്തിട്ടുള്ളൂ എന്നും, അവർക്കൊപ്പം ഒരു പുരുഷനുമുണ്ടെന്നും അയാൾ എല്ലാവരും കേൾക്കെ പറഞ്ഞു. ഗുൽമോഹർ മരത്തിനു കീഴിൽ നിന്നിരുന്നവരെ അങ്ങോട്ട് വിളിക്കപ്പെട്ടു. ആ ചിത്രത്തിലെ ഭർത്താവായിരുന്നു അവരിലൊരാൾ എന്ന് ലത്തീഫ് അപ്പോൾത്തന്നെ തിരിച്ചറിഞ്ഞു. കാലം ആ സ്ത്രീയ്ക്ക് നൽകിയ മാറ്റങ്ങൾക്ക് നേർ വിപരീതമായിരുന്നു ആ മനുഷ്യനുണ്ടായ മാറ്റങ്ങൾ. അയാൾ നന്നേ മെലിഞ്ഞ്, ഇരുണ്ടിരുന്നു. തലയിലെ ഒട്ടുമുക്കാൽ മുടിയും നഷ്ടപ്പെട്ടതിനു പകരമെന്നോണം, താടിയിലെ രോമം അധികരിച്ചിരുന്നു. ഗുൽമോഹർ മരത്തിൽ നിന്നും അടർന്ന് അയാളുടെ തോളിൽ പതിഞ്ഞിരുന്ന ഒരു പൂവ്, അയാളുടെ ഒറ്റനിറമുള്ള ഷർട്ടിൽ ഒരു ചിത്രപ്പണി പോലെ ഭംഗി നൽകി. പോലീസുകാരൻ ആ ലെഡ്ജർ അയാളുടെ മുൻപിലേയ്ക്ക് നീട്ടിവച്ചുകൊടുത്ത ശേഷം, ഫോട്ടോയുടെ തുമ്പു കൊണ്ട് തൊട്ടുകാണിച്ചു. ഭർത്താവ്, അതേയെന്ന് തലയാട്ടിയ ശേഷം, തോളിൽ നിന്നും ആ പൂവിനെ തുടച്ചുകളഞ്ഞു.

“മുറി കാണിക്ക്,” എന്ന് പോലീസുകാരൻ ആജ്ഞാപിച്ചപ്പോൾ, മാനേജർ ലത്തീഫിനെ നോക്കി തലയാട്ടി.

കമ്പികൾ മുകളിലെങ്ങോ ഞരങ്ങുന്ന ശബ്ദത്തിന്റെ അകമ്പടിയോടെ ചലിച്ച ലിഫ്റ്റ്, രണ്ടാം നിലയിലെത്തി, വിറച്ചുകൊണ്ട് നിന്നു. ലത്തീഫ് അതിന്റെ ഗ്രിൽ തുറന്നു കൊടുത്തപ്പോൾ, രണ്ടു പോലീസുകാരും ഭർത്താവും ഇടനാഴിയിലേയ്ക്കിറങ്ങി. നാല് പേർ മാത്രമേ കയറാവൂ എന്ന നോട്ടീസ് കണ്ടതുകൊണ്ടാവണം, മറ്റുള്ളവർ താഴെത്തന്നെ നിന്നതേയുള്ളൂ.

വാതിലിൽ മുട്ടിയതിന് പിന്നാലെ, മുറിയ്ക്കുള്ളിൽ ആരുടെയോ പതുങ്ങിയ കാൽപ്പെരുമാറ്റം വാതിൽ വരേയ്ക്കും വന്ന ശേഷം, തിടുക്കപ്പെട്ട് പിന്തിരിഞ്ഞു പോകുന്നതവർ കേട്ടു. പിന്നെയും കുറെ നേരം കഴിഞ്ഞാണ് ആ ഇരുണ്ടനിറക്കാരൻ വാതിൽ തുറന്നത്. ആ സ്ത്രീയുടെ ഭർത്താവിനെ കാണുമ്പോൾ, അയാൾ ഞെട്ടി പിന്നോട്ടു മാറും എന്നാണ് ലത്തീഫ് പ്രതീക്ഷിച്ചിരുന്നത്. എന്നാൽ ചൂളിപ്പോയി തലകുനിച്ചത് ഭർത്താവായിരുന്നു. പോലീസുകാരിൽ ഒരാൾ അയാളുടെ കൈമുട്ടിൽ പിടിച്ച് മെല്ലെ മുറിയ്ക്കുള്ളിലേയ്ക്ക് കൊണ്ടുപോകും വരെ, അയാൾ നിലത്തു മിഴികളൂന്നി അതേ നിൽപ്പ് തുടർന്നു. ലത്തീഫ് ആ വരാന്തയിൽ തനിച്ചായി. അവിടെ നിന്നുകൊണ്ട്, ചുളുങ്ങിയ കിടക്കവിരികളും, കട്ടിലിന്റെ തലഭാഗത്തേക്ക് ഉയർത്തിവച്ച രണ്ടു തലയിണകളും, മൂലയിലെ ചുവരലമാരയും അവനു കാണാമായിരുന്നു. കഴിഞ്ഞ തവണത്തെ പോലെതന്നെ, ആ സ്ത്രീയെ അവിടെങ്ങും കാണാനുണ്ടായിരുന്നില്ല. മുറിയിലെ മനുഷ്യസാന്നിദ്ധ്യത്തെക്കുറിച്ച് തെല്ലും അറിയാതെ, അവരാ കുളിമുറിയ്ക്കുള്ളിൽ തന്റെ മാറിടങ്ങളിൽ സോപ്പുപത തേയ്ക്കുകയായിരിക്കും എന്ന് ലത്തീഫ് വെറുതെ ഓർത്തു. അപ്പോഴാണ്, അവന്റെ ദൃഷ്ടിപഥത്തിനപ്പുറത്തു നിന്നും അവരുടെ ഏങ്ങലടി അവൻ കേട്ടത്. മുറിയ്ക്കുള്ളിൽ നിന്നിരുന്നവർ ശബ്ദം കേട്ട ദിക്കിലേയ്ക്ക് തലതിരിച്ചു.

നിൽക്കണോ പോകണോ എന്ന് ലത്തീഫിന് തീർച്ചയില്ലായിരുന്നു. നിൽക്കാനാണ് അവൻ ആഗ്രഹിച്ചത്; പരസ്യങ്ങളുടെ ഇടവേളകളില്ലാതെ ഒരു മുഴുനീള സീരിയൽ പരമ്പര ആർക്കാണ് ഇഷ്ടമല്ലാത്തത്? ഏതാനും അടികൾ പിന്നിലേയ്ക്ക് നടന്ന്, നിഴലിന്റെ ഇരുളിലേയ്ക്ക് നീങ്ങിയ അവൻ, തനിക്ക് മുൻപിലെ കഥാപാത്രങ്ങൾ അവരുടെ സ്ഥാനങ്ങളിലേയ്ക്ക് വന്ന്, ഈ അതികാല്പനിക ഡ്രാമഡിയുടെ ആദ്യത്തെ രംഗം മുതൽ ആടിത്തുടങ്ങുന്നതും കാത്ത്, ഒരു തൂണിലേയ്ക്ക് ചാഞ്ഞു നിന്നു. ഭർത്താവ് കട്ടിലിന്റെ ഒരു മൂലയിലേയ്ക്കിരുന്ന്, കാൽമുട്ടിൽ കൈമുട്ടുകളൂന്നി, ചുരുട്ടിയ മുഷ്ടിയിൽ മുഖമൊളിപ്പിച്ചു. അയാൾ സംസാരിച്ചു തുടങ്ങിയപ്പോൾ, ആ ശബ്ദത്തിലെ നാടകീയതയുടെ അഭാവം ലത്തീഫിനെ തെല്ലു നിരാശനാക്കി. ഇപ്പോഴും വൈകിയിട്ടില്ല എന്നാണ് അയാൾ പറഞ്ഞത്. രാത്രിയെക്കുറിച്ചാണോ അയാൾ പറയുന്നത് എന്ന് ലത്തീഫ് സംശയിച്ചു. ഇപ്പോഴും വൈകിയിട്ടില്ല എന്നയാൾ ആവർത്തിച്ചു. കുട്ടികളോട് പറഞ്ഞിരിക്കുന്നത് അമ്മ, മാതാപിതാക്കളുടെ അടുത്ത് പോയിരിക്കുകയാണെന്നാണ്; മാതാപിതാക്കളോട് പറഞ്ഞിരിക്കുന്നത് ഒരു സുഹൃത്തിന്റെ വീട്ടിലാണെന്നാണ്; അയൽക്കാരോട് പറഞ്ഞിരിക്കുന്നത് ഒരു തീർത്ഥയാത്രയിലാണെന്നാണ്. കുട്ടികളുടെ ഇംഗ്ലീഷ് അധ്യാപകനുമായി ഒളിച്ചോടിയതാണെന്ന വിവരം ഇതുവരെ ആർക്കും അറിയില്ല. സ്വന്തം വിഷയത്തെപ്പറ്റിയുള്ള പരാമർശം കേട്ടയുടനെ ആ ഇംഗ്ലീഷ് അധ്യാപകൻ തന്റെ പിടലിയിലൊന്ന് തൊട്ട്, കഴുത്തു

വളച്ച് മച്ചിലേയ്ക്ക് നോക്കി. ഭാര്യ അപ്പോഴേയ്ക്കും കരച്ചിൽ നിർത്തി, പതിഞ്ഞ ശബ്ദത്തിൽ എന്തോ പറയുന്നത് ലത്തീഫ് ശ്രദ്ധിച്ചു. ആ സ്ത്രീ തന്റെ ദൃഷ്ടിപഥത്തിലേയ്ക്ക് നീങ്ങി നിൽക്കണമെന്നും, അങ്ങനെ നിന്നു കൊണ്ട്, താൻ ആ ഇംഗ്ലീഷ് അധ്യാപകനുമായി കിടക്ക പങ്കിട്ടു എന്നു പറയണമെന്നും, അതിനു തെളിവായി അലമാരയിലിരിക്കുന്ന ബബിൾഗം ഫ്ലേവറിലുള്ള കോണ്ടം കാണിക്കണമെന്നും അവൻ ആശിച്ചു. പക്ഷേ അവർ ഒന്നും പറഞ്ഞില്ല. പതിഞ്ഞ ശബ്ദത്തിൽ പറഞ്ഞുകൊണ്ടിരുന്നതും അവർ നിർത്തി.

ഈ നാടകം പുരോഗമിച്ച് ഒരു വഴക്കിലേയ്ക്ക് നീങ്ങുന്നതും, അതൊരു കൈയ്യാങ്കളിയാകുന്നതും പ്രതീക്ഷിച്ച് ലത്തീഫ് കാത്തിരുന്നു. പെട്ടെന്ന് ഒരു ഗദ്ഗദം അവിടെ ഉയർന്നു. വിലാപത്തിന്റെ ബാറ്റൺ ഭർത്താവിന്റെ കൈകളിലേയ്ക്ക് എത്തിച്ചേർന്നിരിക്കുന്നു എന്ന് അല്പം കഴിഞ്ഞാണ് ലത്തീഫിന് മനസ്സിലായത്. അയാൾ തന്റെ മുഷ്ടി വിടർത്തി, നീണ്ട വിരലുകളാൽ മുഖം മറച്ചിരിക്കുകയായിരുന്നു. അയൽക്കാരന്റെ ടിവിയിൽ ഫുട്ബോൾ കളി കണ്ടിരുന്നപ്പോഴൊക്കെ ലത്തീഫിന്റെ പിന്തുണ തോറ്റു കൊണ്ടിരുന്ന ടീമിനായിരുന്നു. പക്ഷേ മത്സരഫലം സമനിലയിലാകുന്ന ആ നിമിഷത്തിൽ തന്നെ അവൻ നിഷ്പക്ഷനായി മാറുമായിരുന്നു. തോൽക്കുന്നവരോടും, ക്ലേശമനുഭവിക്കുന്നവരോടും അത്രയ്ക്കൊരു മൃദുനയമായിരുന്നു അവന്. കരയുന്ന ആ മനുഷ്യനെ കണ്ടതും, ലത്തീഫിന്റെ കൂറ് അങ്ങോട്ടേയ്ക്ക് മാറി.

ആ ഇംഗ്ലീഷ് അധ്യാപകൻ വീണ്ടും മച്ചിലേയ്ക്ക് നോട്ടമുറപ്പിക്കുകയും, കൈകൾ നെഞ്ചിൽ പിണച്ച് കെട്ടി ധിക്കാരത്തോടെയെന്നവണ്ണം നിൽക്കുകയും ചെയ്തു. പോലീസുകാർ ഇടപെട്ട് അയാളോട് കൈ നേരെയിട്ട് മര്യാദയ്ക്ക് നിൽക്കാൻ പറഞ്ഞിരുന്നെങ്കിൽ എന്ന് ലത്തീഫ് ആഗ്രഹിച്ചു. കരഞ്ഞുകൊണ്ടിരുന്നയാൾ ലത്തീഫിനെ ഒരു കരച്ചിലിന്റെ വക്കോളമെത്തിച്ചു. അയാൾക്ക് കുടിക്കാൻ കുറച്ചു വെള്ളം കൊണ്ടു കൊടുത്താലോ എന്നവന് തോന്നി. ആ ഭാര്യയുടെ മൗനം അവനെ ദേഷ്യം പിടിപ്പിക്കാൻ തുടങ്ങി. അവർക്ക് വേണ്ട സഹായങ്ങളൊക്കെ ചെയ്തുകൊടുത്തതിലും, അവരെ അവിടെ നിന്നും പുറത്തുകടത്തി പിന്നിലെ മതിലിലെ വിടവിലൂടെ രക്ഷിക്കാൻ ആലോചിച്ചതിലും അവനു കുറ്റബോധം തോന്നി. കഥയുടെ രണ്ടുവശങ്ങളും അറിയാതെ അവൻ ഒരു പക്ഷം പിടിക്കരുതായിരുന്നു. പോലീസുകാർ കരയുന്ന മനുഷ്യനെ നോക്കി ക്ഷമയോടെ നിന്നു. ഒരുപക്ഷേ എന്തു പറഞ്ഞാണ് ആശ്വസിപ്പിക്കേണ്ടത് എന്നവർക്ക് അറിയില്ലായിരിക്കാം; അല്ലെങ്കി ലൊരുപക്ഷേ, ഇങ്ങനെ കരഞ്ഞ് ആ നെഞ്ചിലെ ഭാരം ഒഴിയട്ടെ എന്ന് കരുതിയിരിക്കാം. എന്നാൽ അയാൾ പൊടുന്നനെ കരച്ചിൽ നിർത്തി. കൈയിൽ ചുരുട്ടിപ്പിടിച്ചിരുന്ന ടവ്വൽ കൊണ്ട് കണ്ണുതുടച്ച ശേഷം, അയാൾ വാതിലിനു പുറത്തേയ്ക്ക് നോക്കി. ലത്തീഫാകട്ടെ,

പരസ്യം പതിച്ചതുപോലെ ആ തൂണിൽ ചാരിനിന്നു. അയാൾ കണ്ണട ധരിച്ച ശേഷം പുറത്തേയ്ക്ക് ശ്രദ്ധിച്ച് നോക്കിയപ്പോൾ ഒരേയൊരു കാഴ്ചക്കാരനായ ലത്തീഫിനെ കണ്ടു. അയാൾ പൂർവ്വാധികം വീറോടെ ചാടിയെഴുന്നേറ്റു. കണ്ട ഇംഗ്ലീഷ് അധ്യാപകൻ പെട്ടെന്ന് കൈ അഴിച്ച് ഒരു പ്രതിരോധത്തിനെന്ന വണ്ണം മുന്നിൽ പിടിച്ചു. ഭർത്താവ് പക്ഷേ വാതിലിനു നേരെയാണ് നടന്നുവന്നത്. ഒരു നിമിഷം ലത്തീഫ് കരുതിയത്, അവിടെ സംസാരിച്ചതൊക്കെ ഒളിച്ചുകേട്ടതിനുള്ള ശിക്ഷയായി, വരാന്ത കടന്നുവന്ന് അയാൾ അവനെ പൊതിരെ തല്ലും എന്നാണ്. പക്ഷേ വാതിൽക്കലെത്തിയ അയാൾ, വാതിൽ ശക്തിയായി വലിച്ചടിച്ചു. തിരികെ ലിഫ്റ്റിലേയ്ക്ക് നടക്കുന്നതിനെക്കുറിച്ച് ലത്തീഫ് ആലോചിക്കുന്നതിന് മുൻപു തന്നെ, വീണ്ടും വാതിൽ തുറന്ന് അയാൾ ലത്തീഫിനെ വിരൽ കൊണ്ട് ആംഗ്യം കാട്ടി വിളിച്ചു. ചെകിട്ടത്ത് നല്ലൊരടി കിട്ടുമെന്ന് പ്രതീക്ഷിച്ചാണ് ലത്തീഫ് വാതിലിനടുത്തേയ്ക്ക് എത്തിയതെങ്കിലും, ആ മനുഷ്യൻ അവന്റെ പോക്കറ്റിലേയ്ക്ക് കുറച്ചു പണം വച്ചുകൊടുത്ത ശേഷം, പതുക്കെ വാതിലടച്ചു. ലത്തീഫിന് കിട്ടിയ രണ്ടാമത്തെ ടിപ്പ്. തിരിച്ചു ലോബിയിലെത്തിയപ്പോഴാണ്, ഒരേ സ്ത്രീയെ ഭോഗിച്ച വ്യത്യസ്ത മേഖലയലങ്കരിക്കുന്ന രണ്ടു പുരുഷന്മാർ തനിക്ക് ടിപ്പ് തന്നു എന്ന സംഗതി അവനോർത്തത്.

ഇരുട്ടു പരന്ന ലോബിയിൽ, കൗണ്ടറിനു മുകളിൽ കണക്കുപുസ്തകം തലയിണയാക്കി വച്ചുകൊണ്ട്, മാനേജർ ഗാഢനിദ്രയിലാണ്ടിരുന്നു. താൻ വീണ്ടും ഉറങ്ങാൻ കിടന്നാൽ, രാവിലത്തെ ബോട്ട് കിട്ടിയേക്കില്ല എന്ന് ലത്തീഫിനു തോന്നി. ആദ്യത്തെ ബോട്ട് മിക്കപ്പോഴും കൃത്യ സമയത്ത് തന്നെ ജെട്ടി വിടാറുണ്ടായിരുന്നു. ദ്വീപിലേയ്ക്ക് ഏറെക്കുറെ ഒഴിഞ്ഞുപോകുന്ന ബോട്ട് പക്ഷേ മടങ്ങി വരുന്നത് നിറയെ യാത്രക്കാരുമായിട്ടായിരിക്കും. അവനെപ്പോലെതന്നെ പട്ടണത്തിൽ ചെറിയ ചെറിയ ജോലികളൊക്കെ ചെയ്ത് ജീവിതം പുലർത്താൻ നെട്ടോട്ടമോടുന്ന ദ്വീപുകാരായിരിക്കും അപ്പോൾ അതിൽ തിങ്ങിനിറഞ്ഞിട്ടുണ്ടാവുക. നേരം നന്നേ പുലർന്ന ശേഷമാവും രണ്ടാമത്തെ ബോട്ട് ദ്വീപിലേയ്ക്ക് പോവുക. അപ്പോഴേയ്ക്കും അവന്റെ ഉമ്മ വല്ലാതെ ബേജാറാവും. അവൻ സുരക്ഷിതനായി തിരിച്ചെത്താൻ വേണ്ടി അവർ അതിനോടകം തന്നെ മസ്ജിദിലേയ്ക്ക് നേർച്ചകളിട്ടിട്ടുണ്ടാവും. വേണമെങ്കിൽ ക്വയിലോൺ കാഷ്യൂസ് വരെ പോയി, ലോഡ്ജിലേയ്ക്കൊന്ന് ഫോൺ വിളിച്ച് അന്വേഷിക്കാമോ എന്ന് മുതലാളിയോട് കെഞ്ചാൻപോലും അവർ മടിക്കില്ല. രണ്ടാമത്തെ ബോട്ടിൽ കയറി അവൻ ദ്വീപിലെത്തുമ്പോഴേയ്ക്കും, അവന് ആദ്യത്തെ ബോട്ട് കിട്ടിയില്ല എന്നത് മാന്റോ ദ്വീപു നിവാസികൾ മുഴുവൻ അറിഞ്ഞിട്ടുണ്ടാവും. ഉറങ്ങിപ്പോയാലോ എന്ന് പേടിച്ച്, അവൻ പുറത്തെ പടിക്കെട്ടിൽ വന്നിരുന്ന്, ഗുൽമോഹറിന് കീഴിൽ എരിയുന്ന സിഗരറ്റ് തുമ്പുകളിലേയ്ക്ക് കണ്ണുനട്ടിരുന്നു. രാത്രി അതിന്റെ അന്ത്യത്തോടടുത്തിരുന്നു. പക്ഷികൾ അപ്പോഴേയ്ക്കും ചിലയ്ക്കാൻ തുടങ്ങിയിരുന്നു.

ഘടികാരത്തിൽ അഞ്ചാം മണിയടിച്ച് അധികം കഴിയും മുൻപേ, ലിഫ്റ്റ് മുകളിലേയ്ക്ക് പോകുന്നതും, വൈകാതെ തന്നെ താഴേയ്ക്ക് വന്ന് ഒരു വലിയ ശബ്ദത്തോടെ അതിന്റെ യാത്ര അവസാനിപ്പിക്കുന്നതും അവൻ കേട്ടു. ആദ്യം ആണങ്ങളും അവർക്ക് പിന്നാലെ ആ സ്ത്രീയും അവനെ കടന്നു നടന്നു പോയി. താഴേയ്ക്ക് വീണ സിഗരറ്റുകൾ, അവ പിടിച്ചിരുന്നവരുടെ അദൃശ്യമായ കാലുകൾക്ക് കീഴിൽപ്പെട്ട് അദൃശ്യമായി. എല്ലാം എത്ര പെട്ടെന്നും സമാധാനപരമായിട്ടുമാണ് അവസാനിച്ചത് എന്നത് അവനെ അതിശയിപ്പിച്ചു. ഭർത്താവും ഇംഗ്ലീഷ് അധ്യാപകനും തമ്മിൽ ഒരു ധാരണയിലെത്തിയിട്ടുണ്ടാവുമോ എന്നും, സമനിലയിലായ ഒരു ഫുട്ബോൾ മത്സരം കഴിഞ്ഞ് മടങ്ങുന്ന കളിക്കാർ ചെയ്യുന്നത് പോലെ അവർ ഷർട്ടുകൾ പരസ്പരം മാറിയിട്ടുണ്ടാവുമോ എന്നുമൊക്കെ അവൻ ആലോചിച്ചുനോക്കി. ആരാണ് ജേതാവ്, ആരാണ് പരാജിതൻ എന്ന് മനസ്സിലാകാത്തത് കൊണ്ടു തന്നെ, ആരുടെ പക്ഷം ചേരണം എന്നതിൽ അവന് ആശയക്കുഴപ്പം ഉണ്ടായി.

ഇരുട്ടിന്റെ കമ്പളം മെല്ലെ ഉയർന്നു മറഞ്ഞു തുടങ്ങിയപ്പോൾ, ഇംഗ്ലീഷ് അധ്യാപകൻ ചാവി തിരികെ നൽകാനായി ലോബിയിലേയ്ക്ക് വന്നു. അയാളുടെ കൈയിൽ ഒരു സ്യൂട്ട്കേസും, ഒരു സഞ്ചിയും ഉണ്ടായിരുന്നു. അയാളിൽ വല്ലാത്തൊരു ആശ്വാസം നിറഞ്ഞിരുന്നു – അയാളുടെ മുഖത്ത് ഒരു പുഞ്ചിരിയുണ്ടായിരുന്നു.

ലത്തീഫ് ജെട്ടിയിലേയ്ക്ക് പാഞ്ഞു.

4

ടിക്കറ്റ് ബൂത്തിൽ നിന്നും തുടങ്ങിയ വരി, ക്വയിലോൺ കാഷ്യൂസും കടന്ന്, റോഡിന്റെ അറ്റത്ത്, മൂക്കിന്റെ തുമ്പത്ത് ഇറ്റുന്ന മഞ്ഞുതുള്ളിയുമായി പുഴയെ നോക്കി നിൽക്കുന്ന മാന്റ്റോയുടെ പ്രതിമയുടെ അടുത്തുവരെ നീണ്ടു. സൂര്യനുദിയ്ക്കാൻ പിന്നെയും അരമ ണിക്കൂറോളമുണ്ടായിരുന്നുവെങ്കിലും, പുഴ അതിനോടകം അരികിലെ നീളൻ മരങ്ങളെ പ്രതിഫലിപ്പിക്കാൻ തുടങ്ങിയിരുന്നു. അത് കണ്ട ലത്തീഫിന്, ഈയിടെ പുഴയിൽ ചാടി മരിച്ച ദ്വീപുനിവാസികളുടെ ആത്മാക്കൾ, രാവിലത്തെ ബോട്ട് വരുന്നത് കാണാനായി വന്നു നിരന്നു നിൽക്കുകയാണ് എന്നാണ് തോന്നിയത്. അവൻ തന്റെ പൊതിച്ചോറ് കക്ഷത്തിൽ ഭദ്രമായി ചേർത്തു വച്ചിരുന്നു. അതിൽ നിന്നും ഒലിച്ചിറങ്ങിയ എണ്ണമയം അവന്റെ കൈക്കുഴിയിൽ വിയർപ്പുകറ പോലെ കറുത്തു കിടന്നു.

വരിയിൽ ലത്തീഫിനു മുന്നിൽ നിന്നയാൾ ചുളുങ്ങിയ ഒരു പാക്കറ്റിൽ നിന്നും ഒരു സിഗരറ്റ് കുടഞ്ഞിട്ട ശേഷം, പാന്റിന്റെ പോക്കറ്റിൽ നിന്നും ഒരു തീപ്പെട്ടിക്കൂടെടുത്തു. ആ തീപ്പെട്ടിക്കൂടിനു മുകളിൽ, മൂലകൾ ചന്ദ്രക്കലകളായി മാറുന്ന അലങ്കാരങ്ങളുള്ള അരികുകൾക്കു ള്ളിൽ, കനമുള്ള അക്ഷരങ്ങളിൽ, തന്റെ സഹോദരിയുടെ പേരു കണ്ട ലത്തീഫിന്റെ ഹൃദയത്തിൽ അഭിമാനം നിറഞ്ഞു. ഉപ്പ മരിച്ച് കാലങ്ങളേറെ കഴിഞ്ഞിട്ടും, ബീമാ തീപ്പെട്ടികൾ പ്രചാരത്തിലുണ്ട് എന്ന അറിവ് വല്ലാതെ സ്നേഹമുണർത്തുന്നതായിരുന്നു.

ലത്തീഫിന് പതിനാലു വയസ്സുള്ളപ്പോഴായിരുന്നു അവന്റെ സഹോദരിയുടെ മുറി ഉപ്പ ഒരു തീപ്പെട്ടിക്കമ്പനിയാക്കി മാറ്റിയത്. അതിന്റെ അനന്തരഫലമെന്നോണം, സഹോദരിമാർ തങ്ങളുടെ കുഞ്ഞു കുഞ്ഞു സ്ഥാവരജംഗമ വസ്തുക്കളും, പുസ്തകങ്ങളും, കിടക്കകളുമായി ലത്തീഫിന്റെ മുറിയിലേയ്ക്ക് താമസം മാറി. സ്വകാര്യതയിലേയ്ക്ക് പെട്ടെന്നു ണ്ടായ ഈ കടന്നുകയറ്റം അവനെ തെല്ലൊന്ന് അസ്വസ്ഥനാക്കി. പക്ഷേ

അതിനേക്കാളേറെ അവനെ അസ്വസ്ഥനാക്കിയത് ആ സംരംഭത്തിന് അച്ഛനിട്ട പേരായിരുന്നു; മൂത്ത മകന്റെ പേരിനെ പാടെ അവഗണിച്ച്, ഇളയ മകളുടെ പേരായിരുന്നു ഉപ്പ അതിനിട്ടത്. ഉണക്കമീൻ കച്ചവടം, മാങ്ങാ അച്ചാറുകൾ, സൈക്കിൾ റിപ്പയർ കട—ഇങ്ങനെ ഉപ്പയുടെ പൂർവ്വ സംരംഭങ്ങളെല്ലാം പൊട്ടിത്തകരുന്നത് വരെ പേറിയിരുന്നത് സഹോദരിമാരുടെ പേരുകളായിരുന്നു. ഉള്ളു നൊന്ത അവൻ, പുഴയെ നോക്കിയിരുന്ന് നിശബ്ദനായി കണ്ണീർ പൊഴിക്കുമ്പോൾ പ്രാർത്ഥിച്ചത് ആ തീപ്പെട്ടിക്കമ്പനി പൊളിഞ്ഞു പാളീസാവണേ എന്നായിരുന്നു. പക്ഷേ ഒരു ദിവസം പട്ടണത്തിൽ നിന്നും വരുമ്പോൾ അദ്ദേഹം കൊണ്ടുവന്ന പുത്തൻ തീപ്പെട്ടിപ്പടങ്ങളുടെ കെട്ടുകൾ കണ്ട നിമിഷം ലത്തീഫ് ഉപ്പയോടുള്ള ദേഷ്യം മറന്നു. അച്ചടിമഷി ഉണങ്ങാത്ത, പശമണം മാറാത്ത ആ പടങ്ങൾ വെയിലേറ്റപ്പോൾ തിളങ്ങുന്നുണ്ടായിരുന്നു. കണ്ടാൽ വിലയേറിയ ഒന്നായി തോന്നും എന്നതിനാൽ, ആളുകൾ ബീമാ തീപ്പെട്ടികൾ വാങ്ങാതെ പോയേക്കുമോ എന്നവൻ ശങ്കിച്ചു. അതിൽ നിന്നും സാമാന്യം തടിച്ച ഒരു കെട്ട് അവൻ അടിച്ചുമാറ്റി ഒളിച്ചു വച്ചു. ദിവാസ്വപ്നങ്ങളിൽ, അവ ക്രയവിക്രയം ചെയ്ത് അവൻ ആഡംബര കാറുകളും, യാത്രാക്കപ്പലുകളും സ്വന്തമാക്കി. എങ്കിലും, അതിലെ പേര് ഇടയ്ക്കിടെ അവനെ വേദനിപ്പിച്ചുകൊണ്ടിരുന്നു. ഉപ്പയുടെ തഴമ്പിച്ച കൈകളിലൂടെ ആദ്യത്തെ ഒരു പറ്റം തീപ്പെട്ടികൾ തയ്യാറായ നിമിഷത്തിലാണ് കവിളെല്ലുകളിലൂടെ ഒഴുകുന്ന കണ്ണീരിന്റെ അകമ്പടിയോടെ ലത്തീഫ് തന്റെ മനസ്സു തുറന്നത്. പൊതുവെ സ്നേഹം പ്രകടിപ്പിക്കാൻ മടിയുള്ള അദ്ദേഹം, അപ്പോൾ അവന്റെ തോളിലൂടെ കൈയിട്ട് ചേർത്തു പിടിച്ചു. അടുത്തതായി തുടങ്ങാൻ പോകുന്ന കയർ ഉല്പന്നങ്ങളുടെ സംരംഭത്തിന്, മകന്റെ പേരു നൽകാം എന്ന് അദ്ദേഹം വാക്കു കൊടുത്തു. മറ്റൊരു പുതിയ സംരംഭം എന്ന ചിന്ത അവന്റെ ഉമ്മയെ തെല്ലൊന്ന് അങ്കലാപ്പിലാക്കിയെങ്കിലും, കണ്ണീർ വാർക്കുന്ന മകനെ കരുതി അവർ മറുത്തൊന്നും പറയാൻ നിന്നില്ല. ലത്തീഫ് കയറുല്പന്നങ്ങൾ. ആ പേരിന്റെ ഭംഗി, കുറെ നാളുകൾ അവന്റെ തലയിൽ ഒഴുകിനടന്നു. പക്ഷേ ആറു മാസങ്ങൾ കഴിഞ്ഞപ്പോഴേയ്ക്കും ഉപ്പ മരിച്ചുപോയി. അവന്റെ സഹോദരിമാർ, തങ്ങളുടെ സ്ഥാവരജംഗമവസ്തുക്കളുമെടുത്ത് അനാഥമാക്കപ്പെട്ട തീപ്പെട്ടിക്കമ്പനിയിലേയ്ക്ക് കുടിയേറി.

ഉപ്പയുടെ മരണം അന്ന് വലിയ ചർച്ചാവിഷയമായിരുന്നു. അത് അദ്ദേഹം മുങ്ങിമരിച്ചതു കൊണ്ടല്ല; മറിച്ച്, അദ്ദേഹത്തിനൊപ്പം യാത്ര ചെയ്ത ആ ശാസ്ത്രജ്ഞനും കൂടി മുങ്ങിമരിച്ചത് കൊണ്ടായിരുന്നു. അവർ സഞ്ചരിച്ച തോണി, മാന്റോ ദ്വീപിന് ഒരു മൈൽ വടക്കായി, മനുഷ്യവാസമില്ലാത്ത ചെറിയൊരു തുരുത്തിനടുത്തു വച്ചു മറിയുകയായിരുന്നു. ഉപ്പയ്ക്ക് നീന്തിക്കയറി ഏതെങ്കിലുമൊരു ബോട്ടിൽ രക്ഷപ്പെടാനാവുമായിരുന്നെങ്കിലും, അദ്ദേഹം ആ ശാസ്ത്രജ്ഞനെ

തിരഞ്ഞ് വെള്ളത്തിൽ പൊങ്ങിക്കിടന്നു. പെട്ടെന്ന് മുകളിലേയ്ക്ക് പൊന്തി വന്ന ശാസ്ത്രജ്ഞൻ, മരണവെപ്രാളത്തിൽ ഉപ്പയുടെ കാലിൽ മുറുകെപ്പിടിക്കുകയും, രണ്ടുപേരും നദിയുടെ ആഴത്തിലേയ്ക്ക് ആണ്ടു പോകുകയും ചെയ്തു. ടിവി ക്യാമറകൾക്ക് മുന്നിൽ നിന്ന് ഈ സംഭവത്തിന്റെ ദൃക്സാക്ഷി വിവരണം പല ഭാഷകളിൽ ആവർത്തിച്ച് പറയാനെന്നോണം ആ ദ്വിഭാഷി മാത്രം ബാക്കിയായി.

ഉപ്പയുടെ ഖബറടക്കം കഴിഞ്ഞുള്ള നാളുകളിൽ, ആ പരിസ്ഥിതി ശാസ്ത്രജ്ഞന്റെ കുടുംബത്തെക്കുറിച്ച് വെറുതെ ഓർത്തുനോക്കാൻ ലത്തീഫ് ശ്രമിക്കുമായിരുന്നു. എവിടെ നിന്നോ വന്നെത്തി, ഒടുവിൽ ഒന്നു വിലപിക്കാൻ പോലും ആരുമില്ലാതെ ഏതോ ഒരു കോണിലേയ്ക്ക് ഒരു മൃതശരീരമായി തള്ളിനീക്കപ്പെട്ട ഒരാളാണ് അദ്ദേഹമെന്ന് അവനു തോന്നി. ഏകദേശം ഒരു മാസത്തിനു ശേഷം അദ്ദേഹത്തിന്റെ വിധവ അവിടെ എത്തിയപ്പോഴേയ്ക്കും, അദ്ദേഹം അന്ത്യവിശ്രമം കൊള്ളുന്ന സ്ഥലത്തെപ്പറ്റിയുള്ള ചിന്തകളിൽ നിന്നും അവൻ പുറത്തുകടന്നിരുന്നു. ആ ചെറുതോണി കാറ്റ് പിടിച്ച് മറിഞ്ഞ അതേ സ്ഥലത്ത്, മറ്റൊരു വഞ്ചിയിലെത്തിയ അവർ, പുഷ്പങ്ങൾ അർപ്പിച്ചു. വെണ്മേഘത്തിന്റെ നിറമുള്ള നീളം കുറഞ്ഞ മുടിയായിരുന്നു അവർക്ക്. ഗ്രാമത്തിലുള്ളവർക്ക് ആ സ്ത്രീയോട് വലിയ പ്രിയമൊന്നും തോന്നിയില്ല. കാരണം, അവിടത്തെ സ്ത്രീകൾ ഒരിക്കലും ധരിക്കാൻ ധൈര്യപ്പെടാത്ത മൂന്ന് കാര്യങ്ങൾ ആ സ്ത്രീയ്ക്ക് ഉണ്ടായിരുന്നു : കൈയ്യില്ലാത്ത ബ്ലൗസ്, കൂളിംഗ് ഗ്ലാസ്, നീളം കുറഞ്ഞ മുടി. ആളുകളുടെ മുഖത്തെ നീരസത്തെ പാടെ അവഗണിച്ച അവർ, കൈക്കുടന്ന നിറയെ ജമന്തിപ്പൂക്കളുമായി ലത്തീഫിന്റെ വീട്ടിലേയ്ക്ക് വന്നു. അവന്റെ ഉമ്മയെ കാണണം എന്നവർ ആഗ്രഹം പ്രകടിപ്പിച്ചുവെങ്കിലും, ഉപ്പ മരിച്ച് നാൽപത് ദിവസം കഴിയാത്തതിനാൽ, ഉമ്മയ്ക്ക് അപരിചിതരെ കാണാൻ സാധിക്കുമായിരുന്നില്ല. അതുകൊണ്ട്, പതിനാറിന്റെ പടിവാതിൽക്കലെത്തി നിന്ന ലത്തീഫ് തൽക്കാലം ആ ഗൃഹത്തിന്റെ നാഥനായി. ഉപ്പയുടെ ചിത്രത്തിന് മുൻപിൽ പൂക്കളർപ്പിക്കാൻ താൽപര്യമുണ്ടെന്ന് അവർ ലത്തീഫിനെ അറിയിച്ചു. പക്ഷേ ആ വീട്ടിൽ അദ്ദേഹത്തിന്റെ ഒരു ചിത്രം പോലുമുണ്ടായിരുന്നില്ല. അത്രയും വലിയൊരു മനുഷ്യൻ ഒരിക്കലും വിസ്മരിക്കപ്പെടരുതെന്നും, എല്ലാവർക്കും കാണാനും ആദരിക്കാനും ഉതകുന്ന മട്ടിൽ ഒരു ചിത്രം എവിടെയെങ്കിലും തൂക്കിയിടണമെന്നും അവർ ആവശ്യപ്പെട്ടു. കൂളിംഗ് ഗ്ലാസ് തലയിലേയ്ക്ക് കയറ്റി വയ്ക്കാനായി കൈ ഉയർത്തിയപ്പോൾ, ക്ഷൗരം ചെയ്തു വൃത്തിയാക്കി, പൗഡറിട്ട അവരുടെ കക്ഷം ലത്തീഫ് ശ്രദ്ധിച്ചു. മുറ്റത്ത് അവർ വന്ന നിമിഷം മുതൽ, അവർ ഒരു വഴക്കാളിയായിരിക്കും എന്ന് ലത്തീഫിന് തോന്നിക്കൊണ്ടേയിരുന്നു. മരിച്ചുപോയ ഉപ്പയെ പുകഴ്ത്തി അവർ ഒരുപാട് സംസാരിച്ചുവെങ്കിൽപ്പോലും അവന്റെ തോന്നലിന് മാറ്റം വന്നില്ല. അവർ പറഞ്ഞ ഒരു വാക്ക് പോലും അവനോ

അവന്റെ സഹോദരിമാർക്കോ മനസ്സിലായില്ല. ദ്വിഭാഷിയാണ്, ഒരു ഡോക്യുമെന്ററി ചിത്രത്തിന്റെ മട്ടിൽ, അവർ പറഞ്ഞ അനുശോചനങ്ങളും പ്രശംസകളുമൊക്കെ മൊഴി മാറ്റിക്കൊണ്ടിരുന്നത്. മൊഴി മാറ്റപ്പെട്ടുമല്ലോ എന്നതിലെ നാണക്കേടോർത്ത്, ലത്തീഫ് ഒരക്ഷരം പോലും മറുപടി പറഞ്ഞതേയില്ല. ബാഗിൽ നിന്നും പണമടങ്ങിയ ഒരു ബ്രൗൺ കവറെടുത്ത് അവർ ലത്തീഫിന്റെ കൈകളിലേയ്ക്ക് വയ്ക്കാനാഞ്ഞു. പക്ഷേ അവനത് വാങ്ങാൻ കഴിയും മുൻപേ ദ്വിഭാഷി ഇടപെട്ടു; തലയുടെ നേരിയൊരു ചലനം കൊണ്ട് ആ സമ്മാനം അയാൾ നിരാകരിച്ചു. വിയോഗ ദുഃഖത്തിൽ ഉഴലുന്ന കുടുംബത്തെ ഇകഴ്ത്തുവാൻ തെല്ലും ആഗ്രഹമില്ലാതിരുന്ന അവർ, ആ കവർ അപ്പോൾ തന്നെ ബാഗിലേയ്ക്ക് തിരികെ വച്ചു. ദ്വിഭാഷി എത്ര തെറ്റായിട്ടാണ് ആ വീടിന്റെ അവസ്ഥ അവർക്ക് വർണ്ണിച്ചുകൊടുത്തിരിക്കുന്നതെന്നും, എത്ര പെട്ടെന്നാണ് ആ സ്ത്രീ അത് അംഗീകരിച്ചതെന്നും മനസ്സിലായ ലത്തീഫിന്റെ മനസ്സിടിഞ്ഞു. അവർ വൈകാതെ മടങ്ങി. പുറത്തേയ്ക്ക് നടക്കുമ്പോഴാണ്, മരിക്കുന്നതിന് കുറച്ചു ദിവസങ്ങൾക്ക് മുൻപ് കപ്പ നടാനായി ഉപ്പയെടുത്തിട്ട മൺതടം അവരുടെ ശ്രദ്ധയിൽപ്പെട്ടത്. അവിടെയാണ് അദ്ദേഹത്തെ അടക്കിയിരിക്കുന്നത് എന്ന് തെറ്റിദ്ധരിച്ച സ്ത്രീ, ആ കടും ബ്രൗൺ നിറത്തിലുള്ള മണ്ണിനു മുകളിൽ ജമന്തിപ്പൂക്കളർപ്പിച്ച ശേഷം ഒരു നിമിഷം കണ്ണുകളടച്ച്, കൈകൾ കൂപ്പി, മൗനമായി നിന്നു. ദ്വിഭാഷി താടി ചൊറിയാനെന്ന മട്ടിൽ കൈകൾ കൊണ്ട് ചിരി മറച്ചു. പള്ളിയ്ക്ക് പുറകിൽ, മുൾച്ചെടികൾ നിറഞ്ഞ ചുവന്ന മണ്ണിന്റെ അങ്ങേയറ്റത്താണ് ഉപ്പ അന്ത്യവിശ്രമം ചെയ്യുന്നത് എന്ന് പറയണമെന്നുണ്ടായിരുന്നു ലത്തീഫിന്. പക്ഷേ വൈധവ്യത്തിന്റെ ആദ്യത്തെ മാസം പോലും തികച്ചിട്ടില്ലാത്ത ആ സ്ത്രീയെ ഒരു ചമ്മലിന് വിട്ടുകൊടുക്കാൻ താൽപര്യപ്പെടാത്ത ദ്വിഭാഷി, താൻ പറയാൻ പോകുന്നത് അപ്പാടെ വിഴുങ്ങിയേക്കും എന്ന് എന്തുകൊണ്ടോ അവനു തീർച്ച തോന്നി.

സൂര്യൻ മരങ്ങളുടെ നെറുകയിലേയ്ക്ക് നടന്നെത്തിയപ്പോൾ, പുഴയിലെ പേടിപ്പെടുത്തുന്ന നിഴലുകൾക്ക് നീളം വച്ചു. തൊട്ടടുത്ത തുരുത്തിനും അപ്പുറത്ത് എവിടെയോ നിന്നും രാവിലത്തെ ബോട്ടിന്റെ ഹോണടി ശബ്ദം ലത്തീഫ് കേട്ടു. വളഞ്ഞുപുളഞ്ഞു കിടന്ന ആളുകളുടെ നീണ്ട വരി, ഒരു കൊടുങ്കാറ്റ് കടന്നുപോകുമ്പോളെന്നപോലെ ഒന്ന് ആടിയുലഞ്ഞ ശേഷം നിശ്ചലമായി. എഞ്ചിന്റെ നേരിയ ശബ്ദം, കാറ്റിന്റെ ഗതിയും വേഗവുമനുസരിച്ച് ആ ജെട്ടിയിലൂടെ കയറിയിറങ്ങി നടന്നു. ഹോണടി ശബ്ദം കേട്ട് പിന്നെയും ഒരുപാട് നേരം കഴിഞ്ഞിട്ടാണ്, *ജീസസ്* എന്ന് പേരുള്ള ബോട്ട് അവിടേക്കെത്തിയത്. ഓറഞ്ചു ചായമടിച്ച വലിയ ആ തടിബോട്ടിന്റെ വശങ്ങളിൽ വീതിയേറിയ പച്ചവരകളുണ്ടായിരുന്നു. മഞ്ഞുപുതപ്പിനുള്ളിൽ നിന്നെന്നപോലെ ആ ബോട്ട് അങ്ങോട്ട് കടന്നുവന്നു. അത് അടുത്തടുത്ത് വരുംതോറും,

ആളുകൾ കൂടുതൽ കൂടുതൽ അക്ഷമരാകാൻ തുടങ്ങി. അതിന്റെ അരിക്, തീരത്തെ കോൺക്രീറ്റ് തൂണിൽ വന്നു തൊട്ടതും, വരിയിൽ കാത്തിരുന്നവർ ഒരു ആൾക്കൂട്ടമായി രൂപാന്തരം പ്രാപിച്ച്, അതിലേയ്ക്ക് ഇടിച്ചുകയറി. പൊതിച്ചോറ് രണ്ടു കൈകൊണ്ടും മുറുക്കിപ്പിടിച്ചുകൊണ്ട്, ഒരു ജനലിലൂടെ അകത്തേയ്ക്ക് നൂണ്ടുകയറിയ ലത്തീഫ്, ഡ്രൈവറിനു പിന്നിൽ ആദ്യത്തെ വരിയിൽത്തന്നെ ഇരിപ്പിടമുറപ്പിച്ചു. ബോട്ടിന്റെ ഗതിനിയന്ത്രണസംവിധാനത്തിന് തൊട്ടടുത്തായിരുന്നു ആ സ്ഥാനം. ഡ്രൈവർ *ജീസസിനെയും* കൊണ്ട് വായ പിളർന്നു നിൽക്കുന്ന ദ്വീപസമൂഹങ്ങളിലേയ്ക്ക് പോകുന്ന കാഴ്ച ഏറ്റവും വൃത്തിയായി കാണാൻ ആ സ്ഥാനം അവനെ സഹായിച്ചിരുന്നു. ആ സ്റ്റിയറിങ് വീലിന് മുകളിലെ തുറന്ന തട്ടിൽ, വെയിലേറ്റു നിറം മങ്ങിയ ലൈഫ്ബോയ്കൾ അടുക്കി വച്ചിരുന്നു. ഓരോ തവണ അത് കാണുമ്പോഴും, പുഷ്പങ്ങളാൽ അലംകൃതമാകാൻ വേണ്ടി കാത്തിരിക്കുന്ന റീത്തുകളുടെ ചട്ടകളാണവ എന്ന് ലത്തീഫിന് തോന്നുമായിരുന്നു.

ബോട്ടിൽ നിറയെ ആളുകളുണ്ടായിരുന്നുവെങ്കിലും, അവിടെ നിശബ്ദത തളംകെട്ടിയിരുന്നു. നേരമപ്പോഴും പുലർന്നിട്ടില്ലാത്തതിനാൽ കുശലാന്വേഷണങ്ങൾക്കും, രാഷ്ട്രീയ ചർച്ചകൾക്കും അവിടെ സ്ഥാനമില്ലായിരുന്നു. ചെറുതായൊന്നു മയങ്ങാനും, സ്വകാര്യ സ്വപ്നങ്ങളിൽ മുഴുകാനും, പരസ്പരബന്ധമില്ലാത്ത ദുഃസ്വപ്നങ്ങളിൽ ഞെട്ടാനുമൊക്കെയായിരുന്നു ആളുകൾക്ക് താൽപര്യം. പട്ടണത്തിലേയ്ക്കുള്ള നാൽപത് മിനിറ്റു നീണ്ട യാത്രയിൽ ലത്തീഫ് ഉറങ്ങാറില്ല. ആ നേരങ്ങളിൽ ഒന്നുകിലവൻ അതിലിരുന്നു മയങ്ങുന്ന യാത്രക്കാരുടെ മുഖങ്ങൾ നിരീക്ഷിക്കുകയാവും; അല്ലെങ്കിൽ, പുറമെ നിന്നു നോക്കിയാൽ ഏറെക്കുറെ ഒരുപോലിരിക്കുന്ന പുഴയോരവീടുകളുടെ അകത്തളങ്ങളിൽ സാമഗ്രികൾ എങ്ങനെയൊക്കെയാവും അവർ അലങ്കരിച്ചിട്ടുണ്ടാകുക എന്ന് സങ്കൽപ്പിക്കുകയാവും. എന്നാൽ, മുഖങ്ങളിൽ നിന്ന് അവരുടെ വയസ്സല്ലാതെ മറ്റൊന്നും അവനു മനസ്സിലായിരുന്നില്ല; വീടുകളുടെ മുൻവാതിലുകൾക്കുള്ളിലേയ്ക്ക് അവന്റെ ചിന്തകൾക്കൊട്ടു നീളാനുമായില്ല. ഒരു പോള പോലും ഉറങ്ങാൻ അവനായിരുന്നില്ല എങ്കിലും, ആ ദ്വീപുസമൂഹത്തിലെ ഏറ്റവും നീളമുള്ള തെങ്ങ് ദൃഷ്ടിയിൽപ്പെടുന്ന നിമിഷം, അവൻ കണ്ണുകൾ ഇറുക്കിയടയ്ക്കുമായിരുന്നു. ഏതോ പ്രേതസിനിമയിൽ നിന്നും രക്ഷപ്പെട്ടുവന്നപോലെ ദ്വീപിൽ നിന്നും പുറത്തേയ്ക്കുന്തി നിന്ന അതിന്റെ മുകൾവശം ഒരു പേപ്പർക്ലിപ്പ് പോലെ വളഞ്ഞിരുന്നു. ആ ചെറുദ്വീപ് കണ്ണിൽ നിന്നും മറയുന്നത് വരെ കണ്ണുകളടച്ച് ഉറക്കം നടിക്കാനുള്ള സൂചനയായിരുന്നു അവന് ആ തെങ്ങ്. അതിനടുത്തെവിടെയോ ആയിരുന്നു, രക്ഷിക്കാൻ ശ്രമിച്ച മനുഷ്യനൊപ്പം അവന്റെ ഉപ്പ അടിത്തട്ടിലേയ്ക്ക് മുങ്ങിപ്പോയത്.

ബോട്ടിലിരുന്ന് നോക്കുമ്പോൾ, തകർന്ന, മലിനമായ ഭാവമാ

യിരുന്ന പട്ടണത്തിന്. എല്ലാ പ്രഭാതങ്ങളിലും അവനെ സ്വീകരിച്ചിരുന്നത് വിരസമായ ഒരേ കാഴ്ചകളായിരുന്നു – മോടിയേറിയ മുൻവശങ്ങളുമായി താരതമ്യം ചെയ്യുമ്പോൾ നന്നേ നിറം മങ്ങിയ പിൻഭാഗങ്ങളുള്ള കെട്ടിടങ്ങളും; ചിലപ്പോഴൊക്കെ ഒരു ക്രിസ്തുമസ് ട്രീയെ അനുസ്മരിപ്പിക്കുന്ന രൂപം കൈക്കൊള്ളുന്ന മാലിന്യക്കൂമ്പാരങ്ങളും; തിരുതാളി ചെടിയുടെ ഇലപ്പടർപ്പുകൾ മറച്ചുപിടിച്ച അനാഥത്വവും പേറി തുരുമ്പുപിടിച്ച നശിച്ചുകൊണ്ടിരുന്ന ഒരു മണ്ണുമാന്തിക്കപ്പലും. വൃത്തിഹീനമായ, ദുർഗന്ധം വമിക്കുന്ന ആ ജെട്ടി, പട്ടണത്തിന്റെ ആസനം പോലെയായിരുന്നു. വളരെ സാവകാശം ബോട്ടിൽ നിന്നുമിറങ്ങിയ അവൻ, തോട്ട കടന്ന്, തന്റെ സ്ഥിരം നടപ്പാതയിലൂടെ മെല്ലെ മുന്നോട്ടു നീങ്ങി. വഴി, കുതിരലാടം പോലെ വളയുന്ന ഭാഗത്തെത്തിയപ്പോൾ, പിൻചുവരിലെ വിടവിലൂടെ അവൻ അകത്തേയ്ക്ക് കയറി.

സ്റ്റെല്ല ജോലി തുടങ്ങിയിരുന്നു. ഗുൽമോഹറിന് കീഴിലെ പൂമെത്തയിലൂടെ നീളൻ ചൂലോടിക്കുകയായിരുന്നു അവരപ്പോൾ. ഏറെക്കുറെ തന്റെ ഉമ്മയുടെ അതേ പ്രായമുള്ള, കനിവുള്ള ഒരു സ്ത്രീയായ സ്റ്റെല്ലയെ അവനിഷ്ടമായിരുന്നു. പക്ഷേ എന്നും രാവിലെ വീണു കിടക്കുന്ന പൂക്കളൊക്കെ അടിച്ചുവാരി, ഒരു ചുവപ്പൻ കൂനയാക്കി, അതിൽ മണ്ണെണ്ണ തളിച്ച് കത്തിച്ചിരുന്നതിനോട് അവനൊരല്പം ഇഷ്ടക്കേടുണ്ടായിരുന്നു. അവർ സുഹൃത്തുക്കളായ അന്ന്, സ്റ്റെല്ല പൂക്കൾ കത്തിക്കുന്നതിനോടുള്ള ഇഷ്ടക്കേട് തുറന്നു പറഞ്ഞാലോ എന്നവൻ ആലോചിച്ചതാണ്. പക്ഷേ അവന്റെ ആ പറച്ചിൽ അവരൊരു തമാശയായിട്ടെടുത്താലോ എന്ന ഭയത്താലും, കവിത്വം തുളുമ്പുന്ന ഭാഷയിൽ സംസാരിക്കാനുള്ള ഒരു കൊച്ചുപയ്യന്റെ വ്യഗ്രതയായി അതിനെ കണക്കാക്കിയാലോ എന്ന് കരുതിയും അവനത് പറഞ്ഞില്ല. പകരം, ജോലിയ്ക്ക് കയറിയ ആദ്യത്തെ ദിവസം അവൻ കണ്ട കാഴ്ചയെപ്പറ്റി, നിഗൂഢത നിറഞ്ഞ സ്വരത്തിൽ, പരമരഹസ്യമായി അവൻ അവരോട് പറഞ്ഞു. അവർ അപ്പോൾത്തന്നെ അവന്റെ വായ പൊത്തി. ശേഷം, മരിച്ച മനുഷ്യന്റെ പണം മാനേജർ കവർന്ന കാര്യം മേലാൽ ഉമ്മയുൾപ്പടെ ആരോടും പറയരുതെന്ന് ചട്ടം കെട്ടുകയും അവന്റെ ഉമ്മയുടെ പേരിൽ സത്യമിടീക്കുകയും ചെയ്തു.

എല്ലാ ഒന്നിടവിട്ട ദിവസങ്ങളിലും, ആ തടിയൻ കണക്കുപുസ്തകം പിന്നിൽ നിന്നും തുറന്ന് അതിലെ ഹാജർ പട്ടികയിൽ ഒപ്പ് വയ്ക്കുമ്പോൾ, ലത്തീഫിന്റെ ഉള്ളിൽ വലുതെന്തോ നേടിയ ഒരു തോന്നൽ ഉളവായിരുന്നു. സ്വന്തം പേന കൊണ്ടാണത് ചെയ്തിരുന്നത് എന്നത് അവന്റെ സന്തോഷത്തെ ഒന്നുകൂടി വർദ്ധിപ്പിച്ചു. താനൊരു വലിയ ഓഫീസുദ്യോഗസ്ഥനാണ് എന്നവൻ സ്വയം കരുതി. പക്ഷേ ആ ലെഡ്ജർ അടച്ച്, 'മാനേജർ' എന്നെഴുതിയ ബോർഡിനരികിലേയ്ക്ക് നീക്കി വയ്ക്കുന്ന നിമിഷം തന്നെ അവന്റെ ആ അഭിമാനബോധം അവനെ വിട്ടു പോയിരുന്നു. ഡിസ്പെൻസറിൽ നിന്നും തണുത്ത വെള്ളം

പ്ലാസ്റ്റിക് ജാറുകളിൽ നിറയ്ക്കുകയും, കടകട ശബ്ദത്തോടെ നീങ്ങുന്ന ലിഫ്റ്റിൽ അവ മുകളിലേയ്ക്കെത്തിക്കുകയും, വാതിലുകളിൽ മുട്ടുകയും, ഒരു പാൽക്കാരനെപ്പോലെ അവിടെ കാത്തുകെട്ടി നിൽക്കുകയും ചെയ്യുന്ന സ്ഥിരം ജോലികളിലേയ്ക്ക് അവൻ കടന്നു. അതിനു ശേഷം, യുവതിയായ ഒരു വേലക്കാരിയെപ്പോലെ, അടുക്കിവച്ച കുറെ കിടക്ക വിരികളും കൈയിലേന്തി മുറികളിലേയ്ക്ക് പോയി, അതിഥികൾക്കായി കാത്തിരുന്ന കിടക്കകളിൽ ഉദാസീനഭാവത്തിൽ അവ വിരിച്ചു. മണി കൃത്യം ഒന്നൊന്നടിക്കുമ്പോൾ, പൊതിച്ചോറുമെടുത്ത് വാട്ടർ ടാങ്കിനടുത്തുള്ള ഷെഡ്ഡിലേയ്ക്ക് പോയി. സ്റ്റെല്ല അതിനോടകം അവിടെയെത്തി, ബെഞ്ചിന്റെ ഒരറ്റത്തായി, അതിന് കുറുകേ ഇരുന്ന്, കാൽമുട്ടുകൾക്കിടയിൽ വച്ച് ചോറ്റുപാത്രം തുറന്നിട്ടുണ്ടാവും. ലത്തീഫ് ആ ബെഞ്ചിന്റെ മറ്റേ അറ്റത്തായി കുറുകേ ഇരിപ്പുറപ്പിക്കും. അപ്പോഴവരെ കണ്ടാൽ, ഒരു സീസായുടെ രണ്ടറ്റത്തായി ഇരിക്കുന്ന, പ്രായത്തിൽ കവിഞ്ഞ വളർച്ചയുള്ള രണ്ട് കുട്ടികളെപ്പോലെയുണ്ടായിരുന്നു. ഭക്ഷണം കഴിക്കുന്ന ഒഴുക്കിനിടയിലൂടെ അവർ പലതും സംസാരിച്ചു. സ്റ്റെല്ല എപ്പോഴും തന്റെ കുടുംബത്തെക്കുറിച്ചാണ് സംസാരിച്ചത്; കള്ളുകുടിച്ചു ബോധം പോകുന്ന ഭർത്താവിനെപ്പറ്റിയായിരുന്നു മിക്കപ്പോഴും അവർ പറഞ്ഞിരുന്നത്. ലത്തീഫാകട്ടെ, തന്റെ ഗ്രാമത്തെക്കുറിച്ചും, ചില കിറുക്കൻ കഥാപാത്രങ്ങളെക്കുറിച്ചും പറഞ്ഞു. അവരിൽ ചിലരാകട്ടെ, പ്രത്യേകിച്ചൊരു കാരണവുമില്ലാതെ അവൻ സൃഷ്ടിച്ചെടുത്ത സാങ്കല്പിക കഥാപാത്രങ്ങളായിരുന്നു. അവന്റെ പ്രായവും ശരീരപ്രകൃതവുമുള്ള, ടാർസന്റെ ഉശിരും, സ്കൂളിൽ പോകുന്ന ലിങ്കണിന്റെ കഴിവുകളും ശ്രദ്ധാപൂർവ്വം ചാലിച്ചെടുത്തു സൃഷ്ടിച്ച ഒരു പയ്യനായിരുന്നു അവരിൽ അവന് ഏറ്റവും പ്രിയപ്പെട്ടത്. ഇബ്രാഹിം എന്ന് പേരുള്ള അവനെ, ഇബ്രു എന്ന് ചുരുക്കി വിളിച്ചിരുന്നു. അവനെ കാണുന്ന മാത്രയിൽ ചട്ടമ്പികളൊക്കെ മര്യാദക്കാരായി നടക്കാൻ തുടങ്ങുമായിരുന്നു. ലത്തീഫിന്റെ സഹോദരിമാരൊഴികെ ആ ദ്വീപിലെ മറ്റ് പെൺകുട്ടികളാകട്ടെ, അവനെ കാണുമ്പോൾ വികാരാധീനരാകുമായിരുന്നു. ഇബ്രുവിന്റെ വീരസാഹസിക കഥകളും, ദാനധർമ്മങ്ങളുമൊക്കെ സ്റ്റെല്ലയ്ക്ക് ഇഷ്ടമായിട്ടുണ്ടാകുമോ എന്ന് അവന് ഉറപ്പില്ലായിരുന്നു. പക്ഷേ, മറിച്ച് ചോദ്യങ്ങളൊന്നും ചോദിക്കാതെ, തനിക്കെല്ലാം മനസ്സിലാകുന്നുണ്ടെന്ന മട്ടിൽ പുഞ്ചിരിച്ചുകൊണ്ട്, അവരാ കഥകളൊക്കെ ശ്രദ്ധയോടെ കേട്ടിരിക്കുമായിരുന്നു.

തലയിലൊരു കഥ മെനയുന്നതിനിടയിൽ, മീൻ വറുത്തതിന്റെ പകുതി അവൻ അവൾക്ക് നൽകി. സ്റ്റെല്ല മുട്ട പുഴുങ്ങിയതിന്റെ പാതി അവനും നൽകി. 'ഇബ്രു പിടിച്ച മീനാണ്,' അവൾ ആ മീൻകഷണം വായോടടുപ്പിച്ചപ്പോൾ അവൻ പറഞ്ഞു. പക്ഷേ, വെള്ളത്തിലേയ്ക്ക് എടുത്തുചാടി, മറ്റുള്ളവരെ അങ്കലാപ്പിലാക്കിക്കൊണ്ട് ഏറെനേരം

വെള്ളത്തിനടിയിൽ മുങ്ങിക്കിടന്ന്, ഒടുവിൽ പിടയ്ക്കുന്ന ഒരു കരിമീനുമായി ഇബ്രു പൊങ്ങി വന്ന രംഗം അവൻ വർണ്ണിക്കാൻ തുടങ്ങും മുൻപ് മാനേജർ വാട്ടർ ടാങ്കിനടുത്ത് വന്നു നിന്ന് അവനെ വിളിച്ചു. അതിഥികളിലാർക്കോ അത്യാവശ്യമായി ഒരു ടാക്സി വേണം.

"അവനാ ഭക്ഷണം കഴിച്ചു തീർക്കട്ടെ," സ്റ്റെല്ല പ്രതിഷേധിക്കാൻ ശ്രമിച്ചു.

"ടാക്സി പിടിച്ചുകൊടുത്തു കഴിഞ്ഞിട്ട് കഴിക്കാമല്ലോ," മാനേജർ അക്ഷമനായി പറഞ്ഞുകൊണ്ട് തിരിച്ച് ലോബിയിലേയ്ക്ക് നടന്നു.

പൈപ്പിനടിയിൽ കൈ കഴുകിക്കൊണ്ടിരിക്കുമ്പോഴാണ്, താൻ സ്റ്റെല്ലയോട് പറയാൻ തുടങ്ങിയ കഥയിലെ ഒരു അബദ്ധം അവനോർത്തത്. ഇബ്രു പിടിച്ചത് എന്ന് അവൻ അവകാശപ്പെടാനൊരുങ്ങിയ മീൻ, അത്ര വലുതുമായിരുന്നില്ല, കരിമീനുമായിരുന്നില്ല. അതൊരു ഇടത്തരം വലിപ്പത്തിലുള്ള കരിപ്പിടിമീൻ മാത്രമായിരുന്നു. അവന്റെ സഹോദരിമാരുടേത് പോലെയുള്ള ദുഃഖം ഘനം വിങ്ങുന്ന കണ്ണുകളായിരുന്നു അതിനും. ടാക്സി സ്റ്റാൻഡിലേയ്ക്ക് നടക്കുമ്പോൾ, ഇനി മുതൽ സൂക്ഷ്മതയോടെ കഥകൾ മെനയണമെന്നും, കഥാപാത്രങ്ങളെ കുറച്ചുകൂടി പഴുതുകളില്ലാതെ സൃഷ്ടിക്കണമെന്നും അവൻ തീരുമാനിച്ചു.

5

ഉച്ചയ്ക്കത്തെ യാത്രക്കാരുമായി വരുകയായിരുന്ന *ജീസസ്* അല്പം അകലെയായി ഹോറൺ മുഴക്കുന്നത് അവൻ കേട്ടു. അന്ന് അവന് അവധിയായിരുന്നു. അത്തരം ദിവസങ്ങളിൽ ലോഡ്ജ് പ്രവർത്തിക്കുന്നില്ല എന്നും, പട്ടണം നിലനിൽക്കുന്നില്ല എന്നും അവൻ സങ്കല്പിച്ചു. ദ്വീപൊഴികെയുള്ള മറ്റു സ്ഥലങ്ങൾ, തന്റെ സാന്നിദ്ധ്യവും ഇടപെടലും ഇല്ലാത്തപ്പോൾ നിലനിൽക്കുന്നുണ്ട് എന്ന് ചിന്തിക്കാൻ പോലും അവന് ഇഷ്ടമുണ്ടായിരുന്നില്ല.

കൈയിലൊരു ചൂണ്ടയുമായി അവൻ അയലത്തെ തെങ്ങിൻ തോപ്പിന്റെ അറ്റത്ത് പോയി കുന്തിച്ചിരുന്നു. 'മീനുകളേ അടുത്തേയ്ക്ക് നീന്തി വരേണമേ' എന്ന ഒരു നിശബ്ദമായ അപേക്ഷ അവന്റെ ചുണ്ടുകളിൽ തത്തിക്കളിച്ചു. ഒന്നിരാടമുള്ള എല്ലാ ഉച്ചനേരങ്ങളിലുമെന്ന പോലെ, അന്നും അത്താഴത്തിനുള്ള മീൻ കൊണ്ടുവരാമെന്ന് അവൻ ഉമ്മയ്ക്ക് വാക്കു കൊടുത്തിരുന്നു. എന്തായാലും ഉമ്മ അതൊന്നും പ്രതീക്ഷിച്ചില്ല തന്നെ. മീൻപിടിക്കാൻ അത്ര കഴിവൊന്നും അവനില്ലായിരുന്നു. ഒഴിഞ്ഞ കൂടയും, ബാക്കിയായ ഇരക്കഷണങ്ങളുള്ള ചിരട്ടയുമായിട്ടായിരുന്നു അവൻ എപ്പോഴും മടങ്ങിപ്പോയിരുന്നത്. പുഴയുടെ ഈ ഭാഗത്തുള്ള ജൈവസമ്പത്ത് അതിവേഗം അപ്രത്യക്ഷമായിക്കൊണ്ടിരിക്കുകയാണ്; പുഴയിൽ വീണ് മരിക്കുന്നതിന് രണ്ടു ദിവസം മുൻപ് ആ പരിസ്ഥിതി ശാസ്ത്രജ്ഞൻ ഉപ്പയോട് പറഞ്ഞതായിരുന്നു അത്. ശുദ്ധജലത്തിൽ ഡീസൽ ചാലുകൾ തീർത്ത് കടന്നുപോകുന്ന ഹൗസ്ബോട്ടുകളുടെ നീണ്ട നിരയെയാണ് അതിന് പ്രധാന കാരണമായി അദ്ദേഹം ചൂണ്ടിക്കാട്ടിയത്. എന്തുതന്നെയായാലും, ലത്തീഫ് പഴി ചാർത്തിയത് സ്വന്തം കഴിവില്ലായ്മയെയാണ്. കാരണം, മറ്റുള്ള ദ്വീപുകാർ നിറയെ മീനുകളെ പിടിക്കുന്നത് അവൻ സ്ഥിരമായി കാണാറുണ്ടായിരുന്നു.

ജീസസിന്റെ ഹോറണടി അവൻ കേട്ടു; അത് ഉച്ചയ്ക്കുള്ള യാത്രക്കാരെയും കൊണ്ട് അകന്നു പോവുകയായിരുന്നു.

തലയുടെ കൂടുതൽ അനാവരണം ചെയ്യപ്പെട്ട ഒരു എക്സ്റേ ചിത്രം പോലെയുള്ള പ്രതിബിംബം വീഴുന്ന ജലോപരിതലത്തിന് ചലനങ്ങളുണ്ടാവാതെ ശ്രദ്ധിക്കണം എന്നതാണ് മീൻപിടിത്തത്തിന്റെ ഒരു തന്ത്രം. പ്രതിബിംബത്തിൽ ലത്തീഫിന് കുറച്ചുകൂടി പ്രായക്കുറവ് തോന്നിയിരുന്നു. അവന് ഉമ്മയെപ്പോലെ വലിപ്പം കുറഞ്ഞ ശരീരപ്രകൃതമായിരുന്നു. എന്നാൽ സഹോദരിമാരെല്ലാം, ഉപ്പയെപ്പോലെ ഉയരവും വലിപ്പവുമുള്ള ശരീരപ്രകൃതക്കാരായിരുന്നു. അതുകൊണ്ടു തന്നെ, ലത്തീഫ് അവരെക്കാളൊക്കെ ഇളയതാണെന്നാണ് പൊതുവെ ആളുകൾ തെറ്റിദ്ധരിച്ചിരുന്നത്. മീശ കറുത്ത് കനം വയ്ക്കാനും, ശബ്ദത്തിന് കാഠിന്യമേറാനുമായി അവൻ കാത്തിരുന്നു. എത്ര മനസ്സുരുകി ആഗ്രഹിച്ചിട്ടും, നിശബ്ദമായി പ്രാർത്ഥിച്ചിട്ടും, ജീവിതം അവന് അത്തരം ആഡംബരങ്ങൾ കനിഞ്ഞു നൽകിയില്ല.

വള്ളിയുടെ അറ്റത്ത് പെട്ടെന്ന് ഒരനക്കമുണ്ടാകുന്നതും, അത് വലിയുന്നതും അവൻ ശ്രദ്ധിച്ചു. ചൂണ്ടക്കൊളുത്തിലെ ഇരയിൽ എന്തോ കൊത്തുന്നുണ്ട്. ചൂണ്ട ആടാതിരിക്കാനായി, അവൻ അത് രണ്ടു കൈകൊണ്ടും മുറുക്കെപ്പിടിച്ചു. അവൻ എണ്ണാൻ തീരുമാനിച്ചു; അൻപത് എണ്ണുന്നതും ചൂണ്ട മുകളിലേയ്ക്ക് ഉയർത്തുന്നതും ഒന്നിച്ചായിരിക്കണം. പക്ഷേ ഇരുപത് വരെ എണ്ണുന്നതിന് മുൻപേ തന്നെ, വെള്ളത്തിൽ അലകൾ തീർത്തുകൊണ്ട് ഒരു ഹൗസ്ബോട്ട് അതിലേ ഒഴുകിപ്പോയി. ചൂണ്ട അയഞ്ഞു. മീൻ തെന്നി നീങ്ങുന്ന ശബ്ദം അവൻ കേട്ടു. ആ ശബ്ദം കേട്ടപ്പോൾത്തന്നെ, അത് സാമാന്യം വലിപ്പമുള്ളതാവും എന്നവൻ ഊഹിച്ചു. ഹൗസ്ബോട്ടുകൾ മീൻപിടിത്തത്തിനൊരു ശാപമാണ് എന്ന് ആ ശാസ്ത്രജ്ഞൻ പറഞ്ഞതിനോട് അവൻ പൂർണ്ണമായും യോജിച്ചു. ഓരോ ഹൗസ്ബോട്ടും തവിട്ടു നിറമുള്ള വലിയ മത്സ്യങ്ങളെപ്പോലെയായിരുന്നു. കായലിൽ ഒരു തിമിംഗലത്തെപ്പോലെ വിരാജിക്കുന്ന അവ, ചെറിയ മത്സ്യങ്ങളെ ആട്ടിപ്പായിച്ചിരുന്നു. ആ ബോട്ടിന്റെ തുഞ്ചത്തു നിന്നിരുന്ന ഒരു വെള്ളക്കാരൻ, തന്റെ ക്യാമറാക്കണ്ണിലൂടെ ലത്തീഫിനെ നോക്കി. അപ്രതീക്ഷിതമായി താൻ ഒരു ഫോട്ടോഗ്രാഫിയ്ക്ക് വിഷയമായിരിക്കുന്നു എന്ന് മനസ്സിലാക്കിയ അവൻ, ആ ബോട്ട് കടന്നുപോകുന്നത് വരെ കണ്ണുകൾ താഴ്ത്തി, അനങ്ങാതിരുന്നു. വെള്ളക്കാരൻ ക്യാമറ താഴ്ത്തി അതിലെ ചിത്രം നോക്കിയ ശേഷം നന്നായിട്ടുണ്ടെന്നോ, നന്ദിയുണ്ടെന്നോ ഒക്കെ വായിക്കാനാവുന്ന തരത്തിൽ തള്ളവിരൽ ഉയർത്തിക്കാട്ടി.

ലത്തീഫ് വീണ്ടും ചൂണ്ടയെറിഞ്ഞ ശേഷം, അടുത്ത മീനിനായി കാത്തിരുന്നു.

കുറച്ചു വർഷങ്ങൾക്ക് മുൻപ്, ഒരു അന്താരാഷ്ട്ര മാസികയിലും, തുടർന്ന് അനേകം തദ്ദേശ ദിനപ്പത്രങ്ങളിലും ദ്വീപിന്റെ ഒരു ചിത്രം അച്ചടിച്ച് വന്നതിനെത്തുടർന്ന്, ദ്വീപ് സാമാന്യം ശ്രദ്ധിക്കപ്പെട്ടിരുന്നു. അയൽക്കാരൻ വരുത്തിയിരുന്ന പത്രത്തിൽ ചിത്രം വന്നു കഴിഞ്ഞ്,

അദ്ദേഹത്തിന്റെ തന്നെ ടിവിയിൽ ദ്വീപിന്റെ ആകാശദൃശ്യവും വന്നു. താൻ അത്രയും കാലം ജീവിച്ച നാട്ടു തന്നെയാണിത് എന്ന് സ്വയം വിശ്വസിപ്പിക്കാൻ ലത്തീഫ് നന്നേ പണിപ്പെട്ടു. അതിന്റെ തലക്കെട്ട് വായിക്കുന്നത് വരെ, ആ ദ്വീപിന്റെ പടം കണ്ടപ്പോൾ ഒരു ബ്രായോട് സാദൃശ്യമുള്ള എന്തോ ഒന്ന് എന്ന് മാത്രമായിരുന്നു ലത്തീഫിന് തോന്നിയത്. കണ്ണിമയ്ക്കാതെ ആ ചിത്രത്തിലേയ്ക്ക് നോക്കിയിരിക്കവേ, അതിലെ രൂപം തെളിഞ്ഞു വന്നു. നേരിയ ഒരു നീളൻ വരമ്പ് കൊണ്ട് ബന്ധിക്കപ്പെട്ടിരുന്ന ഉരുണ്ട രണ്ടു ഭൂമികകൾ കണ്ടാൽ ഒരു ജോഡി മുലകൾ പോലെതന്നെയുണ്ടായിരുന്നു. അവയ്ക്കിരുവശവുമുണ്ടായിരുന്ന കണ്ടൽച്ചെടികളാകട്ടെ, ബ്രായുടെ പച്ചവള്ളികൾ പോലെയും. ദ്വീപു നിവാസികൾ ആ ചിത്രത്തിലേയ്ക്ക് ഉറ്റുനോക്കി, വിരൽത്തുമ്പുകൾ കൊണ്ട് അതിൽ അവരുടെ വീടുകൾ അടയാളപ്പെടുത്താൻ ശ്രമിച്ചു. വലത്തേ മുലയുടെ അഗ്രഭാഗത്ത്, മുലക്കണ്ണിന് അരികിലായിട്ടായിരുന്നു ലത്തീഫിന്റേത്. പട്ടണത്തിലെ കോൺവെന്റ് സ്കൂളിൽ പഠിക്കാൻ പോയിരുന്ന പെൺകുട്ടികൾ, തങ്ങളുടെ മാറിടങ്ങളിൽ ആളുകൾ തുറിച്ചു നോക്കി കളിയാക്കുന്നു എന്ന പരാതിയുമായി, കരഞ്ഞുകൊണ്ട് വീട്ടിലേയ്ക്ക് വന്നു. പക്ഷേ ആ ആകാശദൃശ്യം കണ്ട ആൺകുട്ടികൾക്ക് വല്ലാത്ത അഭിമാനം തോന്നി. ഭൂപ്രകൃതിയിൽ പോലും ഒരു വഷളത്തരം ഒളിഞ്ഞിരിക്കുന്ന നാടാണ് തങ്ങളുടേത് എന്നവർ രഹസ്യമായി വീമ്പു പറഞ്ഞു.

ആ ആകൃതിയെപ്പറ്റിയുള്ള ചർച്ചകൾ അവിടമെങ്ങും അലയടിച്ചുവെങ്കിലും, എല്ലാവരെയും ഞെട്ടിത്തരിപ്പിച്ചത് അതിനൊപ്പം വന്ന വാർത്തയായിരുന്നു. മാന്റോ ദ്വീപിന് ഇനി അധികകാലം ആയുസ്സില്ലത്രേ. കോൺവെന്റിൽ നിന്നും കരഞ്ഞുകൊണ്ടു കയറിവന്ന പെൺകുട്ടികൾ, ദ്വീപ് അതിനോടകം മറഞ്ഞുകാണും എന്നു കരുതിയാണ് വന്നത്. ആൺകുട്ടികളുടെ മുഖങ്ങളും മ്ലാനമായിരുന്നു. ഒരു ബോട്ട് നിറയെ വിദഗ്ദ്ധർ കടവിൽ വന്നിറങ്ങിയ അന്ന്, കപ്പൽ നഷ്ടപ്പെട്ട കടൽക്കൊള്ളക്കാരെയെന്ന പോലെ, ആളുകളവരെ ഭയത്തോടെയും വെറുപ്പോടെയും വളഞ്ഞു നിന്നത് ലത്തീഫ് കണ്ടു. പുഴ ദ്വീപിനെ വിഴുങ്ങാൻ ഇനി എത്ര നാൾ കൂടിയെടുക്കും? ദ്വിഭാഷി ആ ചോദ്യത്തെ പരിസ്ഥിതി ശാസ്ത്രജ്ഞനിലേയ്ക്കെത്തിച്ചു. അദ്ദേഹം ശാന്തമായ നദിയെ ഒന്നു തിരിഞ്ഞു നോക്കി. ഇരുപത്, അല്ലെങ്കിൽ കൂടിപ്പോയാൽ ഇരുപത്തിയഞ്ചു വർഷം എന്നദ്ദേഹം മറുപടി പറയുമ്പോൾ, ആ സ്വരത്തിൽ ആശങ്ക നിറഞ്ഞിരുന്നു.

ലത്തീഫിനു ചിരി വന്നു. ഇരുപത് വർഷം എന്നു പറഞ്ഞാൽ എത്രയോ ദൂരെയാണ്. ഇരുപത് വർഷത്തിനകം താൻ മറ്റെവിടെയെങ്കിലും സ്വസ്ഥമായി ജീവിക്കുകയാവും. പെങ്ങന്മാരെയൊക്കെ വിവാഹം കഴിച്ച് മറ്റെവിടേയ്ക്കെങ്കിലുമൊക്കെ അയച്ചിട്ടുണ്ടാവും. മാതാ

പിതാക്കളും മറ്റെവിടെയെങ്കിലുമായിരിക്കും. അച്ഛനമ്മമാരെക്കുറിച്ചോർത്തപ്പോൾ, 'മറ്റെവിടെയോ' എന്നതിന്റെ ചിത്രമായി മനസ്സിൽ തെളിഞ്ഞു വന്നത് കുറ്റിക്കാടുകൾക്കിടയിലൂടെ വളഞ്ഞുപുളഞ്ഞു പോയി, കശുമാവിൻ തോട്ടത്തിൽ അവസാനിക്കുന്ന ഒരു ചെമ്മൺപാതയാണ്. പക്ഷേ ആ ഇരുപത് വർഷങ്ങൾ കൊണ്ട്, അച്ഛനമ്മമാരെ നഷ്ടപ്പെട്ട വിഷമത്തെ മറികടക്കാൻ തക്ക പക്വത തനിക്കായിട്ടുണ്ടാവും. മരണങ്ങൾ ഉലച്ചാൽപ്പോലും, സമാധാനിപ്പിക്കാൻ അരികിൽ തന്റെ ഭാര്യയുണ്ടാവും.

നീണ്ട ഇരുപത് വർഷങ്ങൾ. കാത്തിരിക്കുന്ന വിപത്തിനെക്കുറിച്ച് യാതൊരു സൂചനയുമില്ലാത്ത ഏതെങ്കിലുമൊരുത്തന് വീട് വിറ്റിട്ട്; ബാഗുകളൊരുക്കി, ആടിനെ തൊഴുത്തിൽ നിന്നുമിറക്കി, കോഴികളെ ഇരുമ്പുകൂടുകളിലാക്കി, കൃത്യസമയത്ത് *ജീസസിനെ* പിടിക്കാനായി ഓടേണ്ടതില്ല. കാര്യങ്ങൾ ആലോചിച്ച് നടപ്പിലാക്കാൻ വേണ്ടത്ര സമയമുണ്ട്.

പരിസ്ഥിതി ശാസ്ത്രജ്ഞന്റെ മരണത്തോടെ, ദ്വീപിന്റെ അന്ത്യം കുറച്ചുകൂടി തള്ളിനീക്കപ്പെട്ടത് പോലെയായി. ശാസ്ത്രജ്ഞനില്ലാതെ ദ്വീപ് കടന്നു പോയ മാസങ്ങളിൽ, ലത്തീഫ് ഇടയ്ക്കിടെ ചതുപ്പിൽ പോയി പുഴ കണ്ടൽക്കാടുകളെ വിഴുങ്ങുന്നുണ്ടോ എന്ന് പരിശോധിക്കുമായിരുന്നു. എല്ലാ തവണയും അവൻ തൃപ്തിയോടെയാണ് വീട്ടിലേയ്ക്ക് മടങ്ങിയിരുന്നത്. അപ്പോഴാണ് പുതിയൊരു പരിസ്ഥിതി ശാസ്ത്രജ്ഞൻ, അന്ത്യനാളുകളുടെ ഓർമ്മപ്പെടുത്തലെന്നോണം വീണ്ടും പ്രത്യക്ഷപ്പെട്ടത്. അല്പം കൂടി പ്രായമുള്ള ഒരു മനുഷ്യനായിരുന്നു അദ്ദേഹം. വളരെ കുറച്ച് സംസാരിക്കുകയും, അത്ര സൗഹാർദ്ദപരമല്ലാത്ത രീതിയിൽ ഇടപഴകുകയും ചെയ്തിരുന്നതിനാൽ, തനിക്ക് മുന്നേ വന്ന ശാസ്ത്രജ്ഞനിൽ നിന്നും വ്യത്യസ്തനായിരുന്നു അദ്ദേഹം. ദ്വിഭാഷിയ്ക്ക് പണിയില്ലാതായി എന്നും പറയാം. വാടകയ്ക്കെടുത്ത സൈക്കിളും ചവിട്ടി അദ്ദേഹം ദ്വീപിലൂടെ സഞ്ചരിക്കുമ്പോൾ, ദ്വിഭാഷി തന്റെ പഴയ സൈക്കിളിൽ അയാളെ അനുഗമിച്ചു. ഇടയ്ക്കൊക്കെ, ചുരുട്ടുമായി ഏതെങ്കിലും തെങ്ങിൽ ചാരി പുഴയെയും നോക്കി, മാന്റോയുടെ പ്രതിമയെപ്പോലെ അനങ്ങാതെ നിന്നു. ഒരു ഉച്ച നേരം, പെങ്ങന്മാർക്കൊപ്പം ചേർന്ന് തയ്യാറാക്കിയ ഊണ് ഉമ്മയ്ക്ക് നൽകാൻ വേണ്ടി ക്വയിലോൺ കാഷ്യൂസിലേയ്ക്ക് പോകുമ്പോൾ, ലത്തീഫ് അവരെ കടന്നുപോയി. ദ്വിഭാഷി അവനോട് നിൽക്കാൻ ആംഗ്യം കാട്ടിയ ശേഷം, ആ ഗൗരവക്കാരനായ മനുഷ്യനോട്, അടക്കിയ സ്വരത്തിൽ അവനെ പരിചയപ്പെടുത്തി എന്തോ പറഞ്ഞു. അദ്ദേഹമാകട്ടെ, ദ്വീപിന്റെ ആവാസവ്യവസ്ഥ തന്നെ താറുമാറാക്കിയ ഒരാളെ കണ്ടെത്തിയ മട്ടിൽ നെറ്റി ചുളിച്ച് ലത്തീഫിനെ നോക്കി. പരിഭാഷയ്ക്ക് യോഗ്യമല്ലാത്ത ഒരു മറുപടി അദ്ദേഹമപ്പോൾ ദ്വിഭാഷിയോട് പറഞ്ഞു. ഈ പരിസ്ഥിതി ശാസ്ത്രജ്ഞരൊക്കെ എന്തുകൊണ്ടാവും

ഇംഗ്ലീഷിൽ മാത്രം സംസാരിക്കുന്നത് എന്ന് ലത്തീഫ് ഓർത്തു. ദ്വിഭാഷി തന്റെ സഞ്ചിയിൽ കൈയിട്ട്, ചണം കൊണ്ട് കെട്ടിയിരുന്ന ഒരു ബ്രൗൺപേപ്പർ പൊതി എടുത്തു. ലത്തീഫിന്റെ പെങ്ങളുടെ സയൻസ് പുസ്തകത്തിന്റെ വലിപ്പമുണ്ടായിരുന്നു അതിന്. ആ പൊതി ലത്തീഫിന്റെ കൈയിൽ വച്ചുകൊടുത്ത ശേഷം പൊയ്ക്കൊള്ളാൻ ആംഗ്യം കാട്ടി. കയിലോൺ കാഷ്യൂസിന്റെ വരാന്തയിൽ നിന്ന്, തങ്ങളുടെ ഒരു പുതിയ സംരംഭം ഒന്നിച്ച് ഉദ്ഘാടനം ചെയ്യുന്നവരെപ്പോലെ, ഉമ്മയും അവനും ആ പൊതിയുടെ ചണം അഴിച്ച്, പൊതി തുറന്നു. അത് അവന്റെ ഉപ്പയുടെ ചിത്രമായിരുന്നു. മരിച്ച [illegible], ബോട്ട് മറിയുന്നതിന് രണ്ടു ദിവസം മുൻപ് എടുത്തത്. വീടിന്റെ കോലായിൽ തന്നെ ഒരു ചിത്രം വച്ച് ആദരിക്കേണ്ട ധീരനാണ് ഉപ്പ എന്ന് അഭിപ്രായം പറഞ്ഞ, കക്ഷം ക്ഷൗരം ചെയ്ത വിധവയെ അവനപ്പോൾ ഓർത്തു. ധീരൻ, ലത്തീഫ് ഉള്ളാലെ ഒന്ന് പുച്ഛിച്ചു. ഒരാളെ മുങ്ങിത്താഴുന്നതിൽ നിന്നും രക്ഷിക്കുന്നത് തീർച്ചയായും ധീരപ്രവൃത്തി തന്നെയാണ്. പക്ഷേ, രക്ഷിച്ച മനുഷ്യനെ വെള്ളത്തിനടിയിലേയ്ക്ക് വലിച്ചുകൊണ്ടു പോകുന്നത് വഞ്ചനയാണ്. ആ ചിത്രം കണ്ടപ്പോൾ ഉമ്മയുടെ കണ്ണുകൾ നിറഞ്ഞു. ആ ചിത്രം കാണാൻ വേണ്ടി വരാന്തയിൽ അവർക്ക് ചുറ്റും മറ്റുള്ള ജോലിക്കാരും വന്നിരുന്നതിനാൽ, അത് മനഃപൂർവ്വം വരുത്തിയ ഒരു കരച്ചിലാണെന്നാണ് ലത്തീഫിന് തോന്നിയത്. വൈകുന്നേരം, കോലായിൽ കിടന്ന പഴയൊരു കലണ്ടർ എടുത്തു മാറ്റിയ ശേഷം, അവർ ആ ചിത്രം അവിടെ തൂക്കിയിട്ടു. പെങ്ങന്മാരുടെ കണ്ണുകൾ നിറഞ്ഞൊഴുകി; അത് ആത്മാർത്ഥമായിരുന്നു എന്നവന് തോന്നി.

കുടുംബനാഥന്റെ ചിത്രം പേറുന്ന ചുവരുള്ളതുകൊണ്ടാവണം, കോലായ്ക്ക് ഒരു പ്രാധാന്യവും, തികവും കൈവന്നു. പടത്തിന് താഴെയുള്ള ഷെൽഫിൽ ലത്തീഫ് തന്റെ പാഠപുസ്തകങ്ങൾ അടുക്കി വച്ചു. ആരെങ്കിലും അഥവാ കാണാൻ വന്നാൽപ്പോലും, അദ്ദേഹം ധാരാളം വായിക്കുന്ന ഒരാളാണെന്ന് കരുതിക്കോട്ടെ എന്നായിരുന്നു ലത്തീഫിന്റെ കണക്കുകൂട്ടൽ. എന്നാൽ, വൈദ്യുതിഭവനിൽ നിന്നുള്ള ആളൊഴികെ, മറ്റാരും വന്നിരുന്നില്ല. അയാളാകട്ടെ, ധീരനെ ഒന്ന് തിരിഞ്ഞു നോക്കുക പോലും ചെയ്യാതെ, വൈദ്യുതി മീറ്ററിൽ മാത്രം ശ്രദ്ധ കേന്ദ്രീകരിച്ചു. അതിനുള്ളിലെ ഡിസ്കിന്റെ കറക്കം മന്ദഗതിയിലാക്കാൻ വേണ്ടി, ഉപ്പ ചിലപ്പോഴൊക്കെ മീറ്ററിന് മുകളിൽ ഒരു കഷണം കാന്തം വയ്ക്കാറുണ്ടായിരുന്നു.

ആ പടം അവിടെ തൂക്കിക്കഴിഞ്ഞുള്ള കുറച്ചു നാളുകൾ, മറ്റാരുടേയോ വീട്ടിലെ ഭംഗിയായി അടുക്കിവെച്ച സ്വീകരണമുറി കടന്ന്, അകത്തേയ്ക്ക് പ്രവേശിക്കുന്നത് പോലെയാണ് ലത്തീഫിന് തോന്നിയിരുന്നത്. പക്ഷേ ദിവസങ്ങൾ കഴിയുംതോറും, ഉപ്പയുടെ കണ്ണുകളിൽ ഒരു കുറ്റപ്പെടുത്തലുള്ളത് പോലെ അവനു തോന്നി. കരിപുരണ്ട, വിണ്ടുകീറിയ

വിരലുകളുമായി ഉമ്മ ക്വയിലോൺ കാഷ്യൂസിൽ നിന്നും മടങ്ങിവരുന്ന ദിവസങ്ങളിലായിരുന്നു ശരിക്കും അവനങ്ങനെ തോന്നിയത്. ഇരപിടിച്ച മൃഗത്തിന്റെ കാൽപ്പാടുകൾ പോലെ, ചോര പുരണ്ട കൈവിരൽപ്പാടുകൾ വീട് മുഴുവൻ കാണാൻ തുടങ്ങിയപ്പോൾ ലത്തീഫ് ജോലിയ്ക്ക് പോകാൻ തീരുമാനിച്ചു.

പെട്ടെന്ന് ചൂണ്ട വലിയുകയും, അതിന്റെ അറ്റം അല്പമൊന്നു വളയുകയും ചെയ്തു. ചൂണ്ടക്കൊളുത്ത് ഒരു കല്ലിനടിയിൽ കുടുങ്ങിയിട്ടെന്ന പോലെ, ചൂണ്ടനാര് വലിഞ്ഞു മുറുകി. അവൻ വേഗത്തിൽ അൻപത് വരെ എണ്ണാൻ തുടങ്ങി. ചൂണ്ട ഉയർത്താൻ തുടങ്ങുന്നതിന് തൊട്ട് മുൻപ്, തെങ്ങിൻതോപ്പിലൂടെ അവന്റെ ഉമ്മയുടെ ശബ്ദം അവനെ വീട്ടിലേയ്ക്ക് വിളിക്കുന്നതവൻ കേട്ടു.

"ഇബ്രൂ," അവർ ഉറക്കെ വിളിച്ചു. അവന്റെ ആ ചെറിയ വിളിപ്പേരിനെ ദേഷ്യം കൊണ്ടവർ വലിച്ചു നീട്ടി. "ഇബ്രൂ...ഇബ്രൂ..."

വള്ളി പിന്നെയും വലിഞ്ഞു. ചൂണ്ട വിറയ്ക്കാൻ തുടങ്ങി. ഉമ്മയുടെ ശബ്ദം മീനിനെ പേടിപ്പിച്ച് ഓടിച്ചിട്ടില്ല. അല്ലെങ്കിൽപ്പിന്നെ അതൊരു കല്ലിൽ കുടുങ്ങിയിട്ടുണ്ടാവും. കൈ ദ്രുതഗതിയിൽ ചലിപ്പിച്ച് അവൻ ചൂണ്ട ഉയർത്തി. ഒരു മുഷി മീൻ, ഇരുളു പരക്കുന്ന പുഴയ്ക്ക് മുകളിലേയ്ക്ക് തുള്ളിക്കളിച്ചു കൊണ്ട് പൊങ്ങിവന്നു.

പുൽത്തകിടിയിൽ വീണ മീൻ കുറച്ചുനേരം കൂടി തുള്ളിക്കളിച്ചു. വലിയൊരു മീനായിരുന്നു അത്. ശ്വാസമെടുക്കാൻ അത് കഷ്ടപ്പെടുന്നുണ്ടായിരുന്നു. ഒരു വിറയൽ അവന്റെ കാലിൽ നിന്നും അരിച്ചു കയറി. വിയർപ്പു പൊടിച്ചു നിൽക്കുന്ന മൂക്കിന് തുമ്പത്തെത്തിയപ്പോഴാണ് ആ വിറയൽ ഒന്നടങ്ങിയത്. ആ മീനിനെ ചെകിളയിൽ പിടിച്ചുയർത്തി ചൂരൽക്കൊട്ടയിലേക്കിട്ട്, ഉമ്മയുടെ നിർത്താതെയുള്ള വിളികൾ വരുന്ന ദിശയിലേയ്ക്ക് നടക്കുമ്പോൾ, ലേശം ഭയം നിറഞ്ഞ ഒരു ആവേശം അവനെ ഗ്രസിക്കാൻ തുടങ്ങി. ഒരു മൽസ്യകന്യകയെയാണ് താൻ ചൂണ്ടയെറിഞ്ഞു പിടിച്ചിരിക്കുന്നത് എന്നവന് തോന്നി.

6

ഉച്ചയ്ക്ക് കഴിച്ചുകൊണ്ടിരിക്കുമ്പോഴാണ് സ്റ്റെല്ല ആ രഹസ്യം വെളിപ്പെടുത്തിയത് : ചെക്ക്-ഔട്ട് സമയം കഴിഞ്ഞിട്ടും ലോബിയിലേക്കെത്താത്ത അതിഥികൾ കാരണം ചവിട്ടിപ്പൊളിച്ച് തുറക്കേണ്ടിവരാത്ത ഒരു വാതിൽ പോലും ആ ലോഡ്ജിൽ ഇല്ലത്രേ. മുറി എങ്ങനെയൊക്കെയോതുറന്ന്അകത്ത്ചെന്നപ്പോൾശ്വാസമുണ്ടായിരുന്ന ഒരു അതിഥി മരിച്ചതാകട്ടെ ലിഫ്റ്റിൽ വച്ചും. ലോഡ്ജിന് മുന്നിലെ ഗുൽമോഹറിന് കീഴിൽ ഇറക്കിവിടുന്ന യാത്രക്കാരെ നോക്കി പല ടാക്സി ഡ്രൈവർമാരും സഹതാപത്തോടെ പുഞ്ചിരിക്കുമായിരുന്നു. എന്നാൽ അതാകട്ടെ, ഒരു മനസ്സാക്ഷിക്കുത്തുമില്ലാതെ അവർ ഈടാക്കിയിരുന്ന അമിതമായ കൂലിയെക്കുറിച്ചായിരുന്നില്ലാ താനും. ഇങ്ങനെ പെട്ടെന്നുള്ള കൂലിവർദ്ധനവിനോടുള്ള യാത്രക്കാരന്റെ പ്രതികരണം കൊണ്ടുതന്നെ അവരുടെ ആഗമനോദ്ദേശ്യം ഏറെക്കുറെ കൃത്യമായി പറയാൻ അവർക്ക് കഴിയുമായിരുന്നു. അത്തരം സന്ദർഭങ്ങളിൽ ഒരു വഴക്കിന് മുതിരുന്നവർ മരണത്തെക്കുറിച്ചൊന്നും ആലോചിച്ചിട്ടു പോലുമുണ്ടാകില്ല. എന്നാൽ, തിരിച്ചൊരു തർക്കത്തിന് മുതിരാത്തവരിൽ പലരും, പലതരം മനോവ്യാപാരങ്ങളിൽപ്പെട്ടുഴലുന്നവരാകും.

"ഈ സ്ഥലത്തിനെ എന്റെ ഭർത്താവ് എന്താ വിളിക്കുന്നതെന്നറിയാമോ?" സ്റ്റെല്ല ചോദിച്ചു. "ആത്മഹത്യാ ലോഡ്ജ്, എന്ന്."

ആത്മഹത്യാ ലോഡ്ജ്! അയൽപക്കത്തെ ടിവിയിൽ താൻ കണ്ടിട്ടുള്ളതിൽവച്ച് ഏറ്റവും പേടിപ്പെടുത്തിയ ഒരു സിനിമ നടന്ന അതേ സ്ഥലത്താണ് തനിക്ക് ജോലി കിട്ടിയിരിക്കുന്നത് എന്ന് ലത്തീഫിന് തോന്നി. സിനിമയിലെ കോട്ടയും ലോഡ്ജും തമ്മിൽ യാതൊരു സാമ്യവും ഉണ്ടായിരുന്നില്ല. പക്ഷേ, നീളൻ വരാന്തകളും പഴമ വിളിച്ചോതുന്ന ലിഫ്റ്റും, അവിടെ തങ്ങി നിന്ന ശൂന്യതയുടെ പേടിപ്പെടുത്തുന്ന അന്തരീക്ഷത്തെ ഒന്നുകൂടി ഭീതിദമാക്കാൻ വേണ്ടി പണികഴിക്കപ്പെട്ടിട്ടുള്ളതു പോലെ അവനു തോന്നി.

ലത്തീഫ് ഭക്ഷണം കഴിപ്പിന്റെ വേഗത കുറച്ചത് കണ്ട സ്റ്റെല്ല, ലോഡ്ജിനെ ആവരണം ചെയ്തു നിൽക്കുന്ന നിഗൂഢതയുടെ തീവ്രത ഒന്നു കുറയ്ക്കാൻ തീരുമാനിച്ചു. ഈ മരണങ്ങളൊക്കെ അടുത്തിടെ നടന്നതല്ലെന്നും, നാൽപത് കൊല്ലങ്ങൾക്കിടയിൽ പലപ്പോഴായി നടന്നതാണെന്നും അവർ പറഞ്ഞു. നാല് ദശാബ്ദക്കാലം അവിടെ ജോലിയിലുണ്ടായിരുന്ന ഒരേയൊരാളെന്ന നിലയിൽ, എല്ലാത്തിനും സാക്ഷി അവർ മാത്രമായിരുന്നു. പക്ഷേ എല്ലാ മരണങ്ങളും അസ്വാഭാവികമായിരുന്നില്ല. രാവിലെ എഴുന്നേൽക്കാൻ വേണ്ടി അലാറമൊക്കെ വച്ചശേഷം ഉറങ്ങാൻ കിടന്നവർ പോലും, പിറ്റേന്ന് സൂര്യോദയം കാണാറില്ലായിരുന്നു. എന്തായാലും, ഇത്തരം സ്വാഭാവിക മരണങ്ങൾ ഉണ്ടായവരെക്കാൾ പലമടങ്ങ് അധികമായിരുന്നു ജീവൻ വെടിയാൻ വേണ്ടി ഈ ലോഡ്ജ് തിരഞ്ഞെടുത്തവരുടെ എണ്ണം. ശരീരം അഴുകിത്തുടങ്ങുന്നതിന് മുൻപ് കണ്ടെത്തപ്പെടണം എന്ന ആഗ്രഹത്താൽ, രാവിലെ വിളിച്ചുണർത്തണം എന്ന് പറഞ്ഞേൽപ്പിച്ചിട്ടു മരണത്തെ തേടിപ്പോയവർ പോലുമുണ്ട്. ലോഡ്ജിൽ മരണങ്ങൾ നടക്കുമ്പോഴൊക്കെ സ്റ്റെല്ല ഉച്ചഭക്ഷണം വേണ്ടാന്നു വയ്ക്കാറുണ്ട്. മരണപ്പെട്ടവർ അവളുടെ വിശപ്പിനേയും കൊല്ലാറുണ്ട്. മാത്രവുമല്ല, മുകളിൽ തെറ്റിദ്ധാരണ ഉളവാക്കുന്ന നിയോൺ ബോർഡ് വച്ച, അഞ്ചു നിലകളുള്ള ഒരു മോർച്ചറിയാണത് എന്ന തോന്നൽ അപ്പോഴൊക്കെ അവളിൽ ഉളവായിരുന്നു.

ഒരാശ്വാസത്തിനെന്നോണം, മരണത്തെക്കുറിച്ചുള്ള ചർച്ചകൾ വരുമ്പോഴൊക്കെ സ്കൂൾ കാലത്ത് ഓർത്തിരുന്ന ഒരു കഥയെക്കുറിച്ച് അവൻ ആലോചിച്ചു. അതിന്റെ വിശദാംശങ്ങൾ അത്രയ്ക്ക് ഓർമ്മയില്ലെങ്കിലും, അതിന്റെ ഗുണപാഠം ഒരിക്കലും അവനെ വിട്ടു പോയില്ല. മരിച്ച മകനെയും കൊണ്ട് ഗാന്ധിജിയുടെ (അതോ അത് ബുദ്ധനായിരുന്നോ?) അടുത്തേയ്ക്ക് വന്ന്, കുഞ്ഞിനെ ജീവനോടെ തിരികെ നൽകണം എന്നപേക്ഷിച്ച അമ്മയെ അവൻ വ്യക്തമായി ഓർക്കുന്നുണ്ട്. ആരും മരിക്കാത്ത ഒരു വീട്ടിൽ നിന്നും ഒരു ഗ്രാമ്പൂ (അതോ കടുകോ?) കൊണ്ടുവരാൻ അദ്ദേഹം അവരോട് ആവശ്യപ്പെട്ടു. ഗ്രാമത്തിന്റെ മുക്കും മൂലയും അന്വേഷിച്ചു നടന്ന ആ അമ്മ നിരാശയായി, ശോകാർത്തയായി തിരികെയെത്തി. അതുകൊണ്ട്, നാൽപത് വർഷങ്ങളിലധികമായി നിലനിന്നു പോരുന്ന ഒരു സത്രത്തിലെ എല്ലാ മുറിയിലും ആളുകൾ മരിച്ചിട്ടുണ്ട് എന്നതിൽ അത്ര പൈശാചികതയൊന്നുമില്ല. എന്തായാലും, സ്റ്റെല്ല പറഞ്ഞ ആ രഹസ്യം, സ്കൂളിൽവെച്ച് കേട്ട ആ സാരോപദേശകഥ നൽകിയ സങ്കടത്തോളം തന്നെ അവനെ അസ്വസ്ഥനാക്കി. അന്ന് ബോട്ട് മറിഞ്ഞ വിവരം ഒരു ബന്ധു അവനോട് അടക്കിയ സ്വരത്തിൽ പറയുമ്പോഴും, അവൻ ആ കഥയിലെ മരിച്ച കുട്ടിയെ ഓർത്തു. പക്ഷേ ആ കഥയുടെ ഗുണപാഠം അന്നവനെ അത്ര കണ്ടു സമാധാനിപ്പിച്ചില്ല.

“ഇത് ഇബ്രു പിടിച്ചത്.” മുഷി മീനിന്റെ പകുതി സ്റ്റെല്ലയ്ക്ക് നൽകുമ്പോൾ അവൻ പറഞ്ഞു.

“ഇത് സ്റ്റെല്ല വാങ്ങിയത്.” കട്ടിയുള്ള അരപ്പിൽ പൊതിഞ്ഞ ചാളയുടെ വാൽക്കഷണം അവനു നൽകുമ്പോൾ അവൾ പറഞ്ഞു.

സ്റ്റെല്ല എന്തുകൊണ്ടാവും ഓരോ മുറിയിലും നടന്ന മരണങ്ങളെക്കുറിച്ച് തന്നോട് പറഞ്ഞിട്ടുണ്ടാവുക എന്നാണ്, കഴിച്ചുകൊണ്ടിരിക്കുമ്പോൾ അവൻ ഓർത്തത്. ജോലിയ്ക്ക് കയറിയ ആദ്യത്തെ ദിവസം തന്നെ അവൻ ഒരു മൃതദേഹം കണ്ടിരുന്നു. ഇനി അവൻ ലോഡ്ജിലേയ്ക്ക് പോകാതിരുന്നേക്കുമോ എന്ന് ഭയന്ന ഉമ്മ, മൃതദേഹം ശുഭശകുനമാണെന്ന് അവനെപ്പറഞ്ഞു വിശ്വസിപ്പിച്ചുകൊണ്ടിരുന്നു. ആ പറഞ്ഞതിൽ അവനത്ര വിശ്വാസം തോന്നിയില്ല; എങ്കിലും പിറ്റേന്ന് രാവിലത്തെ ബോട്ടിൽ ജോലിയ്ക്ക് പുറപ്പെടാൻ വേണ്ട ആത്മവിശ്വാസം അതവന് നൽകി.

പാരഡൈസ് ലോഡ്ജിന് ചാർത്തിക്കിട്ടിയ പേരോ, അതിന്റെ കുപ്രസിദ്ധിയോ തന്നെ ഒരുതരത്തിലും പേടിപ്പിച്ചിട്ടില്ല എന്ന് തെളിയിക്കുന്നതിനായി അമ്മയുടെയും മരിച്ച മകന്റെയും കഥ സ്റ്റെല്ലയോട് പറയാം എന്നവൻ കരുതി. പക്ഷേ അത് ഗാന്ധിയായിരുന്നോ, ബുദ്ധനായിരുന്നോ എന്നതിലും, മരണത്തിന്റെ അനിവാര്യത്തെപ്പറ്റി പ്രതിപാദിക്കാൻ അവർ ഉപയോഗിച്ചത് ഗ്രാമ്പൂ ആയിരുന്നോ, കടുകായിരുന്നോ എന്നതിലും അവനു തീർച്ചക്കുറവുണ്ടായിരുന്നു. സത്യത്തെ അവർക്ക് മുന്നിൽ അനാവരണം ചെയ്യാൻ ഗാന്ധിയ്ക്ക് മുന്നിൽ എളുപ്പമുള്ള മറ്റു പല മാർഗ്ഗങ്ങളും ഉണ്ടായിരുന്നിരിക്കാം എന്നതിനാൽ, അത് ബുദ്ധനായിരിക്കും എന്നവൻ അനുമാനിച്ചു. ഗ്രാമ്പൂ അത്ര സാധാരണമായി ഉപയോഗിക്കാത്ത ഒരു സുഗന്ധവ്യഞ്ജനമാകയാൽ ചോദിക്കാൻ ഏൽപ്പിച്ചത് കടുകായിരിക്കും എന്നും അവൻ ഊഹിച്ചു. ഏതായാലും ആ കഥ ഇപ്പോൾ പറയേണ്ട എന്ന് തീരുമാനിച്ച അവൻ, ഇതൊന്നും തന്നെ ബാധിച്ചിട്ടേയില്ല എന്ന് ഭാവിക്കാൻ ഉറച്ചു. പക്ഷേ രാത്രിയോടടുത്തപ്പോൾ, അവൻ പുറമേ കാട്ടിയിരുന്നതൊക്കെ പതുക്കെ മാറാൻ തുടങ്ങി. മുകൾ നിലകളിലെ വെളിച്ചം കുറഞ്ഞ ഇടനാഴികളിലൂടെ നടക്കാൻ അവൻ ഭയന്നു. സദാ ഒച്ചയുണ്ടാക്കുന്ന ലിഫ്റ്റ്, സന്ധ്യയ്ക്ക് ശേഷം ഉപയോഗിക്കാൻ അവൻ മടിച്ചു. പടിക്കെട്ടുകളിൽ, അസാധാരണമായ എന്തെങ്കിലും സംഭവങ്ങൾ ഉണ്ടാവാനുള്ള സാധ്യതകൾ കുറവാണെന്ന് അവനു തോന്നി. എന്തെങ്കിലും കാരണവശാൽ ലിഫ്റ്റിൽ പോകേണ്ടി വന്ന സാഹചര്യങ്ങളിൽ ഒക്കെയും, കണ്ട്രോൾ പാനലിന് മുകളിലെ കണ്ണാടിയിൽ നോക്കാതിരിക്കാൻ അവൻ ശ്രദ്ധിച്ചു. അവനു നേരെ നീട്ടിയ കനിവുള്ള ചിരിയുമായി, വിളറി വെളുത്ത ഒരു മുഖം അതിൽ ഏതുനേരവും പ്രത്യക്ഷപ്പെട്ടേക്കാമെന്ന് അവൻ ഭയന്നു. സിനിമകളിലൊക്കെ പ്രേതങ്ങൾ ഏറ്റവും പേടിപ്പെടുത്തുന്നത് അവർ

ആർദ്രരായി നിൽക്കുമ്പോഴാണ് എന്ന് അവനു തോന്നിയിരുന്നു. ഡോക്ടർമാരുടെ കാര്യത്തിലും ഇത് സത്യമായിരുന്നു – പറയാനുള്ള വാർത്ത അത്ര ശുഭകരമല്ലാത്ത ഘട്ടങ്ങളിലാണ് അവർ ഏറ്റവും കരുണാർദ്രമായി ചിരിക്കുന്നത്. *നിങ്ങൾക്ക് പ്രമേഹം ഉള്ളത് കൊണ്ട്, വിരലുകളിലെ പുണ്ണ് ആറിയില്ലെങ്കിൽ, വിരൽ തന്നെ മുറിച്ചുകളയേണ്ടി വന്നേക്കും.* ഉമ്മയുടെ വിരലുകളിൽ നേർത്ത തുണി ചുറ്റിക്കെട്ടിക്കൊണ്ട് ഇത് പറയുമ്പോൾ, ഡോക്ടർ പുഞ്ചിരിക്കുന്നുണ്ടായിരുന്നു.

ലോഡ്ജ് ഒരു മരണാലയമാണെന്ന് സ്റ്റെല്ല ഉറപ്പിച്ചു പറഞ്ഞതിന് ശേഷം ഒരാഴ്ച കഴിഞ്ഞ്, ഒരു വൗച്ചറിലെ കുത്തിട്ട വരയ്ക്ക് മുകളിൽ ഒപ്പിട്ടു നൽകി, തന്റെ ആദ്യത്തെ ശമ്പളം ലത്തീഫ് കൈപ്പറ്റി. ഒരു ടിപ്പ് വാങ്ങുന്ന പോലെ നാണിച്ചാണ് അവനത് സ്വീകരിച്ചത്. മാനേജറിന്റെ കണ്ണിലേക്ക് നോക്കിയില്ലെങ്കിലും, നന്ദി പുരണ്ട ഒരു ചിരി അവൻ അയാൾക്ക് നൽകി. അവിടെ നിന്നും നേരെ പോയി ലോബിയ്ക്ക് പിറകിലെ ശുചിമുറിയിൽ കയറിയ അവൻ, ജനലഴികൾക്കിടയിലൂടെ അരിച്ചിറങ്ങിയ വെളിച്ചത്തിൽ ആ പണം വീണ്ടും വീണ്ടും എണ്ണി. ശമ്പളം കൊണ്ട് സ്വന്തമാക്കാൻ ആഗ്രഹിച്ചവയുടെ ഒരു നീണ്ട പട്ടിക തന്നെയുണ്ടായിരുന്നു അവന്– ഒരു ജോഡി സ്പോർട്സ് ഷൂസുകൾ, വലിയ ഹൃദയത്തിന്റെ ആകൃതിയിൽ ചുവപ്പ് തൊങ്ങലുകൾ കൊണ്ടലങ്കരിച്ച ഒരു ടീഷർട്ട്, ബോട്ടിൽ വരുമ്പോൾ ഇടാൻ വേണ്ടി ഒരു കൂളിംഗ് ഗ്ലാസ്, പിന്നെയൊരു മൊബൈൽ ഫോൺ. ഏറ്റവുമടുത്തുള്ള ടവറിന്റെ പരിധിയിൽ നിന്നും വളരെ അകലെയായിരുന്നു മാന്റോ ദ്വീപെങ്കിലും, അവന്റെ ആഗ്രഹങ്ങളുടെ പട്ടികയിൽ മുൻപന്തിയിലായിരുന്നു മൊബൈൽ ഫോൺ. ആ പട്ടികയിൽ ഏറ്റവും വില കുറഞ്ഞ വസ്തു പോലും വാങ്ങാൻ തനിക്കാവില്ല എന്ന വസ്തുത അവനെ ചൊടിപ്പിച്ചു. നിരന്തരം ഷിഫ്റ്റുകൾ ചെയ്തും, ടിപ്പ് കിട്ടാനുള്ള സാധ്യത ഉറപ്പാക്കുന്നതിനായി ഒരു പ്രതിമയെപ്പോലെ ചിരിച്ചുകൊണ്ടും, ഉച്ചഭക്ഷണത്തിന്റെ പകുതി മാത്രം കഴിച്ച് ബാക്കി പകുതി രാത്രിയിലേയ്ക്ക് മാറ്റിവച്ചും, പരുപരുത്ത ബെഞ്ചിൽ കിടന്നുറങ്ങിയുമൊക്കെ പണിയെടുത്തിട്ട് പോലും സ്വന്തമായി ഒന്നും വാങ്ങാൻ അവനു സാധിച്ചില്ല. ഒരു നിമിഷം, കുടുംബത്തെയെല്ലാം ഉപേക്ഷിച്ച് പട്ടണത്തിൽത്തന്നെ താമസിച്ചാലോ എന്നവൻ ആലോചിച്ചു. തൊട്ടടുത്ത നിമിഷം, കിട്ടിയ പണമെല്ലാം ഒരു വിശറി പോലെ വിടർത്തിപ്പിടിച്ചു കൊണ്ട്, *ജീസസിൽ* നിന്നും ചാടിയിറങ്ങി വീട്ടിലേക്കോടിച്ചെല്ലാൻ അവന്റെ മനസ്സ് വെമ്പി.

വൈകുന്നേരമായപ്പോഴേയ്ക്കും അവനാ നോട്ടുകൾ പലകുറി എണ്ണിക്കഴിഞ്ഞിരുന്നു. അതിൽ ഏതൊക്കെ സംഖ്യകളുടെ എത്രയൊക്കെ നോട്ടുകൾ ഉണ്ടെന്ന് പോലും കണ്ണടച്ച് പറയാവുന്നത്ര ഹൃദിസ്ഥമായി അവനത്. രാത്രിയായതും, അവൻ അടുത്തുള്ള മെഡിക്കൽ ഷോപ്പിലേയ്ക്ക് ചെന്ന് ബബിൾഗം ഫ്ലേവറിലുള്ള റിബ്ബ്ഡ് കോണ്ടത്തിന്റെ ഒരു പാക്കറ്റ്

വാങ്ങി. താൻ ചെയ്യുന്നത് സ്വയം വിശ്വസിക്കാൻ അവനായില്ല. അവിടെ സ്ട്രാബെറി ഫ്ലേവർ വച്ചിരുന്ന തട്ട് കാലിയായിരുന്നു. അവൻ കടയിൽ നിന്നും ഇറങ്ങിക്കഴിഞ്ഞ് ആ വയസ്സൻ കടക്കാരനും അയാളുടെ സഹായിയും എന്തു പറയുമായിരിക്കും എന്ന് ആലോചിക്കാൻ അവൻ മെനക്കെട്ടില്ല. ശമ്പളം തന്ന ബലത്തിൽ, അവനതൊന്നും ഇപ്പോൾ ഒരു വിഷയമായിരുന്നില്ല. ആ പാക്കറ്റ് പാന്റിന്റെ പോക്കറ്റിനുള്ളിൽ ഭദ്രമായി വച്ച ശേഷം, തഴക്കം വന്ന ഒരു വിപ്ലവകാരിയെപ്പോലെ, അവൻ ലോഡ്ജിലേയ്ക്ക് മടങ്ങി. രാവേറെ കഴിഞ്ഞപ്പോൾ, തന്റെ ലിംഗം പതുക്കെ വലുതാവുന്നതും, അത് നീണ്ടു ചെന്ന്, 'നമുക്കൊന്നു കണ്ടുമുട്ടണ്ടേയെന്ന മട്ടിൽ' പോക്കറ്റിനുള്ളിലെ ആ പാക്കറ്റിൽ ചെന്ന് തട്ടുന്നതും അവനറിഞ്ഞു. മാനേജറിന്റെ കൂർക്കം വലികളുടെ അകമ്പടിയോടെ, മനോരഥസൃഷ്ടികളുടെ പരമ്പരയിലൂടെ ആ രാത്രി കടന്നുപോയി.

രാവിലത്തെ ബോട്ടിൽ അന്ന് പതിവില്ലാത്ത വിധം തിരക്കായിരുന്നു. ജെട്ടിയിലെ അരണ്ട വെളിച്ചത്തിൽ, പരിസ്ഥിതി ശാസ്ത്രജ്ഞനും, ദ്വിഭാഷിയും *ജീസസിലേയ്ക്ക്* കയറുന്നത് അവൻ കണ്ടു. അവർക്ക് പിന്നാലെ, നെഞ്ചിൽ ഭൂമിയുടെ പടമുള്ള നീല ടീഷർട്ടുകളണിഞ്ഞ ഒരു പറ്റം ആളുകളും ഉണ്ടായിരുന്നു. ഉറക്കത്തിൽ നിന്നും വലിച്ചെഴുന്നേൽപ്പിച്ച്, തിടുക്കപ്പെട്ട് വിനോദയാത്രയ്ക്ക് കൂട്ടിക്കൊണ്ടു വന്ന കുട്ടികളെപ്പോലെയായിരുന്നു അവർ. ആ നീല ഷർട്ടുകാരുടെ തോളിൽ വലിയ കറുത്ത ബാഗുകളുണ്ടായിരുന്നു. നിലത്തേയ്ക്കിറക്കി വച്ചപ്പോൾ, ആണികളടങ്ങിയ സഞ്ചിയെന്ന പോലെ അവ കിലുങ്ങി. ലത്തീഫ്, ശാസ്ത്രജ്ഞനെയും ദ്വിഭാഷിയെയും നോക്കി പുഞ്ചിരിച്ചു. അവരവനെ അടുത്തേയ്ക്ക് വിളിച്ച്, ദ്വീപിലെ വീരനായകന്റെ മകനാണ് എന്ന് കൂടെയുള്ള നീല ഷർട്ടുകാർക്ക് പരിചയപ്പെടുത്തും എന്നാണ് അവൻ പ്രതീക്ഷിച്ചത്. പക്ഷേ അവരവനെ നോക്കി ചെറുതായൊന്നു പുഞ്ചിരിച്ചതേയുള്ളൂ. പട്ടണത്തിലെ ഏറ്റവും നീളം കൂടിയ കെട്ടിടം കണ്ണിൽ നിന്നും മാഞ്ഞ സമയത്താണ് അവൻ മാത്തനെ കണ്ടത്. ഒരു പുരോഹിതന്റെ പോക്കറ്റടിച്ചതിന് ജയിലിലായിരുന്ന മൂന്ന് മാസങ്ങൾ മാറ്റിവെച്ചാൽ, മാത്തൻ താമസിച്ചിരുന്നത് ലത്തീഫിന്റെ വീടിരിക്കുന്ന അതേ ഇടവഴിയിൽത്തന്നെയായിരുന്നു. ബോട്ടിനുള്ളിൽ, ശാസ്ത്രജ്ഞൻമാർക്കും കൂട്ടർക്കും വളരെയടുത്ത്, സംശയാസ്പദമായ രീതിയിലായിരുന്നു അയാൾ നിന്നിരുന്നത്. പുരോഹിതനിൽ നിന്നും പേഴ്സ് വേർപെട്ട പോലെതന്നെ ശാസ്ത്രജ്ഞനിൽ നിന്നും ഏതു നിമിഷവും പേഴ്സ് വേർപെട്ടേക്കാമെന്നോർത്തപ്പോൾ പൊട്ടിവന്ന ഒരു ചിരി ലത്തീഫ് കഷ്ടപ്പെട്ട് കടിച്ചമർത്തി. മാത്തൻ തലയൊന്ന് കുനിച്ച് ശാസ്ത്രജ്ഞനെ ഭവ്യതയോടെ അഭിവാദനം ചെയ്തു. മുന്നിൽ നിൽക്കുന്ന മെലിഞ്ഞ മനുഷ്യന്റെ ഉപജീവനമാർഗ്ഗത്തെക്കുറിച്ച് യാതൊരു സൂചന

യുമില്ലാത്ത ശാസ്ത്രജ്ഞനാകട്ടെ, അയാളെ നോക്കി പുഞ്ചിരിച്ചു കൊണ്ടു തലയാട്ടി. അടക്കിവച്ച ചിരി സഹിക്കാനാവാതെ ലത്തീഫിന്റെ മുഖം തുടുത്തു. അവൻ ജനാലയിലൂടെ തല പുറത്തേയ്ക്കിട്ട്, മുഖം കാറ്റിനു വിട്ടുകൊടുത്തു. ബോട്ട് പുഴയിലൂടെ ചാലിട്ടു നീങ്ങിയപ്പോൾ ഇളകിയ ഓളങ്ങളെ നോക്കി അവൻ വെറുതെ ഒന്നു ചിരിച്ചു. പക്ഷേ പെട്ടെന്ന് മറ്റൊരു ചിന്ത കൊള്ളിമീൻ പോലെ അവന്റെ മനസ്സിലൂടെ പാഞ്ഞുപോയി. ഭയം അവനെ ഗ്രസിച്ചു. ബോട്ടിലുള്ള ആരുടെയെങ്കിലും പോക്കറ്റടിക്കപ്പെടുകയും, ദ്വീപു സമൂഹത്തിലെ ആദ്യത്തെ തുരുത്തിലുള്ള പോലീസ് എയ്ഡ് പോസ്റ്റിലേയ്ക്ക് *ജീസസ്* അടുപ്പിക്കുകയും ചെയ്യേണ്ടി വന്നാലോ? ബോട്ടിലുള്ള എല്ലാവരെയും പരിശോധിക്കേണ്ടി വന്നാലോ? ആ കോണ്ടത്തിന്റെ പാക്കറ്റിനെ എന്തു പറഞ്ഞു ന്യായീകരിക്കും? ബോട്ടിനുള്ളിൽ ദ്വീപിലുള്ള ചില പരിചയക്കാരെ, പ്രത്യേകിച്ച് ഉമ്മയെ അറിയുന്ന ചിലരെ കണ്ടതും, അവന്റെ ഹൃദയം പടപടാ മിടിക്കാൻ തുടങ്ങി. ജയിലിൽ കഴിഞ്ഞ മൂന്നു മാസം മാത്തനെ നന്നാക്കിക്കാണണമേയെന്നും, മുഖത്ത് വിരിഞ്ഞ ആ പുഞ്ചിരി ആത് മാർത്ഥമായുള്ളതായിരിക്കണമേയെന്നും അവൻ പ്രത്യാശിച്ചു. പക്ഷേ മാത്തൻ ആ ശാസ്ത്രജ്ഞനെത്തന്നെ കണ്ണെടുക്കാതെ സൂക്ഷിച്ചു നോക്കി നിൽക്കുന്നതു കണ്ട ലത്തീഫിന്റെ ഉള്ളു കിടുങ്ങി. ആരും ശ്രദ്ധിക്കാത്ത തക്കം നോക്കി കൈയിലുള്ള കോണ്ടത്തിന്റെ പാക്കറ്റ് പുഴയിലേയ്ക്ക് എറിഞ്ഞാലോ എന്നവൻ ആലോചിച്ചു. പക്ഷേ പാക്കറ്റ് വെള്ളത്തിൽ പൊങ്ങിക്കിടക്കുമല്ലോയെന്നും, ഒരു ബോട്ട് നിറയെ ജനങ്ങൾ അത് ഉറ്റുനോക്കുമല്ലോയെന്നും ഓർത്തപ്പോൾ അതത്ര നല്ല ആശയമല്ല എന്നവന് തോന്നി.

അകലെയായി മാന്റോ ദ്വീപ് കണ്ടപ്പോൾ അവൻ ആശ്വാസത്തോടെ ഒന്ന് നെടുവീർപ്പിട്ടു. ബോട്ടിന്റെ അരിക്, പാതാറിലെ തടിയിലുരസിയതും, അവനതിൽ നിന്നും ചാടിയിറങ്ങി. ഓജസ്സറ്റ സൂര്യന്റെ മങ്ങിയ വെയിലിലൂടെ അവൻ തിരക്കിട്ടു വീട്ടിലേയ്ക്ക് നടന്നു. വഴിവക്കിലെ വേലിപ്പടർപ്പുകളിൽ ഇടതടവില്ലാതെ തഴച്ചു വളർന്നു നിന്നിരുന്ന ശീമക്കൊന്നകൾ പൂവിട്ടു തുടങ്ങിയിരുന്നു. നീഹാരം കമ്പളം പുതച്ചുനിൽക്കുന്ന ഇലത്തഴപ്പുകൾക്കിടയിലൂടെ അങ്ങിങ്ങായി ഇളം വയലറ്റ് പൂക്കൾ എത്തിനോക്കുന്നുണ്ടായിരുന്നു.

കോഴികൾക്ക് തീറ്റ കൊടുത്തുകൊണ്ട് ഉമ്മ ഉമ്മറത്തു തന്നെയുണ്ടായിരുന്നു. പെങ്ങന്മാർ വാഴച്ചോട്ടിലിരുന്ന് പാത്രം കഴുകുകയായിരുന്നു. മേൽക്കൂരയ്ക്ക് തൊട്ടു മുകളിൽ എഴുന്നു നിന്ന സൂര്യന്, ഓടിന്റെ ചെമ്മൺ നിറമായിരുന്നു. ഉള്ളിലേയ്ക്ക് കടക്കുമ്പോൾ ഒന്നു നിന്ന ശേഷം കാശെടുക്കാനായി അവൻ കൈയിട്ടത് മറ്റേ പോക്കറ്റിലായിരുന്നു. യാത്രയ്ക്കിടയിൽ ഞെളുങ്ങിപ്പോയ കോണ്ടത്തിന്റെ പാക്കറ്റിൽ അവന്റെ കൈ ചെന്നു തട്ടി. അതിന്റെ അറ്റം, ഒരു സൂചി പോലെ അവന്റെ വിരലിൽ

കൊണ്ടു. നോട്ടിന്റെ കെട്ട് കൈയിലേയ്ക്ക് വച്ചു കൊടുത്തപ്പോൾ ഉമ്മയുടെ കണ്ണുകൾ ഈറനായി. പക്ഷേ ആ സങ്കടം നോക്കി നിന്നപ്പോൾ അത് അത്ര സ്വാഭാവികമായ ഒന്നല്ല എന്ന് അവനു തോന്നി. പെങ്ങന്മാരുടെ മുഖത്തെ ഭാവം അവൻ ഊഹിച്ചത് തന്നെയായിരുന്നു; അല്പസ്വല്പം നന്ദി എവിടെയൊക്കെയോ പുരണ്ട ഒരു പുഞ്ചിരിയായിരുന്നു അവരുടെ മുഖത്ത്.

എങ്കിലും കോണ്ടത്തിനെ പറ്റിയുള്ള ചിന്തകൾ അവനെ ഇടയ്ക്കിടെ ഞെട്ടിച്ചുകൊണ്ടിരുന്നു. അതെവിടെ സൂക്ഷിക്കും എന്ന ചിന്ത അവനെ അലട്ടി. താനില്ലാത്ത അവസരങ്ങളിൽ, അനാവശ്യമായി പൈസ ധൂർത്തടിച്ചു കളയുന്ന സ്വഭാവമുണ്ടോ എന്നൊക്കെ കണ്ടുപിടിക്കാനായി, തന്റെ മുറി അവർ പരിശോധിക്കാറുണ്ട് എന്നവനറിയാമായിരുന്നു. ഏതായാലും സ്വസ്ഥമായി ഉപയോഗിക്കാൻ ഒരവസരം കിട്ടും വരെ, ആ പാക്കറ്റ് സ്വന്തം പോക്കറ്റിൽ തന്നെ സൂക്ഷിക്കാൻ അവൻ തീരുമാനിച്ചു. അന്നു വൈകുന്നേരം, ആ മാസത്തേയ്ക്ക് വേണ്ട സാധനങ്ങളുമായി പലചരക്ക് കടയിൽ നിന്നും ഉമ്മ മടങ്ങിയെത്തിയപ്പോൾ, അവൻ മുടി വെട്ടാൻ പോകുന്നു എന്നും പറഞ്ഞിറങ്ങി ഐലൻഡ് സ്ക്വയറിലേയ്ക്ക് നടന്നു.

7

ചിത്രപ്പുല്ല് വളർന്നു കാടു പിടിച്ചു കിടക്കുന്ന സെമിനാരിമതിലിനു നേരെ എതിരിൽ നിൽക്കുന്ന കടയ്ക്ക് 'റിവെർവ്യൂ സലൂൺ' എന്ന പേരുതന്നെ വല്ലാത്തൊരു തമാശയായിരുന്നു. മുടി വെട്ടാനുള്ള തന്റെ ഊഴവും കാത്ത്, കീറിപ്പറിഞ്ഞ സീറ്റിനടിയിൽ നിന്നും സ്പ്രിങ്ങുകൾ ഉന്തി നിൽക്കുന്ന ഒരു പഴയ സോഫയിൽ ഇരിക്കുകയായിരുന്നു അവൻ. ഓരോ തവണ അവൻ അനങ്ങുമ്പോഴും ആ സോഫ വല്ലാതെ വിറപൂണ്ടു. അവനു മുന്നിലെ സലൂൺ കസേര ആരുടെയോ കേശാലങ്കാരാശയത്തിന് താളമിട്ടുകൊണ്ടെന്നോണം ഞരങ്ങിക്കൊണ്ട് തിരിഞ്ഞുകൊണ്ടിരുന്നു. അവൻ അവിടെക്കിടന്ന പഴയ ഒരു സിനിമാ മാസിക എടുത്ത് മറിച്ചുനോക്കി. നടുക്കത്തെ പേജ് എത്തിയതും അവനൊന്നു നിന്നു. തടിച്ച തുടകളുള്ള, മാദകത്വം തുളുമ്പുന്ന ഒരു സ്ത്രീ, ഒരു ചുവന്ന സ്റ്റൂളിൽ ഇരിക്കുന്ന ചിത്രം. രണ്ടു വസ്ത്രഭാഗങ്ങളുള്ള ഒരു പിങ്ക് ബിക്കിനിയായിരുന്നു അവർ ധരിച്ചിരുന്നത്. വല്ലാതെ ഇറുകിക്കിടന്ന മുകളിലെ വസ്ത്രത്തിനുള്ളിലെ മുലയിടുക്ക്, കളിപ്പാട്ടക്കാറുകൾക്ക് കടന്നുപോകാനുള്ള ഒരു തുരങ്കം പോലെയുണ്ടായിരുന്നു. താഴത്തെ വസ്ത്രമാകട്ടെ, ചവച്ചു വലിച്ചു നീട്ടിയെടുത്ത ഒരു ബബിൾഗം കൊണ്ട്, ഏതോ കാർട്ടൂൺ കഥാപാത്രത്തിന്റെ ചിരിയുടെ ആകൃതിയിൽ, അരക്കെട്ട് മറച്ചതു പോലെയായിരുന്നു. ആ പേജിന്റെ ഒരു മൂലയിൽ തിരിയ്ക്ക് തീ പിടിച്ച ഒരു ചെറുബോംബിന്റെ കാർട്ടൂൺ ചിത്രം ഉണ്ടായിരുന്നു. അതിന്റെ പൂത്തിരിയ്ക്ക് മുകളിലായി പല നിറങ്ങളിലുള്ള ചെറിയ ക്യൂബുകളിലായി അവരുടെ പേര് എഴുതിയിരുന്നു. ബീന ബോംബ്.

ആ സ്ത്രീയെപ്പോലെത്തന്നെ, ആ പേരും മാദകത്വം തുളുമ്പുന്നതാണെന്ന് അവനു തോന്നി. അവരുടെ തുടയുടെ മുകൾഭാഗം കുഴച്ചുവച്ച പുത്തൻ മാവു പോലെയും, ബാക്കി ഭാഗം ബേക്ക് ചെയ്തെടുത്ത പുത്തൻ ബെഗെറ്റ് (നീളത്തിലുള്ള ഒരു ഫ്രഞ്ച് ബ്രെഡ്) പോലെയുമിരുന്നു.

ലത്തീഫിന്റെ ഉമ്മ ബീറ്റ്റൂട്ട് പാചകം ചെയ്യുന്ന ദിവസങ്ങളിൽ മാത്രം ആ കുടുംബത്തിന് ലഭിച്ചിരുന്ന ഒരു പ്രത്യേക പർപ്പിൾ നിറത്തിലുള്ള ചുണ്ടായിരുന്നു ആ സ്ത്രീയ്ക്ക്. പുസ്തകത്തിന്റെ സ്റ്റാപ്ലർ പിന്നുകളിൽ ഒന്ന് കൃത്യം അവരുടെ പൊക്കിൾക്കൊടിയിലൂടെ കടന്നുപോകുകയും, അതിന്റെ ആകൃതി തന്നെ മാറ്റുകയും ചെയ്തു. തിരക്കിലായിരുന്ന ബാർബറിനു നേർക്ക് ഗൗരവഭാവത്തിലിരുന്ന്, കൈയിലെ തിളങ്ങുന്ന പേജിലെ ഏതോ പാട് തുടച്ചു കളയാനെന്ന ഭാവത്തിൽ, ലത്തീഫ് ആ ചിത്രത്തിലെ സ്ത്രീയുടെ സ്വകാര്യഭാഗത്തിന് മുകളിലൂടെ തള്ളവിരലോടിച്ചു. ആ ബിക്കിനി വേഷത്തിലല്ലാതെ, മറ്റേതെങ്കിലും വേഷത്തിൽ ബീന ബോംബിനെ വീട്ടിലേയ്ക്ക് കൂട്ടിക്കൊണ്ടു പോകാനുള്ള ഒരു പ്രേരണ അവനിലുണ്ടായി. വേലിപ്പടർപ്പിൽ പൂച്ചെടികൾ നിറഞ്ഞ വഴിയിലൂടെ അവരുടെ കൈയും പിടിച്ച് നടന്ന് ചെന്ന്, വീട്ടിലുള്ളവരെ തീർത്തും ഞെട്ടിച്ചുകൊണ്ട്, തങ്ങൾ ഭാര്യാഭർത്താക്കന്മാരാണ് എന്ന് പ്രഖ്യാപിക്കാനാണ് അവനു തോന്നിയത്.

"അതവിടെ വെച്ചിട്ട് ഇങ്ങോട്ട് കേറിയിരിക്ക്." ബാർബർ പറഞ്ഞു. സലൂൺ കസേര ഒഴിഞ്ഞിരുന്നു.

അവരുടെ അഭിപ്രായത്തെ അവനത്ര കാര്യമാക്കിയിരുന്നില്ലെങ്കിലും, പെങ്ങന്മാർക്ക് അവന്റെ മുടിയുടെ ശൈലി തീരെ ഇഷ്ടമായിരുന്നില്ല. ചെവികളെ മറച്ചുകൊണ്ട് സമൃദ്ധമായി ചുരുണ്ടു കിടക്കുന്ന മുടിയിഴകളില്ലാത്ത തലയെക്കുറിച്ച് ആലോചിക്കാൻ പോലും അവനു കഴിഞ്ഞിരുന്നില്ല. തനിയേ സലൂണിൽ പോകാൻ തുടങ്ങിയത് മുതൽ അവൻ അവയെ പരിലാളിച്ചു വളർത്തുകയായിരുന്നു. സത്യത്തിൽ മുടിയോടുള്ള ഇഷ്ടക്കൂടുതലിനേക്കാൾ, ആരോ കത്തി കൊണ്ട് ചീവിക്കളഞ്ഞ പോലുള്ള ഇടത് ചെവിയുടെ മുകൾ ഭാഗം മറയ്ക്കുക എന്നതായിരുന്നു അവന്റെ പ്രധാന ലക്ഷ്യം.

"വശങ്ങളിലുള്ള മുടി മുറിക്കല്ലേ." കത്രിക ഇടതുചെവിയോടടുക്കുമ്പോൾ അവൻ ബാർബറോടു പറഞ്ഞു.

"ഇത് എല്ലാ പ്രാവശ്യവും എന്നോട് പറയണമെന്നില്ല," ബാർബർ മുറുമുറുത്തു. "ഈ ദ്വീപിൽ ഇങ്ങനത്തെ ഹെയർസ്റ്റൈൽ ഉള്ള ഒരേയൊരാൾ നീ മാത്രമാണ്."

വീട്ടിലേയ്ക്ക് നടക്കുമ്പോൾ തനിക്കൊരു പ്രത്യേകതയൊക്കെ കൈവന്നിരിക്കുന്നതായി അവനു തോന്നി.

പുഴയിൽ നിന്നുള്ള കാറ്റ് കയറാൻ വേണ്ടി എന്നും തുറന്നിടാറുള്ള ജനാല, അന്ന് രാത്രി അവൻ അടച്ചിട്ടു. ഉപ്പയുടെ മരണശേഷം ഒരിക്കലും കുറ്റിയിട്ടിട്ടില്ലാത്ത വാതിൽ അവൻ അടച്ചു താഴിട്ടു. കുറ്റികളൊക്കെ ഇടുന്ന ശബ്ദം കേട്ട് ആരെങ്കിലും എന്താണ് നടക്കുന്നതെന്നറിയാനുള്ള ആകാംക്ഷയിൽ ഒളിഞ്ഞു നോക്കിയാലോ എന്ന് ഭയന്ന്, വാതിലിന്റെ

താക്കോൽദ്വാരത്തിൽ അവൻ ബോട്ടിന്റെ ടിക്കറ്റുകൾ ചുരുട്ടി തിരുകി വെച്ചു.

കട്ടിലിലേയ്ക്ക് കിടന്ന അവൻ, പാന്റ് മുട്ടുവരെ താഴ്ത്തി. സ്വന്തം നഗ്നത കണ്ടതും, അവന്റെ കണ്ണുകൾ കാമത്താൽ കൂമ്പി. ലജ്ജയോടെ പുഞ്ചിരിച്ചുകൊണ്ട് അവൻ കോണ്ടത്തിന്റെ പാക്കറ്റ് തുറന്നു. തിളങ്ങുന്ന പിങ്ക് നിറത്തിലുള്ള മൂന്നു ചെറിയ പാക്കറ്റുകൾ അതിനുള്ളിൽ ഉണ്ടായിരുന്നു. അതിലൊന്നു തുറന്നപ്പോൾ, അവന്റെ കൈയിലെല്ലാം വഴുവഴുപ്പുള്ള ഒരു പൊടി പറ്റിപ്പിടിച്ചു. ലിംഗാഗ്രം കൊണ്ട് അവനാ റബ്ബറിന്റെ വളയത്തിൽ മുത്തി. ശേഷം, അവനത് ശ്രദ്ധയോടെ വലിച്ചു നീട്ടി. കുറച്ചുകൂടി വലിപ്പമുള്ള ഒന്നിന് വേണ്ടിയുള്ളതാണതെന്ന് തീർച്ചയായിരുന്നു. പ്രായം കൂടുംതോറും എല്ലുകൾക്ക് ബലം കൂടുന്നതു പോലെ, ലിംഗത്തിനും വലിപ്പം കൂടിയിരുന്നെങ്കിൽ എന്നവൻ ആലോചിച്ചു. ഇല്ലെങ്കിൽ ചിലപ്പോൾ തന്റെ വൈവാഹിക ജീവിതത്തെ അത് സാരമായി ബാധിച്ചേക്കുമെന്നും, തന്റെ ഭാവിയിലെ ഭാര്യ പിഴച്ചു പോയേക്കുമെന്നും അവൻ ആശങ്കപ്പെട്ടു. ഉദ്ധാരണം ഉണ്ടാകുമോ ഇല്ലയോ എന്ന് തീർച്ചയില്ലാത്ത ലിംഗത്തിന് ചുറ്റും പതുക്കെ വിരലുകൾ ചുഴറ്റിക്കൊണ്ട് അവൻ കോണ്ടം മുകളിലേയ്ക്കും താഴേയ്ക്കും ചലിപ്പിച്ചു. എന്തുകൊണ്ടോ അവനപ്പോൾ ഓർമ്മ വന്നത്, അവന്റെ മാനേജറിനെയും, അയാളോട് സാദൃശ്യമുള്ള കാൽപ്പന്തുകളിക്കാരനെയുമാണ്. അവൻ ബീന ബോംബിലും, അവളുടെ മാംസളമായ ശരീരത്തിലും ശ്രദ്ധ കേന്ദ്രീകരിക്കാൻ ശ്രമിച്ചു. പതുക്കെ ആ കോണ്ടം അവനു പാകമാകാൻ തുടങ്ങിയെങ്കിലും, അതിന്റെ ഒരു ഭാഗം ഉന്മേഷമില്ലാതെ അയഞ്ഞു തന്നെ കിടന്നു. അതിന്റെ അളവ് അവനു കൃത്യം പാകമാകാൻ പിന്നെയും ഒരുപാട് ബാക്കിയുണ്ടായിരുന്നു. ആ സ്ത്രീയുടെ മാറ് കശക്കുന്നത് സങ്കൽപ്പിക്കുമ്പോൾ, സല്യൂൺ കസേരയുടെ ഞരക്കം കേട്ടത് പോലെതന്നെ അവനു തോന്നി. തുടർന്ന്, ഉറക്കെയുള്ള മുട്ട് അവൻ കേട്ടു. ആരുടെയോ ചുരുട്ടിപ്പിടിച്ച മുഷ്ടി കൊണ്ടുള്ള ഇടിയിൽ വാതിൽ വിറയ്ക്കുന്നുണ്ടായിരുന്നു. അടച്ചിട്ട വാതിലിനപ്പുറം തന്റെ പേര് ആരോ വിളിക്കുന്നത് പോലെ തോന്നി. പക്ഷേ സഹോദരിയുടെ സ്വരത്തിലെ തിടുക്കം അവൻ പെട്ടെന്ന് തിരിച്ചറിഞ്ഞു. അയഞ്ഞു തൂങ്ങിക്കിടക്കുന്ന കോണ്ടത്തിന് മുകളിലേയ്ക്ക് പാന്റ് വലിച്ചിട്ട് സിബ്ബിട്ട അവൻ, ബാക്കിയുള്ള കോണ്ടം പാക്കറ്റുകൾ പോക്കറ്റിനുള്ളിലേയ്ക്കിട്ട ശേഷം വാതിൽ തുറന്നു. കണ്ണുനീരൊഴുകുന്ന മുഖങ്ങളുമായി നിൽക്കുന്ന ഉമ്മയെയും പെങ്ങന്മാരെയുമാണ് അവൻ കണ്ടത്. ഇത്തവണ ആ മുഖങ്ങളിലെല്ലാം മുറ്റി നിന്ന സങ്കടത്തിന് ആത്മാർത്ഥതയുണ്ടെന്ന് അവനു തോന്നി.

“എന്താ?” അവൻ വിക്കിക്കൊണ്ട് ചോദിച്ചു.

“കോയ മാമാ മരിച്ചു.” ഉമ്മ തേങ്ങി.

ഉമ്മയുടെ മൂത്ത സഹോദരനായിരുന്നു കോയ മാമാ. ലത്തീഫ് കണ്ടിട്ടുള്ളതിൽ വച്ച് ഏറ്റവും ഇരുണ്ട നിസ്കാരത്തഴമ്പുള്ള മനുഷ്യൻ. ദ്വീപിന്റെ ആകാശക്കാഴ്ചയിൽ, ഇടത്തെ ബ്രായുടെ വള്ളിയുടെ അറ്റത്ത്, കണ്ടൽക്കാടുകൾ തുടങ്ങുന്ന ഇടത്തായിരുന്നു അദ്ദേഹത്തിന്റെ വീട്. ആ വീടിന്റെ ഗേറ്റിൽ തെറികൾ എഴുതി വയ്ക്കാൻ പോന്ന അത്രയും വെറുപ്പായിരുന്നു ലത്തീഫിന് ആ മനുഷ്യനോട്. ലത്തീഫിന്റെ അച്ഛനെ കോമാളി എന്ന് വിളിച്ച് അധിക്ഷേപിച്ചതും, വലിയ ആർഭാടത്തോടെ തുടങ്ങി ഒടുവിൽ തവിടുപൊടിയായിപ്പോയ സംരംഭങ്ങളുടെ കാര്യം പറഞ്ഞ് കുടുംബത്തെ കളിയാക്കിയതും ഒക്കെയായിരുന്നു കാരണങ്ങൾ.

“വാ, പോകാം.” അവന്റെ കൈത്തണ്ടയിൽ പിടിച്ച് മുറിയിൽ നിന്നും പുറത്തേയ്ക്ക് വലിച്ചുകൊണ്ട് ഉമ്മ പറഞ്ഞു.

“ഞാനാദ്യമൊരു ഷർട്ടിടട്ടെ.” അവൻ കൈ വിടുവിക്കാൻ ശ്രമിച്ചു.

സഹോദരി അപ്പോഴേയ്ക്കും അവനിടേണ്ട ഷർട്ടും നീട്ടിപ്പിടിച്ച് നിൽക്കുന്നുണ്ടായിരുന്നു.

ശീമക്കൊന്നകൾ പൂത്തു നിന്ന വേലികൾക്കരികിലെ വഴിയിലൂടെ, ബീമ പിടിച്ചിരുന്ന ടോർച്ചിലെ അരണ്ട വെളിച്ചത്തിൽ, അവർ ബദ്ധപ്പെട്ടു നടന്നു. ലൈലാക്ക് നിറമുള്ള പൂക്കൾ ഇരുളിനുള്ളിൽ എവിടെയോ മറഞ്ഞിരിക്കുകയായിരുന്നു എങ്കിലും, അവയുടെ സുഗന്ധം കോയ മാമായുടെ വീട്ടുമുറ്റം വരെ അവർക്കൊപ്പം ഇടവിടാതെ ചെന്നു. ആളുകൾ എത്തിത്തുടങ്ങുന്നതേയുണ്ടായിരുന്നുള്ളൂ. അവരിൽ അധികവും അയൽവാസികളായിരുന്നു. അയഞ്ഞ നൈറ്റികൾ ധരിച്ച, തലയിൽ തട്ടമിട്ട സ്ത്രീകളും; കൈയില്ലാത്ത ഇറുകിയ കുപ്പായങ്ങൾ ധരിച്ച്, നെഞ്ചിലെ രോമങ്ങൾ കാട്ടി നിന്നിരുന്ന പുരുഷന്മാരും.

കോയ മാമായുടെ മകൻ ഒരു തൊപ്പിയും, ഒരു ഖുറാനും ലത്തീഫിന്റെ കൈയിൽ കൊടുത്ത ശേഷം, മറ്റൊരാളെ കിട്ടുന്നത് വരെ മയ്യത്തിനടുത്തിരുന്ന് ഓതാൻ നിർദ്ദേശിച്ചു. ലത്തീഫ്, ഖുറാൻ മടിയിൽ വച്ച് വേഗം ഓതാൻ തുടങ്ങി. ആദ്യമൊക്കെ സ്വരം താഴ്ത്തിയാണ് അവൻ ഓതിയിരുന്നത് എങ്കിലും, സഭാകമ്പം മാറിയപ്പോൾ മുതൽ അവൻ ഉറക്കെ, താളത്തിൽ ഓതാൻ തുടങ്ങി. എങ്കിലും അവനു വല്ലാത്ത അസ്വസ്ഥത ഉണ്ടായിരുന്നു. ആ കോണ്ടം അവന്റെ ലിംഗത്തിലെന്ന പോലെതന്നെ, മനസ്സാക്ഷിയ്ക്കുള്ളിലും ഒട്ടിച്ചേർന്നു ഞാന്നു കിടന്നു. അതുകൊണ്ട് തന്നെ, ഓരോ സന്ദർശകനു വേണ്ടിയും മയ്യത്തിനെ പുതപ്പിച്ച വെളുത്ത തുണി നീക്കുമ്പോഴും, മാമായുടെ മുഖത്തേയ്ക്ക് നോക്കാൻ അവൻ മടിച്ചു.

അവന്റെ വീടിനെ അപേക്ഷിച്ച് കോയ മാമായുടെ വീടിന് തൊട്ടടുത്തായിരുന്നു പുഴ. അതിന്റെ കളകളാരവവും, ഒപ്പം ആ വീട്ടിൽ തേങ്ങലുകൾക്കിടയിൽ മുഴങ്ങുന്ന സ്വന്തം ശബ്ദവും അവൻ ശ്രദ്ധിച്ചു.

ഓതുന്നതിനിടയിലാണ് ബന്ധത്തിലുള്ള സഹോദരനുമായി അവന്റെ കണ്ണുകളുടക്കിയത്. ശബ്ദം താഴ്ത്താൻ ആ സഹോദരൻ അവനോട് ആംഗ്യം കാണിച്ചു. അപ്പോഴാണ് ചുറ്റുമിരിക്കുന്നവരുടെ അതൃപ്തി നിറഞ്ഞ നോട്ടം തന്റെ മേൽ പതിയുന്നത്ര ഉച്ചത്തിലാണ് താൻ ഓതിക്കൊണ്ടിരുന്നത് എന്ന് അവനു മനസ്സിലായത്. ഒടുവിൽ, മദ്രസയിലെ യുവ അദ്ധ്യാപകൻ, അവനു പകരക്കാരനായി എത്തി. പക്ഷേ അപ്പോഴും, ഓതുന്നത് നിർത്തി അവിടെ നിന്നും പോകാൻ ലത്തീഫിന് മനസ്സ് വന്നിരുന്നില്ല. ഒരു തരം അചേതനത്വം തന്നെ അവിടെത്തന്നെ തളച്ചിടുന്നത് പോലെ അവനു തോന്നി. ഒടുവിൽ, പുലരാറായല്ലോ എന്ന ചിന്തയാണ് ഓതുന്നത് നിർത്തി വീട്ടിൽ നിന്നും പുറത്തിറങ്ങാൻ അവനെ പ്രേരിപ്പിച്ചത്.

മുറ്റത്തിട്ടിരുന്ന, വാടകയ്ക്കെടുത്ത മടക്കു കസേരകളിൽ ചെറിയ കൂട്ടങ്ങളായി ചേർന്നിരുന്ന മനുഷ്യർ എന്തൊക്കെയോ അടക്കം പറയുന്നുണ്ടായിരുന്നു. ഒരുപക്ഷേ കോയ മാമായുടെ ജീവിതത്തെപ്പറ്റിയുള്ള അവലോകനമാവാം. അല്ലെങ്കിലൊരുപക്ഷേ, അദ്ദേഹത്തിന്റെ മരണത്തെക്കുറിച്ച് വിശദമായി സംസാരിക്കുന്നതുമാവാം. അവൻ വീടിനകത്തായിരുന്ന നേരം കൊണ്ട് മുറ്റത്തൊരു ടാർപോളിൻ പന്തൽ ഉയർന്നിരുന്നു. അത് രാത്രിയാകാശത്തെ അവനിൽ നിന്നും മറച്ചുപിടിച്ചു. നേർത്തു വരുന്ന ഇരുട്ടിലൂടെ അവൻ ഇടവഴിയുടെ അറ്റത്തേയ്ക്ക്, കുണ്ടും കുഴിയുമായി കിടക്കുന്ന പുഴയോരത്തേയ്ക്ക് നടന്നു. പുഴയെ നോക്കി നിന്ന്, മൂത്രമൊഴിക്കാനെന്ന മട്ടിൽ, സിബ്ബ് തുറന്ന്, ചുളുങ്ങിയ കോണ്ടം ഒറ്റവലിയ്ക്ക് പുറത്തെടുത്തു കളഞ്ഞു. പിന്നെയവൻ പോക്കറ്റിലേക്ക് കൈയിട്ട്, അതിനുള്ളിലെ പാക്കറ്റ് തുടയോട് ചേർത്ത് ഞെരിച്ചമർത്തി. ദേഷ്യത്തിൽ അത് വലിച്ചു പുറത്തെടുത്ത അവൻ, അതിനെ പുഴയിലെ ഒഴുക്കിലേയ്ക്ക് വീശിയെറിഞ്ഞു. ദൂരെ, രണ്ടു മെലിഞ്ഞ നിഴലുകൾ ഒന്നിച്ചു തുഴയുന്ന ഒരു കൊതുമ്പുവള്ളം അവൻ കണ്ടു. അതിന്റെ ഒത്തനടുക്ക് ഒരു റാന്തലിന്റെ ഇത്തിരി വെട്ടം മുനിഞ്ഞു കത്തുന്നുണ്ടായിരുന്നു. ആ വള്ളം ചതുപ്പിലേയ്ക്ക് കടക്കാനൊരുങ്ങിയപ്പോൾ, ലത്തീഫ് മരണവീട്ടിലേയ്ക്ക് മടങ്ങി. പകുതി ദൂരം എത്തിയപ്പോൾത്തന്നെ ഖുറാൻ ഓതുന്ന ശബ്ദം അവനെ എതിരേറ്റു. നേരം പുലരുമ്പോൾ, ശവമഞ്ചം ചുമക്കേണ്ടവരിൽ ഒരാളായി തന്നെയും അവർ തിരഞ്ഞെടുക്കും എന്നവന് ഉറപ്പുണ്ടായിരുന്നു. ആ ഉറപ്പ് അവനു വല്ലാത്തൊരു ആശ്വാസവും, സന്തോഷവുമൊക്കെ നൽകി.

ഉമ്മയെ അന്വേഷിച്ച് വീട് മൊത്തം നടന്ന ലത്തീഫ്, ഒടുവിൽ അടുക്കളയ്ക്ക് പിറകിൽ അവരെ കണ്ടുപിടിച്ചു. അപ്പോൾ തട്ടിക്കൂട്ടിയുണ്ടാക്കിയ അടുപ്പിലെ ഒരു വലിയ പാത്രത്തിൽ, സന്ദർശകർക്കുള്ള കട്ടൻചായ അനത്തുകയായിരുന്നു അവരപ്പോൾ. ആ കണ്ണുകൾ കലങ്ങിയിരുന്നു. പക്ഷേ അത് സഹോദരനെക്കുറിച്ചോർത്തുള്ള ദുഃഖം കൊണ്ടാണോ, അതോ തീയും പുകയുമടിച്ചതുകൊണ്ടാണോ എന്ന് തീർച്ചപ്പെടുത്തി പറയാൻ അവനു കഴിഞ്ഞില്ല.

“ഞാൻ വീട്ടിലേയ്ക്ക് പോകുവാ,” അവൻ ഉമ്മയോട് പറഞ്ഞു. “പോയി ഒന്ന് കുളിച്ചിട്ട് വരാം.”

“നീ എന്തിനാ തിരിച്ച് വരുന്നത്?”

“ഖബറടക്കത്തിന്. ഞാനിന്ന് ഒരു ദിവസത്തേയ്ക്ക് അവധി യെടുക്കാം.”

“വേണ്ട,” അവർ ശബ്ദമടക്കി ചുറ്റുമൊന്ന് പരതി നോക്കിയിട്ട് പറഞ്ഞു. “ജോലിയ്ക്ക് പോകാൻ നോക്ക്. നീ ഇവിടെ ഇല്ലാന്നുള്ളത് ആരും ശ്രദ്ധിക്കാൻ പോകുന്നില്ല.”

8

ഒരു ബെൽബോയ് ആയി ഒരു മാസത്തോളം കഴിഞ്ഞിട്ടും, പട്ടണത്തിനും അവനുമിടയിലെ അന്തരവും അപരിചിതത്വവും തെല്ലും കുറഞ്ഞില്ല. ലോഡ്ജിൽ ഒപ്പം ജോലി ചെയ്തിരുന്ന വളരെ കുറച്ച് പേരൊഴികെ അവന് അവിടെ ആരെയും അറിയുമായിരുന്നില്ല; ആർക്കും അവനെയും അറിയുമായിരുന്നില്ല. പട്ടണത്തിലെ നിരത്തുകൾ അവനു പരിചിതമായിത്തീർന്നുവെങ്കിലും, അതിന്റെ രീതികൾ അപ്പോഴും അവന് അന്യമായിരുന്നു. മുൻപെവിടെയോ കണ്ടിട്ടുണ്ടെന്ന് സംശയം തോന്നിയ മുഖങ്ങളൊക്കെ, ദ്വീപിലെ ഏത് കോണിൽ കണ്ടുമുട്ടിയവയാവും എന്നോർക്കാൻ അവൻ നന്നേ പണിപ്പെട്ടു.

അതുകൊണ്ടുതന്നെ, താടിയുള്ള നീണ്ട മനുഷ്യൻ വാതിൽ തുറന്നപ്പോൾ, അയാളെ ദ്വീപിലെ ഏതോ തുരുത്തിലായിരിക്കണം കണ്ടിട്ടുള്ളത് എന്നവൻ കരുതി. കടവിനരികിലാണോ, അതോ മറ്റേയറ്റത്തുള്ള ചതുപ്പിനരികിലാണോ അയാൾ താമസിച്ചിരുന്നത് എന്ന് ചോദിക്കണമെന്നുണ്ടായിരുന്നു അവന്. പക്ഷേ അയാൾ ആ ബെൽബോയിയെ വെറുതെ ഒന്ന് നോക്കിയ ശേഷം, വെള്ളം നിറച്ച ജഗ്ഗ് കൊണ്ടുപോയി കട്ടിലിനരികിലെ ചെറിയ മേശമേൽ വയ്ക്കാനായി, ഒരു വശത്തേയ്ക്ക് ഒഴിഞ്ഞു നീങ്ങി നിന്നുകൊടുത്തു. അയാൾ ജനലരികിൽ പോയി, ജെട്ടിയുടെ ഭാഗത്തേയ്ക്ക് നോക്കി. മരങ്ങൾക്ക് മുകളിൽ മിന്നൽ രക്ഷാകവചത്തിന്റെ കൂർത്ത അഗ്രം മാത്രമേ അവിടെ നിന്ന് കാണാൻ പറ്റുന്നുണ്ടായിരുന്നുള്ളൂ.

ആ ലോഡ്ജിലെ മുറികളിൽവച്ച്, സാമാന്യം ഭേദപ്പെട്ട ഒരു മുറിയായിരുന്നു അത്. വിശാലമായ കട്ടിലും, കൂടുതൽ ജനലുകളും, വാതിലിനടുത്തുള്ള ഒരുങ്ങുന്ന കണ്ണാടിയും, കുളിമുറിയിലെ ഹീറ്ററും, പ്രവർത്തിച്ചു തുടങ്ങി കുറച്ചു കഴിയുമ്പോൾ വലിവുള്ളവരെപ്പോലെ കഷ്ടപ്പെടുന്ന ഏസിയുമൊക്കെയുള്ള ഒരു മുറി. അതിന്റെ നമ്പർ തന്നെ പ്രത്യേകതയുള്ളതായിരുന്നു : 555. പാരഡൈസ് ലോഡ്ജ് എന്നത് പട്ടണത്തിന്റെ അഭിമാനമായിരുന്ന ഒരു കാലത്ത്, അല്പസ്വല്പം പൈസയുള്ള ആളുകളും,

കുറച്ചൊക്കെ പ്രശസ്തരായ ആളുകളുമൊക്കെ തങ്ങാൻ തിരഞ്ഞെടുത്തിരുന്ന മുറിയായിരുന്നു അത്. അന്നൊക്കെ, എല്ലാ രണ്ടുകൊല്ലത്തിലൊരിക്കലും ചുവരുകളിൽ കുമ്മായം വലിച്ചിരുന്നു. ചുറ്റുപാടുമുള്ള പകിട്ടു കുറഞ്ഞ സത്രങ്ങളെ പരിഹസിച്ചുകൊണ്ടെന്ന മട്ടിൽ നിയോൺ ബോർഡ് കണ്ണഞ്ചിപ്പിക്കുന്ന പ്രകാശവുമായി നിന്നിരുന്നു.

ആ മനുഷ്യൻ തലേ രാത്രിയാണ് അവിടെ മുറിയെടുത്തത് – ചിലപ്പോൾ, കട്ടിപിടിച്ച പശ പോലെ തുടയിൽ ഒട്ടിച്ചേർന്നു കിടന്ന കോണ്ടവുമായി ലത്തീഫ് ഖുറാൻ ഓതിക്കൊണ്ടിരുന്ന അതേ നേരത്താവാം അയാൾ വന്നത്. ഒഴിഞ്ഞ ബാഗുകൾ കട്ടിലിൽ തുറന്ന കിടന്നു. അതിലെ സാധനങ്ങൾ അവിടെയെല്ലാം വലിച്ചു വാരിയിട്ടിരുന്നു. ഒറ്റനോട്ടത്തിൽ, കാണാതെ പോയ വിലപ്പെട്ട എന്തോ ഒന്നിന് വേണ്ടി രാത്രി മുഴുവൻ പരതിയതു പോലെയായിരുന്നു അവിടം. അയാൾ മാന്റോ ദ്വീപുകാരനാണോ എന്ന് ചോദിക്കണമെന്നുണ്ടായിരുന്നു ലത്തീഫിന്. പക്ഷേ ലോഡ്ജിലെ താമസക്കാരോട് അവൻ ചോദ്യങ്ങളൊന്നും ചോദിക്കാൻ പാടില്ല. അവരുടെ സംശയങ്ങൾ ദൂരീകരിക്കുകയും, അവരുടെ പുഞ്ചിരിക്കു മറുപുഞ്ചിരി നൽകുകയും മാത്രമേ പാടുള്ളൂ.

555-ാം നമ്പർ മുറിയിലെ ആളിനെ കണ്ടു നല്ല പരിചയം തോന്നുന്നു എന്നവൻ പറഞ്ഞപ്പോൾ സ്റ്റെല്ല ഉറക്കെ പൊട്ടിച്ചിരിച്ചു. അവൻ അന്ന് ഉച്ചഭക്ഷണം കൊണ്ടുവന്നിട്ടില്ല എന്ന് മനസ്സിലായപ്പോൾ (അവനു വേണ്ടി ഉച്ചഭക്ഷണം തയ്യാറാക്കേണ്ട സമയത്ത്, കോയ മാമായുടെ വീടിന്റെ പിന്നാമ്പുറത്ത് കട്ടൻചായ അനത്തുകയായിരുന്നു ഉമ്മ), സ്റ്റെല്ല അവളുടെ ഭക്ഷണപ്പാത്രം അവനും കൂടി പങ്കുവച്ചു. ബന്ധുവീടുകൾ സന്ദർശിക്കുമ്പോൾ സഹോദരിമാർ ചെയ്യാറുള്ളത് പോലെ, മടിച്ചുമടിച്ച്, തീരെ ചെറിയ ഉരുളകളുരുട്ടിയായിരുന്നു അവൻ കഴിച്ചു തുടങ്ങിയത്. പിന്നെപ്പിന്നെ, യാതൊരു മടിയും കൂടാതെ, വലിയ ഉരുളകളുരുട്ടി, അവൻ വേഗം വേഗം കഴിക്കാൻ തുടങ്ങി. സ്റ്റെല്ലയുടെ ചോറുപാത്രത്തിന്റെ മുക്കാൽപ്പങ്കും തീർത്തത് അവനായിരുന്നു.

"അയാളെ നിനക്ക് എവിടെയോ കണ്ട പരിചയം മാത്രമേ തോന്നുന്നുള്ളോ?" കള്ളച്ചിരിയോടെ സ്റ്റെല്ല ചോദിച്ചു. "അയാളൊരു നടനാണ്."

"ഞാൻ സിനിമ കാണാറില്ല." അവൻ പറഞ്ഞു. ഒരിക്കൽ, അയൽക്കാരന്റെ വീട്ടിൽ ചമ്രം പടഞ്ഞിരുന്ന് ടിവിയിലെ ഞായറാഴ്ചപ്പടം കാണുമ്പോൾ, അയൽക്കാരന്റെ മകൻ ഈ വാചകം വലിയ ഗമയിൽ പറഞ്ഞത് അവനപ്പോൾ ഓർത്തു. ലത്തീഫിന്റെ സമപ്രായക്കാരനായിരുന്നു അവനെങ്കിലും, വലിയ ആളുകളെപ്പോലെയായിരുന്നു എപ്പോഴും അവന്റെ സംസാരം.

"അപ്പൊ നിന്റെ കൂട്ടുകാരൻ ഇബ്രുവോ?" ഒരു ചിരി ഒളിപ്പിച്ചുകൊണ്ട് അവൾ ചോദിച്ചു.

“എന്താ എന്റെ കൂട്ടുകാരൻ ഇബ്രുവിന്?” ആ ചോദ്യം മനസ്സിലാകാതെ, അവനത് തിരിച്ചു ചോദിച്ചു.

“അവനും സിനിമകൾ കാണാറില്ലേ?”

അവൻ പെട്ടെന്ന് തന്നെ ഇബ്രുവിന്റെ പ്രവർത്തിപ്പട്ടിക പുറത്തെടുത്തു. “ഇബ്രു എല്ലാ സിനിമകളും കാണും,” അവൻ വിക്കി വിക്കി പറഞ്ഞൊപ്പിച്ചു. “സിനിമ കാണാൻ വേണ്ടി മാത്രം അവൻ പട്ടണത്തിൽ വരാറുണ്ട്.”

“എന്തായാലും നീ സിനിമയൊന്നും കാണാറില്ലാത്ത സ്ഥിതിയ്ക്ക് ഇയാളാരാണെന്ന് ഞാൻ പറഞ്ഞു തരാം. പുള്ളി അത്യാവശ്യം പേരുള്ള ഒരു നടനാണ്. പക്ഷേ ഈയിടെയായി അത്ര നല്ല പടങ്ങളൊന്നും ഇല്ലെന്നാണ് തോന്നുന്നത്. അല്ലാതെ പിന്നെ എന്തിനാ ഇങ്ങനൊരു സ്ഥലത്തു വന്നു താമസിക്കുന്നത്?”

അത് ശരിയാണ്. ജീവിതത്തിൽ വിജയവുമായി മുന്നോട്ട് പോകുന്ന ആളുകൾക്ക് പാരഡൈസ് ലോഡ്ജിൽ വന്നു താമസിക്കേണ്ട ആവശ്യമില്ലല്ലോ. എന്തെങ്കിലും ബാഹ്യ പ്രേരണകൾക്കോ, നിർബന്ധങ്ങൾക്കോ മാത്രം വഴങ്ങി ആളുകൾ നടക്കേണ്ടി വരുന്ന, ഒരു ശ്മശാനം പോലെ നിശ്ചേതനമായ ഒരിടമായിരുന്നു അവിടം. ഉച്ചയോടടുത്തപ്പോൾ ഇന്റർകോമിൽ ആരോ മാനേജരെ വിളിച്ചു. തുടർന്ന് അദ്ദേഹം ലത്തീഫിനോട് 555-ാം മുറിയിലേയ്ക്ക് ചെല്ലാൻ ആവശ്യപ്പെട്ടപ്പോൾ, അവനു സന്തോഷം പെരുത്തു. അയലത്തെ ടിവിയിൽ അദ്ദേഹത്തിന്റെ സിനിമകളൊന്നും കണ്ടതായി അവനു ഓർമ്മ വന്നില്ല. എങ്കിലും, പുള്ളിയുടെ അഭിനയം തനിക്ക് വലിയ ഇഷ്ടമാണെന്ന് പറയണം എന്നവൻ മനസ്സിൽ കണക്കുകൂട്ടി. അത് കേട്ട് അയാൾക്ക് ഒരുപാട് സന്തോഷമാകും എന്നും, ഒരു സുഹൃത്ത്ബന്ധം സ്ഥാപിക്കാൻ തക്ക നന്ദി അദ്ദേഹത്തിന് തന്നോട് തോന്നിയേക്കും എന്നും അവൻ കരുതി. അതിനൊരു നല്ല സാധ്യത ഉണ്ടെന്ന് അവനു തോന്നി. അയാൾ കൊണ്ടുവന്ന പെട്ടികളുടെ എണ്ണം കണ്ടാൽത്തന്നെ അറിയാം, ദീർഘനാളത്തെ താമസമാണ് ആളുടെ ഉദ്ദേശ്യം എന്ന്. പക്ഷേ വാതിൽക്കൽ ചെന്നു മുട്ടിയതും, സംസാരിക്കാനുള്ള തന്റെ ധൈര്യമെല്ലാം ചോർന്നു പോകുന്നത് ലത്തീഫ് അറിഞ്ഞു.

വാതിൽ തുറന്നു കിടക്കുകയായിരുന്നു. കൈക്കുമ്പിളിൽ മുഖമമർത്തി, മേശയ്ക്കരികിൽ ഇരിക്കുകയായിരുന്നു അദ്ദേഹം. ഇടത്തെ കൈമുട്ടിനരികിൽ ഏറെക്കുറെ ഒഴിഞ്ഞ ഒരു സിറിഞ്ചുണ്ടായിരുന്നു. അടുത്തുതന്നെ ഒരു ആഷ്ട്രേയിൽ പുകഞ്ഞുകൊണ്ടിരിക്കുന്ന സിഗരറ്റും ഉണ്ടായിരുന്നു. ലോഡ്ജിന്റെ പ്രതാപം നിറഞ്ഞ ഭൂതകാലത്തിന്റെ തിരുശേഷിപ്പെന്നവണ്ണം, അതിന്റെ പേര് പതിച്ച ഒരു ചീനപ്പിഞ്ഞാണ ആഷ്ട്രേ ആയിരുന്നു അത്.

“എന്തുപറ്റി? സുഖമില്ലേ?” അവൻ അറിയാതെ ചോദിച്ചുപോയി.

അദ്ദേഹം ഒന്നും മനസ്സിലാകാത്ത പോലെ അവനെ നോക്കി. “എനിക്ക് സുഖമില്ല എന്ന് നിനക്ക് തോന്നാൻ എന്താണ് കാരണം?” അദ്ദേഹത്തിന്റെ സ്വരത്തിൽ ദേഷ്യമോ സങ്കടമോ ഉണ്ടായിരുന്നില്ല.

ലത്തീഫ് സിറിഞ്ചിലേയ്ക്ക് കൈചൂണ്ടി. “ആ മരുന്ന്.” അവൻ പറഞ്ഞു.

ആ സിറിഞ്ച് അത്രയും നേരം ശ്രദ്ധിച്ചിട്ടില്ലായിരുന്ന എന്ന മട്ടിൽ അയാളൊന്ന് ചിരിച്ചു. എന്നിട്ട് സിഗരറ്റെടുത്ത് നീട്ടിയൊന്നു വലിച്ചു. അത്രയും ദീർഘമായി ആരെങ്കിലും സിഗരറ്റ് പുക വലിച്ചെടുക്കുന്നത് അവൻ ആദ്യമായി കാണുകയായിരുന്നു. “അതെ, സന്തോഷമില്ലായ്മ ഒരസുഖമാണെങ്കിൽ, ഞാൻ ഒരു രോഗിയാണ്.”

ആ വാക്കുകൾ ലത്തീഫിന് മനസ്സിലായില്ല. എന്തായാലും അന്ന് വീട്ടിൽ പോയി ഉമ്മയോടും പെങ്ങന്മാരോടും പറയാൻ അവനൊരു കഥ കിട്ടി. പ്രത്യേകിച്ചും പെങ്ങന്മാരോട്. അവൻ അവരോടു പറയും – താനൊരു നടനെ നേരിൽ കണ്ടു എന്നും, അദ്ദേഹത്തോട് മിണ്ടി എന്നും.

“ഞാനെന്തിനാ നിന്നെ വിളിച്ചത്?” അദ്ദേഹം സ്വയം ചോദിച്ചു. അത് ഓർത്തെടുക്കാനെന്ന വണ്ണം അദ്ദേഹം നെറ്റിയുടെ ഒരു വശത്ത് പതുക്കെ വിരല് കൊണ്ടു തട്ടി. “ങാ. ഓർമ്മ വന്നു. ഇവിടെ അടുത്ത് തുണി ഇസ്തിരിയിടുന്ന കട വല്ലതും ഉണ്ടോ?”

ലത്തീഫ് ഉണ്ടെന്ന് തലയാട്ടിയ ശേഷം കട്ടിലിലേയ്ക്ക് നോക്കി. അവിടെ, ഒന്നിരാടം ദിവസങ്ങളിൽ താൻ യാത്ര ചെയ്തു കടന്നു വരുന്ന തുരുത്തുകളെപ്പോലെ, വസ്ത്രങ്ങളുടെ വർണ്ണക്കളങ്ങൾ ചിതറിക്കിടക്കുന്നുണ്ടായിരുന്നു. കട്ടിലിന്റെ നടുക്ക് കിടന്ന ഒരു വസ്ത്രക്കൂനയിലേയ്ക്ക് അദ്ദേഹം വിരൽ ചൂണ്ടി. “അതൊന്ന് ഇസ്തിരിയിടണം. ആ വെള്ള ഷർട്ട് സൂക്ഷിച്ചു കൈകാര്യം ചെയ്യണം. ഇസ്തിരിപ്പെട്ടിയിലെ അഴുക്ക് അതിന്റെ മേലാവാതെ നോക്കാൻ പറയണം.”

ആ തുണികൾ എടുക്കുമ്പോൾ, തലയിണയ്ക്കടിയിൽ പകുതി ഒളിപ്പിച്ച രീതിയിൽ കുറെ സിറിഞ്ചുകൾ കൂടി അവൻ കണ്ടു. എത്രത്തോളം സന്തോഷമില്ലായ്മകളെയാണ് അയാൾ കുത്തിവച്ച് പ്രതിരോധിക്കേണ്ടത് എന്നോർത്തപ്പോൾ അവന് അയാളോട് സഹതാപം തോന്നി. ആ തുണികളൊക്കെ ഒന്നിന് മുകളിൽ ഒന്നായി കൈത്തണ്ടയിലേയ്ക്കിട്ട അവൻ, വെള്ളഷർട്ട് അതിന് ഏറ്റവും മുകളിലായി വച്ചു.

“എന്താ നിന്റെ പേര്?” ലത്തീഫ് വാതിൽക്കലേയ്ക്ക് നടക്കുമ്പോൾ നടൻ ചോദിച്ചു.

“ലത്തീഫ്,” അവൻ അഭിമാനത്തോടെ പറഞ്ഞു. ദ്വീപിലേയ്ക്ക് കൊണ്ടു പോകാൻ അവൻ കരുതിവച്ചിരുന്ന കഥയിലേയ്ക്ക് ഇതും കൂടി ചേർക്കണം – ഒരു നടന് തന്റെ പേരറിയാം എന്ന കാര്യം. “ഇത് എപ്പോ വേണം?”

“എത്രയും വേഗം. ആ വെള്ള ഷർട്ട് ശ്രദ്ധിച്ചു കൈകാര്യം ചെയ്യാൻ അവരോടു പറയണം. അത് വില കൂടിയ ഷർട്ടാണ്.”

നടൻ ബാഗുകളൊക്കെ എടുത്ത് അവിടെ നിന്നും വേഗം പോയേക്കുമോ എന്നോർത്തപ്പോൾ ലത്തീഫിന് നെഞ്ചു കടഞ്ഞു.

ഒരു ചായക്കടയ്ക്ക് അടുത്തുണ്ടായിരുന്ന ഇടിഞ്ഞു പൊളിഞ്ഞ ഒരു ഷെഡിലായിരുന്നു തേപ്പു കട. അവിടുത്തെ കടക്കാരൻ, കൽക്കരികൾ നിറച്ച, ഭാരം കൂടിയ തേപ്പ്പെട്ടി, ഒരു കളിപ്പാട്ടത്തീവണ്ടിയെന്നവണ്ണം, ഉടുപ്പുകൾക്ക് മീതെ ഓടിച്ചു. നടന്റെ വസ്ത്രങ്ങൾ ഓരോന്നായി ഇസ്തിരിയിട്ട് മേശയുടെ ഒരു മൂലയിൽ അടുക്കി വയ്ക്കുന്നതും നോക്കി, ലത്തീഫ് അടുത്തുള്ളൊരു മൈൽക്കുറ്റിയിൽ ഇരുന്നു. അയാൾ വെള്ള ഷർട്ട് ഇസ്തിരിയിടാനെടുത്തപ്പോൾ, അവൻ എഴുന്നേറ്റ് അയാൾക്കരികിൽ ചെന്ന്, ഒരു തരി പാടുപോലും അതിൽ വീഴരുത് എന്ന നിർദ്ദേശം ആവർത്തിച്ചുകൊണ്ടിരുന്നു. ശേഷം, ടിവിയിലെ സോപ്പ്പൊടിയുടെ പരസ്യത്തിൽ വരുന്ന കുടുംബിനികളെപ്പോലെ, ഇളം ചൂടുള്ള വടിവൊത്ത വസ്ത്രങ്ങൾ ഉള്ളം കൈയിൽ നീട്ടിപ്പിടിച്ചുകൊണ്ട്, അവൻ ലോഡ്ജിലേയ്ക്ക് നടന്നു. പല തട്ടുകളുള്ള ഒരു കേക്കിനു മുകളിലെ ഐസിങ് പോലെയായിരുന്നു ആ വസ്ത്രങ്ങൾക്ക് മുകളിലെ വെള്ള ഷർട്ട്. അവൻ ഗുൽമോഹറിന് കീഴിലൂടെ നടന്നപ്പോൾ, ഒരു കാറ്റ് അതിന്റെ ചില്ലകൾ തലോടുകയും, പൂക്കൾ അടർന്ന് താഴേയ്ക്ക് വീഴുകയും ചെയ്തു. അവൻ തുണികൾക്ക് മീതെ കുനിഞ്ഞ് അവയെ സംരക്ഷിച്ചു. കാറ്റ് അവനെ തഴുകി കടന്നുപോയി. ലോബിയിലെ അരണ്ട വെളിച്ചത്തിലാണ്, ആ വെള്ള ഷർട്ടിന്റെ പോക്കറ്റിനു മേൽ ആലേഖനം ചെയ്തിരിക്കുന്ന ഒരു മുദ്ര അവൻ കണ്ടത്. ഇംഗ്ലീഷ് അക്ഷരമായ ‘U’ വിനെ ഒന്ന് അലങ്കരിച്ചെഴുതിയിരിക്കുന്നു എന്നാണവൻ ആദ്യം കരുതിയത്. പക്ഷേ ഒന്നുകൂടി സൂക്ഷിച്ചു നോക്കിയപ്പോഴാണ്, വെളുത്ത നൂല് കൊണ്ട് തുന്നിച്ചേർത്ത മാനിന്റെ തലയാണത് എന്നവന് മനസ്സിലായത്. അതിന്റെ കൊമ്പുകളുടെ ധാരാളിത്തത്തിൽ, തല നന്നേ ചെറുതായതായി തോന്നി. ഒരു നടന്, തന്റെ നേട്ടങ്ങൾക്കുള്ള അംഗീകാരമെന്നോണം നെഞ്ചോടു ചേർത്തു വയ്ക്കാൻ, നൂലു കൊണ്ട് അത്ര നല്ലൊരു ചിത്രപ്പണി പോക്കറ്റിനുമേൽ തുന്നിപ്പിടിപ്പിച്ച ലോകത്തിലെ ഒരേയൊരു ഷർട്ടാണതെന്നുപോലും അവനു തോന്നി. ലത്തീഫിനാകട്ടെ, അത്തരമൊന്ന് സ്വന്തം കൈകൊണ്ട് തൊടാനായല്ലോ എന്നതിൽ സന്തോഷവും, തനിക്കൊരിക്കലും അത്തരത്തിലുള്ള ഒന്ന് ധരിക്കാനാവില്ലല്ലോ എന്നതിൽ സങ്കടവും തോന്നി. ജീവിതത്തിൽ ഒരിക്കലും മുദ്രയുള്ള ഒരു ഷർട്ടും അവൻ ധരിച്ചിട്ടുണ്ടായിരുന്നില്ല. ഈ നിമിഷം വരെയും അത്തരത്തിലൊന്ന് അവനെ കൊതിപ്പിച്ചിട്ടുണ്ടായിരുന്നില്ല.

അവൻ കൈമുട്ട് കൊണ്ട് വാതിലിൽ പതുക്കെ തട്ടി. ഉറക്കത്തിൽ നിന്നും ഉണർന്നു വരുന്ന ഒരു സീൻ അഭിനയിച്ചു പരിശീലിക്കുന്ന

മുഖഭാവവുമായി, നടൻ വന്നു വാതിൽ തുറന്നു. ചില്ലു കൊണ്ടുണ്ടാക്കിയ വസ്തുക്കളാണതെന്ന മട്ടിൽ, അതീവ ശ്രദ്ധയോടെ ലത്തീഫ് ആ തുണികൾ കട്ടിലിലേയ്ക്ക് വച്ചു. കട്ടിലിൽ തുണികളെല്ലാം അപ്പോഴും ചിതറിക്കിടക്കുന്നത് കണ്ടപ്പോൾ, നടൻ പോകാൻ തയ്യാറെടുക്കുന്നില്ല എന്ന് മനസ്സിലാക്കിയ അവനു സന്തോഷം തോന്നി. ഇസ്തിരിയിട്ട ആ തുണികളൊക്കെ അയാൾ ഒന്ന് നോക്കിയിരുന്നെങ്കിൽ എന്നവൻ മനസ്സിലോർത്തു. ഒന്നുമില്ലെങ്കിലും, ആ വെള്ള ഷർട്ടെങ്കിലും ഒന്നെടുത്തു നോക്കി, നന്നായി ചെയ്തിട്ടുണ്ടെന്ന് അഭിപ്രായം പറഞ്ഞിരുന്നെങ്കിൽ എന്നവൻ ആഗ്രഹിച്ചു. പക്ഷേ നടൻ വെറുതെ തലയൊന്നാട്ടിയ ശേഷം, മേശപ്പുറത്തിരുന്ന സിഗരറ്റ് എടുത്ത് കത്തിച്ചു.

"നീ വലിക്കുമോ?" അദ്ദേഹം ചോദിച്ചു.

"ഉവ്വ്," അവൻ കളവു പറഞ്ഞു. വലിക്കാനുള്ള പ്രായമൊക്കെയായി തനിക്കെന്ന് ഒരാളെങ്കിലും കരുതിയല്ലോ എന്ന സന്തോഷമായിരുന്നു അവന്. ഒരു സിഗരറ്റ് അവനു നേരെ അയാൾ എറിഞ്ഞു കൊടുത്തു. കൈക്കുമ്പിളിൽ അവനത് പിടിച്ചെങ്കിലും, അതുകൊണ്ട് എന്തു ചെയ്യണമെന്ന് അവനറിയില്ലായിരുന്നു. അയാൾ അവനു നേരെ തീ നീട്ടി. അത് നിരസിച്ച അവൻ, സിഗരറ്റ് പോക്കറ്റിലേയ്ക്കിട്ടു. "ഞാനിത് പിന്നീട് വലിച്ചോളാം" എന്ന് പറഞ്ഞതും, അവൻ ഒരു കൈ മുന്നിലേയ്ക്ക് നീട്ടി. നടൻ, നീട്ടിപ്പിടിച്ച ആ കൈയിലേയ്ക്ക് കുറച്ചധികം നേരം നോക്കി നിന്നു. ശേഷം, യാതൊരു ഭാവഭേദവുമില്ലാതെ ആ കൈ പിടിച്ച് ചെറുതായി കുലുക്കി. അയാളുടെ മുഖത്ത് ചിരി ഇല്ലായിരുന്നു എന്നത് ലത്തീഫിനൊരു പ്രശ്നമേ ആയിരുന്നില്ല. നല്ല ഭീമനൊരു ടിപ്പ് കിട്ടിയ സന്തോഷമായിരുന്നു അവനപ്പോൾ. എന്തായാലും അന്ന് ദ്വീപിലേയ്ക്ക് കൊണ്ടുപോകാൻ ഒരുക്കി വച്ചിരുന്ന കഥയിലേയ്ക്ക് വീണ്ടും ഒരു കാര്യം കൂടി കൂട്ടിച്ചേർക്കപ്പെട്ടു—അവൻ ഒരു നടനെ തൊട്ടു.

ലോബിയിൽ തിരിച്ചെത്തിയ ശേഷവും ആ തുണികളുടെ ഇളം ചൂട് അവന്റെ കൈത്തണ്ടയിൽ തങ്ങി നിന്നിരുന്നു. മാനേജർ അന്നത്തെ പണി കഴിഞ്ഞ് സ്ഥലം വിട്ടിരുന്നു. ലത്തീഫ് ഇടയ്ക്കെപ്പോഴോ മാത്രം കണ്ടിട്ടുള്ള ഒരു വൃദ്ധനെയാണ് അയാൾ ചുമതലകൾ ഏൽപ്പിച്ചിരിക്കുന്നത്. വളരെ കുറച്ചു മാത്രം സംസാരിക്കുകയും, ഒരു ശബ്ദവുമില്ലാതെ, ചത്തപോലെ കിടന്നുറങ്ങുകയും ചെയ്യുന്ന ഒരാളായിരുന്നു അയാൾ. ചവറ്റുകുനയിൽ കിടന്ന ഒരു ഒഴിഞ്ഞ സിഗരറ്റ് കൂടിലേയ്ക്ക് ലത്തീഫ് ആ സിഗരറ്റെടുത്തു വച്ചു. എന്നിട്ട്, വാട്ടർ ഡിസ്പെൻസറിന് അടുത്തുള്ള അടുക്കിവെച്ച പഴയ പത്രക്കടലാസ്സുകളുടെ പിന്നിൽ ഒളിപ്പിച്ചു വച്ചു. മറ്റൊരു ദിവസം, പറ്റിയാൽ അത് നൽകിയ ആൾക്കൊപ്പം തന്നെ അത് വലിക്കാം എന്നവൻ കരുതി.

ഗുൽമോഹറിലെ പക്ഷികൾ ചിലച്ചുകൊണ്ട് പ്രഭാതത്തെ വരവേൽക്കുന്നതും കാത്തുനിൽക്കാൻ അവനായില്ല. അവന്റെ കഥകളുടെ കേൾവിക്കാർക്കായി ദ്വീപ് കാത്തിരിക്കുന്നുണ്ടാവും.

9

ക്യാംപ് ഓഫീസ്. ക്വയിലോൺ കാഷ്യൂസിന് അടുത്തുള്ള വലിയ വീടിന് മുൻപിലെ മേലാപ്പിൽ നിന്നും, ചെമ്മണ്ണ് നിറമുള്ള ബോർഡ് തൂങ്ങിക്കിടന്നു. തലേദിവസം ലത്തീഫ് ജോലിയ്ക്ക് പോകുന്നത് വരെ അവിടെ അത്തരമൊരു ബോർഡുണ്ടായിരുന്നില്ല. ആരോ അവിടെ താമസത്തിന് വരുന്നുണ്ടാവും എന്നവൻ ഊഹിച്ചു. പണ്ട്, കാഴ്ചയിൽ സഹോദരങ്ങളെന്ന് തോന്നിപ്പിക്കുന്ന ഒരു ആംഗ്ലോ-ഇന്ത്യൻ വൃദ്ധദമ്പതിമാർ താമസിച്ചിരുന്നിടമായിരുന്നു അത്. അവരുടെ മരണശേഷം അത് അടച്ചിട്ടിരിക്കുകയായിരുന്നു. ഒരു കൂട്ടം ആളുകൾ അവിടെ പുല്ലു ചെത്തി, ചുവരുകൾ തേച്ചു മിനുക്കി, നീല നിറത്തിലുള്ള പെയിന്റ് അടിക്കുന്നത് അവൻ കണ്ടു. ബോർഡ് കണ്ട് കൗതുകം തോന്നിയ അവൻ തെല്ലിട ഗേറ്റിന് മുൻപിൽ നിന്ന് അകത്തേയ്ക്ക് നോക്കി. ഷോർട്ട്സ് മാത്രം ധരിച്ച കഷണ്ടിയുള്ള ഒരു മനുഷ്യൻ അവിടെ, വേലിയ്ക്കുള്ളിൽ നിൽക്കുന്നുണ്ടായിരുന്നു. രണ്ടു ദിവസം മുൻപ് പരിസ്ഥിതി ശാസ്ത്രജ്ഞനൊപ്പം ബോട്ടിൽ ദ്വീപിലേയ്ക്ക് വന്ന നീല ഷർട്ടുകാരിൽ ഒരാളായിരുന്നു അതെന്നു ലത്തീഫ് തിരിച്ചറിഞ്ഞു. പുഴയിലേയ്ക്ക് തിരിച്ചുവച്ചിരുന്ന, ടെലസ്കോപ്പ് പോലെയുള്ള ഒരുപകരണത്തിലൂടെ സസൂക്ഷ്മം നിരീക്ഷിക്കുകയായിരുന്നു അയാൾ. നിൽപ്പും ഭാവവുമൊക്കെ കണ്ടാൽ, വേലിയേറ്റം ഉണ്ടാകുന്നുണ്ടോ എന്ന് കണ്ടുപിടിക്കാൻ വേണ്ടി നിയോഗിച്ചേക്കുന്ന ആളാണ് അതെന്നു തോന്നും.

വരാന്തയിലെ അഴികളിൽ നഗ്നമായ പാദങ്ങൾ കയറ്റി വച്ച്, പുകവലിച്ചുകൊണ്ട്, ശാസ്ത്രജ്ഞൻ അവിടെ ഇരിക്കുന്നുണ്ടായിരുന്നു. ദ്വിഭാഷിയെ അവിടെങ്ങും കാണാനുണ്ടായിരുന്നില്ല. എന്തെങ്കിലുമൊക്കെ പരിഭാഷപ്പെടുത്തേണ്ട നേരമായിട്ടുണ്ടാവില്ല ചിലപ്പോൾ. ഷർട്ടിടാതെ മുറ്റത്ത് നിൽക്കുന്ന മനുഷ്യന്റെ ഉന്തിയ കുടവയറിനെ കളിയാക്കുന്നതു പോലെ നീട്ടിയൊന്ന് ഹോറണടിച്ചുകൊണ്ട് *ജീസസ്* പുറപ്പെടുന്നത് അവൻ കേട്ടു.

വേലികളിലെമ്പാടും പർപ്പിൾ പൂക്കൾ മുൻപത്തേതിനേക്കാൾ തഴച്ച് വളർന്നിരുന്നു. വിശപ്പ് കൊണ്ട് അവൻ ഇടവഴിയിലൂടെ വീട്ടിലേയ്ക്ക് പതുക്കെ ഓടി. വീടെത്തുമ്പോഴേയ്ക്കും അവൻ വല്ലാതെ കിതച്ചു. തുരുമ്പ് പിടിച്ച താഴുകൊണ്ട് മുൻവാതിൽ പൂട്ടിയിരുന്നു. മുറ്റം അടിച്ച് വാരിയിരുന്നില്ല. അടഞ്ഞുകിടന്ന കോഴിക്കൂടിനുള്ളിൽ കോഴികൾ ബഹളമുണ്ടാക്കിക്കൊണ്ടിരുന്നു. കോഴിക്കൂട് തുറന്നുകൊടുത്ത ശേഷം അവൻ ജനലഴികൾക്കിടയിലൂടെ അകത്തേയ്ക്ക് നോക്കി. ഒരു പകുതി പുഞ്ചിരിയോളം മാത്രം വിരിഞ്ഞ മുഖവുമായുള്ള ഉപ്പയുടെ ചിത്രമൊഴികെ, വീട്ടിൽ മറ്റാരും ഉണ്ടായിരുന്നില്ല. ഉമ്മയും സഹോദരിമാരും കോയ മാമായുടെ വീട്ടിൽത്തന്നെ തങ്ങിയിട്ടുണ്ടാകും; സീലിംഗ് ഫാനുകളും, പ്രകാശമേറിയ വിളക്കുകളും, പതുപതുത്ത സോഫകളും, റെഫ്രിജറേറ്ററും, ഭിത്തിയിൽ ഒട്ടിച്ചുവച്ചത് പോലുള്ള കനം കുറഞ്ഞ ടിവിയുമൊക്കെയുള്ള കോയ മാമായുടെ വീട്ടിൽ. ഔചിത്യവും, ദുഃഖവുമായിരിക്കണം അവിടെത്തന്നെ നിൽക്കാൻ ഉമ്മയെ പ്രേരിപ്പിച്ചത്. അവിടെയുള്ള ചെറിയ വലിയ സൗകര്യങ്ങളായിരിക്കണം പെങ്ങന്മാരുടെ പ്രേരണ. വിശപ്പ് പതിയെ കെടുന്നതും, ദേഷ്യം ഇരച്ചു കയറുന്നതും അവനറിഞ്ഞു. കുടുംബത്തിന്റെ അത്താണിയായ അവനെക്കുറിച്ച് ആർക്കും ഒരു ശ്രദ്ധയുമില്ല. വീതി കുറഞ്ഞ, ബലമില്ലാത്ത ഒരു ചെറിയ ബെഞ്ചിൽ അന്തിയുറങ്ങിയും, വിശന്നു വയറു കാളുമ്പോൾ ഡിസ്പെൻസറിൽ നിന്നും തണുത്ത വെള്ളം കുടിച്ച് വയറു നിറച്ചും, മദ്യവിൽപ്പനശാലയിലേയ്ക്കും തിരിച്ചും ഓടിനടന്ന് കിട്ടുന്ന പണത്തിൽ നിന്നു മിച്ചം പിടിച്ച് ലോട്ടറി ടിക്കറ്റെടുത്തുമൊക്കെയാണ് അവൻ കാര്യങ്ങൾ ഒരുവിധം നടത്തിയിരുന്നത്. അവന്റെ ത്യാഗങ്ങൾക്കൊന്നും അവർ ആരും ഒരു വിലയും കൽപ്പിച്ചതുമില്ല, ആരും അവനു വേണ്ടി വീട്ടിൽ കാത്തിരുന്നതുമില്ല. ആ സിഗരറ്റ് അവിടെ വിട്ടിട്ട് വന്നില്ലായിരുന്നു എങ്കിൽ, പ്രതിഷേധമെന്നോണം, മറ്റുള്ളവരാൽ ഊറ്റിക്കുടിക്കപ്പെടുന്ന ജീവിതങ്ങളോടുള്ള ഐക്യദാർഢ്യമെന്നോണം, അതൊന്ന് വലിക്കാമായിരുന്നു എന്നവനോർത്തു.

തൊണ്ടക്കുഴിയിൽ ഉരുണ്ടുകൂടിയ ശകാരങ്ങളുമായി, നന്ദിയില്ലാത്ത ആ കുടുംബം മടങ്ങിയെത്തുന്നതും കാത്ത് അവനാ വരാന്തയിലിരുന്നു. ഉമ്മ കരയുകയും, പെങ്ങന്മാർ അവന്റെ കാലിൽ വീണു മാപ്പ് പറയുകയും ചെയ്യുന്നത് വരെ ഒരു വറ്റു പോലും കഴിക്കില്ല എന്നവൻ മനസ്സിലുറച്ചു. ഗേറ്റിൽ അവരുടെ ശബ്ദം കേട്ടപ്പോൾ, അവൻ പല്ലു ഞെരിച്ചു. കാലിന്റെ തള്ളവിരൽ കൊണ്ട്, പൊളിഞ്ഞു തുടങ്ങിയ പടിക്കെട്ടിനു വശത്തെ പൂഴിമണലിൽ അവൻ സ്വസ്തിക ചിഹ്നം വരച്ചുകൊണ്ടിരുന്നു. ഉമ്മയുടെ കൈയിൽ, വാഴയില കൊണ്ടു മറച്ച പിഞ്ഞാണത്തിൽ ഭക്ഷണം കണ്ടതും, വിശപ്പ്, വീണ്ടും ഒരു ഉരുൾപൊട്ടൽ കണക്കേ അവന്റെയുള്ളിലേയ്ക്ക് പാഞ്ഞെത്തി. ദേഷ്യം ഒന്നു പത്തിമടക്കി. കാൽമുട്ടിന്മേൽ ശ്രദ്ധയോടെ പ്ലേറ്റ് വച്ച്, ഉരുളകളുരുട്ടി അവൻ വായിലേയ്ക്ക് വയ്ക്കാൻ തുടങ്ങി. ഓരോ

ഉരുളയ്ക്കുമൊപ്പംഅവന്റെശകാരവാക്കുകളുംതൊണ്ടയിലൂടെതാഴേയ്ക്കിറങ്ങിപ്പോയി. അപ്പോഴേയ്ക്കും ഉമ്മ വാതിൽ തുറക്കുകയും, പെങ്ങന്മാർ ജനാലകൾ തുറന്നിടുകയും ചെയ്തു.

ഏതെങ്കിലും ചാനലിൽ ആ നടനെ കാണാൻ പറ്റിയാലോ എന്ന് പ്രതീക്ഷിച്ച് വൈകുന്നേരം അയൽപക്കത്തെ വീട്ടിൽ ടിവി കാണാൻ പോകുന്നത് വരെ അവൻ ഒരക്ഷരം പോലും മിണ്ടിയില്ല. പക്ഷേ ടിവിയിൽ ദിനോസറുകളായിരുന്നു. കുറച്ചുകൂടി ഇഹലോക സംബന്ധമായ കാര്യങ്ങൾ കാണിക്കുന്ന ഏതെങ്കിലും ചാനൽ വയ്ക്കാമോ എന്ന് ചോദിക്കാനുള്ള ധൈര്യം അവനൊട്ടുണ്ടായിരുന്നില്ല താനും. ഒരു ചാരുകസേരയ്ക്കടുത്തായി, വെറും നിലത്ത്, തന്റെ സ്ഥിരം സ്ഥലത്തു അവൻ നിശബ്ദനായി ഇരുന്നതേയുള്ളൂ. പരവതാനി വൃത്തികേടാവാതിരിക്കാനായി, അഴുക്കു പുരണ്ട കാലുകൾ തുടയ്ക്കടിയിലേയ്ക്ക് മടക്കിവച്ചു കൊണ്ട് അവൻ ദിനോസറുകൾ ഏതോ പാർക്കിലൂടെ കുതിച്ചു പായുന്നതും നോക്കിയിരുന്നു. നടനുമായുണ്ടായ കൂടിക്കാഴ്ചയെക്കുറിച്ച് അയൽക്കാരന്റെ ഭാര്യയോട് പറഞ്ഞാലോ എന്ന് അവനൊന്നാലോചിച്ചു. പക്ഷേ അവർ ഒരിക്കലും അവനോടു അതൃപ്തിയോടെയല്ലാതെ മറുപടി പറഞ്ഞിട്ടില്ല. വല്ലപ്പോഴും ചായ നൽകിയിരുന്നതാകട്ടെ, തറയിലെ സ്ഥാനം പോലെ, അവനുവേണ്ടി മാത്രം മാറ്റിവയ്ക്കപ്പെട്ട ഒരു ഗ്ലാസ്സിൽ, ഒരു പുഞ്ചിരി പോലുമില്ലാതെയായിരുന്നു.

സിനിമ തീരാറായപ്പോൾ – സർവ്വനാശം വിതയ്ക്കുന്ന ദിനോസറുകളെ ഭയന്ന് ആളുകൾ പരക്കം പായുമ്പോൾ – പറമ്പുകൾക്കിടയിലൂടെ നീണ്ടു വലിഞ്ഞെത്തിയ ഉമ്മയുടെ ശബ്ദം അവൻ കേട്ടു. “ഇബ്രൂ...... ഇബ്രൂ........... ഇബ്രൂ...............” അവനാ സിനിമയുടെ അവസാനം വരെ കാണണം എന്നുണ്ടായിരുന്നു. പക്ഷേ അപ്പോഴേയ്ക്കും അവിടത്തെ സ്ത്രീ, അവന്റെ വീടിന്റെ ദിക്കിലേയ്ക്ക് ആജ്ഞാപൂർവ്വം കൈചൂണ്ടി.

“ഇബ്രൂ.... ഇബ്രൂ.......... ഇബ്രൂ...............”

ഉമ്മയുടെ വിളിയ്ക്കനുസരിച്ച്, കുണ്ടുംകുഴിയും നിറഞ്ഞ, ഇരുണ്ട തെങ്ങിൻതോപ്പിലൂടെ, ശബ്ദം കേൾക്കുന്ന ദിശ ലക്ഷ്യമാക്കി അവൻ പാഞ്ഞു. കിതച്ചുകൊണ്ട് ഉമ്മയ്ക്കടുത്തെത്തിയ അവൻ, പ്രതിഷേധങ്ങൾ പുലമ്പിക്കൊണ്ട്, വെളിച്ചം കുറഞ്ഞ വീട്ടിലേയ്ക്ക് അവർക്ക് പിന്നാലെ നടന്നു.

പുലർച്ചയ്ക്ക് ഒരു മണിക്കൂർ മുൻപ്, അവനു വേണ്ടി തയ്യാറാക്കുന്ന ഉച്ചഭക്ഷണത്തിന്റെ മണം അവനെ ഉണർത്തി. എഴുന്നേറ്റപ്പോഴാണ്, നടന്റെ കാര്യം സഹോദരിമാരോട് പറഞ്ഞില്ലല്ലോ എന്നവൻ ഓർത്തത്. പകൽ മുഴുവൻ അവരോട് മിണ്ടാൻ തോന്നാത്തത്ര ദേഷ്യത്തിലായിരുന്നു അവൻ. രാത്രിയിലാകട്ടെ, അവർ അടുക്കളപ്പണിയുടെതിരക്കിലുമായിരുന്നു. അവൻ, മുൻപ് തീപ്പെട്ടിക്കമ്പനിയായിരുന്ന മുറിയിലേയ്ക്ക് ചെന്ന്,

അവരുണർന്നോ എന്നെത്തി നോക്കി. പക്ഷേ, നിലത്തു വിരിച്ച കനം കുറഞ്ഞ ഒരു മെത്തയിൽ, ചുവപ്പും മഞ്ഞയും വട്ടങ്ങളുള്ള പുതപ്പിനടിയിൽ, പരസ്പരം ഒട്ടിച്ചേർന്ന് ഗാഢമായ ഉറക്കത്തിലായിരുന്നു അവർ. അവന്റെ ഉള്ളൊന്നുലഞ്ഞു. ഉപ്പ ചെയ്യേക്കാവുന്ന പോലെ, ഉണ്ടോ ഇല്ലയോ എന്ന് തീർച്ചപ്പെടുത്താനാവാത്തത്ര മൃദുലമായ ഒരു ചിരിയുമായി, അവൻ അവരുറങ്ങുന്നതും നോക്കി നിന്നു. അടുത്ത ദിവസം മടങ്ങി വന്ന ശേഷം, അവരോട് ആ നടനെപ്പറ്റി അവൻ പറയും. പറ്റിയാൽ, അയാൾ മറിയൊഴിഞ്ഞു പോയിട്ടില്ലെങ്കിൽ, ഒരു കഷണം കടലാസ്സിൽ, അദ്ദേഹത്തിന്റെ ഒരു ഓട്ടോഗ്രാഫ് വാങ്ങിയിട്ട് വരണം. *ബിസ്സിയും ബീമയ്ക്കും, സ്നേഹത്തോടെ ഭാവുകങ്ങൾ നേരുന്നു.*

ഇടത് കക്ഷത്തിനടിയിൽ പൊതിച്ചോറു ചേർത്തു പിടിച്ച്; സഹോദരിമാർ ചേർന്നു കിടന്നുറങ്ങുന്ന ദൃശ്യം മനോഹരമായ ഒരോർമ്മ യായി നെഞ്ചോടടുക്കിപ്പിടിച്ച്; അവൻ ഇരുണ്ട ഇടവഴിയിലേക്കിറ ങ്ങുമ്പോൾ, വീടിന് പുറകിലെ തെങ്ങിൻതോപ്പിൽ വെളിച്ചം വീണിട്ടു ണ്ടായിരുന്നില്ല. അവൻ പോകുന്നതും നോക്കി, ഉമ്മ വാതിൽ പ്പടിയിൽത്തന്നെ നിന്നു. ഇടവഴികളും, നടപ്പാലങ്ങളും താണ്ടി അവൻ പ്രധാന നിരത്തിലെത്തുന്നത് വരെ അവർ അവിടെത്തന്നെ നിൽക്കും. തിരികെ വന്നു കിടന്നാലും അവർ ഉറങ്ങാറില്ല; തുരുത്തിന്റെ മറ്റേ അറ്റത്തു നിന്നും ഹോറണടിച്ചുകൊണ്ട് *ജീസസ്* അകന്നു പോകുന്ന ശബ്ദം കേൾക്കാനായി അവർ ചെവി വട്ടംപിടിക്കും.

അവൻ നടപ്പാലത്തിലെത്തിയപ്പോഴേയ്ക്കും, ആകാശത്തു വെട്ടം വീണു തുടങ്ങിയിരുന്നു. മാന്റോ റോഡിന്റെ വശങ്ങളിലുള്ള പറമ്പുകളിലൂടെ അവൻ പുഴ കണ്ടു. പുഴയ്ക്കപ്പോൾ മരതകനിറമായിരുന്നു. രാത്രിയാകാശം ഇറ്റിച്ചു പോയ മേഘത്തുണ്ടുകളെപ്പോലെ, പുഴയ്ക്ക് മുകളിലാകെ ഇളം മഞ്ഞ് പരന്നു കിടന്നു. മടക്കുകളും ചുളിവുകളുമുള്ള ഏതോ മുഖം വരച്ചുവച്ചിരുന്ന ഷട്ടറിട്ടിരുന്ന റിവർവ്യൂ സലൂണിനു മുൻപിലൂടെ നടക്കുമ്പോൾ, അവൻ ബീന ബോംബിനെക്കുറിച്ചും, അവരുടെ ഉരുട്ടിവച്ച മാവുപോലത്തെ തുടകളെക്കുറിച്ചും ഓർത്തു. സ്തനങ്ങൾ മേശമേൽ വച്ച്, ആ ചുവപ്പ് സ്റ്റൂളിലിരുന്ന് അവരുറങ്ങുന്നതായി അവൻ വെറുതെ സങ്കൽപ്പിച്ചു.

ആ പരിസ്ഥിതി ശാസ്ത്രജ്ഞനും ബോട്ടു കാത്ത് പാതാറിൽ നിൽക്കുന്നുണ്ടായിരുന്നു. ചില പ്രഭാതങ്ങളിൽ, ചാക്കിൽ പൊതിഞ്ഞ്, പ്ലാസ്റ്റിക്ക് നാട കൊണ്ടു ഭദ്രമാക്കിയ ചില പാഴ്സലുകൾ അയാൾക്ക് ബോട്ടിൽ വരാറുണ്ടായിരുന്നു. ക്യാംപ് ഓഫീസും, ഒരു പറ്റം നീല ഷർട്ടുകാരും, ഇടയ്ക്കിടെ പട്ടണത്തിൽ നിന്ന് വരുന്ന പാഴ്സലുകളും ഒക്കെക്കൂടി സൂചിപ്പിക്കുന്നത് ദ്വീപിന്റെ ആസന്നമായ മരണത്തെയാണോ എന്ന് ലത്തീഫ് സംശയിച്ചു. ഇരുപത് വർഷം എന്ന് മുൻപ് പറഞ്ഞത് മാറി, ഇനി ഈ വർഷമോ, അല്ലെങ്കിൽ അടുത്ത വർഷമോ അത് സംഭവിച്ചേക്കുമോ എന്നവനോർത്തു. അവൻ നിന്നിരുന്ന ജെട്ടിയുടെ

ഭാഗം മാറ്റമൊന്നുമില്ലാതെ തന്നെയുണ്ടായിരുന്നു. അടുത്ത ദിവസം തന്നെ ചതുപ്പിന്റെ ഭാഗത്തു പോകണമെന്നും, കണ്ടൽക്കാടുകളുടെ അവസാനത്തെ വരിയും അപ്രത്യക്ഷമായോ എന്ന് നോക്കണമെന്നും അവൻ മനസ്സിലുറച്ചു.

സ്റ്റെല്ല, കൊഴിഞ്ഞ പൂക്കളൊക്കെ ഉത്ത്, ഗുൽമോഹറിന് കീഴിൽ കൂട്ടുകയായിരുന്നു. അവളുടെ പുഞ്ചിരി കണ്ടപ്പോൾ, ഉച്ചഭക്ഷണ നേരത്തു പറയാൻ ഒരു കഥ മെനയണമല്ലോ എന്നവനോർത്തു. ഒരു പതിനേഴുകാരനിൽ നിന്നും പ്രതീക്ഷിക്കാവുന്നതിനുമപ്പുറമുള്ള ധീരോദാത്ത പ്രവർത്തികൾ ചെയ്യുന്നവനായ ഇബ്രുവിന്റെ കഥകൾ. അവൾ ആ കഥകളൊക്കെ കേൾക്കാൻ കാത്തിരിക്കാറുള്ളത് പോലെ അവനു തോന്നി. പറഞ്ഞു കഴിയുമ്പോൾ, അവയൊക്കെ ശരിക്കും നടന്നതാണെന്ന് അവനു പോലും തോന്നിയിരുന്നു പലപ്പോഴും. കഥ പറയാൻ തനിക്ക് നല്ലൊരു കഴിവുണ്ടെന്ന് അവൻ വിശ്വസിച്ചു.

രാവിലെ മുഴുവൻ, 555-ാം നമ്പർ മുറിയിലേയ്ക്ക് ചെല്ലാനുള്ള വിളി വരും എന്നവൻ കാത്തിരുന്നു. ഓരോ തവണ ഇന്റർകോം ശബ്ദിച്ചപ്പോഴും, ലിഫ്റ്റിൽ കയറി അഞ്ചാം നിലയിലേയ്ക്ക് പോകാൻ അവൻ തയ്യാറെടുത്തു. പോയാൽ, നാളെ രാവിലെ ബോട്ടിൽ നാട്ടിലേയ്ക്ക് കൊണ്ടുപോകുന്ന കഥയിൽ ഒരു ഭാഗം കൂടി കൂട്ടിച്ചേർക്കാൻ പറ്റിയേക്കും. പക്ഷേ വിളിച്ചിരുന്നതൊക്കെ മറ്റുള്ള സാദാ അതിഥികളായിരുന്നു. വെള്ളവും, തലയിണയും, ട്രെയിൻ സമയങ്ങളും ഒക്കെയായിരുന്നു അവരുടെ ആവശ്യങ്ങൾ.

ഉച്ചഭക്ഷണസമയത്ത്, ലത്തീഫ് ഇബ്രുവിനെ ഒരു കൊച്ചുവള്ളത്തിലിരുത്തി ഒഴുക്കിനൊപ്പം അയച്ചു. പുഴ വളയുന്നിടത്ത്, കോൺവെന്റിൽ പഠിക്കുന്ന ഒരു പെൺകുട്ടി മുങ്ങിത്താഴുന്നുണ്ടായിരുന്നു. അവളുടെ നീണ്ട മുടിക്കെട്ടിൽ പിടിച്ച് അവനവളെ വള്ളത്തിൽ സുരക്ഷിതസ്ഥാനത്തെത്തിച്ചു. എല്ലാവരും ചെയ്യുന്ന ഒരു തെറ്റാണ്, രക്ഷപ്പെടുത്താൻ വേണ്ടി കൈ നീട്ടിക്കൊടുക്കുക എന്നത്. അവനേതായാലും അങ്ങനെ സ്വന്തം ജീവൻവെച്ചു കളിച്ചില്ല. തീരത്തെത്തിയപ്പോൾ, ഒരു നായകന്റെ വരവേൽപ്പാണ് ഇബ്രുവിന് ലഭിച്ചത്. ജനക്കൂട്ടം അവനെക്കാണാൻ തിക്കിത്തിരക്കുകയും, മാലയിട്ട് അനുമോദിക്കുകയും ചെയ്തു. ഇതിനിടയിൽ, വിവാഹപ്രായമെത്തിയാൽ ഇവർ രണ്ടുപേരും തന്നെ വിവാഹം കഴിക്കണം എന്നാരോ അഭിപ്രായപ്പെടുകയും ചെയ്തു. പക്ഷേ ആ പെൺകുട്ടിയെ നൈരാശ്യത്തിലാക്കിക്കൊണ്ട്, ഇബ്രു ആ അഭിപ്രായം നിരസിച്ചു. താടിയ്ക്ക് കൈകൊടുത്തിരുന്നാണ് സ്റ്റെല്ല ആ കഥ മുഴുവനും കേട്ടത്. വായുടെ പകുതിയിലധികവും കൈപ്പത്തികൊണ്ട് മറഞ്ഞിരുന്നു. ഇബ്രു ആ പെൺകുട്ടിയെ വിവാഹം കഴിക്കാനുള്ള അവസരം വേണ്ടെന്നുവെച്ച്, ധീരനായി വള്ളം തുഴഞ്ഞു പോയത് വിവരിച്ചപ്പോൾ സ്റ്റെല്ലയുടെ ചുണ്ടുകളുടെ കോണിൽ ഒരു പുഞ്ചിരി വിരിഞ്ഞത് പോലെ

അവനു തോന്നി. പക്ഷേ അവർ നിരാശയോടെ നാക്ക് ഞൊടിക്കുന്ന ശബ്ദം അവൻ കേട്ടു. അധികം വൈകാതെ മറ്റൊരു കഥ മെനയണമെന്ന് അവൻ മനസ്സിൽ കണക്കുകൂട്ടി.

ഉച്ച കഴിയാറായപ്പോൾ മഴ പെയ്യാൻ തുടങ്ങി. ഗുൽമോഹറാകട്ടെ, പെട്ടെന്ന് വീശിയ കാറ്റിൽ, കൊഴിയാറായി നിന്ന പൂക്കളെയൊക്കെ താഴേയ്ക്ക് കുടഞ്ഞിട്ടു. അടുത്ത പ്രഭാതത്തിൽ സ്റ്റെല്ലയ്ക്ക് അധികപ്പണിയാണതെല്ലാം. മഴയുടെ ചറപറശബ്ദത്തിനിടയിലൂടെ, സ്റ്റെല്ലയുടെ നിലവിളി ശബ്ദം അവൻ കേട്ടു. ഷോക്കടിക്കുമ്പോൾ പെട്ടെന്ന് അറിയാതെ നമ്മളിൽ നിന്ന് ഉയരുന്നതും, പിന്നീട് അതോർത്ത് നമ്മൾ ചമ്മുന്നതുമായ ഒരു തരം നിലവിളി ആയിരുന്നു അത്. ഇളകി കിടക്കുന്ന സ്വിച്ചുകളും, വയറുകളും ധാരാളമുണ്ടായിരുന്നു ആ ലോഡ്ജിൽ. ഓടിച്ചെല്ലുമ്പോൾ ഏതെങ്കിലും സ്വിച്ചുമായോ മറ്റോ തൊട്ടുകിടക്കുകയാണ് അവരെങ്കിൽ, തൊടാതെ മാറി നിൽക്കണം എന്നവൻ സ്വയം ഓർമ്മിപ്പിച്ചു. തൊട്ടാൽ, അത്, മുങ്ങിത്താഴുന്ന ഒരാൾക്ക് കൈ കൊടുക്കുന്നതിനേക്കാൾ മണ്ടത്തരമായിപ്പോകും. മാനേജർ ലിഫ്റ്റിനടുത്തേയ്ക്ക് ഓടുന്നത് കണ്ടപ്പോൾ, ലത്തീഫ് കൈയിലിരുന്ന കിടക്കവിരികൾ കൗണ്ടറിലേയ്ക്കിട്ട് കൂടെയോടിച്ചെന്നു. അവർ ഓരോ നിലയിലും നിർത്തി ഇറങ്ങി നോക്കിയെങ്കിലും, സ്റ്റെല്ലയുടെ ശബ്ദം മുകളിൽ എവിടെ നിന്നോ ആയിരുന്നു വന്നിരുന്നത്. ഒടുവിൽ, അഞ്ചാം നിലയിലെത്തിയപ്പോഴായിരുന്നു അവരുടെ ശബ്ദം വ്യക്തമായും, അടുത്തും കേട്ടത്. ഒരു കൈയിൽ നിലം തുടയ്ക്കുന്ന മോപ്പ് ഒരു കുന്തം പോലെ പിടിച്ച്, മറുകൈ കൊണ്ട് വാതിലിലേയ്ക്ക് ചൂണ്ടിക്കൊണ്ട് നിൽക്കുന്ന സ്റ്റെല്ലയെ ലിഫ്റ്റിന്റെ ഗ്രില്ലിനിടയിലൂടെ ലത്തീഫ് കണ്ടു. ഒരു ഇതിഹാസയുദ്ധം നടന്ന സ്ഥലം ചൂണ്ടിക്കാണിച്ചുകൊണ്ട്, അതിലെ ധീരരക്തസാക്ഷികൾക്ക് വേണ്ടി മനോഹരമായ ഒരു വിലാപകാവ്യം സമർപ്പിക്കുന്ന ബാലെ നർത്തകിയെപ്പോലെയായിരുന്നു അവരുടെ ആ നിൽപ്പ്.

555-ാം നമ്പർ മുറിയ്ക്ക് മുന്നിൽ ചോര പുരണ്ട ഒരു വിരൽപ്പാട്. അപ്പോഴും കട്ട പിടിച്ചിട്ടില്ലെങ്കിലും, അത് ഒഴുകുന്നുണ്ടായിരുന്നില്ല.

"പോയി പെട്ടെന്ന് താക്കോലെടുത്തുകൊണ്ടു വാ," ലത്തീഫിനെ ലിഫ്റ്റിന് നേർക്ക് തള്ളിവിട്ടുകൊണ്ട് മാനേജർ കിതച്ചു. പക്ഷേ അവൻ തിരിയാൻ തുടങ്ങിയതും, അയാൾ ഒരു കൈ ഉയർത്തി, സ്വരം താഴ്ത്തിക്കൊണ്ട് പറഞ്ഞു, "നിൽക്ക്. വാതിൽ പൂട്ടിയിട്ടില്ല." അയാൾ ഒരു വിരൽകൊണ്ട് അതിലൊന്ന് തൊട്ടതും, വാതിൽ ചെറിയൊരു ഞരക്കത്തോടെ അൽപ്പമൊന്ന് തുറന്നു. "എനിക്ക് വയ്യ ഒരു ശവം കൂടി കാണാൻ." സ്റ്റെല്ല കരഞ്ഞുകൊണ്ട് പോകാനൊരുങ്ങി. അവിടെ നിൽക്കണമെന്ന് വാശി പിടിച്ച കുഞ്ഞിനെ വലിച്ചിഴച്ചുകൊണ്ട് പോകുന്നത് പോലെ, ആ മോപ്പ് പിന്നിൽ വലിച്ചിഴച്ചുകൊണ്ട്

അവരവിടെ നിന്നും ധൃതിയിൽ നടന്നകന്നു. മാനേജർ ശക്തിയായി ഒന്ന് തള്ളിയതും, ആ വാതിലുകൾ മലർക്കെ തുറന്നു. കട്ടിലിനരികിലെ ലൈറ്റിന്റെ അരണ്ട വെട്ടത്തിൽ, ഭയന്ന ദൃക്സാക്ഷികളെപ്പോലെ നിൽക്കുന്ന ഫർണിച്ചറിന്റെ ഭാഗങ്ങളാണ് ലത്തീഫ് ആദ്യം കണ്ടത്. പിന്നീടാണ്, ഇടത് കൈത്തണ്ട അറുത്ത്, ഡ്രസ്സിംഗ് മേശയ്ക്കു മുകളിലേയ്ക്ക് ചാഞ്ഞുകിടക്കുന്ന നടനെ അവൻ കണ്ടത്. മാനേജർ മുട്ടുകുത്തിനിന്ന ശേഷം, അയാളുടെ വലതു കൈത്തണ്ട പതുക്കെ നിലത്തുനിന്നും ഉയർത്തി. “മരിച്ചു മരവിച്ചിരിക്കുന്നു. മണിക്കൂറുകളായിട്ടുണ്ട്.” മരണപ്പെട്ട നടനോടുള്ള ആദരസൂചകമെന്നോണം, അദ്ദേഹം തല കുനിച്ച് അൽപനേരം കൂടി അവിടെത്തന്നെ ഇരുന്നു. ശേഷം, നടന്റെ ചൂണ്ടു വിരലിൽ നിന്നും കല്ലുകൾ പതിപ്പിച്ച ഒരു മോതിരം സാവധാനം ഊരിയെടുത്തിട്ട്, കൈ തിരികെ നിലത്തുവെച്ചു. സാധാരണയായി, ഭാഗ്യം വരാൻ വേണ്ടി ആളുകൾ ധരിക്കുന്ന തരത്തിലുള്ള ഒരു മോതിരമായിരുന്നു അത്.

ലത്തീഫ് നോട്ടം മാറ്റി. അപ്പോഴാണ്, ജനാലയ്ക്കപ്പുറം പെയ്യുന്ന മഴയിൽ, അടുത്തുള്ള കടകളിലെ നിയോൺ വെളിച്ചങ്ങൾ ഇടയ്ക്കിടെ പാളി വീഴുന്നത് അവന്റെ ശ്രദ്ധയിൽപ്പെട്ടത്; നീലയും ചുവപ്പും വെളിച്ചത്തുണ്ടുകൾ, വാൽനക്ഷത്രം കണക്കേ ജനലരികിലൂടെ പാഞ്ഞുപോയി. പെട്ടെന്ന് ലിഫ്റ്റിന്റെ വാതിൽ വലിച്ചടയ്ക്കുന്ന ശബ്ദം കേട്ടപ്പോഴാണ്, മുറിയിൽ താൻ തനിച്ചാണെന്ന് അവൻ തിരിച്ചറിഞ്ഞത്. മാനേജർ ലോബിയിലേയ്ക്ക് പോയിക്കഴിഞ്ഞിരുന്നു. ഒരു സിഗരറ്റ് വലിക്കാനോ, ശേഷം, പോലീസിനെ വിളിക്കാനോ ഒക്കെയാവും ഉദ്ദേശ്യം. പോകാനായി തിരിഞ്ഞ ലത്തീഫ് പെട്ടെന്ന് നിന്നു. കട്ടിലിൽ അപ്പോഴും വസ്ത്രങ്ങൾ ചിതറിക്കിടന്നിരുന്നു; ഇസ്തിരിയിട്ട വസ്ത്രങ്ങൾ, രണ്ടു ദിവസങ്ങൾക്ക് മുൻപ് അവൻ കൊണ്ടുവെച്ച അതേപടി, അതിന്റെ ഒത്തനടുക്ക് തന്നെ ഉണ്ടായിരുന്നു. ആ വെള്ളഷർട്ടായിരുന്നു അപ്പോഴും അതിന്റെ ഏറ്റവും മുകളിൽ. അപ്പോ അയാൾ എവിടെയായിരുന്നു ഉറങ്ങിയിരുന്നത്? കസേരയിലോ? അതോ നിലത്തോ? പോകാനൊരുങ്ങിയ ലത്തീഫ് വീണ്ടും നിന്നു. കട്ടിലിനരികിൽ നിൽക്കുകയായിരുന്ന അവൻ, പെട്ടെന്ന് ആ വെള്ളഷർട്ട് കൈയ്യിലെടുത്തു. എന്നിട്ട് അത് ഒരു ജെല്ലി റോൾ കേക്ക് കണക്ക് ചുരുട്ടി, തന്റെ അരയിലേയ്ക്ക് ഒളിപ്പിച്ചുവെച്ചു. അവിടെ തളം കെട്ടിക്കിടന്ന രക്തത്തിൽ ചവിട്ടാതെ അവൻ ശ്രദ്ധയോടെ മുറിയ്ക്ക് പുറത്തേയ്ക്ക് നടന്നു.

സ്റ്റെല്ല അപ്പോഴേയ്ക്കും വീട്ടിൽപ്പോയിരുന്നു. അടുത്ത ഏകദേശം മുപ്പത്തിയാറു മണിക്കൂറുകളോളം അവരെ കാണാൻ കഴിയില്ലല്ലോ എന്നത് അവനിൽ ഒരൽപം അസ്വസ്ഥതയുണ്ടാക്കി. അവരുണ്ടായിരുന്നെങ്കിൽ, അവന് തന്റെ ഞെട്ടലോ, ദുഃഖമോ, അല്ലെങ്കിൽ രണ്ടും തന്നെയും അവരോടു പങ്കുവയ്ക്കാമായിരുന്നു. അത് അവന്റെ ഞെട്ടലിനെയോ, ദുഃഖത്തിനെയോ, അല്ലെങ്കിൽ രണ്ടിനെയുമോ ഒന്ന് സമാശ്വസിപ്പിച്ചേനെ. പക്ഷേ അവർ

ഒരു വാക്കു പോലും പറയാതെ പൊയ്ക്കളഞ്ഞു. എന്തായാലും തിരിച്ച ദ്വീപിലേയ്ക്ക് പോകുമ്പോൾ കൂടെക്കൊണ്ടു പോകാൻ വലിയൊരു കഥ തന്നെയുണ്ടായിരുന്നു ഇപ്പോഴവന്റെ കൈയ്യിൽ. പക്ഷേ, വയറിനു മുകളിലിരുന്ന വെള്ള ഷർട്ടിന്റെ തണുപ്പ് മെല്ലെ അരിച്ചിറങ്ങിയപ്പോൾ, നടനെ കണ്ടുമുട്ടിയതിനെക്കുറിച്ച് ഒരക്ഷരം പോലും താൻ മിണ്ടിപ്പോകരുതെന്ന് അവൻ തിരിച്ചറിഞ്ഞു.

ആ ഷർട്ട് വളരെ നേർത്തതായിരുന്നു. പാന്റിനുള്ളിലെ ഒരു ലൈനിങ് തുണി പോലെയേ അതവനു തോന്നിയുള്ളൂ. അത് തന്റെ ശരീരത്തിലിരിക്കുന്നത് മറയ്ക്കാൻ വേണ്ടി അൽപ്പം പോലും ഒന്ന് കുനിയേണ്ട ആവശ്യം അവനുണ്ടായിരുന്നില്ല. പക്ഷേ, ലോബിയിലൂടെ നടക്കുമ്പോൾ അവൻ ഒരൽപം താഴാഴ്മയുള്ളവനെപ്പോലെ അഭിനയിച്ചു. മാനേജറും, ചില രാത്രികളിൽ അയാൾക്ക് പകരക്കാരനായി വന്നിരുന്ന യാളും കൗണ്ടറിന് പിന്നിൽ നിന്ന് ആരെയൊക്കെയോ വിളിക്കുകയും, കുശുകുശുക്കുകയും ചെയ്യുന്നുണ്ടായിരുന്നു. ലത്തീഫിന് ഇരിക്കാൻ പറ്റുന്നുണ്ടായിരുന്നില്ല. സ്റ്റെല്ലയുടെ അഭാവം അവനു നൽകിയ അസ്വസ്ഥത, അപ്പോഴേയ്ക്കും സ്വൈര്യക്കേടിന്റെ കൊടുമുടിയിലെത്തി. ദ്വീപിലേയ്ക്കുള്ള അവസാന ബോട്ടിന് ഇനി പതിനഞ്ചു മിനിറ്റ് മാത്രമേ ബാക്കിയുള്ളൂ എന്നോർത്തപ്പോൾ, എത്രയും വേഗം വീട്ടിലെത്താൻ അവന്റെ ഉള്ളു തുടിച്ചു. അവൻ കൗണ്ടറിനടുത്തേയ്ക്ക് ചെന്ന്, മാനേജർ ചെയ്തുകൊണ്ടിരുന്ന ഫോൺവിളി അവസാനിക്കാൻ വേണ്ടി കാത്തു നിന്നു. "ഞാൻ വീട്ടിൽപ്പൊയ്ക്കോട്ടെ?" അയാൾ ഫോൺ വച്ചപ്പോൾ അവൻ മടിച്ചു മടിച്ച് ചോദിച്ചു. "എനിക്ക് നല്ല സുഖമില്ല."

അവനെ ചീത്ത പറയാൻ പോലും സമയം കിട്ടാത്തത്ര തിരക്കിലായതിനാൽ, ചുണ്ടൊന്നു കോട്ടി, അയാൾ ആ ആവശ്യം നിരാകരിച്ചു. വളപ്പിനുള്ളിലേയ്ക്ക് വാഹനങ്ങൾ കടന്നു വരുന്നതിന്റെയും, അതിന്റെ വാതിലുകൾ തുറന്നടയുന്നതിന്റെയും, തിരക്കിട്ട് നടന്നു വരുന്നവരുടെ കാലടികൾക്ക് കീഴിൽ ചരലുകൾ ഞെരിയുന്നതിന്റെയും, അടുത്തടുത്തു വരുന്ന സംസാരങ്ങളുടെയും ശബ്ദങ്ങൾ അവർ കേട്ടു. ലത്തീഫ് നെഞ്ചത്ത് കൈകെട്ടി, ഒരു സൂപ്പർഹീറോയെപ്പോലെ, നിവർന്നു നിന്നു. ആ വെള്ളഷർട്ടിന്റെ പോക്കറ്റിനു മുകളിൽ ഒരു മാനിന്റെ ചിത്രം ആലേഖനം ചെയ്തിട്ടുണ്ടായിരുന്നത് അവനപ്പോൾ ഓർത്തു. അതിന്റെ ഭംഗിയുള്ള കൊമ്പുകൾ അവന്റെ ഓർമ്മയിൽ തെളിഞ്ഞുവന്നു.

10

കണ്ണാടി ഒത്തനടുക്ക് വച്ച് ഉടഞ്ഞിരുന്നു. അതിൽ നോക്കിയ അവന്റെ മുഖവും രണ്ടായി പകുത്തു കാണപ്പെട്ടു. കൃത്യം മൂക്കിന്റെ പാലത്തിനെ മുറിച്ചുകൊണ്ടായിരുന്നു കണ്ണാടിയുടെ വിള്ളൽ പോയിരുന്നത്. സങ്കടം നിറഞ്ഞ മുഖങ്ങൾ അത്തരത്തിൽ ഉടഞ്ഞ കണ്ണാടിയിൽ പ്രതിഫലിക്കുന്നതിന്റെ ചിത്രങ്ങൾ അവൻ കണ്ടിട്ടുണ്ടായിരുന്നു. അത് കണ്ടാൽ, കണ്ണാടിയിൽ നോക്കിക്കൊണ്ടു നിൽക്കവേ അവർക്ക് മനസ്സിന്റെ സമനില കൈവിടുകയും, അതിൻ ഫലമായി കണ്ണാടിയിൽ മുഷ്ടി ചുരുട്ടി ഇടിച്ച് അതിനെ ഛിന്നഭിന്നമാക്കുകയും ചെയ്തതാണ് എന്ന് തോന്നും. പക്ഷേ അത്തരം ചിത്രങ്ങൾ എങ്ങനെയാണ് അസന്തുഷ്ടിയുടെ പ്രതീകമായിരുന്നത് എന്ന് മാത്രം അവനു മനസ്സിലായിരുന്നില്ല. അവന്റെ കൈയിലുണ്ടായിരുന്നത്, എന്നോ ഒരിക്കൽ ഏതോ ഉത്സവച്ചന്തയിൽ നിന്നും ഉമ്മ വാങ്ങിയ ദീർഘചതുരാകൃതിയിലുള്ള പഴയ ഒരു കണ്ണാടിയായിരുന്നു. താഴെ ഇടതുവശത്തെ കോണിൽ നിന്നും, മുകളിൽ വലതുവശത്തേയ്ക്ക് ഒരു ഗ്രാഫ് പോലെ വളഞ്ഞുകിടന്ന ഒരേയൊരു പൊട്ടൽ മാത്രമേ അതിനുണ്ടായിരുന്നുള്ളൂ.

അവൻ കണ്ണാടിയെടുത്ത്, അതിനെ ഒരു കൈയകലത്തിലേയ്ക്ക് നീട്ടിപ്പിടിച്ചു. ആ വെള്ളഷർട്ട് തനിക്ക് ഏറെക്കുറെ പാകമാണ് എന്നവൻ കണ്ടു. തോളിന്റെ അവിടെ ഒരൽപം അയഞ്ഞുകിടന്നതും, ഇറക്കം ഏതാനും ഇഞ്ചുകൾ കൂടുതലായിരുന്നു എന്നതുമൊഴിച്ചാൽ അളവെടുത്തു തയ്പ്പിച്ചപോലെ പാകമായിരുന്നു അവനത്. കൈയിലുണ്ടായിരുന്ന ബാക്കി ഷർട്ടുകളെല്ലാം ഒന്നുകിൽ വരകളുള്ളതോ, അല്ലെങ്കിൽ കള്ളികളുള്ളതോ ആയിരുന്നു. അതുകൊണ്ടു തന്നെ, ഇതിട്ടപ്പോ ഒരല്പം മോടിയും ആഡംബരവുമൊക്കെ വന്നതായി അവനു തോന്നി. ആ തുവെള്ള ഷർട്ടിൽ അവനെ കണ്ടാൽ, തുരുത്തിലെ സെമിനാരിയിലെ അന്തേവാസിയാണോ എന്ന് തോന്നുമായിരുന്നു. അവൻ കണ്ണാടി നെഞ്ചിന്റെ മുന്നിൽ കൊണ്ടുവന്ന്, പോക്കറ്റിന് മുകളിലെ മുദ്ര നന്നായി

കാണാൻ പറ്റുന്ന രീതിയിൽ ചരിച്ചു പിടിച്ചു. അരണ്ട വെട്ടത്തിൽ കൊമ്പുകളുടെ പ്രതിബിംബം അത്ര തെളിഞ്ഞു കാണുന്നുണ്ടായിരുന്നില്ല. വീട്ടിലെത്തിക്കുമ്പോഴേയ്ക്കും കൊമ്പുകൾ കൊഴിഞ്ഞുപോയിട്ടില്ലല്ലോ എന്നുറപ്പിക്കാൻ വേണ്ടി അവൻ പോക്കറ്റിന് മുകളിലൂടെ വിരലോടിച്ചു. ഷർട്ടിന്റെ ബട്ടണുകൾ അവൻ കഴുത്തുവരെ പിടിച്ചിട്ടു; മുഴുക്കൈയുടെ അറ്റവും വൃത്തിയായി ബട്ടൻസിട്ടു. ഷർട്ടിന്റെ അറ്റം പാന്റിനുള്ളി ലാക്കി. പൊതുവേ ഷർട്ട് അങ്ങനെയിടാൻ അവനു മടിയും നാണവു മൊക്കെയായിരുന്നു. എന്തായാലും ഇപ്പൊ ഒരു ബൈബിളിന്റെ കുറവു മാത്രമേ അവനുണ്ടായിരുന്നുള്ളു. അതുംകൂടി ഉണ്ടായിരുന്നെങ്കിൽ ഒരു സുവിശേഷപ്രസംഗകനാണെന്ന് കാണുന്നവർ ധരിച്ചേനെ. മുറിയ്ക്ക് പുറത്തേയ്ക്കിറങ്ങി വീട്ടുകാരെ ഒന്നു ഞെട്ടിച്ചാലോ എന്നവൻ ഒരു നിമിഷം ആലോചിച്ചു. പക്ഷേ ഇത്തരത്തിൽ ഒന്നാന്തരമൊരു തുന്നൽ മാന്ത്രികത ആവേശിപ്പിച്ചിട്ടുള്ളൊരു വസ്തും തനിക്കെങ്ങനെ കിട്ടി എന്നതിന് പറയാൻ പറ്റിയ ഒരു കഥ കണ്ടുപിടിക്കേണ്ടതുണ്ട്.

കണ്ണാടി തിരികെ ഭിത്തിയിൽ തൂക്കിയ ശേഷം, അവൻ തന്റെ വീതി കുറഞ്ഞ കട്ടിലിൽ കിടന്നു. തലേ രാത്രി അവൻ ഒരു പോള കണ്ണടച്ചിട്ടുണ്ടായിരുന്നില്ല. രാത്രി മുഴുവൻ, ബെഞ്ചിന്റെ അരികിൽ തെരുപ്പിടിച്ച്, ഒരു ശ്വാസംമുട്ടുകാരനെപ്പോലെ മുന്നോട്ടാഞ്ഞ്, ഇരുന്നു തന്നെകഴിച്ചുകൂട്ടുകയായിരുന്നുഅവൻ.അപ്പോഴൊക്കെആളുകൾലിഫ്റ്റിൽ അഞ്ചാം നിലയിലേയ്ക്ക് പോവുകയും വരുകയും ചെയ്തുകൊണ്ടിരുന്നു. പാതിരാത്രി കഴിഞ്ഞതും, നാല് പേർ ഒരു സ്ട്രെച്ചറുമായി പടിക്കെട്ടിലൂടെ മുകളിലേയ്ക്ക് പോയി. അവരെയും സ്ട്രെച്ചറിനെയും ഒന്നിച്ച് ഉൾക്കൊള്ളാനുള്ള വലിപ്പം ലിഫ്റ്റിനില്ലായിരുന്നു. കുറേ നേരം കഴിഞ്ഞ്, അവർ അദ്ദേഹത്തിന്റെ ശരീരവുമായി താഴെയെത്തി, അവിടെ കാത്തുനിന്ന ആംബുലൻസിൽ കയറ്റി. സൈറൺ ശബ്ദം മുഴക്കാതെ, ബീക്കൺ ലൈറ്റ് മാത്രമിട്ടു കൊണ്ട് ആംബുലൻസ് ആ വളപ്പിൽ നിന്നും പുറത്തേയ്ക്ക് പോയി. മാനം തെളിഞ്ഞു തുടങ്ങിയിരുന്നില്ല. ഗുൽമോഹറിലെ കിളികളുണർന്ന് പാട്ടു പാടാനും തുടങ്ങിയിരുന്നില്ല. കാത്തിരുന്നു മടുത്ത അവൻ, ലോഡ്ജിൽ നിന്നുമിറങ്ങി. അന്നവൻ കുറുക്കു വഴികളൊന്നും എടുത്തില്ല. പകരം, നിരന്നു നിൽക്കുന്ന പഴയ കെട്ടിടങ്ങളെ ചുറ്റി, ജെട്ടിയുടെ വലിയ ഗേറ്റിനു മുൻപിലേയ്ക്കെത്തുന്ന പ്രധാനവീഥിയിലൂടെ അവൻ നടന്നു. നേരം പുലർന്നിട്ടില്ലാത്തതിനാൽ വഴിയിൽ ആളുകൾ കുറവായിരുന്നു. തടി കൊണ്ടുള്ള ചെറിയൊരു ബൂത്തിലിരുന്ന് ടിക്കറ്റ് വിൽക്കുന്ന ആൾ പോലും എത്തിയിരുന്നില്ല. തുരുമ്പെടുത്തു കിടക്കുന്ന മണ്ണുമാന്തികപ്പലിന്റെ ജനാലകളിൽ പടർന്നു കിടന്ന തിരുതാളി ചെടിയോട് കാറ്റ് കിന്നാരം പറയുന്നതും നോക്കി, അവിടെയുണ്ടായിരുന്ന ഒരേയൊരു തെരുവുവിളക്കിനു കീഴിൽ ലത്തീഫ് ഇരുന്നു. *ജീസസിന്റെ* നിഴൽ ദൂരെ കണ്ടപ്പോഴേയ്ക്കും, ഉറക്കച്ചടവിൽ കണ്ണുകൾ തുറന്നു പിടിക്കാൻ അവൻ നന്നേ ബദ്ധപ്പെടുന്നുണ്ടായിരുന്നു.

ബോധമൊക്കെ ആകെ കലങ്ങിമറിഞ്ഞ്, താൻ നിൽക്കുന്നത് ജെട്ടിയിലാണോ അതോ പാതാറിലാണോ എന്നു പോലും അവനു തീർച്ചപ്പെടുത്താൻ കഴിയുന്നുണ്ടായിരുന്നില്ല. അടുത്തുകൊണ്ടിരിക്കുന്ന ബോട്ടിന്റെ ചലനത്തിൽ വെള്ളത്തിൽ അലകളുതിർന്നപ്പോൾ, ഒലിവ് പച്ച നിറത്തിലെ ഒരു ചെറിയ ജലാശയവും അതിനിരുവശവുമുള്ള ബോട്ട് വന്നു നിൽക്കുന്ന രണ്ടു പാലങ്ങളുമെല്ലാം ഒരുപോലെ അവനു തോന്നി. ഇപ്പോൾ, മരവിച്ച ഒരു പകുതിയും, തുടിക്കുന്ന മറുപകുതിയുമായി കട്ടിലിൽ കിടക്കുമ്പോൾ, ബോട്ടിൽ തന്റെ അടുത്തിരുന്ന വൃദ്ധനെക്കുറിച്ച് അവനോർത്തു. അയാളുടെ ഇരുചെവികളിലും സമൃദ്ധമായ രോമമുണ്ടായിരുന്നു. അച്ചടിമണം മാറാത്ത ദിനപ്പത്രം നിവർത്തി, ശരീരത്തിൽ നിന്നും അൽപം അകറ്റി പിടിച്ചുകൊണ്ട്, അയാൾ പതിഞ്ഞ സ്വരത്തിൽ വാർത്തകൾ വായിക്കാൻ തുടങ്ങി. പത്രത്തിന്റെ താഴെയുള്ള ഭാഗത്ത്, നടന്റെ ചിരിക്കുന്ന ഒരു പടം ലത്തീഫ് കണ്ടു. മരണവാർത്ത അറിയിച്ചുകൊണ്ട്, കറുത്ത ബോക്സിനുള്ളിൽ കൊടുത്തിരുന്ന കനത്ത തലക്കെട്ടിന് കീഴിലായിരുന്നു ആ പടം. വൃദ്ധൻ ആ വാർത്ത വായിക്കാൻ തുടങ്ങിയപ്പോൾ, ലത്തീഫ് കാതുകൾ കൂർപ്പിച്ചു. പക്ഷേ കുറച്ചു വായിച്ചപ്പോഴേയ്ക്കും ലത്തീഫിന്റെ സഹയാത്രികനു ആ വാർത്തയോടുള്ള താത്പര്യം നഷ്ടപ്പെടുകയും, മറ്റു വാർത്തകൾ തേടി അകത്തെ പേജുകളിലേയ്ക്ക് പോവുകയും ചെയ്തു.

ലത്തീഫ് ബോധം കെട്ടതുപോലെ കിടന്നുറങ്ങി. തലയിണയിലേയ്ക്ക് ഈത്തുവാ ഒഴുകുന്ന; ക്ഷീണിച്ച മനസ്സ് കെട്ടിപ്പടുക്കുന്ന അപരിചിതമായ പ്രദേശങ്ങളിലൂടെ സ്വപ്നങ്ങളുടെ തീവണ്ടിയിൽ തലങ്ങും വിലങ്ങും സഞ്ചരിക്കുന്ന ഗാഢമായ ഉറക്കം. അവന്റെ കട്ടിലിനേക്കാൾ നീളമുള്ള നിഴലുകൾ ആ മുറിയിൽ നിറഞ്ഞു. അന്ന് രാവിലെ അവനെ പൊതിഞ്ഞ അതേ സംഭ്രമവും ആശയക്കുഴപ്പവും, വീണ്ടും അവനിൽ മുളയിട്ടു. രാത്രിയാണോ പകലാണോ, വീട്ടിലാണോ അതോ അപരിചിതമായ എവിടെയെങ്കിലുമാണോ എന്നൊന്നും തീർച്ചപ്പെടുത്താനാവാതെ അവൻ കുഴങ്ങി. താൻ ധരിച്ചിരിക്കുന്ന ഷർട്ടിനെപ്പറ്റിയോ, ഒരു അപരിചിതന്റെ ഷർട്ടിന്റെ മുകളറ്റം വരെയുള്ള ബട്ടൻസിട്ടു ധരിച്ചുകൊണ്ട് തന്റെ ചെറിയ കിടക്കയിൽ കിടന്നത് വരെയുണ്ടായ സംഭവങ്ങളെപ്പറ്റിയോ അവനോർമ്മ വന്നില്ല. ആ അസന്ദിഗ്ധാവസ്ഥ മെല്ലെ നീങ്ങിത്തുടങ്ങിയപ്പോഴേയ്ക്കും അവനൊന്ന് ഞെട്ടി. 555-ാം നമ്പർ മുറിയിലെ ഡ്രസ്സിംഗ് മേശയും, ആ നടന്റെ ശരീരം ഷർട്ടില്ലാതെ അടക്കം ചെയ്യുന്നതുമായ രംഗങ്ങൾ അവന്റെ മനസ്സിലേക്കോടിയെത്തി. കുറ്റബോധത്തിന്റെ കഠാരമുനയും, ആകാംക്ഷയുടെ കൂരമ്പുകളും, ഭയത്തിന്റെ ചൂട്ടുലാവകളും ഒന്നിച്ച് അവനു മേൽ പതിച്ചു. അവൻ പെട്ടെന്ന് ആ ഷർട്ടൂരി, ചുരുട്ടി, മെത്തയ്ക്കടിയിലേയ്ക്ക് വച്ചു. അതവന് തെല്ലിട ആശ്വാസം നൽകിയെങ്കിലും, അത് നീണ്ടു നിന്നില്ല. മുൻപ് അവൻ പലതും മോഷ്ടിച്ചിട്ടുണ്ട്; മിഠായികളും, നാണയങ്ങളുമൊക്കെ പലപ്പോഴും അവൻ ആരും കാണാതെ എടുത്തിട്ടുണ്ട്.

മിഠായികൾ മോഷ്ടിച്ചതിന്റെ കുറ്റബോധം, അവ നാവിൽ അലിഞ്ഞിറങ്ങുന്നത് വരെയേ ഉണ്ടായിരുന്നുള്ളൂ. നാണയങ്ങൾ മോഷ്ടിച്ചപ്പോഴുള്ളതാകട്ടെ, ചന്തയിൽ പോയി അതുപയോഗിച്ച് എന്തെങ്കിലും വാങ്ങുന്നതുവരെയും. പക്ഷേ ഇത്തവണ, കണ്ണിന് ചുറ്റും നിഴലിച്ചു തുടങ്ങിയ ദുഃഖത്തിൽ നിന്നും, ഈ കുറ്റബോധവും അപമാനഭാരവും കാലാകാലം തന്നിൽ പറ്റിപ്പിടിച്ചു കിടക്കും എന്നവന് മനസ്സിലായി. കുറ്റപ്പെടുത്തുന്ന കണ്ണുകളുമായി ഉപ്പയുടെ ഛായാചിത്രം കോലായിലെ ഭിത്തിയിൽ തന്നെയും കാത്തിരിപ്പുണ്ടാവുമെന്ന് അവനു തീർച്ചയായിരുന്നു. അതിനു പകരം നല്ലൊരു ചിത്രം അവിടെ തൂക്കിയിടണമെന്ന് അവനാഗ്രഹം തോന്നി.

പ്രായശ്ചിത്തമെന്നോണം, ചുറ്റും ഇരുൾ പരക്കുന്നത് വരെ, തുടയ്ക്കിടയിൽ കൈകൾ തിരുകി അവൻ കട്ടിലിൽത്തന്നെ അനങ്ങാതിരുന്നു. അപമാനഭാരവും, മരണപ്പെട്ട ഒരാളിൽ നിന്നും മോഷ്ടിച്ചു എന്ന പാപഭാരവും പേറി തനിക്ക് മുന്നോട്ട് ജീവിക്കണ്ട എന്ന് തോന്നിയപ്പോഴാണ് അവൻ ആ ഇരുപ്പിൽ നിന്നും എഴുന്നേറ്റത്. മെത്തയ്ക്കടിയിൽ നിന്നും, അവന്റെ ഭാരം കൊണ്ട് പരന്നുപോയ ഷർട്ട്, വലിച്ച് പുറത്തെടുത്തു. അതിനെ അരക്കെട്ടിലേയ്ക്ക് തിരുകി വയ്ക്കുമ്പോൾ, ആദ്യമായി ഇങ്ങനെ ചെയ്ത നിമിഷം അവനോർത്തു. തലേ രാത്രിയായിരുന്നു അതെങ്കിലും, താൻ ചെയ്യാത്ത, എന്നാൽ നേരിൽ കണ്ട ആ ക്രൂരകൃത്യം നടന്നിട്ട് വളരെ നാളുകളായത് പോലെ അവനു തോന്നി.

തെങ്ങിൻതോപ്പിൽ അപ്പോഴേയ്ക്കും അസ്തമയ സൂര്യന്റെ അരണ്ട വെളിച്ചം നിറഞ്ഞിരുന്നു. അവൻ പുഴയോരത്തു പോയി, മീൻ പിടിക്കാനെന്ന പോലെ, കുത്തിയിരുന്നു. പുഴയല്ലാതെ മറ്റാരും അവനെ കാണുന്നില്ലെന്ന് തീർച്ചപ്പെടുത്തിയതും, അവൻ അരക്കെട്ടിലേയ്ക്ക് കൈനീട്ടി. പക്ഷേ അവൻ ആ ഷർട്ട് പുറത്തേയ്ക്കെടുക്കാൻ തുടങ്ങിയതും, ഒരു ഹൗസ്ബോട്ട് മൂലയ്ക്ക് പ്രത്യക്ഷപ്പെട്ടു. കൈയിൽ ബിയർ കുപ്പികളുമായി അതിൽ നിന്ന നീല ഷർട്ടുകാർ, കരയിലേയ്ക്ക് കൈചൂണ്ടി എന്തൊക്കെയോ പുലമ്പുന്നുണ്ടായിരുന്നു. അവനെക്കണ്ട മാത്രയിൽ, ചൂറാനിരിക്കുന്ന ആരോ ആണെന്ന് ധരിച്ച അവർ തല വെട്ടിച്ചു. കൈയിലെ അദൃശ്യമായ ചൂണ്ടയിലെ, സാങ്കൽപ്പിക മണ്ണിരയെ കൊത്തിത്തിന്നാൻ വരുന്ന, സാങ്കൽപ്പിക കരിമീനിനെ പിടിക്കാനെന്ന നാട്യത്തിൽ ഇരിക്കാൻ അവനൊരുങ്ങി. പക്ഷേ അപ്പോഴേയ്ക്കും അവരൊക്കെ മറ്റെവിടേക്കൊക്കെയോ നോട്ടം മാറ്റിയിരുന്നു. നീല ഷർട്ടുകാർ കാഴ്ചയിൽ നിന്നും മറഞ്ഞ് കുറേ നേരം കഴിഞ്ഞ്, അവൻ ആ ഷർട്ട് അരക്കെട്ടിൽ നിന്നുമെടുത്ത്, ഓളക്കൈകളിലേയ്ക്കിട്ടു കൊടുത്തു. പുഴയുടെ ഞൊറുവിട്ട അരികുകൾ, പെട്ടെന്ന് തന്നെ ആ ലിനൻ തുണിയെ നനച്ചു കുതിർത്തു. ഓളങ്ങളുടെ തള്ളിച്ചയിൽ നിവർന്നു പോയ

ഉടുപ്പിൽ നിന്നും, കൈകൾ ഇരുവശത്തേയ്ക്കും വീണു. ഒരു ഹാങ്ങറിൽ തൂക്കിയിട്ടിട്ടെന്ന പോലെ, അത് തെല്ലിട വെള്ളത്തിന് മുകളിൽ നിവർന്നു കിടന്നു. പിന്നെ, അത് പതുക്കെ ഓളപ്പരപ്പിലൂടെ ഒഴുകാൻ തുടങ്ങി. ആ കാഴ്ച കണ്ടുകൊണ്ട്, വേറെ ഹൗസ്ബോട്ടേതെങ്കിലും വരുന്നുണ്ടോയെന്ന് ചെവി വട്ടം പിടിച്ചുകൊണ്ട്, അവൻ കരയിൽ നിന്നു. ചതുപ്പിനപ്പുറത്ത്, പുഴ വളയുന്നിടത്ത്, അത് കാഴ്ചയിൽ നിന്നും അപ്രത്യക്ഷമായപ്പോൾ, അവനിൽ ഒരാശ്വാസം നിറഞ്ഞു. ഏതോ ഒരു ദുർബ്ബല നിമിഷത്തിൽ ചെയ്തുപോയ കൊലപാതകത്തിൽ നിന്നും രക്ഷപ്പെടാൻ വേണ്ടി, ശവം മറവ് ചെയ്ത്, അതിനുമുകളിൽ നശിപ്പിക്കാനാവാത്ത എന്തോ ഒന്ന് കെട്ടിയുണ്ടാക്കി, ആ കൊലപാതകത്തിന്റെ എല്ലാ തെളിവുകളും മറച്ച ഒരാളെന്ന പോലെ അവൻ സ്വസ്ഥനായി.

അയൽവീട്ടിലെ സ്വീകരണമുറിയിൽ, ടിവിയ്ക്ക് മുന്നിലെ ചാരുകസേരയിൽ ഇരുന്നിരുന്നത് അവിടത്തെ അമ്മൂമ്മയായിരുന്നു. ചുള്ളിക്കമ്പു പോലെ മെലിഞ്ഞ, കൈകാലുകളിൽ താട പോലെ മാംസം തൂങ്ങിക്കിടക്കുന്ന ഒരു വൃദ്ധയായിരുന്നു അവർ. വീട്ടിൽ മറ്റാരുമുണ്ടായിരുന്നില്ല. അതുകൊണ്ടു തന്നെ, അവിടത്തെ ഗൃഹനാഥനും ഭാര്യയും തിരിച്ചു വരുന്നത് വരെ, ലത്തീഫിന് എവിടെ വേണമെങ്കിലും ഇരിക്കാനും, ഇഷ്ടമുള്ള ചാനലുകൾ കാണാനും സാധിക്കുമായിരുന്നു. പ്രായാധിക്യം കൊണ്ട് ഏറെക്കുറെ മന്ദത ബാധിച്ച, കാഴ്ചക്കുറവുള്ള ആ അമ്മൂമ്മയുടെ വിചാരം ലത്തീഫ് അവരുടെ സ്വന്തം പേരക്കുട്ടിയാണെന്നായിരുന്നു. ആ തോന്നലിൽ അവർ ഇടയ്ക്കിടെ അവന്റെ മുടിയിഴകളിലൂടെ വാത്സല്യത്തോടെ വിരലോടിക്കാറുണ്ടായിരുന്നു. അവർക്ക് അത്രമേൽ പ്രിയപ്പെട്ട ഒരാളായി നടിക്കുന്നതിൽ അവനല്പം കുറ്റബോധം തോന്നാതിരുന്നിരുന്നില്ല. പക്ഷേ അവരുടെ വിറയ്ക്കുന്ന കൈകൾ നൽകിയ സാന്ത്വനത്തിൽ സന്തോഷവും സങ്കടവും അവനെ ഒരേസമയം ഗ്രസിച്ചു. അവർ ഉദ്ദേശിച്ച ആളല്ല താൻ എന്ന സത്യം അറിഞ്ഞാൽ, കൈ പിൻവലിച്ചേക്കുമോ എന്ന ഭയവും അവനെ അലട്ടി.

അവൻ നിലത്തിരുന്നു. അവനോട് കർക്കശ സ്വരത്തിൽ പറഞ്ഞിരുന്നത് പോലെ, കാൽ പരവതാനിയിൽ തട്ടാത്ത രീതിയിലാണ് അവൻ ഇരുന്നത്. പക്ഷേ, അവിടെയുള്ള ഒന്നും തൊട്ടേക്കരുത് എന്ന നിബന്ധന പാടേ അവഗണിച്ചുകൊണ്ട്, അവൻ റിമോട്ട് കൈയിലെടുത്തു. ഓരോ ചാനലും മാറ്റി മാറ്റി, ഒടുവിൽ, ഒന്നിനു പിറകെ ഒന്നായി സിനിമകൾ ഓടുന്ന ഒരു ചാനൽ കണ്ടുപിടിച്ചു. അവൻ കരുതിയിരുന്നത് പോലെതന്നെ, മരിച്ചുപോയ നടൻ അഭിനയിച്ച ഒരു സിനിമയായിരുന്നു അത്. ഒരു ഡോക്ടറുടെ കോട്ടിട്ട് തിരശീലയിൽ പ്രത്യക്ഷപ്പെട്ട അയാൾ, ജനലിലെ വെളിച്ചത്തിന് നേരെ ഒരു എക്സ്റേ എടുത്തു പിടിച്ച്, അതിലെ പൊട്ടിപ്പോയ അസ്ഥി, ഒരു പേനയുടെ തുമ്പുകൊണ്ട് കാണിക്കുകയായിരുന്നു. ഒരു തലയിണയ്ക്കടിയിൽ

താൻ കണ്ട സിറിഞ്ചുകളെക്കുറിച്ച് ലത്തീഫ് അപ്പോൾ ഓർത്തു. ഒരു ഡോക്ടറുടെ വേഷം അഭിനയിച്ച നടന്, യഥാർത്ഥത്തിൽ ആ കഴിവുകൾ കിട്ടിക്കാണുമെന്നും, അങ്ങനെ അയാൾ തന്റെ ആരോഗ്യത്തെക്കുറിച്ചും, അസുഖത്തെക്കുറിച്ചും മനസ്സിലാക്കിയിട്ടുണ്ടാവുമെന്നും അവൻ വെറുതെ സങ്കൽപ്പിച്ചു. അവൻ ചാനൽ മാറ്റിയതും, മാനേജറുടെ അപരനെ അതിൽക്കണ്ട് അവൻ അതിശയിച്ചു. ആഘോഷപൂർണ്ണമായ ഒരന്തരീക്ഷത്തിൽ തലകുത്തിമറിയുന്ന അദ്ദേഹത്തിനെ സ്ലോമോഷനിൽ കാണിക്കുകയായിരുന്നു അപ്പോൾ.

അടുത്ത ദിവസം രാവിലെ ഹാജർ പുസ്തകത്തിൽ ഒപ്പിടുമ്പോൾ, ആ നടന്റെ കൈയിൽ നിന്നും മോഷ്ടിച്ച മോതിരം അണിഞ്ഞിട്ടുണ്ടോ എന്നറിയാൻ, അവൻ മാനേജരുടെ വിരലുകളിലേയ്ക്ക് പാളി നോക്കി. അതവിടെ ഉണ്ടായിരുന്നില്ല. ചിലപ്പോൾ ലത്തീഫ് ചെയ്തത് പോലെ, അയാളും ആരും കാണാത്ത തക്കം നോക്കി ആ മോഷണവസ്തു ദൂരെയെറിഞ്ഞു ഒഴിവാക്കിയിട്ടുണ്ടാവാം. ഉച്ചഭക്ഷണനേരം ആരും സംസാരിച്ചില്ല; സ്റ്റെല്ല ചോറ്റുപാത്രത്തിൽ തന്നെ കണ്ണു നട്ട്, മനസ്സ് മറ്റെങ്ങോ വിട്ട്, വെറുതെ ചവച്ചുകൊണ്ടിരിക്കുകയായിരുന്നു. സ്റ്റെല്ല മോപ്പും വലിച്ചിഴച്ച് ആ ഇടനാഴിയിൽ നിന്നും വേഗത്തിൽ നടന്നു പോയതിന് ശേഷം 555-ാം നമ്പർ മുറിയിൽ താൻ കണ്ട കാര്യങ്ങൾ അവളോട് പറയണോ വേണ്ടയോ എന്നവൻ ഒന്ന് ശങ്കിച്ചു. മാനേജർ നടനരികിൽ ഇരുന്ന്, അയാളുടെ വിരലിൽ നിന്നും മോതിരം അടർത്തിയെടുത്തത് പറയാം എന്നവൻ കരുതി. പക്ഷേ തൊട്ടടുത്ത നിമിഷം തന്നെ, അവരത് കേൾക്കാൻ എത്ര ഭയപ്പെടുന്നുവോ, അത്ര തന്നെ അത് പറയാൻ താനും ഭയപ്പെടുന്നു എന്നവൻ തിരിച്ചറിഞ്ഞു. ആ ദിവസം അവന്റെ ജീവിതത്തെ എന്നെന്നേയ്ക്കുമായി മാറ്റിമറിച്ചിരുന്നു. അവന് എന്തെങ്കിലുമൊന്ന് പറയണം എന്നുണ്ടായിരുന്നുവെങ്കിലും, എന്ത് പറഞ്ഞു തുടങ്ങണം എന്ന് തീർച്ചയില്ലായിരുന്നു. ഇബ്രുവിനെക്കുറിച്ച് എന്തെങ്കിലും പറഞ്ഞാലോ എന്നവൻ ആലോചിച്ചു. പക്ഷേ അവൻ ഒരു കഥ മെനഞ്ഞിട്ടുണ്ടായിരുന്നില്ല. ആ മധ്യാഹ്നത്തിൽ, നിശബ്ദമായിരുന്ന ഭക്ഷണം കഴിക്കുക എന്നതായിരുന്നു ചെയ്യാൻ പറ്റിയ ഏറ്റവും നല്ല കാര്യം.

11

ജോലിയില്ലാതിരുന്ന ഒരു ദിവസമായിരുന്നു ലത്തീഫിന്റെ പതിനെട്ടാം പിറന്നാൾ. നിയമാനുസൃതമായി തനിക്ക് പ്രായപൂർത്തിയായതൊന്നുമറിയാതെ, വീടിന്റെ കോലായിലിരുന്ന്, മരച്ചീനിച്ചെടികൾക്ക് മുകളിൽ നിറമില്ലാത്ത വെള്ളാരങ്കല്ലുകൾ പോലെ മഴവെള്ളം വീഴുന്നതും നോക്കിയിരിക്കുയായിരുന്നു അവൻ. മരച്ചീനിയ്ക്കായി ഉപ്പ തയ്യാറാക്കിയിട്ടിരുന്ന തടത്തിൽ, നാൽപത് ദിവസത്തെ ഇദ്ദ കഴിഞ്ഞു വന്ന ഉമ്മ മരച്ചീനിക്കമ്പുകൾ നട്ടു. ഉമ്മ തന്നെ അവയെ നട്ടു നനച്ചു വളർത്തി വലുതാക്കുകയും, പല കുറി മാറ്റി നടുകയും ചെയ്തു. ഇന്നിപ്പോൾ, നാലുവരി നിറയെ തഴച്ചു നിൽക്കുന്ന ചെടികളാണവ.

അവന്റെ വീടിന് ജനാലവിരികളില്ലായിരുന്നു. അവൻ കുഞ്ഞായിരുന്നപ്പോൾ അതിന് ജനാലകൾ തന്നെയില്ലായിരുന്നു. പൂശാത്ത ചുവരുകൾക്കിടയിൽ ഒഴിഞ്ഞു കിടന്ന കുറച്ചു ദീർഘചതുരങ്ങൾ മാത്രമായിരുന്നു അവ. പിന്നീട്, കോയ മാമാ അവരുടെ വീട് പുതുക്കിപ്പണിഞ്ഞപ്പോൾ, പഴയ ജനാലകൾ എടുത്തുകൊള്ളാൻ പറഞ്ഞു. വാതിൽപ്പടിയിൽ കുത്തിയിരിക്കുമ്പോൾ, വിരികളില്ലാത്ത ജനാലകളടയ്ക്കാൻ വേണ്ടി സഹോദരിമാർ അകത്ത് പരക്കം പായുന്ന ശബ്ദം അവനു കേൾക്കാമായിരുന്നു. മഴ കനക്കവേ, പുഴയിൽ നിന്നും വീശിയടിച്ച കാറ്റ്, വീട്ടിലെ സാധനസാമഗ്രികളെ നനയ്ക്കുമെന്ന് ഭീഷണിപ്പെടുത്തിക്കൊണ്ടേയിരുന്നു. മേൽക്കൂര നിറയെ സുഷിരങ്ങളായിരുന്നു. ഉപ്പ മാറ്റാൻ വിട്ടുപോയ, പൊട്ടിയ ഓടുകൾക്കിടയിലൂടെ ഉള്ളിലേയ്ക്ക് ചോർന്നൊലിച്ച മഴത്തുള്ളികൾക്കായി, ഉമ്മ ഒഴിഞ്ഞ പാത്രങ്ങൾ വീട് മുഴുവൻ നിരത്തിവച്ചു. മഴ, കലങ്ങളിലും ചട്ടികളിലും തീർത്ത കലപില ശബ്ദവും, പുരപ്പുറത്തു തീർത്ത ചറപറ ശബ്ദവും അവൻ കേട്ടു. അപ്പോഴാണ്, വീട്ടിലുള്ളവർ തൊട്ടു പിറകിൽ വന്നു നിന്നതവൻ ശ്രദ്ധിച്ചത്. പെൺകുട്ടികൾ, തീരെ ഭംഗിയില്ലാത്തൊരു ഹാപ്പി ബർത്ത്ഡേ പാട്ടു പാടുകയായിരുന്നു. ഉമ്മയാകട്ടെ, അവനേതോ

ഓട്ടമത്സരത്തിന് പോയി ജയിച്ചുകൊണ്ടിരിക്കുന്നത് കാണുന്ന ഒരാളെപ്പോലെ കൈകൊട്ടുകയായിരുന്നു. അവൻ മടിച്ചുമടിച്ച് എഴുന്നേറ്റ്, സ്വീകരണമുറിയിലെ ആ അപ്രതീക്ഷിത സായാഹ്നത്തിലേയ്ക്ക് തിരിഞ്ഞു. ബിസ്മിയുടെ കൈയിൽ, വട്ടത്തിലുള്ള പ്ലം കേക്ക് വച്ച ഒരു പ്ലേറ്റുണ്ടായിരുന്നു. അതിന്റെ നടുക്ക് കുത്തിവച്ചിരുന്ന മെഴുകുതിരിയുടെ വെട്ടത്തിൽ, അവളുടെ താടി തിളങ്ങി. ഭംഗിയിൽ ചുരുട്ടി, സ്കൂളിൽ കെട്ടാൻ ഉപയോഗിച്ചിരുന്ന ചുവന്ന റിബ്ബൺ വച്ചു കെട്ടി ഭദ്രമാക്കിയ ഒരു വെള്ള പേപ്പർ ചുരുളായിരുന്നു ബീമയുടെ കൈയിൽ.

അങ്ങനെ, അവന് ഔദ്യോഗികമായി പതിനെട്ട് വയസ്സായിരിക്കുന്നു. ഇനി വരുന്ന തിരഞ്ഞെടുപ്പിൽ അവനു വോട്ടു ചെയ്യാം. ഇനിയവന് ഡ്രൈവിംഗ് ലൈസൻസ് എടുക്കാം. ഒരു ദിവസം മുൻപ് വരെ സാധിക്കാതിരുന്ന പലതും, ഇനിയവന് ചെയ്യാം. അവന്റെ പിറന്നാൾ അവർ ഓർത്തു വച്ചതിലും, ആഘോഷിക്കാൻ തീരുമാനിച്ചതിലും അവനു സന്തോഷം തോന്നി. അതോടൊപ്പം തന്നെ, താൻ കുടുംബത്തിന്റെ ഒരേയൊരു അത്താണിയായി മാറുന്നത് വരെയുള്ള ഒരൊറ്റ പിറന്നാള് പോലും അവർക്ക് ഓർമ്മയില്ലായിരുന്നല്ലോ എന്നതിൽ അവനൽപ്പം അമർഷമുണ്ടായി. ഉമ്മയ്ക്ക് ഇടയ്ക്കിടെ വരുന്ന കണ്ണീർ പോലെതന്നെ കപടമാണ് അവർ കാണിക്കുന്ന ആ സന്തോഷവും എന്നവന് തോന്നി. ഒരേസമയം സന്തോഷവും ദേഷ്യവും അവനെ വന്നു മൂടിയതിനാൽ, അവയെ എങ്ങനെ കൈകാര്യം ചെയ്യണം എന്നവന് അറിയില്ലായിരുന്നു. ഉമ്മ കേക്കിന്റെ ഒരു കഷണമെടുത്ത് അവന്റെ വായിലേയ്ക്ക് വെയ്ക്കാൻ തുനിഞ്ഞപ്പോൾ അവൻ പിന്നിലേയ്ക്ക് മാറി. പക്ഷേ അവർ നിർബന്ധിച്ചപ്പോൾ, അവൻ മടിച്ചുമടിച്ച് വായ തുറന്ന് ആ കേക്ക് വാങ്ങി. അത് ചവയ്ക്കാൻ തുടങ്ങിയപ്പോഴായിരുന്നു, ഉമ്മയുടെ വിരലുകളിലെ ചുറ്റിക്കെട്ടുകൾ അവന്റെ കണ്ണിൽപ്പെട്ടത്. ആ തുണിയ്ക്കടിയിലെ അവരുടെ വിരലുകളുടെ അവസ്ഥയെക്കുറിച്ചവനോർത്തു – അണുബാധകൊണ്ട് മഞ്ഞിച്ച, വിളർത്ത, ലോലമായ വിരലുകൾ. ആന്റിസെപ്റ്റിക് ക്രീമിന്റെ രൂക്ഷമായ ചവർപ്പ് അവന്റെ വായിൽ തികട്ടി. ആ അരുചിയെ മായ്ച്ചുകളയാനെന്നോണം, അവൻ പെങ്ങന്മാർക്ക് നേരെ തിരിഞ്ഞ്, കേക്കിന്റെ രൂപമില്ലാത്ത ബ്രൗൺ കഷണങ്ങളെടുത്ത് ലജ്ജയോടെ വായിലേയ്ക്ക് തിരുകി.

"ഹാപ്പി ബർത്ത്ഡേ." കൈയിലെ ചുരുൾ അവനു നേരെ നീട്ടിക്കൊണ്ട് ബീമ പറഞ്ഞു.

അമർഷമെല്ലാം മാറി, അവനിൽ കൗതുകം നിറഞ്ഞു. ആരും പിറന്നാൾ സമ്മാനമായി അവനൊരു നെയിം സ്ലിപ്പ് പോലും അതുവരെ കൊടുത്തിട്ടുണ്ടായിരുന്നില്ല. മുന്നോട്ടൽപ്പം കുനിഞ്ഞ്, വിലങ്ങുകളണിയിച്ചോളൂ എന്ന് പറയുന്നപോലെ, അവൻ കൈകൾ നീട്ടി. അവൾ ആ ചുരുൾ ശ്രദ്ധയോടെ അവന്റെ കൈത്തലത്തിലേയ്ക്ക്

വച്ചുകൊടുത്തു. അവളുടെ കൈകളിലിരുന്നപ്പോൾ ഒരു തൂവൽ പോലെ മൃദുലമായിരുന്ന ആ ചുരുൾ, അവന്റെ കൈകളിലെത്തിയപ്പോൾ ഒരു ചെറിയ പക്ഷിക്കുഞ്ഞിനെപ്പോലെ ഭാരമേറി.

"തുറന്ന് നോക്ക്." ഉമ്മ പറഞ്ഞു.

"പിന്നീടാവട്ടെ." ആ ചുരുളിനെ പതുക്കെ ഞെക്കി നോക്കിക്കൊണ്ട് അവൻ പറഞ്ഞു. മുറിവിൽ ചുറ്റുന്ന പഞ്ഞിത്തുണി പോലെയാണവനത് തോന്നിയത്.

"ഇപ്പൊത്തന്നെ തുറക്ക്." ഉമ്മ നിർബന്ധിച്ചു.

ലത്തീഫ് യാതൊരു താൽപര്യവുമില്ലാത്ത മട്ടിൽ, ദീർഘമായി നിശ്വസിക്കുന്നത് പോലെ നടിച്ചു കൊണ്ട്, അതിന്റെ റിബ്ബൺ അഴിച്ചു. താഴേയ്ക്ക് വീണ റിബ്ബണെടുത്ത് ബീമ തന്റെ മുടിപ്പിന്നലിന്റെ അറ്റത്ത് കെട്ടി. ചുണ്ടൽപ്പം കൂർപ്പിച്ചു വെച്ചുകൊണ്ട്, അവൻ തന്റെ കൈയിലെ കൗതുകത്തെ മെല്ലെ തുറന്നു. വെള്ള കടലാസ്സിനുള്ളിൽ അതിനേക്കാൾ വെണ്മയുള്ള മറ്റെന്തോ അവൻ കണ്ടു. അതിലെ ചിത്രത്തുന്നൽ ചെയ്ത മാൻകൊമ്പുകൾ കണ്ടതും, അവൻ അന്തം വിട്ടു വായ തുറന്നു നിന്നു പോയി.

"നിങ്ങൾക്കിത് എവിടുന്നു കിട്ടി?" ഉമ്മയുടെ മുൻപിൽ ആ ഷർട്ട് നീട്ടിപ്പിടിച്ചുകൊണ്ട് ചോദിക്കുമ്പോൾ അവന്റെ സ്വരം വിറച്ചു. അവന്റെ ശബ്ദത്തിലെ മൃദുത്വം, അവന്റെ അവിശ്വസനീയമായ സന്തോഷമാണെന്ന് തെറ്റിദ്ധരിച്ച ഉമ്മ, ധൈര്യത്തിൽ തുടർന്നു, "നിനക്കിത് ഇഷ്ടമായോ ഇല്ലയോ? ആദ്യം അത് പറ." തീർച്ചയായും അവൻ അതിനെ അതിയായി മോഹിച്ചിരുന്നു, ഇല്ലെന്നുണ്ടെങ്കിൽ അത് ദ്വീപിന് ചുറ്റും കിടന്ന് ഒഴുകുകയില്ലായിരുന്നു.

"എനിക്കിഷ്ടപ്പെട്ടു." അവൻ മനസ്സില്ലാമനസ്സോടെ പറഞ്ഞു. മോപ്പും വലിച്ചിഴച്ചുകൊണ്ട് 555-ാം നമ്പർ മുറിയിൽ നിന്നും തിടുക്കപ്പെട്ട് നടന്നകലുന്ന സ്റ്റെല്ലയെ അവനപ്പോൾ ഓർത്തു. തൊട്ടടുത്ത മുറിയിൽ നിന്നെന്ന വണ്ണം അവരുടെ ശബ്ദം അടുത്തും, വ്യക്തമായും അവൻ കേട്ടു. *എനിക്ക് വയ്യ ഒരു ശവം കൂടി കാണാൻ.*

"ഇട്ട് നോക്ക്," ബിസ്മി പറഞ്ഞു. "നിനക്കിത് ഇത്തിരി വലുതായിരിക്കും എന്ന് തോന്നുന്നു."

അവൻ ബിസ്മിയെ അവഗണിച്ച്, ഉമ്മയ്ക്ക് നേരെ തിരിഞ്ഞു. എങ്ങനെ ന്യായീകരിക്കണം എന്നറിയാത്ത ഒരു കോപം അവന്റെ തൊണ്ടക്കുഴിയിലേയ്ക്ക്, ഒരു ഓക്കാനം പോലെ, തികട്ടി വന്നു. "ഇത് നിങ്ങൾക്ക് എവിടുന്നാ കിട്ടിയത്? അത് പറയാതെ ഞാനിത് ഇടുന്ന പ്രശ്നമേയില്ല."

ഉമ്മ പറഞ്ഞു തുടങ്ങുന്നതിന് മുൻപ് തന്നെ, അതെങ്ങനെ തിരികെ വീട്ടിലേയ്ക്കെത്തിയിട്ടുണ്ടാവും എന്നതിനെക്കുറിച്ച് അവനൊരു

ഊഹം കിട്ടിയിരുന്നു. എങ്കിലും, അവന് അതിന്റെ വിശദാംശങ്ങൾ അറിയണമായിരുന്നു. അവന്റെ ഉള്ളിലെ ആർത്തിപൂണ്ട കഥപറച്ചില്വ കാരൻ, അതിന്റെ ഓരോ ഭാഗവും അറിയണമെന്ന് വാശി പിടിച്ചു.

രണ്ടു ദിവസം മുൻപ്, വിറക് ശേഖരിക്കുന്നതിനായി ഉമ്മ ചതുപ്പിനടുത്തേയ്ക്ക് പോയിരുന്നു. ഇടയ്ക്കിടെ ചില ഉച്ചകഴിഞ്ഞുള്ള നേരങ്ങളിൽ, ആരുമറിയാതെ, കൈയിലൊരു കയറും വെട്ടുകത്തിയുമായി, കോയ മാമായുടെ വീട് താണ്ടി ഉമ്മ ഇതിനു വേണ്ടി പോകാറുണ്ടായിരുന്നു. ദ്വീപുവാസികൾ അവിടെയുള്ള ചെടികളൊന്നും വെട്ടരുത് എന്ന സർക്കാർ മുന്നറിയിപ്പ് ബോർഡിനെ പാടേ അവഗണിച്ചുകൊണ്ട്, അവർ വെട്ടുകത്തി കൊണ്ട് തലങ്ങും വിലങ്ങും വെട്ടുമായിരുന്നു. മുന്നറിയിപ്പ് പലകകൾക്ക് തൊട്ടടുത്തുള്ള കുറ്റിച്ചെടികളെ തൊടാതെ തന്നെ, ഉമ്മയ്ക്ക് ആവശ്യമുള്ളവയെ ശബ്ദമുണ്ടാക്കാതെ വേഗത്തിൽ വെട്ടിയെടുക്കുമായിരുന്നു. അന്നുച്ചയ്ക്ക്, ചുള്ളിക്കമ്പുകൾ വെട്ടിക്കൂട്ടി കെട്ടിവയ്ക്കുന്നതിനിടയിലാണ്, ഇരുൾ പരക്കുന്ന പുഴയ്ക്ക് മുകളിൽ വെള്ളനിറത്തിലുള്ള എന്തോ ഒന്ന് അവരുടെ കണ്ണിൽപ്പെട്ടത്. കണ്ടൽക്കാടുകൾക്കിടയിൽ ആരുടെയോ ശവം കുടുങ്ങിക്കിടക്കുകയാണ് എന്നാണ് ആദ്യം അവർ കരുതിയത്. വേഗം അവിടെ നിന്നും ഓടി രക്ഷപെടാൻ അവർ ഒരുങ്ങി. അപ്പോഴാണ് ഒരു കുറ്റിച്ചെടിയുടെ വേരിൽ തടഞ്ഞു കിടക്കുന്ന വെള്ളഷർട്ടാണതെന്ന് അവർക്ക് മനസ്സിലായത്. പുഴ അതിനു മുകളിലൂടെയും അടിയിലൂടെയും ഒഴുകുമ്പോൾ, ഒരു അപസ്മാരക്കാരനെപ്പോലെ അതിന്റെ കൈകൾ വിറകൊള്ളുന്നുണ്ടായിരുന്നു. ചെടികൾക്കിടയിലൂടെ ആ ഷർട്ട് എത്തിപ്പിടിച്ചെടുക്കാൻ തക്ക നീളമുള്ള ഒരു ചുള്ളിക്കമ്പ് തിരയു മ്പോഴൊക്കെ അവരുടെ മനസ്സിൽ ലത്തീഫ് മാത്രമേ ഉണ്ടായിരുന്നുള്ളു. പറ്റിയ ഒരു വടി കിട്ടിയപ്പോൾ, അവരത് ചെടികൾക്കിടയിലൂടെ കടത്തി, ഷർട്ടിന്റെ കോളറിൽ തൂക്കി എടുക്കാൻ ശ്രമിച്ചു. ഏതാനും നിമിഷങ്ങൾ ശ്രദ്ധയോടെ ക്ഷമയോടെ പരിശ്രമിച്ചതിന് ശേഷമായിരുന്നു അവർക്കാ ഷർട്ട് അവിടെ നിന്നും ഇളക്കി അടുത്തേയ്ക്ക് എത്തിക്കാൻ സാധിച്ചത്. തൊട്ടടുത്ത ദിവസം രാവിലെ, ജോലി ചെയ്ത് ക്ഷീണിച്ച് കാറ്റും, ഉറക്കവും ചുവപ്പിച്ച കണ്ണുകളുമായി ലത്തീഫ് വീട്ടിലെത്തുന്ന ഉടനെ തന്നെ ഷർട്ട് അവനു നൽകണമെന്നായിരുന്നു അവരുടെ മനസ്സിൽ. പക്ഷേ പിറന്നാൾ ദിവസം വരെ അതൊരു രഹസ്യമാക്കി വയ്ക്കാമെന്ന് പെൺമക്കൾ അവരെ ശട്ടം കെട്ടി.

"ഇട്ടു നോക്ക്," കുടുംബം ഒന്നടങ്കം അവനോടു പറഞ്ഞു. ബിസ്മി, അവന്റെ മുറിയിൽ നിന്നും പൊട്ടിയ കണ്ണാടി എടുത്തുകൊണ്ട് വന്ന് അവനു നേരെ പിടിച്ചു നിൽക്കുകയായിരുന്നു. "നിനക്കിത് ചേരുന്നുണ്ടോ എന്ന് നോക്കട്ടെ." കണ്ണാടിയ്ക്ക് പിന്നിൽ നിന്നും അവൾ പറഞ്ഞു.

തനിക്കിതിട്ടാൽ എങ്ങനെയുണ്ടാവും എന്നത് അവന് എന്തായാലും

അറിയാം. ഇറക്കം കുറച്ച് കൂടുതലാണ്. തോളൽപ്പം അയഞ്ഞു കിടക്കും. പക്ഷേ, അനുസരണയോടെ ആ ഷർട്ട് ധരിക്കുമ്പോൾ, അവനാ കണ്ണാടിയിലേയ്ക്കൊന്ന് പാളി നോക്കി. ഉയർച്ചയുടെ ഗ്രാഫ് പോലെ നിന്നിരുന്ന വിള്ളലിൽ രണ്ടായി പകുക്കപ്പെട്ട തന്റെ മുഖം അതിലവൻ കണ്ടു. അങ്ങനെയൊക്കെ സാധ്യമാണോ എന്ന് പോലും തീർച്ചയില്ലായിരുന്നു എങ്കിലും, മുഖത്തിന്റെ ഒരു പകുതിയിൽ പുഞ്ചിരിയും, മറുപകുതിയിൽ കോപവും അവൻ കണ്ടു.

"സെമിനാരിയിലെ പിള്ളേരെപ്പോലുണ്ടല്ലേ?" ബീമ ഉറക്കെച്ചിരിച്ചു.

"അല്ല," ഉമ്മ ദേഷ്യത്തോടെ പറഞ്ഞു. "അവനെക്കണ്ടാൽ അവന്റെ ഉപ്പയെപ്പോലെത്തന്നെയുണ്ട്."

തൊട്ടടുത്ത ഏതു നിമിഷത്തിലും ഉമ്മയുടെ കണ്ണുകൾ നിറഞ്ഞേക്കും എന്ന് തോന്നിയപ്പോൾ, അവൻ ഷർട്ടിന്റെ ബട്ടണുകൾ വിടുവിച്ച്, അത് മെല്ലെ ഊരിയ ശേഷം, ഉമ്മറപ്പടിയിൽ പോയി, മഴയിൽ വിറയ്ക്കുന്ന മരച്ചീനി ഇലകളെ നോക്കിയുള്ള ഇരുപ്പ് തുടർന്നു. പിന്നിൽ, കലങ്ങളിലും ചട്ടികളിലും വീണുകൊണ്ടിരുന്ന മഴത്തുള്ളികളുടെ ശബ്ദത്തിന് അപ്പോഴേയ്ക്കും ഭാവമാറ്റമുണ്ടായിക്കഴിഞ്ഞിരുന്നു – കട്ടിയുള്ള ലോഹത്തിൽ വീഴുന്ന കലപില ശബ്ദത്തിൽ നിന്നും അത്, നിറഞ്ഞ വെള്ളത്തിൽ വീഴുന്ന ജലകേളീരവമായി പരിണമിച്ചിരുന്നു. മുകളിലെ ചറപറ ശബ്ദമാകട്ടെ, മഴയുടെ ഭാവമാറ്റങ്ങൾക്കനുസരിച്ച് കനക്കുകയും ശോഷിക്കുകയും ചെയ്തുകൊണ്ടിരുന്നു.

മഴ മാറി മാനം തെളിഞ്ഞപ്പോൾ, ഉമ്മ അവനോട് വീണ്ടും ഷർട്ടെടുത്തിടാനും, മുടി വൃത്തിയായി ചീകിയൊതുക്കാനും ആവശ്യപ്പെട്ടു. "നമുക്കൊരിടം വരെ പോകണം." അവർ പറഞ്ഞു.

"എവിടെ?"

"ഒരിടത്ത്." എന്നു പറഞ്ഞുകൊണ്ട് അവർ ഒരുങ്ങാനായി പെങ്ങന്മാരുടെ മുറിയിലേയ്ക്ക് പോയി.

തന്റെ ചോദ്യത്തിന് ഒരുത്തരത്തിനെന്നോണം അവൻ പെങ്ങന്മാരെ നോക്കി. പക്ഷേ അവർക്കും കാര്യമായ അറിവുള്ളതായി തോന്നിയില്ല.

"എവിടേയ്ക്കാണ്?" അവൻ വീണ്ടും ചോദിച്ചു.

"നിനക്ക് പതിനെട്ട് തികഞ്ഞത് കൊണ്ട്, ചിലപ്പോ നിനക്ക് വല്ല പെണ്ണു കാണാനുമാവും." ബിസ്മി പറഞ്ഞു.

പതിനെട്ടാം പിറന്നാളാണോ ആൺകുട്ടികൾക്ക് ഭർത്താവാകാനുള്ള യോഗ്യത നൽകിയിരുന്നത്? ഇരുപത്തിയൊന്നു വയസ്സുള്ള ഭർത്താക്കന്മാരേയും, പതിനെട്ടു വയസ്സുള്ള ഭാര്യമാരേയും അവനറിയാമായിരുന്നു. പക്ഷേ ആ ദ്വീപിലെ ഏറ്റവും പ്രായം കുറഞ്ഞ ഭർത്താവ് താനാവും എന്ന് അവൻ സ്വപ്നത്തിൽ പോലും കരുതിയിരുന്നില്ല.

തൊണ്ടക്കുഴിയിൽ എന്തോ ഒന്ന് മൃദുലമാവുന്നത് അവനറിഞ്ഞു. അത് അവനിൽ സന്തോഷം നിറച്ചു. ഉമ്മയോട് ഒരെതിർപ്പ് നടിക്കാൻ പോലും അവൻ മറന്നുപോയി. കല്യാണക്കാര്യം പറയുമ്പോൾ അതിനോടൊരു എതിർപ്പ് രേഖപ്പെടുത്തുന്നതാണ് നാട്ടുനടപ്പ് എന്നാണ് അവൻ കരുതിയിരുന്നത്. പക്ഷേ കപടദേഷ്യം കാണിക്കാൻ പോലും തനിക്ക് കഴിയുന്നില്ല എന്നവന് മനസ്സിലായി. തെങ്ങിൻതോപ്പിലൂടെ അരിച്ചു വരുന്ന *ജീസസിന്റെ* ഹോറണടിയ്ക്ക് കാതോർത്തു കൊണ്ട് ഒരു പെൺകുട്ടി ഈ മുറിയിലെ കിടക്കയിൽ കിടക്കുന്ന രംഗം മനസ്സിലോർത്തപ്പോൾ അവന്റെ നെഞ്ച് കടഞ്ഞു. അവൾ തന്നെയും കാത്ത് വീടിന്റെ ചെറിയ തടിഗേറ്റിൽ വന്നു നിൽക്കുമെന്നതോർത്തപ്പോൾ, അവന്റെ കണ്ണുകളിൽ ആശ ഒളിമിന്നി. അവൻ മുറിയിലേയ്ക്ക് കയറി, തലമുടി നടുക്ക് വെച്ച് കൃത്യമായി വകുന്ന്, വൃത്തിയായി ചീകി വച്ചു. വശങ്ങളിലെ എണ്ണമയമുള്ള ചുരുണ്ടമുടി, ചെവിയ്ക്ക് മുകളിൽ തൂങ്ങിക്കിടന്നു. കവിളുകൾ അൽപ്പം ടാൽക്കം പൗഡർ തേച്ച ശേഷം, ഒരു ഐബ്രോ പെൻസിൽ എടുത്ത് അവൻ മീശയ്ക്ക് കനം കൂട്ടി. അവന്റെ കൈവിരലുകൾ നീണ്ട്, അറ്റം മഞ്ഞിച്ചവയായിരുന്നു. ആണുങ്ങൾക്ക് നീണ്ട വിരൽനഖങ്ങളുള്ളതിൽ ലൈംഗികപരമായ എന്തോ ഒരു അപാകതയുണ്ടായിരുന്നു. വേദനാജനകമായ ഒരു ഇടപെടലിനെയാണ് അത് സൂചിപ്പിച്ചിരുന്നത്. അവൻ പെട്ടെന്ന് അവയെ വെട്ടിക്കളഞ്ഞ ശേഷം, മൂക്കിനോടടുപ്പിച്ച് ഒന്ന് മണപ്പിച്ചു. വെള്ളഷർട്ടെടുത്തിട്ടപ്പോൾ അവനു തെല്ലും കുറ്റബോധം തോന്നിയില്ല. അതിനെ പാന്റിനുള്ളിലേയ്ക്ക് കടത്തി വച്ചപ്പോൾ, താൻ ഒരു പുതിയ മനുഷ്യനായപോലെ അവനു തോന്നി.

ഒരുങ്ങി വന്ന അവനെ കണ്ടപ്പോൾ ഉമ്മയ്ക്ക് തൃപ്തി തോന്നി. പക്ഷേ പെങ്ങന്മാർക്ക് അത് തീരെ ബോധിച്ചില്ല. "ആ മുകളിലത്തെ ബട്ടൺ അഴിച്ചിട്," ബിസ്മി പറഞ്ഞു. "എങ്കിലേ സെമിനാരിപ്പയ്യൻ അല്ലെന്ന് കുറച്ചെങ്കിലും തോന്നൂ."

"അവനെക്കണ്ടാൽ പാതിരിയെപ്പോലൊന്നുമല്ല," ഉമ്മ പറഞ്ഞു. "അവൻ അവന്റെ ഉപ്പയെപ്പോലെതന്നെയാ."

'മുയലിനു വഴി കാണിച്ചുകൊടുക്കാമോ' എന്ന കളിയിലെ വളഞ്ഞു പുളഞ്ഞ വഴികൾപോലെ കിടക്കുന്ന ഇടവഴികളിലൂടെ ഉമ്മയെ അനുഗമിക്കുമ്പോൾ, വശങ്ങളിലെ വേലിപ്പടർപ്പുകളിൽ നിന്നും അവൻ വയലറ്റ് പൂക്കൾ ഇറുത്തെടുത്തു. മറ്റെന്തൊക്കെയോ ആലോചിച്ചുകൊണ്ട് പൂക്കൾ പറിച്ച അവൻ, അടുത്ത അടി വയ്ക്കുന്നതിന് മുൻപ് തന്നെ അവയെ താഴെയിട്ടു; തിരികെ വരുമ്പോൾ വഴി തെറ്റാതിരിക്കാൻ ബാക്കി വയ്ക്കുന്ന പൂക്കൾ കൊണ്ടുള്ള അടയാളങ്ങൾ പോലെ. എങ്ങോട്ടാണ് പോകുന്നത് എന്നറിയാതെ, അത് ചോദിക്കാൻ ധൈര്യമില്ലാതെ, ഉമ്മയ്ക്ക് പിന്നിൽ നടക്കുമ്പോൾ, തനിക്ക് അതുവരെയ്ക്കും പരിചിതമല്ലാത്ത ഒരു കാർക്കശ്യം ഉമ്മയുടെ ശരീരഭാവങ്ങളിൽ ഉടലെടുക്കുന്നത് അവൻ കണ്ടു. പോകുന്ന

വഴിയ്ക്ക് ഒന്നോ രണ്ടോ ബന്ധുക്കളെ കാണുകയും, അവരോട് എങ്ങോട്ടാണ് പോകുന്നതെന്നും, എന്തിനാണ് പോകുന്നതെന്നുമൊക്കെ ഉമ്മയ്ക്ക് പറയേണ്ടി വരികയും ചെയ്തിരുന്നെങ്കിൽ എന്നവൻ ആശിച്ചു. പക്ഷേ നടപ്പാലം എത്തുന്നത് വരെയും, അപരിചിതർ മാത്രമേ അവരെ കടന്നുപോയിരുന്നുള്ളൂ.

ഒടുവിലവൻ ചോദിച്ചു, "നമ്മളെങ്ങോട്ടാണ് പോകുന്നത്?" അവരപ്പോൾ സെമിനാരി കടന്നു നടക്കുകയായിരുന്നു; പലതരം അളവുകളിൽ – ചെറിയ സഞ്ചികളിലും, ചെറിയ പാക്കറ്റുകളിലും, വലിയ ബ്രൗൺ കാർഡ്ബോർഡ് പെട്ടികളിലുമായി – നിശബ്ദത ഉണ്ടാക്കിയെടുക്കുന്ന ഒരു ഫാക്ടറിയാണ് ഈ സെമിനാരി എന്നാണ് ലത്തീഫിന് പലപ്പോഴും തോന്നിയിട്ടുള്ളത്. അവിടുത്തെ വിദ്യാർത്ഥികളെ അവിടെങ്ങും കാണാനില്ലായിരുന്നു. അതുകൊണ്ട് തന്നെ, മോഷണ ഷർട്ടിൽ തനിക്ക് അവരോട് എത്രമാത്രം സാദൃശ്യമുണ്ട് എന്ന് താരതമ്യം ചെയ്യാൻ ലത്തീഫിന് കഴിഞ്ഞില്ല.

"അവരോട് സംസാരിക്കുമ്പോൾ പ്രായത്തിന്റെ പക്വത കാണിക്കണം," ഉമ്മ എടുത്തടിച്ച പോലെ പറഞ്ഞു. "അല്ലെങ്കിൽ മിണ്ടാതിരുന്നാൽ മതി. ഞാൻ സംസാരിച്ചോളാം."

ആ വഴിയ്ക്ക് ഇരുവശവുമുള്ള മിക്ക വീടുകളും അവനറിയാമായിരുന്നു. അവയിൽ ചിലതൊക്കെ വളരെ വലുതും, മറ്റു ചിലവ ഇടത്തരം വലിപ്പമുള്ളവയുമായിരുന്നു. ആ വീടുകളിലുള്ളവർക്ക് അവനെ ഒരു മരുമകനായി സ്വീകരിക്കാൻ കഴിയുമോയെന്ന കാര്യത്തിൽ അവനത്ര തീർച്ച പോരായിരുന്നു. അല്ലെങ്കിൽ പിന്നെ അവരുടെ മകൾക്ക് അത്ര നന്നല്ലാത്ത ഭൂതകാലം എന്തെങ്കിലുമുണ്ടാകണം. ഏതായാലും ഉമ്മ ആ വീടുകളിലേയ്ക്കൊന്നും അവനെയും കൊണ്ട് കയറാഞ്ഞതിൽ അവന് ആശ്വാസം തോന്നി. ചിലപ്പോൾ, പുഴയിലേക്ക് നീളുന്ന ഇടുങ്ങിയ വഴികളിൽ എവിടെയെങ്കിലും, തങ്ങളുടേത് പോലെയുള്ള ചെറിയ ഒരു വീട്ടിൽ, കോൺവെന്റിൽ പോയി പഠിക്കുന്ന പെൺകുട്ടികളേക്കാൾ സുന്ദരിയായ ഒരുത്തിയുണ്ടാവും. പുഴയുടെ അതേ ചാരനിറവുമായി മേഘങ്ങൾ താഴ്ന്ന കിടന്നു; വീട്ടിൽ നിന്നും തിടുക്കത്തിൽ പുറപ്പെട്ടതു കൊണ്ട് കുടയെടുക്കാൻ മറന്നിരുന്നു. മേഘങ്ങളുടെ കറുത്ത മുഖം അവനെ വല്ലാതെ വിഷമിപ്പിച്ചു; ഒരു പെൺകുട്ടിയെ ആദ്യമായി കാണുമ്പോൾ നനഞ്ഞു കുതിർന്ന വേഷത്തിൽ കാണേണ്ടി വരുന്നത് ഒരുപക്ഷേ ഏറ്റവും മോശമായ ഒരു കാര്യമായിരിക്കും എന്നവന് തോന്നി. മഴക്കാറുകൾ കണ്ടതുകൊണ്ടാവണം, ഉമ്മ നടത്തത്തിന് വേഗം കൂട്ടി. ഇതിന് മുൻപ് കണ്ടിട്ടില്ലാത്ത ഒരുതരം വാശിയും തിടുക്കവും ആ നടത്തത്തിലവൻ ശ്രദ്ധിച്ചു.

അവസാനത്തെ വീടും കടന്ന് മുന്നോട്ട് നടന്ന്, പാതാറുകൾ കാണാറായപ്പോൾ, ശരിക്കും തന്റെ ഭാവി വധുവിന്റെ വീട്ടിലേയ്ക്ക് തന്നെയാണോ

അവർ പൊയ്ക്കൊണ്ടിരിക്കുന്നത് എന്നവന് സംശയം തോന്നി. കശുവണ്ടി തല്ലി പൊളിക്കുന്ന ശബ്ദം, ഒരു താളം പോലെ കേട്ടു തുടങ്ങിയതും, മറ്റൊരു ചിന്ത അവനിലുണർന്നു. ഇനിയൊരുപക്ഷേ, ക്വയിലോൺ കാഷ്യൂസിൽ ജോലി ചെയ്യുന്ന വല്ല പെൺകുട്ടിയുമായിരിക്കുമോ? അവിടെയുള്ള എല്ലാവരെയും അവനറിയാമായിരുന്നു. മിക്കവരും കാണാൻ കൊള്ളില്ലായിരുന്നു. അവിടുത്തെ ഏറ്റവും ചെറിയ കുട്ടിയ്ക്ക് ഏറെക്കുറെ അവന്റെ പ്രായമുണ്ടാവും. പക്ഷേ ഉമ്മ ക്വയിലോൺ കാഷ്യൂസിനെ തെല്ലും ഗൗനിക്കാതെ, അതിനെയും താണ്ടി മുന്നോട്ടു നടന്നു. ക്യാംപ് ഓഫീസിന് മുന്നിലെത്തിയപ്പോഴാണ് അവർ നടത്തം നിർത്തിയത്. ദേഷ്യം സ്ഫുരിക്കുന്ന ഒരു നോട്ടം അവർ അതിന് നേരെ നോക്കി. മഴയിൽ, ആ ചുവരിലെ പെയിന്റിന് മിഴിവേറി. ഉമ്മ ആ ഗേറ്റ് മലർക്കേ തുറന്ന് ദൃഢചിത്തതയോടെ അതിന്റെ ചരൽവഴിയിലൂടെ ഉള്ളിലേയ്ക്ക് വേഗത്തിൽ നടന്നു. അവർക്കൊപ്പം എത്തിപ്പറ്റാൻ ലത്തീഫിന് ചെറുതായി ഓടേണ്ടി വന്നു.

ദ്വിഭാഷി ഒരു പുസ്തകവും വായിച്ചുകൊണ്ട് വരാന്തയിൽ ഇരിക്കുന്നുണ്ടായിരുന്നു. അത് കണ്ടപ്പോൾത്തന്നെ, ഒഴിവുള്ള നേരങ്ങൾ പരമാവധി പ്രയോജനപ്പെടുത്തി അയാൾ കൂടുതൽ ഭാഷകൾ പഠിക്കാൻ ശ്രമിക്കുകയാണ് എന്ന് ലത്തീഫിന് തോന്നി. ചരലിൽ പതിഞ്ഞ കാലടിശബ്ദങ്ങളെ തെല്ലും ഗൗനിക്കാതെ, ചെറിയ പടിക്കെട്ടിനരികിൽ അവരെത്തുന്നത് വരെ, അയാൾ വായന തുടർന്നു. ലത്തീഫിന്റെ ഉമ്മ അയാളുടെ ശ്രദ്ധയാകർഷിക്കാൻ വേണ്ടി മുരടനക്കിയപ്പോഴാണ് അയാൾ തലയുയർത്തി നോക്കിയത്. "എന്താ?" ഒരൽപം ഈർഷ്യയോടെ അയാൾ ചോദിച്ചു.

"ഈ ഓഫീസിന്റെ ചുമതലയുള്ള ആളെ കാണാൻ വന്നതാ." ഉമ്മ പറഞ്ഞു. ഉമ്മയെ ഇത്രയ്ക്ക് അസ്വസ്ഥതപ്പെടുത്തുന്നത് എന്തായിരിക്കും എന്നവൻ പിന്നെയും ചിന്തിച്ചു. ബിസ്മിയെങ്ങാനും നടന്നു പോകുമ്പോ, നീല ഷർട്ടുകാരിൽ ആരെങ്കിലും ചൂളമടിക്കുകയോ മറ്റോ ചെയ്തു കാണുമോ?

"അദ്ദേഹത്തെ എന്തിനാണ് കാണുന്നത്?" ദ്വിഭാഷി, പുസ്തകം മാറ്റിവച്ചുകൊണ്ട് ചോദിച്ചു.

"ഈ ഓഫീസിന്റെ ചുമതലയുള്ള ആളിനെ വിളിക്ക്." ഉമ്മ ആവർത്തിച്ചു. അവരുടെ ശബ്ദത്തിന് കാഠിന്യമേറിയിരുന്നു. ദ്വിഭാഷിയ്ക്ക് പുറകിലുള്ള ചുവരിൽ, ബ്രായുടെ ആകൃതിയിലുള്ള ദ്വീപിന്റെ വലിയൊരു ചിത്രം പതിപ്പിച്ചിരുന്നു. നീലയും ചുവപ്പും നിറങ്ങളിലുള്ള പിന്നുകൾ അതിലുടനീളം ധാരാളമായി കുത്തിവച്ചിരുന്നു.

"നിങ്ങളാദ്യം കാര്യമെന്താണെന്ന് പറയൂ." ദ്വിഭാഷി ശാന്തമായ സ്വരത്തിൽ പറഞ്ഞു. അയാളുടെ ഈർഷ്യയൊക്കെ മാഞ്ഞിരുന്നു.

“ആദ്യം അയാളെ വിളിക്ക്.” ശബ്ദമുയർത്തി, വാതിൽക്കലേയ്ക്ക് വിരൽ ചൂണ്ടിക്കൊണ്ട് ഉമ്മ പറഞ്ഞു.

ഉമ്മയെ ആശ്വസിപ്പിക്കാനെന്നോണം അയാൾ രണ്ടു കൈകളും ഉയർത്തി പതുക്കെ അനക്കി.

ഒരു പറ്റം നീല ഷർട്ടുകാർ വരാന്തയിലേയ്ക്ക് ഇറങ്ങി വന്നു. തെരുവു നാടകം കാണുന്ന അതേ താൽപര്യത്തോടെ, മാറി നിന്ന് അതിൽ മുഴുകിക്കൊണ്ട്, അവരാ അമ്മയെയും മകനെയും മാറിമാറി നോക്കി. വന്നത് ഒരു നീല ഷർട്ടുകാരനെ ചീത്തവിളിക്കാനാണെങ്കിൽ, അത് ആരെ ലക്ഷ്യംവെച്ചു പറയണം എന്നറിയാതെ ലത്തീഫിന്റെ ഉമ്മ കുഴങ്ങി എന്നു വേണമെങ്കിൽ പറയാം. അവർ ഓരോ മുഖങ്ങളും മാറി മാറി നോക്കുകയായിരുന്നു. അപ്പോഴാണ്, വായിലൊരു പൈപ്പും കടിച്ചുപിടിച്ചുകൊണ്ട് പരിസ്ഥിതി ശാസ്ത്രജ്ഞൻ പുറത്തേയ്ക്ക് വന്നത്.

“ഇദ്ദേഹമാണ് ചുമതലയുള്ള ആൾ.” ദ്വിഭാഷി പറഞ്ഞു.

ലത്തീഫിന്റെ ഉമ്മ, അവന്റെ നട്ടെല്ലിന് മുകളിൽ കൈ വച്ച്, അവനെ മെല്ലെ മുൻപിലേയ്ക്ക് നീക്കി നിർത്തി. മുന്നിലേയ്ക്ക് വേച്ചു പോയ അവൻ ആദ്യം ഒന്നമ്പരന്നുവെങ്കിലും, പെട്ടെന്ന് തന്നെ നേരെ നിന്ന്, ഒരു നീല ഷർട്ടിൽ വരച്ചിരുന്ന ഭൂമിയുടെ ചിത്രത്തിൽ നോക്കി വെറുതെ പുഞ്ചിരിച്ചു.

“അയാളോട് പറ, എന്റെ മോനിന്ന് പതിനെട്ട് വയസ്സു പൂർത്തിയായെന്ന്.”

“ഹാപ്പി ബെർത്ത്ഡേ.” ദ്വിഭാഷി പറഞ്ഞു.

“എന്റെ മോനൊരു ജോലി നൽകാൻ ഇവരോട് പറ. ഇവരൊക്കെ കാരണമാണ് അവന് അവന്റെ ഉപ്പയെ നഷ്ടമായത്.”

ഉമ്മ പറഞ്ഞതൊക്കെ, ചുമലുകൾ കുലുക്കിയും, കൈകൾ വിടർത്തിയും ശാസ്ത്രജ്ഞനു മൊഴിമാറ്റിക്കൊടുക്കുന്നതിന് മുൻപാകട്ടെ, ദ്വിഭാഷി കുറച്ചധികനേരം ആലോചിക്കുകയും ചെയ്തു. “ഈ ഓഫീസിൽ പരിസ്ഥിതി ശാസ്ത്രജ്ഞർക്കും, ഭൗമ ശാസ്ത്രജ്ഞർക്കും മാത്രമേ ജോലി കൊടുക്കാനാകൂ എന്നാണ് അദ്ദേഹം പറയുന്നത്. നിങ്ങളുടെ മകൻ ഇതിലേതെങ്കിലുമാണോ?”

ഉമ്മ ലത്തീഫിനെ ഒന്നു നോക്കി. ഏതെങ്കിലും വകയിൽ അവൻ പരിസ്ഥിതി ശാസ്ത്രജ്ഞനോ, ഭൗമ ശാസ്ത്രജ്ഞനോ ആണോ എന്നു ചോദിക്കും വിധമായിരുന്നു ആ നോട്ടം. അവൻ തല കുനിച്ച്, തന്റെ വൃത്തിയായി വെട്ടിയൊതുക്കിയ നഖത്തിൽ നോക്കി നിന്നതേയുള്ളൂ.

“പക്ഷേ നിങ്ങളിൽപ്പെട്ട ഒരാളെ രക്ഷിക്കാൻ ശ്രമിക്കുമ്പോഴാണ് ഇവന്റെ ഉപ്പ മരിച്ചത്,” അവർ പറഞ്ഞു. “അത് കാരണം ഈ ചെക്കൻ പട്ടണത്തിൽ പോയി ക്ലീനറുടെ പണിയെടുക്കേണ്ട അവസ്ഥയാണ്. അതും വെറും നക്കാപ്പിച്ചയ്ക്ക്.”

ദ്വിഭാഷി സഹതാപപൂർവ്വം തലകുലുക്കിക്കൊണ്ട് കേട്ടു നിന്നതല്ലാതെ, അവർ പറഞ്ഞ മരണത്തിന്റെയും അതിജീവനത്തിന്റെയും കഥ ശാസ്ത്രജ്ഞന് മൊഴിമാറ്റിക്കൊടുത്തില്ല.

"ഞാൻ പറഞ്ഞത് അങ്ങോട്ട് പറഞ്ഞുകൊടുക്ക്."

ശാസ്ത്രജ്ഞൻ പെട്ടെന്ന് കൈയുയർത്തി ദ്വിഭാഷിയുടെ സേവനം ആവശ്യമില്ല എന്നറിയിച്ചു – ഒന്നുകിൽ അവർ പറയുന്ന ഭാഷ അയാൾക്ക് മനസ്സിലായിത്തുടങ്ങിയിരിക്കണം; അല്ലെങ്കിൽ, ദുരവസ്ഥയ്ക്ക് പരിഭാഷ ആവശ്യമുണ്ടായിരുന്നിരിക്കില്ല. അയാൾ ചുണ്ടുകൾ പുറത്തേയ്ക്ക് വളച്ച്, മേഘങ്ങളെണ്ണുന്ന പോലെ, ആകാശത്തേയ്ക്ക് നോക്കി. *"ഐ ആം സോറി,"* അയാൾ ശ്രദ്ധയോടെ പറഞ്ഞു. *"ഐ ആം സിൻസിയെർലി സോറി."*

"തന്നോട് ക്ഷമിക്കണം എന്നാണ് അദ്ദേഹം പറഞ്ഞത്," ദ്വിഭാഷി പറഞ്ഞു. "കുട്ടിയ്ക്ക് ഇവിടെ ജോലി ഇല്ല."

"ഇവരെ കാരണം, സുഖമില്ലാത്ത ഈ കൊച്ച് ദിവസവും പട്ടണത്തിൽ പോയി നക്കാപ്പിച്ചാ പൈസയ്ക്ക് പണിയെടുക്കേണ്ട ഗതികേടാണ്. എന്നിട്ടും ഇവന് കൊടുക്കാൻ ഒരു ജോലി ഇല്ലേ ഇവിടെ?" ഉമ്മ ഒന്നുകൂടി അവനെ മുന്നിലേയ്ക്ക് തള്ളി. ഇത്തവണയും അവൻ മുന്നോട്ടാഞ്ഞെങ്കിലും, അമ്പരന്നില്ല.

സുഖമില്ലാത്ത കൊച്ചോ? അവന് ഒരിക്കലും ഒരസുഖവും വന്നിട്ടില്ല. ഒരിക്കലും ഒരു മോശം ആരോഗ്യാവസ്ഥ ഉണ്ടായിട്ടില്ല. അസുഖം പിടിച്ച് കിടന്നിട്ടുമില്ല. പിന്നെ ഏത് അസുഖത്തിന്റെ കാര്യമാണ് ഉമ്മ പറയുന്നത്? അപരിചിതർക്ക് മുന്നിൽ കൊച്ചാക്കപ്പെട്ട പോലെ തോന്നിയ അവൻ പെട്ടെന്ന് വെല്ലുവിളിക്കുന്ന മട്ടിൽ ഒന്ന് നിവർന്നു നിന്നു. താൻ ആരോഗ്യവാനും, സന്തോഷവാനുമാണെന്ന് കാണിക്കാൻ വേണ്ടിയും, പട്ടണത്തിൽ താൻ ചെയ്തിട്ടുള്ള കാര്യങ്ങളെക്കുറിച്ച് അഭിമാനിക്കുന്നു എന്നു കാണിക്കാൻ വേണ്ടിയും, അവൻ നെഞ്ചും വിരിച്ച് നിന്നു.

"ദയവ് ചെയ്ത് നീ അമ്മയെയും കൊണ്ട് വീട്ടിലേയ്ക്ക് പോ," ദ്വിഭാഷി പറഞ്ഞു. "ഇവർക്കിന്ന് നല്ല തിരക്കുള്ള ദിവസമാണ്."

ഉമ്മ മൂക്ക് ചീറ്റുന്നത് കേട്ട ലത്തീഫ്, ഇനി അടുത്തത് കണ്ണീർമഴയാണെന്ന് ഉറപ്പിച്ചു. അവർ ദുഃഖാർത്തയായി മാറുന്നതിന് മുൻപേ അവരെ അവിടെനിന്നും എങ്ങനെയെങ്കിലും വീട്ടിലേയ്ക്ക് കൊണ്ടുപോകണം എന്നവനുണ്ടായിരുന്നു. പക്ഷേ ഇന്ന് അവരെ തൊടാൻ പോലുമുള്ള ധൈര്യം അവനുണ്ടായിരുന്നില്ല.

"ഞങ്ങള് വല്ലതും കഴിച്ചിട്ട് രണ്ടു ദിവസമായി," കണ്ണീരു കുതിർന്ന സ്വരത്തിൽ ഉമ്മ പറഞ്ഞു. ഒരു കൈനീട്ടി, ഏറെക്കുറെ യാന്ത്രികമായി ആളുകളുടെ കനിവ് തേടി ഭിക്ഷയെടുക്കുന്ന ഒരു സ്ത്രീയെ ലത്തീഫ്

ഇടയ്ക്കിടെ ബോട്ടു ജെട്ടിയിൽ കാണാറുണ്ടായിരുന്നു; ഉമ്മ പറയുന്നത് കേട്ടപ്പോൾ ലത്തീഫിന് അവരെ ഓർമ്മ വന്നു. അൽപ്പം മുൻപ് കഴിച്ച പിറന്നാൾ കേക്കിലെ ഉണക്കമുന്തിരിയുടെ സ്വാദ് വായിലെവിടെയോ തങ്ങി നിൽക്കുന്നുണ്ടായിരുന്നു എങ്കിലും, കഴിഞ്ഞ രണ്ടു ദിവസവും താൻ വല്ലതും *കഴിച്ചിരുന്നോ* എന്നവൻ ആലോചിച്ചു നോക്കി. "നിങ്ങളൊക്കെക്കാരണം, ഞങ്ങള് നാല് പേരും അവിടെ പട്ടിണി കിടന്നു ചാകുവാ."

നീല ഷർട്ടുകാർ പരസ്പരം നോക്കുന്നത് ലത്തീഫ് ശ്രദ്ധിച്ചു. ശാസ്ത്രജ്ഞൻ പിന്നിലെ പോക്കറ്റിൽ കൈയിട്ട് ഒരു പഴ്സ് എടുക്കുന്നത് അവൻ കൺകോണിലൂടെ കണ്ടു. ദുർവാശിക്കാരിയായ ഉമ്മയെ, ഭിക്ഷ വാങ്ങേണ്ടി വരുന്ന മാനക്കേടിലേയ്ക്ക് തനിച്ചു തള്ളിവിട്ട് അവിടുന്ന് എങ്ങനെയെങ്കിലും ഓടി രക്ഷപ്പെട്ടാലോ എന്നാണ് അവനപ്പോൾ തോന്നിയത്. പക്ഷേ, അവരുടെ അനുമതിയില്ലാതെ ഒന്നനങ്ങാൻ പോലും അവൻ ഭയന്നു. മുൻപൊരിക്കലും തോന്നിയിട്ടില്ലാത്ത ഒരു ഉൾഭയം അവന് അവരോട് തോന്നി. ശാസ്ത്രജ്ഞൻ, നോട്ടുകളുടെ ഒരു കെട്ട് ഉമ്മയുടെ നേർക്ക് നീട്ടി. അവർ കല്ലുപോലെ നിന്നപ്പോൾ, അയാളത് ലത്തീഫിന് നേരെ നീട്ടി. "ഞങ്ങൾക്ക് ചെയ്യാൻ കഴിയുന്നത് ഇത് മാത്രമാണ്. ഞങ്ങളോട് ക്ഷമിക്കൂ." അദ്ദേഹം പറഞ്ഞു.

ദ്വിഭാഷി നിശബ്ദനായി നിന്നു. പണം വച്ചു നീട്ടുന്ന കൈകൾക്ക് ഈ ദ്വീപിലെന്നല്ല, ഭൂമിയിലെവിടെയും പരിഭാഷ ആവശ്യമുണ്ടായിരുന്നില്ല. ആകാശത്ത് എവിടെയോ ഇടി മുഴങ്ങുന്ന ശബ്ദം കേട്ടു തുടങ്ങി. അത് താണ ഒച്ചയിലായിരുന്നു എങ്കിലും, മഴ പെയ്താൽ അപ്പാടെ നനഞ്ഞേ വീട്ടിലെത്തൂ എന്നവനെ ഓർമ്മിപ്പിക്കാൻ തക്ക ഒച്ച അതിനുണ്ടായിരുന്നു. കുടയില്ല എന്നത് അവനെയിപ്പോൾ അത്രകണ്ട് അലട്ടിയിരുന്നില്ല. മറിച്ച്, തടിച്ചുരുണ്ട മേഘങ്ങൾ ഒന്ന് ആർത്തലച്ചു പെയ്തിരുന്നെങ്കിൽ എന്നും, ഉമ്മയ്ക്കൊപ്പം നടന്നുപോകുമ്പോൾ ആ മഴ തന്നെ പാടേ നനച്ചിരുന്നെങ്കിലെന്നും അവൻ കൊതിച്ചു. എങ്കിൽ, അവരുടെ മുഖങ്ങളിലെ വേദനയും, നാണക്കേടും മേക്കപ്പ് പോലെ ആ മഴയിൽ ഒലിച്ചുപോയേനെ. വീട്ടുവാതിൽക്കൽ, ഒരു കമ്പിളിപ്പുതപ്പിനുള്ളിലിരുന്ന് മഴ കാണാൻ അവന് വല്ലാത്ത ആഗ്രഹം തോന്നി.

"ആ പൈസ വാങ്ങിച്ചിട്ട് മഴയ്ക്ക് മുൻപ് വീട്ടിൽ പോയി ചേരാൻ നോക്ക്." ദ്വിഭാഷി ഉപദേശിച്ചു.

ലത്തീഫിന്റെ ഉമ്മ ഒരടി പിറകിലേയ്ക്ക് നീങ്ങി. വീണ്ടും ഉമ്മ തന്നെ പിന്നിൽ നിന്നും തള്ളിനീക്കും എന്ന് കരുതിയ അവൻ, അതിനെ പ്രതിരോധിക്കാൻ സജ്ജനായി നിന്നു. പക്ഷേ ഉമ്മ അവനെ തൊട്ടില്ല. അവർ ഒന്ന് കാർക്കിച്ച്, വായിലേയ്ക്ക് കഫം എടുക്കുന്നത് അവൻ കേട്ടു. കഴുത്ത് വളച്ച്, സർവ്വശക്തിയും സംഭരിച്ച്, അവർ ആ പടിക്കെട്ടിലേയ്ക്ക്

ആഞ്ഞു തുപ്പി. എന്നിട്ടവർ അവന്റെ കൈത്തണ്ടയിൽ പിടിച്ച് വലിച്ച്, അവിടെ നിന്നും പുറത്തേയ്ക്ക് നടന്നു.

“ഹാപ്പി ബെർത്ത്ഡേ, ചെക്കാ.” പിറകിൽ ശാസ്ത്രജ്ഞന്റെ ശബ്ദം അവൻ കേട്ടു.

അവനെ സംബന്ധിച്ചിടത്തോളം, ജീവിതത്തിലെ ഏറ്റവും മോശം പിറന്നാളായിരുന്നു അത്.

12

ഇരുട്ട്, പുറത്തെ തുറസ്സായ ഇടത്തിനു ചുറ്റും കനമേറിയ തിരശ്ശീലകൾ പോലെ തൂങ്ങിക്കിടന്നിരുന്നു. ഇടയ്ക്കെപ്പോഴോ അവ കാറ്റിൽ അനങ്ങുന്നുണ്ടെന്നു പോലും അവനു തോന്നി. ഇടയ്ക്കിടെ പൊട്ടിവീണ മിന്നൽവെളിച്ചത്തിൽ അവിടം ദൃശ്യമായിരുന്നു. ഗുൽമോഹറാകട്ടെ, പുറകിൽ നിന്നും വെളിച്ചം നൽകിയ ഒരു കട്ടൗട്ട് പോലെ, ആ വളപ്പിന് ഒത്തനടുക്കായി നിന്നു. ചുറ്റുപാടുമുള്ള ഒരുവിധം എല്ലാ കെട്ടിടങ്ങൾക്കും മുകളിൽ കിരീടമെന്നപോലെ നിരന്നിരുന്ന മിന്നൽ രക്ഷാ കവചങ്ങൾ നൽകിയ ധൈര്യവുമായി, ലോബിയിലെ പുള്ളിക്കുത്തുകൾ വീണ ജനാലകളിലൂടെ പുറത്തേയ്ക്കുറ്റു നോക്കി ലത്തീഫ് ഇരുന്നു. ലോഡ്ജിനു മുകളിൽ ആകാശം ഇടയ്ക്കിടെ മുരളുകയും, ആക്രോശിക്കുകയും ചെയ്യുന്നുണ്ടായിരുന്നു. അന്ന് കാലത്ത്, ദ്വീപിൽ നിന്നും അവൻ പുറപ്പെട്ടപ്പോൾ, അവിടെ നല്ല മഴയായിരുന്നു. മാന്റോയുടെ ഉടഞ്ഞ മൂക്കിലൂടെയാകട്ടെ, അനിയന്ത്രിതമായ മൂക്കൊലിപ്പ് പോലെ വെള്ളം കുത്തിയൊലിക്കുന്നുണ്ടായിരുന്നു. അവൻ ക്യാംപ് ഓഫീസിന് മുന്നിലൂടെ കടന്നു പോയപ്പോൾ, കഷണ്ടിക്കാരനായ നീല ഷർട്ടുകാരൻ നീളമുള്ള കറുത്ത കുഴലിലൂടെയുള്ള നോട്ടത്തിൽ നിന്നും മുഖമുയർത്തി അവനെ നോക്കി സഹതാപപൂർവ്വം പുഞ്ചിരിച്ചു. അവൻ ദേഷ്യത്തോടെ തല വെട്ടിച്ചു. പിന്നെ, അയാൾക്ക് നേരെ തിരിഞ്ഞ് മനസ്സില്ലാമനസ്സോടെ ഒന്ന് പുഞ്ചിരിച്ചു. താനെന്തിനാണ് അങ്ങനെ ചെയ്തതെന്ന് അവന് മനസ്സിലായതേയില്ല. പാതാർ നനഞ്ഞു വഴുക്കലായിക്കിടക്കുകയായിരുന്നു. മഴയും മഞ്ഞും കൂടിക്കലർന്ന അന്തരീക്ഷത്തിലൂടെ വന്നു ചേർന്ന ബോട്ടിന് വല്ലാത്ത മങ്ങലും, വലിപ്പക്കൂടുതലും തോന്നി. *ജീസസ്* കരയോടടുത്തപ്പോൾ, ഒരു വലിയ നിഴലിനെ പാതാറിലേയ്ക്ക് അടുപ്പിച്ചതു പോലെയുണ്ടായിരുന്നു. യാത്രക്കാരാകട്ടെ, അവർ ഒന്നിച്ചു മന്ത്രം ചൊല്ലി ആവാഹിച്ച് എത്തിച്ച, ലക്ഷ്യസ്ഥാനം തീർച്ചയില്ലാത്ത ഒരു ബോട്ടിലേക്കെന്ന പോലെ ശ്രദ്ധാപൂർവ്വം കയറാൻ തുടങ്ങി. ജനാലകൾക്ക് മുകളിൽ വലിച്ചിട്ട ടാർപ്പോളിൻ

ഷീറ്റുകൾ, ബോട്ടിനകം ഇരുട്ടാക്കി. എറിവിടെയൊക്കെയോ പൂപ്പൽ ഗന്ധം തങ്ങിനിന്നിരുന്നു.

ഇപ്പോൾ, ഗുൽമോഹറിനിടയിലൂടെ മിന്നൽപ്പിണറിന്റെ വല ക്കൈകൾ നോക്കിയിരിക്കേ, പുഴയിൽ വെള്ളം കയറി, മാന്റോ ദ്വീപ് മുങ്ങുന്നതായും, ക്യാംപ് ഓഫീസിലുള്ളവർ ഭയചകിതരായി പട്ടണ ത്തിലേയ്ക്ക് വിളിച്ച് ബോട്ടിന് വേണ്ടി മുറവിളി കൂട്ടുന്നതായും അവൻ വെറുതെ മനസ്സിൽ സങ്കൽപ്പിച്ചു. അണമുറിയാതെ പെയ്യുന്ന മഴയിൽ ദ്വീപ് വാസികൾ മുഴുവനും അഭയാർത്ഥികളെപ്പോലെ ജെട്ടിയിൽ വന്നു നിൽക്കുന്നതും അവനപ്പോൾ മനസ്സിൽ കണ്ടു. അവർ അഭയാർത്ഥികൾ തന്നെയായിരുന്നല്ലോ. അവന്റെ കുടുംബവും അക്കൂട്ടത്തിലുണ്ടായിരുന്നു. വെള്ളത്തിലേയ്ക്കുന്തി നിൽക്കുന്ന പാലത്തൂണുകളെ അപ്പാടെ വിഴുങ്ങുന്ന പുഴയെ നോക്കി അവർ സ്തംഭിച്ചു നിൽക്കുകയായിരുന്നു. ഇടയ്ക്കിടെ വന്നു പോയ മിന്നലിന്റെ വെളിച്ചത്തിൽ ആകെ തെളിഞ്ഞു കണ്ടത് രക്ഷാബോട്ടു കളുടെ അഭാവം മാത്രമായിരുന്നു. ഉയർന്നുകൊണ്ടിരിക്കുന്ന ജലനിരപ്പ് ദ്വീപിന്റെ ആകാശക്കാഴ്ചയിൽ പതുക്കെ മാറ്റങ്ങൾ കൊണ്ടുവരും. ഒടുവിൽ ബ്രായുടെ ആകൃതിയിൽ ഒന്നും തന്നെ ബാക്കിയുണ്ടാവില്ല. ദ്വീപുകാർക്ക് മഴ ഒരു പ്രശ്നമേയായിരുന്നില്ല. പേമാരിയിൽ ചിലപ്പോൾ പറമ്പുകളിലൊക്കെ കുറച്ചു വെള്ളം കയറും എന്നതല്ലാതെ മറ്റൊന്നും സംഭവിച്ചിരുന്നില്ല. മഴ മാറി വെയിൽ വരുമ്പോൾ, പുല്ലുകൾക്കിടയിൽ ചത്ത കുറച്ചു മീനുകളെ അവശേഷിപ്പിച്ചുകൊണ്ട്, വെള്ളമിറങ്ങുകയും ചെയ്യും. പക്ഷേ ഇപ്പോൾ, ശാസ്ത്രജ്ഞന്റെ മുന്നറിയിപ്പിനെ കണക്കിലെടുത്ത്, മഴ ലത്തീഫിനെ കുറച്ചൊന്ന് അങ്കലാപ്പിലാക്കാൻ തുടങ്ങി. മഴ പെയ്യുന്ന ഒരു പ്രഭാതത്തിൽ ദ്വീപിലേയ്ക്ക് മടങ്ങിച്ചെല്ലുമ്പോൾ, ദ്വീപു തന്നെ അപ്രത്യക്ഷമായേക്കുമോ എന്നവൻ ഭയന്നു. ജെട്ടിയെവിടെയെന്ന് തീർച്ചപ്പെടുത്താനാവാതെ, *ജീസസ്* പട്ടണത്തിലേയ്ക്ക് തന്നെ തിരികെപ്പോകും. തിരക്കിട്ട് ചിട്ടപ്പെടു ത്തിയ ഒരു ചരമഗീതം പോലെ, അതപ്പോൾ തുടരെത്തുടരെ ഹോറണടി ക്കുന്നുണ്ടാകും.

അകലെയെവിടെയോ ഒരു ട്രാൻസ്ഫോർമർ പൊട്ടിത്തെറിക്കുന്ന ശബ്ദം കേട്ടു. ഞൊടിയിടകൊണ്ട് പട്ടണം മുഴുവൻ ഇരുട്ടിലാഴ്ന്നു. "കറണ്ടിനി രാവിലെയേ വരൂ." മാനേജർ പറഞ്ഞു. അയാളൊരു മെഴുകുതിരി കത്തിച്ച്, ലെഡ്ജറിനടുത്ത് വച്ചു. മെഴുകുതിരിയുടെ ഇത്തിരി വെട്ടത്തിൽ അയാൾക്കപ്പോൾ മെക്സിക്കൻ കളിക്കാരന്റെ ഛായയായി രുന്നില്ല; മറിച്ച്, കുഴിയിലേയ്ക്ക് കാലും നീട്ടിയിരിക്കുന്ന അയാളുടെ തന്നെ വൃദ്ധരൂപമായിരുന്നു. ലത്തീഫ് തല തിരിച്ച്, അകലെയുള്ള നിയോൺ വെട്ടങ്ങളുൾപ്പടെ അണഞ്ഞതുകൊണ്ട് പുതുതായി സൃഷ്ടിക്കപ്പെട്ട ഇരുട്ടിലേയ്ക്ക് നോക്കിയിരിക്കുന്നത് തുടർന്നു. തെല്ലിട നീണ്ടു നിന്ന ഒരു മിന്നൽവെളിച്ചത്തിലാണ്, ഗുൽമോഹറിന് കീഴിൽ, തിരക്കിട്ട് ലോബി ലക്ഷ്യമാക്കി നടന്നുവരുന്ന രണ്ടുപേരെ അവൻ കണ്ടത്. തന്റെ

സ്വപ്നാടനത്തിന്റെ ഒരു ഭാഗമാകും അവരെന്നാണ് അവൻ കരുതിയത്. ഗുൽമോഹറിനും, പ്രധാനകവാടത്തിനും ഇടയിലെവിടെയോ അപ്രത്യക്ഷരായ അവർ, ഉള്ളിലേയ്ക്ക് കയറിവരും എന്ന് അവൻ തീരെ പ്രതീക്ഷിച്ചില്ല. അവർ പതുക്കെ ഇഴഞ്ഞിഴഞ്ഞാണ് നടന്നിരുന്നത്. മാനേജർ മെഴുകുതിരി എടുത്ത് കൗണ്ടറിന്റെ കോണിലേയ്ക്ക് നീക്കി വച്ചപ്പോഴാണ് അവർ മൂന്നു പേരുണ്ടായിരുന്നു എന്ന് അവന് മനസ്സിലായത് – ഒരു പുരുഷനും, ഒരു സ്ത്രീയും, പുരുഷന്റെ കൈയിൽ കിടന്നുറങ്ങുകയായിരുന്ന ഒരു കുട്ടിയും. അവർ നന്നേ ക്ഷീണിതരായിരുന്നു. ചുവരിൽ പതിഞ്ഞ അവരുടെ നിഴലുകളിൽ പോലും തളർച്ച പടർന്നു കിടന്നിരുന്നു; ഏത് നിമിഷവും അവ താഴേയ്ക്ക് ചിതറി വീണേക്കും എന്നൊരു തോന്നൽ അതവനിലുണ്ടാക്കി.

മാനേജർ ലഡ്ജർ തുറന്നപ്പോൾ ആ കാറ്റിൽ മെഴുകുതിരി നാളം ഒന്നാടിയുലഞ്ഞു, ആ പുരുഷൻ വളരെ സാവധാനം അതിൽ മേൽവിലാസമെഴുതാൻ തുടങ്ങി. അയാളുടെ സാവകാശം കണ്ടാൽ, എഴുതുന്ന മേൽവിലാസം ശരിക്കുള്ളത് തന്നെയാണോ എന്ന് സംശയം തോന്നും. ആ സ്ത്രീയുടെ കൈയിലുണ്ടായിരുന്ന സാമാന്യം വലിപ്പമുള്ള ഒരു ഹാൻഡ്ബാഗ് ഒഴിച്ചാൽ, അവരുടെ പക്കൽ മറ്റ് സാധനങ്ങളൊന്നുമുണ്ടായിരുന്നില്ല. മൂന്നു പേരടങ്ങുന്ന ഒരു കുടുംബത്തിന് ഒരു ദിവസത്തേയ്ക്ക് വേണ്ട വസ്തുങ്ങൾ ഉൾക്കൊള്ളാനുള്ള വലിപ്പം പോലും ആ ബാഗിനുണ്ടായിരുന്നില്ല. അത് ലത്തീഫിനെ തെല്ലൊന്നതിശയിപ്പിച്ചു.

“ഒഴിവുള്ളതിൽ ഏറ്റവും നല്ല മുറി തരാം. പക്ഷേ കറണ്ടില്ലാത്തത് കൊണ്ട് ലിഫ്റ്റില്ല കേട്ടോ. പടിയിൽക്കൂടെ പോകേണ്ടിവരും.” ലത്തീഫിന്റെ കൈയിലേയ്ക്ക് മുറിയുടെ ചാവി വച്ചുകൊടുക്കുന്നതിനിടയിൽ മാനേജർ അവരോടു പറഞ്ഞു. ലത്തീഫ് അതിന്റെ ദീർഘവൃത്താകൃതിയിലുള്ള ഫലകം മെഴുകുതിരിയ്ക്ക് നേരെ നീട്ടിപ്പിടിച്ച് റൂം നമ്പർ വായിച്ചു. 555.

കൈയിലൊരു മെഴുകുതിരിയുമേന്തി ലത്തീഫ് അവരെ പടികളിലൂടെ മുകളിലേക്കാനയിച്ചു. അവരുടെ നിഴലുകൾ, പാവക്കളിയിലെന്നപോലെ, ചുവരുകളിൽ മാറിമാറി വീണുകൊണ്ടിരുന്നു. കുറച്ചു പടികൾ കയറിക്കഴിഞ്ഞപ്പോൾ ശ്വാസമെടുക്കാനായി അവരൽപനേരം നിന്നു. പിന്നെ വീണ്ടും പടികൾ കയറി. അങ്ങനെ നിന്നും നടന്നും, നിഴലുകളാൽ അനുഗമിക്കപ്പെട്ട്, അവർ ഒരുവിധം മുകളിലെത്തി. അവരുടെ നിശബ്ദതയിൽ ഒരു നിരാശ തങ്ങിനിൽക്കുന്നത് പോലെയും, അവരുടെ വസ്ത്രങ്ങളിൽ നീണ്ട തീവണ്ടിയാത്രയുടെ മണം പറ്റിപ്പിടിച്ചു കിടക്കുന്നത് പോലെയും അവനു തോന്നി. ഈ അഞ്ചു നിലകളും പണിപ്പെട്ട് കയറുന്നതിനിടയിൽ ഒരിക്കൽപ്പോലും ആ കുട്ടി ഒന്നനങ്ങുക പോലും ചെയ്തില്ല. മയക്കിയതോ മരണപ്പെട്ടതോപോലെ അവൻ അനങ്ങാതെ കിടന്നു.

ലത്തീഫ് മുറിയുടെ പൂട്ടു തുറന്ന്, വാതിൽ മലർക്കെ തുറന്നു വച്ചു.

പക്ഷേ എപ്പോഴും ചെയ്യാറുള്ളത് പോലെ അവൻ ഉള്ളിൽക്കടന്ന് ജനാലകൾ തുറക്കാൻ തുനിഞ്ഞില്ല. അവരിൽ നിന്നും ടിപ്പായി എന്തെങ്കിലും കിട്ടുമെന്ന് അവൻ പ്രതീക്ഷിച്ചിരുന്നില്ല. പക്ഷേ അവൻ പോകാനൊരുങ്ങിയപ്പോൾ ബെൽബോയ്ക്ക് എന്തെങ്കിലും ചില്ലറ കൊടുക്കണമെന്ന് ആ സ്ത്രീ ആ മനുഷ്യനോട് സൂചിപ്പിച്ചു. "ആ മെഴുകുതിരി ഇവിടെ വെച്ചിട്ടു പോകൂ." മൃദുവായ സ്വരത്തിൽ അയാൾ പറഞ്ഞു. ഒരു മെഴുകുതിരി മാത്രം എടുത്തുകൊണ്ടു വരാൻ തോന്നിയ നിമിഷത്തെ ലത്തീഫ് ശപിച്ചു; ഇരുണ്ട പടികളിലൂടെ താഴേയ്ക്ക് തനിച്ചു പോകുന്നതാലോചിച്ചപ്പോൾ അവൻ വിറ പൂണ്ടു. ആ മനുഷ്യൻ തന്നോടൊപ്പം താഴേയ്ക്ക് വരാൻ തയ്യാറായെങ്കിൽ എത്ര നന്നായിരുന്നേനെ എന്ന് ഒരു നിമിഷം അവനാഗ്രഹിച്ചു.

കൈവരികളിൽ മുറുകെപ്പിടിച്ച്, സകല ധൈര്യവും സംഭരിച്ച്, അവൻ ഇരുട്ടു നിറഞ്ഞ പടികളിലൂടെ താഴേയ്ക്കിറങ്ങി. ഓട്ടം തോറും, താനൊരു കസേരകളിയിൽപ്പെട്ടിരിക്കുകയാണ് എന്നും; അവിടെ തങ്ങി നിൽക്കുന്ന നിശബ്ദത, അവിരാമം തുടരുന്ന സംഗീതമാണെന്നും അവനു തോന്നിത്തുടങ്ങി. അത് നിൽക്കുന്ന നിമിഷം താൻ ആ പടികളിലൊന്നിൽ ഇരിക്കുമെന്നും, തന്നോടൊപ്പം, തത്സമയം അദൃശ്യരായ കളിക്കാരെല്ലാവരും, അതാത് പടികളിൽ ഇരിക്കുമെന്നും അവൻ ഭയന്നു. അപ്പോഴവൻ ഹൃദയം പൊട്ടുമാറുച്ചത്തിൽ ഉറക്കെ നിലവിളിക്കും; അതുകേട്ട് ഓടിക്കയറി വരുന്ന മാനേജർ അവനെ വലിച്ചിഴച്ച് മെഴുകുതിരിവെട്ടത്തിനരികിലേയ്ക്ക് കൊണ്ടുപോകും. പക്ഷേ നിശബ്ദത ഇടമുറിയാതെ അവിടെ ഒഴുകിക്കൊണ്ടിരുന്നു; ഒരു ചെറിയ ഇടിമുഴക്കം പോലും അതിന്റെ താളത്തിന് ഭംഗംവരുത്തിയില്ല.

കിതച്ചുകൊണ്ട് ലോബിയിലേയ്ക്ക് ഓടിക്കയറിയ അവൻ ബെഞ്ചിലേയ്ക്ക് ഇരുന്നുപോയി. മാനേജർ അപ്പോഴേയ്ക്കും, തുറന്നുവച്ച വായിലൂടെ കൂർക്കം വലിച്ചുകൊണ്ട്, കൗണ്ടറിന് പിറകിൽ ഉറക്കമായിരുന്നു. ലത്തീഫിന് തന്റെ ശ്വാസഗതി നേരെയാക്കാൻ കുറച്ചു നേരമെടുത്തു; മെഴുകുതിരിനാളം, അവനു കൂട്ടായിട്ടെന്നോണം, കാറ്റിൽ ആടിയുലഞ്ഞു കൊണ്ടിരുന്നു. 555-ാം നമ്പർ മുറിയിലെ കുടുംബത്തിന് എന്തോ ഒരു അസ്വാഭാവികതയുണ്ടായിരുന്നു. പക്ഷേ അതെന്താണെന്ന് മാത്രം അവനു മനസ്സിലായില്ല. കൈയിൽ ആവശ്യത്തിന് ബാഗുകളില്ലാഞ്ഞതോ, ആ കുട്ടിയുടെ അനക്കമില്ലായ്മയോ – എന്തോ ഒന്ന് അവനൊരു അശുഭസൂചന നൽകിക്കൊണ്ടിരുന്നു.

അവൻ ഉണർന്നപ്പോൾ, ലോബിയിൽ ഇരുട്ടായിരുന്നു. അവനൊരു തീപ്പെട്ടി കത്തിച്ചു. മെഴുകുതിരി, കനം കുറഞ്ഞ കുറച്ചു മെഴുകിൽ ഒട്ടിനിൽക്കുന്ന ഒരു ചെറിയ തിരി മാത്രമായി മാറിയിരിക്കുന്നു എന്നവൻ കണ്ടു. അവൻ ലോഡ്ജിൽ നിന്നും പുറപ്പെടുമ്പോഴും വൈദ്യുതി വന്നിട്ടില്ലായിരുന്നു. ജെട്ടിയിൽ നിന്നും ബോട്ട് പുറപ്പെട്ടപ്പോൾ, അവൻ തല

തിരിച്ച്, ഇരുട്ടിലാണ്ടുകിടക്കുന്ന പട്ടണത്തെ നോക്കി. അത് കണ്ടപ്പോൾ, ഇനി ഒരിക്കലും വൈദ്യുതി വന്നില്ലെങ്കിലും സാരമില്ല എന്നൊരു ദൃഢനിശ്ചയത്തിലാണോ പട്ടണം എന്ന് തോന്നിയെങ്കിലും, അടുത്ത ദിവസം രാവിലെ അവൻ മടങ്ങിയെത്തിയപ്പോൾ ലോബിയിലെ ബൾബ് എരിയുന്നുണ്ടായിരുന്നു. സ്റ്റെല്ല അടിച്ചുവാരി കൂട്ടി വച്ച കൂനയ്ക്ക് വലിപ്പം കൂടുതലായിരുന്നു; തലേരാത്രി നല്ല കാറ്റുണ്ടായിരുന്നു എന്നർത്ഥം. ഉച്ചയ്ക്ക് ഭക്ഷണം കഴിക്കുമ്പോൾ 555-ാം നമ്പർ മുറിയിലെ താമസക്കാരെക്കുറിച്ച് അവരോട് പറഞ്ഞാലോ എന്നവൻ ആലോചിച്ചു. പക്ഷേ ആ ഒരു മുറിയെക്കുറിച്ച് എന്തെങ്കിലും പറയുന്നത് തന്നെ അവർക്കിഷ്ടപ്പെട്ടേക്കില്ല എന്നവന് തോന്നി. മോപ്പും വലിച്ചിഴച്ച് ലിഫ്റ്റിലേയ്ക്ക് തിരക്കിട്ട് നടന്നുപോയതിന് ശേഷം ആ നടനെക്കുറിച്ച് ഒരു വാക്കു പോലും അവർ സംസാരിച്ചിട്ടില്ല. ജോലി പോയാലോ എന്ന് പേടിച്ച മാത്രമാണ് അവർ അഞ്ചാമത്തെ നില തുത്തു തുടയ്ക്കുന്നത് എന്ന് അവനറിയാമായിരുന്നു. അതുകൊണ്ട്, കഴിക്കുന്നതിനിടയിൽ, ഇബ്രു ഒരു പെണ്ണു കാണാൻ പോയെന്നും, അവളുടെ കൂർത്ത മൂക്കിനടിയിലെ നേരിയ മീശ കാരണം അവളെ വേണ്ടാന്ന് വച്ചുവെന്നും അവൻ പറഞ്ഞു.

"പക്ഷേ ഇബ്രുവിന് നിന്റെ പ്രായമേയുള്ളൂ എന്നാണ് ഞാൻ കരുതിയത്." അവൾ പറഞ്ഞു.

"ഇബ്രുവിന് ഇരുപത്തിയൊന്ന് വയസ്സായി." അവൻ പറഞ്ഞു.

"പക്ഷേ അവൻ നിന്റെ കൂടെ പഠിച്ചതാണെന്നാണല്ലോ ഒരിക്കൽ പറഞ്ഞത്."

അവൻ മറ്റൊരു കഥയും പറയാൻ തയ്യാറാക്കി വച്ചിരുന്നു. ഇബ്രുവിന്റെ വീരസാഹസങ്ങളൊക്കെ കണ്ട ക്യാംപ് ഓഫീസ് അവനൊരു ജോലി വാഗ്ദാനം ചെയ്യുന്നതും, അവിടെയുള്ള നീല ഷർട്ടുകാരൊക്കെ കള്ളു കുടിയന്മാരാണ് എന്നത് കൊണ്ടുമാത്രം അവനാ ജോലി നിരസിച്ചതുമായ കഥ. ഇനി വേറൊരു കഥ ഉണ്ടാക്കിയെടുക്കാനുള്ള സമയമൊന്നുമില്ല.

"അവൻ എല്ലാ ക്ലാസ്സിലും തോൽക്കുമായിരുന്നു. ഞാൻ ഒൻപതി ലെത്തിയപ്പോൾ, ഞങ്ങൾക്ക് മുൻപത്തെ ബാച്ചിൽ നിന്നും അവൻ ഞങ്ങളുടെ ബാച്ചിൽ എത്തി."

"പക്ഷേ അവൻ ഭയങ്കര ബുദ്ധിമാനാണ് എന്നല്ലേ നീ പറഞ്ഞിരുന്നത്?" ചില ദിവസങ്ങൾ, ഉമ്മയെപ്പോലെതന്നെ, സ്റ്റെല്ല യെയും കൈകാര്യം ചെയ്യാൻ വലിയ പാടാണ്. അങ്ങനെയുള്ള ദിവസങ്ങളിൽ അവൾ ചിരിക്കാറേയില്ല. ഇതൊക്കെ അവൻ ഉണ്ടാക്കിപ്പറയുന്ന കഥകളാണ് എന്ന ഭാവത്തിലിങ്ങനെയിരിക്കും. അതവനെ വല്ലാതെ മുറിപ്പെടുത്തും. "അവനെ കാണുമ്പോൾ ഞാൻ തന്നെ കണ്ടുപിടിച്ചോളാം."

"അവൻ ഇനി എന്നാണ് പട്ടണത്തിലേയ്ക്ക് വരുന്നതെന്ന് എനിക്കറിയില്ല."

“അതിനവൻ ഇങ്ങോട്ട് വരണം എന്നില്ല. അടുത്ത മാസം ഞാൻ നിന്റെ നാട്ടിലേയ്ക്ക് വരുന്നുണ്ട്.”

“എന്തിന്?” അത് കേട്ടപ്പോൾ അവന്റെയുള്ളിൽ അസ്വസ്ഥത നിറഞ്ഞു.

“നിങ്ങളുടെ നാട്ടിൽ ഒരു സെമിനാരിയില്ലേ? അതിനടുത്തൊരു പാരിഷ് ഹാളില്ലേ? അവിടെ ഒരു കല്യാണമുണ്ട്. കല്യാണം കൂടിയിട്ട്, ഞാൻ നിന്റെ വീട്ടിൽ വരാം.”

“എന്നാണ് കല്യാണം?”

“ജൂണിലെ ആദ്യത്തെ ഞായറാഴ്ച.”

ഊണ് കഴിഞ്ഞ് ബെഞ്ചിലിരിക്കുമ്പോൾ, ജൂണിലെ ആദ്യത്തെ ഞായറാഴ്ച സ്റ്റെല്ല ഉരുത്തിലെത്തുന്നതും, ക്വയിലോൺ കാഷ്യൂസിൽ പോയി അവന്റെ വീട്ടിലേയ്ക്കുള്ള വഴി അന്വേഷിക്കുന്നതും അവൻ സങ്കൽപ്പിച്ചു നോക്കി. വീടിന്റെ അഴുക്കു പിടിച്ച ചുവരുകളെയും, ചിതലരിച്ച കട്ടിളകളെയും, പൊട്ടിയ ഓടുകളെയും, ഉമ്മയുടെ വിരലുകളിലെ ചുറ്റിക്കെട്ടുകളെയും കുറിച്ച് അവൻ നെഞ്ചിടിപ്പോടെ ഓർത്തു. ഇന്റർകോം ഇടതടവില്ലാതെ ശബ്ദിച്ചുകൊണ്ടിരുന്നു; അവൻ, ടവ്വലുകളും, കിടക്കവിരികളും, തണുത്ത വെള്ളവും, ദിനപത്രങ്ങളും, കൊതുകുതിരികളുമായി പലകുറി ലിഫ്റ്റിലേറി പലപല നിലകളിലേയ്ക്കും പോയി വന്നു. അഞ്ചാം നിലയിലേയ്ക്ക് പോയപ്പോഴൊക്കെ അവൻ 555-ാം നമ്പർ മുറിയ്ക്ക് മുൻപിലൂടെ വെറുതെ നടന്നു. ഇടനാഴിയുടെ അറ്റത്തുള്ള ആ മുറിയുടെ പരിസരത്ത് പോകേണ്ട ആവശ്യം ഇല്ലായിരുന്നെങ്കിൽപ്പോലും, അവിടെയെത്തി, അതിന് മുൻപിൽ ഒരിട നിന്ന്, വാതിലിനടിയിൽ ചോരപ്പാട് വല്ലതുമുണ്ടോ എന്ന് നോക്കി. അവനെ അസ്വസ്ഥതപ്പെടുത്തുന്ന ഒന്നും വാതിലിനടിയിൽ ഉണ്ടായിരുന്നില്ല. പക്ഷേ, അടഞ്ഞ വാതിലിനു പിന്നിലെ നിശബ്ദത, അവന്റെ ഗ്രാമത്തിന്റെ നിശബ്ദതയെ ഓർമ്മിപ്പിച്ചു. അതിലവന് ചോര മണത്തു. സമയം കഴിയുംതോറും പരിഭ്രാന്തി അവനിൽ പതുക്കെ നിറയാൻ തുടങ്ങി. ഭീതിദമായ സാധ്യതകൾ ഒന്നിന് മുകളിൽ ഒന്നായി അവനിൽ അട്ടിയിട്ടു കയറി. അയാൾ ഉത്തരത്തിലെ ഫാനിൽ തൂങ്ങി മരിച്ചിട്ടുണ്ടാകാം. പക്ഷേ ആ സ്ത്രീയും കുട്ടിയും എങ്ങനെയാകും മരിച്ചിട്ടുണ്ടാകുക? രണ്ടു ദിവസം മുൻപ് പടിക്കെട്ടിലൂടെ മുകളിലേയ്ക്ക് നടക്കുമ്പോൾ, ആ സ്ത്രീയുടെ ബാഗിനുള്ളിൽ നിന്ന് ചെറിയ മരുന്നു കുപ്പികൾ കിലുങ്ങുന്ന ശബ്ദം അവൻ കേട്ടിരുന്നു. വിഷമായിരുന്നിരിക്കുമോ അതിൽ? അതേ, അത് വിഷം കഴിച്ചുള്ള മരണങ്ങൾ തന്നെയാവണം; ആ കുഞ്ഞിന്റെ കൈഞരമ്പറുക്കാൻ ആർക്ക് മനസ്സു വരും?

ഉച്ച കഴിയാറായപ്പോഴേയ്ക്കും, 555-ാം നമ്പർ മുറിയിലെ താമസക്കാരുടെ അവസാന നിമിഷങ്ങളെക്കുറിച്ചുള്ള ചിന്തകളല്ലാതെ മറ്റൊന്നും തന്നെ അവന്റെ തലയിലുറയ്ക്കാതെയായി. ആ മുറി ബലം

പ്രയോഗിച്ച് തുറക്കുമ്പോൾ, സ്റ്റെല്ല കൂടി ഒപ്പമുണ്ടായിരുന്നെങ്കിൽ എന്നവൻ ആഗ്രഹിച്ചു; ആ കുട്ടിയുടെ മൃതദേഹം പുറത്തുകൊണ്ടുവരുമ്പോൾ ആശ്വാസത്തിനെന്നോണം ചാരാൻ ഒരു തോളുണ്ടായിരുന്നെങ്കിലെന്ന് അവൻ കൊതിച്ചു. ജീവിതത്തിലൊരിക്കലും, ഒരു കുട്ടിയുടെ മൃതദേഹം അവൻ കണ്ടിട്ടുണ്ടായിരുന്നില്ല. സ്കൂൾ കാലത്ത് കേട്ട, മരിച്ച കുട്ടിയെ വീണ്ടും ജീവിപ്പിക്കാൻ ഒരമ്മ ഗ്രാമം മുഴുവൻ അലഞ്ഞു നടന്ന കഥ, അവന്റെ മനസ്സിൽ നിന്നും മാഞ്ഞിരുന്നില്ല. അവർ ആ കുട്ടിയ്ക്ക് ഒരു സ്പൂണിൽ വിഷം കൊടുക്കുന്ന കാഴ്ച, ഡ്രസ്സിംഗ് മേശയ്ക്കടുത്തിരുന്ന് നടൻ കാണുന്നതായി അവൻ വിഭാവനം ചെയ്തു. ചുമയ്ക്കുള്ള മരുന്ന് കൊടുക്കുന്നത് പോലെ, കുട്ടിയെ കളിപ്പിച്ചുകൊണ്ടാവും അവരത് കുടിപ്പിച്ചിട്ടുണ്ടാവുക. 555-ാം നമ്പർ മുറിയിലെ മരണങ്ങൾ ഉറപ്പു വരുത്തുന്നതിന് വേണ്ടി, മാനേജർ മൂത്രമൊഴിക്കാൻ പോയ തക്കം നോക്കി, അവൻ കൗണ്ടറിലേയ്ക്ക് നടന്നു. ഒരു കണ്ണ് ബാത്ത്റൂമിൽ തന്നെ വച്ചുകൊണ്ട്, അവൻ ഇന്റർകോമെടുത്ത് ധൃതിയിൽ അതിലെ അക്കങ്ങൾ അമർത്തി. ലൈൻ അൽപനേരം നിശബ്ദമായിരുന്നു. അതിൽ ആദ്യത്തെ ബീപ്പ് ശബ്ദം കേട്ടതും ബാത്ത്റൂമിന്റെ വാതിൽ തുറക്കപ്പെട്ടു. ഫോൺ വച്ച അവൻ ലിഫ്റ്റിൽ കയറി അഞ്ചാം നിലയിലേയ്ക്ക് പുറപ്പെട്ടു. മരണത്തെക്കുറിച്ച് അത്ര തീർച്ചയും, ഞെട്ടലിനെ നേരിടാൻ അത്രത്തോളം ധൈര്യവും അതിന് മുൻപൊരിക്കലും അവനുണ്ടായിട്ടില്ല.

ഒഴിഞ്ഞ നീളൻ വരാന്തയുടെ അറ്റത്ത്, സൂര്യൻ ജനലിലൂടെ അരിച്ചിറങ്ങി നാലു പ്രകാശചതുരങ്ങൾ കോറിവരച്ചിട്ടു. അവയ്ക്ക്, അവന്റെ വീടിനോട് ചേർന്നുള്ള പുഴയുടെ നിറമായിരുന്നു. പ്രതീക്ഷകൊണ്ട് മുറുകിയ ദേഹവും, കൊട്ടാനായി കൊളുത്തുപോലെ വളച്ച വിരലുമായി അവൻ 555-ാം നമ്പർ മുറിയ്ക്ക് മുൻപിൽ നിന്നു. പക്ഷേ പെട്ടെന്ന് അവൻ ആ വാതിലിനു മുൻപിൽ മുട്ടുകുത്തി. കുറേ നേരം അതിലൂടെ നോക്കിയപ്പോഴാണ് താക്കോൽപ്പഴുതിലൂടെ കണ്ട ചെറിയ ഇളം തവിട്ടു നിറം, കട്ടിലിനു മുകളിലെ ചുവരാണെന്ന് അവനു മനസ്സിലായത്. അവൻ ഒന്നുകൂടി ശ്രദ്ധിച്ചു നോക്കി. അപ്പോഴാണ്, വെളുത്ത തലയിണയുടെ അറ്റവും, ചാരിയിരിക്കാവുന്ന തവിട്ടു നിറത്തിലെ ബോർഡും, പിന്നെ എന്താണെന്ന് ഒരു പിടിയും കിട്ടാത്ത മൂന്നാമത്തെ ഒരു വസ്തുവും അവൻ കണ്ടത്. അപ്പോഴേയ്ക്കും താക്കോൽപ്പഴുതിലെ വെളിച്ചം മങ്ങി. കട്ടിലും, തലയിണയും, ചുവരുമെല്ലാം നീലനിറത്തിലുള്ള തുണി കൊണ്ടു മൂടപ്പെട്ട് അപ്രത്യക്ഷമായി. അവനു പിന്തിരിയാനാവും മുൻപേ ആ താക്കോൽപ്പഴുത് അപ്രത്യക്ഷമാവുകയും, അവന്റെ കൺമുൻപിൽ തവിട്ടു നിറത്തിലുള്ള പാന്റ് പ്രത്യക്ഷപ്പെടുകയും ചെയ്തു. ഒരു കൈ ഇടുപ്പിലും, മറുകൈ വാതിലിന്റെ പിടിയിലും വച്ചു കൊണ്ട് ആ മനുഷ്യൻ അവനു മുന്നിൽ നീണ്ടു നിവർന്നു നിന്നു.

"കിടപ്പറ രംഗം വല്ലോം കാണാൻ പറ്റുമോന്ന് നോക്കുവാണോ?" അയാൾ വിനയപൂർവ്വം ചോദിച്ചു.

ലത്തീഫ് ഒന്ന് ചിരിക്കാൻ ശ്രമിച്ചു. അവന്റെ വലതു മുട്ടുകാലിന്മേൽ പതിഞ്ഞ ബൂട്ട്സിന്റെ ശക്തിയിൽ പിന്നിലേയ്ക്ക് മറിഞ്ഞുവീഴുമ്പോൾ, ബൂട്ട്സിന്റെ അടിയിൽ ചരൽക്കല്ലുകൾ പറ്റിയിരിക്കുന്നത് അവൻ കണ്ടു. അയാൾ വീണ്ടും കാലുയർത്തി അവന്റെ ഇടത്തെ കാൽമുട്ടിൽ തൊഴിച്ചു. അവന്റെ നാഭി ഉന്നം വച്ച് തൊഴിക്കുവാൻ വേണ്ടി അയാൾ വീണ്ടും കാലുയർത്തിയപ്പോൾ, ലത്തീഫ് ജീവനും കൊണ്ടോടി ലിഫ്റ്റിൽ കയറി.

ലോബിയിലെത്തി ലിഫ്റ്റിൽ നിന്നുമിറങ്ങുമ്പോൾ, അവൻ അതിന്റെ വാതിൽ ചേർത്തടയ്ക്കാതെ വിട്ടു. എത്ര ശ്രമിച്ചാലും അഞ്ചാം നിലയിൽ നിന്നും ലിഫ്റ്റ് കിട്ടാതെ വരുമ്പോൾ, ഇത്രയും പടികൾ താഴെ ഇറങ്ങി വന്ന് അവനെ ചീത്ത പറയാനും, അവനെക്കുറിച്ചു പരാതി പറയാനും അയാൾ മടിച്ചേക്കും എന്നവൻ കരുതി. പെട്ടെന്ന് ഇന്റർകോം ശബ്ദിച്ചപ്പോൾ അവനൊന്ന് ഞെട്ടി. മാനേജർ, ക്ലോക്കിൽ നിന്നും കണ്ണെടുക്കാതെ, മറുതലയ്ക്കൽ നിന്നും പറഞ്ഞത് നിശബ്ദനായി കേട്ടുനിന്നു. തലയൊന്നാട്ടിയ അദ്ദേഹം, ഫോൺ വെച്ച ശേഷം സ്റ്റോർ മുറിയിലേയ്ക്ക് പോയി. തിരികെ വന്നപ്പോൾ, കൈയിൽ, ഉടഞ്ഞുപോയ ഒരു മോപ്പിന്റെ പിടിയുടെ കഷണവുമുണ്ടായിരുന്നു.

ആദ്യത്തെ അടി വീണത് അവന്റെ മുതുകത്തായിരുന്നു. "മുറികളിലേയ്ക്ക് ഒളിഞ്ഞു നോക്കുന്നോ?" മാനേജർ അലറി.

രണ്ടാമത്തെ അടി അവന്റെ ചന്തിക്കിട്ടായിരുന്നു. "താമസിക്കാൻ വരുന്നവർക്ക് മുൻപിൽ നിന്ന് സ്വയംഭോഗം ചെയ്യുന്നോ?"

മൂന്നാമത്തെയും നാലാമത്തെയും അടികൾ, പ്രത്യേകിച്ച് ചോദ്യങ്ങളൊന്നുമില്ലാതെ, കാൽവണ്ണയിൽ വന്നു വീണു. മാനേജറുടെ കൈയിൽ നിന്നും ആ കമ്പു പിടിച്ചു വാങ്ങി, അയാളുടെ മുതുകത്തും, ചന്തിയ്ക്കും, കാൽവണ്ണകളിലും അടിച്ചാലോ എന്നൊരു ചിന്ത അവന്റെയുള്ളിലൂടെ കടന്നുപോയി. കുറച്ച് ആഴ്ചകൾക്ക് മുൻപ് അയൽപക്കത്തെ ടിവിയിൽ കണ്ട ജയിൽചാട്ടമൊക്കെയുള്ള സിനിമയിൽ അത്തരമൊരു രംഗമുണ്ടായിരുന്നു. പക്ഷേ ആ ചിന്ത കടന്നുപോയതോടെ, അവൻ ഇരുകൈകളും നെഞ്ചോട് ചേർത്ത് മാപ്പിരന്നു.

"നിർത്ത്!" കൈകൾ നിവർത്തി അവർക്കിടയിലേയ്ക്ക് കടന്നു വന്നുകൊണ്ട് സ്റ്റെല്ല ഉറക്കെപ്പറഞ്ഞു. "നിങ്ങൾക്ക് നാണമില്ലേ?"

"അത് അവനോട് ചോദിക്ക്!" മാനേജർ നിന്നു കിതച്ചു.

"ബുദ്ധിവളർച്ചയില്ലാത്ത ഒരു കൊച്ചിനെ ഇങ്ങനെ തല്ലിച്ചതയ്ക്കാൻ നിങ്ങൾക്ക് നാണമില്ലേ?" സ്റ്റെല്ല കുറച്ചുകൂടി ഉച്ചത്തിൽ ചോദിച്ചു.

കമ്പ് താഴേയ്ക്ക് വീഴുന്ന ശബ്ദം ലത്തീഫ് കേട്ടു. ആ നിമിഷംവരെ താനൊരു ബുദ്ധിവളർച്ചയില്ലാത്ത കുട്ടിയാണെന്ന് അവനറിയില്ലായിരുന്നു. അവന്റെ കുടുംബം അതിനെക്കുറിച്ച് അവനോടൊന്നും പറഞ്ഞിരുന്നില്ല. ദ്വീപിലുള്ളവരാരും അവനോടങ്ങനെ പെരുമാറിയിട്ടുമില്ല. അതോ,

അവരൊക്കെ അതവനെ അറിയിച്ചിരുന്നോ? അതുകൊണ്ടായിരിക്കുമോ അവന്റെ ഉപ്പ, താൻ തുടങ്ങിയ എല്ലാ സംരംഭങ്ങൾക്കും അവന്റെ പേരിടാതെ, പകരം പെങ്ങന്മാരുടെ പേരിട്ടത്? അതുകൊണ്ടായിരിക്കുമോ, അയൽവീട്ടിൽ ടിവി കാണാൻ പോകുമ്പോൾ ഒരിക്കലും അവനെ സോഫയിൽ ഇരിക്കാൻ അനുവദിക്കാതിരുന്നത്? അതുകൊണ്ടായിരിക്കുമോ, അവിടെയുള്ളവർ എപ്പോഴും അതേ പഴയ കപ്പിൽ മാത്രം അവനു ചായ നൽകിയിരുന്നത്?

“നീയിങ്ങു വന്നേ.” മാനേജർ സ്റ്റെല്ലയുടെ കൈമുട്ടിൽ പിടിച്ച് അവളെ ലോബിയുടെ ഒരു കോണിലേയ്ക്ക് നീക്കിനിർത്തിയ ശേഷം അവളോട് സ്വകാര്യമായി എന്തൊക്കെയോ പറയാൻ തുടങ്ങി. ഇടയ്ക്കിടെ ദേഷ്യത്തോടെ ഒരു വിരൽ അയാൾ അവനു നേരെ നീട്ടിക്കൊണ്ടിരുന്നു. സ്റ്റെല്ല ആ വിരലുകളെ പിന്തുടർന്ന് അവനെ നോക്കി; ആ കണ്ണുകളിൽ ദുഃഖവും അവിശ്വസനീയതയും തളം കെട്ടിക്കിടന്നു. കുറച്ചുനേരം കഴിഞ്ഞ്, അവൾ അവിടെ നിന്നും പോയി. അവന്റെ മണ്ടത്തരത്തിന് അവനെ ശാസിക്കാനോ, അവന്റെ മേൽ വന്നു വീണ പഴിയ്ക്ക് അവനെ സമാധാനിപ്പിക്കാനോ അവൾ മുതിർന്നില്ല.

ലത്തീഫ് ബെഞ്ചിലിരുന്ന്, കാലിലെ ചുവന്ന പാടുകളിൽ തടവി. മോപ്പിന്റെ ഉടഞ്ഞ കഷണം, മാനേജർ വലിച്ചെറിഞ്ഞ സ്ഥലത്തു തന്നെ കിടക്കുന്നുണ്ടായിരുന്നു. ഓരോ തവണ അതിലേയ്ക്ക് നോക്കുമ്പോഴും, അത് പിടിച്ചിരുന്ന കൈകളും, അതിൽ കെട്ടിയിരുന്ന കാവിനിറമുള്ള ചരടും അവനോർമ്മ വന്നു. ആ ചരടിന്റെ അഭാവം, ഒരുപക്ഷേ, പകരം വീട്ടലിന്റെ വേദനയും, അപമാനവും കുറയ്ക്കുമായിരുന്നുവെന്ന് അവന് തോന്നി.

രാത്രിയായപ്പോൾ, അവൻ പത്രക്കടലാസ്സുകൾക്ക് പിന്നിലേയ്ക്ക് കൈയിട്ട്, രണ്ടു മാസങ്ങൾക്ക് മുൻപ് നടൻ നൽകിയ സിഗരറ്റ് കൈയിലെടുത്തു. പിന്നിലെ വാതിലിലൂടെ ഇറങ്ങിയ അവൻ, ചതുരപ്പുളി മരത്തിനു കീഴിൽ പോയി നിന്നു. കാറ്റിന്റെ ശക്തികൊണ്ട്, തീപ്പെട്ടികൾ പകുതിയോളം തീരുന്നത് വരെയും, അവനത് കത്തിക്കാൻ കഴിഞ്ഞില്ല. ഒടുവിൽ, ആ സിഗരറ്റിന്റെ അറ്റത്ത് ഒരു ഓറഞ്ചു തിളക്കം മിന്നിയപ്പോൾ, വലിയൊരു കാര്യം നേടിയ പോലെ അവനു തോന്നി. അത്, അവന്റെ ശ്വാസനാളങ്ങളിൽ പുകമണം പരത്തി. അവൻ ഒരു വൃദ്ധനെപ്പോലെ ചുമയ്ക്കാൻ തുടങ്ങി.

13

അവൻ വേഗം നടന്നു. ഏറെക്കുറെ ഓട്ടകയായിരുന്നു അവൻ. തനിക്ക് പരിഹാസം പുരണ്ട സ്വാഗതമോതുവാനായി മാത്രം ആ ദ്വീപ് മുഴുവനും അതികാലത്തെഴുന്നേറ്റത് പോലെ അവനു തോന്നി. അവന്റെ നടപ്പിനെയും, പെരുമാറ്റത്തെയും, അവനിഷ്ടമുള്ളതും അവന്റെ പെങ്ങന്മാർക്ക് അത്ര പിടിക്കാത്തതുമായ അവന്റെ മുടി ചീകുന്ന രീതിയെയും, കഷ്ടിച്ച് കണങ്കാൽ വരെയെത്തുന്ന അവന്റെ പാന്റിനെയും, അവന്റെ മരിച്ചുപോയ ഉപ്പയുടെ മീശയുടെ ആകൃതിയെ പ്പോലും കളിയാക്കുവാൻ അവർ തയ്യാറെടുത്തു നിൽക്കുകയാണ് എന്നവൻ കരുതി. അവൻ ചുറ്റും നോക്കി. വളരെ കുറച്ചാളുകളേ അവിടെ യുണ്ടായിരുന്നുള്ളൂ. ആരും അവനെ നോക്കുന്നത് പോലുമുണ്ടായിരുന്നില്ല എങ്കിലും, എല്ലാവരും അവനെ കളിയാക്കുന്നത് പോലെ അവനു തോന്നി. ബോട്ടിൽ നിന്നുമിറങ്ങിയപ്പോൾ തന്നെ, ദ്വീപിന് എന്തോ മാറ്റം വന്നിരിക്കുന്നതായി ഒരു ചിന്ത അവനിലുണർന്നു. അവിടുത്തുകാർ നിശബ്ദതയുമായി ഉണ്ടാക്കിയിരുന്ന ഉടമ്പടി തകർക്കപ്പെട്ടിരിക്കുന്നത് പോലെ അവനു തോന്നി. മരങ്ങൾ കാറ്റിൽ ഗർജ്ജിക്കുന്നതും, പക്ഷികൾ കോപത്തിൽ ചിലയ്ക്കുന്നതും, സെമിനാരിയിലെ പള്ളിമണികൾ അശുഭ സൂചനയുമായി മുഴങ്ങുന്നതും അവൻ കേട്ടു. അവനെ അസ്വസ്ഥനാക്കാ നെന്നോണം, ആ ദ്വീപിന്റെ ശബ്ദസംവിധാനം മുഴുവനും ഒറ്റരാത്രി കൊണ്ട് നവീകരിക്കപ്പെട്ടിരിക്കുന്നു. ബോട്ടിലുണ്ടായിരുന്ന കോൺവെന്റ് വിദ്യാർത്ഥിനികളുടെ മഷിയെഴുതിയ കണ്ണുകളിൽ അവനോടുള്ള വെറുപ്പ് സ്ഫുരിക്കുമോയെന്ന് ഭയന്ന്, അവൻ അങ്ങോട്ടു നോക്കിയതേയില്ല. വീട്ടിലേയ്ക്ക് തിരക്കിട്ട് പോകുന്നതിനിടയിൽ, ക്യാംപ് ഓഫീസിലെ പോർച്ചിൽ നിന്നും അവനെ നോക്കി കൈവീശിയ കഷണ്ടിക്കാരനായ നീല ഷർട്ടുകാരനെ നോക്കി അവൻ പുഞ്ചിരിച്ചില്ല.

വേഗം കുറയ്ക്കുന്നതിനെപ്പറ്റി അവൻ ചിന്തിച്ചത് പോലും നടപ്പാലം കടന്നതിന് ശേഷം മാത്രമാണ്. ആളുകളോ അവരുടെ പ്രഹസനങ്ങളോ ഇല്ലാത്തതായിരുന്നു അവിടെ നിന്നും വീടെത്തുന്നത് വരെയുള്ള വഴി.

നീണ്ട ആ വഴിയിലൂടെ നടക്കുമ്പോൾ, ലോഡ്ജിൽ നടന്ന സംഭവങ്ങൾ ഉമ്മ അറിഞ്ഞുകാണുമോ എന്നവന് സംശയം തോന്നി. മാനേജർ ചിലപ്പോൾ കുവയിലോൺ കാഷ്യൂസിൽ വിളിച്ച്, അവര് ശുപാർശ ചെയ്ത ബെൽബോയിയെക്കുറിച്ചുള്ള പരാതി പറഞ്ഞിട്ടുണ്ടാവും. അവരത് അവിടെ പണിക്ക വരുന്ന ആരെങ്കിലും വഴി ഉമ്മയെ അറിയിച്ചിട്ടുണ്ടാകും. നമ്മളൊരു തെറ്റ് ചെയ്താൽ, ആ ദ്വീപിന്റെ ആശയവിനിമയസംവിധാനം മുഴുവൻ ഉണർന്നു പ്രവർത്തിക്കും. തല്ല് കൊണ്ടപ്പോൾ അവൻ മിണ്ടാതെ നിൽക്കരുതായിരുന്നു; ആ മോപ്പിന്റെ പിടിയുടെ കഷണം പിടിച്ചു വാങ്ങിയ ശേഷം എന്തുകൊണ്ടാണ് താക്കോൽദ്വാരത്തിലൂടെ ഒളിഞ്ഞുനോക്കിയത് എന്ന് വിശദീകരിക്കണമായിരുന്നു. ഒന്നുമില്ലെങ്കിലും, എന്തുകൊണ്ടാണ് അഞ്ചാം നിലയിലേയ്ക്ക് പോയതെന്നും, 555-ാം നമ്പർ മുറിയ്ക്ക് മുൻപിൽ മുട്ടുകുത്തിയിരുന്നതെന്നും സ്റ്റെല്ലയോടെങ്കിലും അവൻ പറയേണ്ടതായിരുന്നു.

വീട് ദൂരെ കണ്ടതും അവനിൽ അസ്വസ്ഥത നിറഞ്ഞു. ചെമ്പരത്തിക്കമ്പൊന്നൊടിച്ചുകൊണ്ട് അവൻ വീട്ടിലേയ്ക്ക് പാഞ്ഞു കയറിച്ചെന്നു. കൈയിൽ കിട്ടിയ ആദ്യത്തെ സഹോദരിയെ അവൻ തലങ്ങും വിലങ്ങും തല്ലാൻ തുടങ്ങി.

“എന്തിനാ നീയവളെ തല്ലുന്നേ?” സ്റ്റെല്ല അവനും മാനേജർക്കുമിടയിൽ കയറി നിന്നത് പോലെ, ഉമ്മ അവർക്കിടയിലേയ്ക്ക് കയറി നിന്നുകൊണ്ട് ചോദിച്ചു.

“അവള് വാങ്ങിച്ചു വച്ചേക്കുന്ന മാർക്കിന്.”

“പക്ഷേ ഈ വർഷത്തെ മാർക്ക് എനിക്ക് കിട്ടിയില്ലല്ലോ.” ബിസ്മി പറഞ്ഞു.

“ഇത് കഴിഞ്ഞ കൊല്ലത്തെ മാർക്കിനാണ്.” കമ്പു ചുഴറ്റിക്കൊണ്ട് അവൻ പറഞ്ഞു.

ഉമ്മ അവന്റെ കൈയിൽ നിന്നും കമ്പു പിടിച്ചുവാങ്ങി, അത് രണ്ടായി ഓടിച്ച്, വെളിയിലേയ്ക്ക് എറിഞ്ഞു കളഞ്ഞു.

“ഇനി മുതൽ നിന്റെ പ്രോഗ്രസ്സ് റിപ്പോർട്ട് നീ എന്നെ കാണിക്കണം. ഞാനാണത് ഇനി മുതൽ ഒപ്പിടാൻ പോകുന്നത്.” അവൻ പറഞ്ഞു.

പെങ്ങന്മാർ അടുക്കളവാതിലിനു പിറകിൽ ഒളിഞ്ഞിരുന്ന് അമർത്തിച്ചിരിച്ചു. അവർക്കിട്ട് രണ്ടു പൊട്ടിക്കാൻ വേണ്ടി അവൻ ഒരു തവി തിരഞ്ഞു.

“അവര് പ്രോഗ്രസ്സ് റിപ്പോർട്ട് നിന്നെ കാണിച്ചോളും. നീ മാത്രമേ അത് ഒപ്പിടത്തും ഒള്ളൂ.” അവർ പഠിച്ചിരുന്ന സ്കൂളിൽ അത്തരമൊരു സമ്പ്രദായമൊന്നുമില്ലെന്ന് അറിയാമായിരുന്നെങ്കിലും, ഉമ്മ അവനു ഉറപ്പു നൽകി. പക്ഷേ ആ ഉറപ്പ് അവനെ തെല്ലൊന്ന് അടക്കി. തനിക്ക്

ഒരു പ്രാധാന്യം കിട്ടിയ പോലെയും, താൻ വീണ്ടും ആ കുടുംബത്തിന്റെ നാഥനായത് പോലെയും അവനു തോന്നി.

പ്രഭാത ഭക്ഷണം കഴിക്കുന്നതിനിടയിലാണ് അവന്റെ കാൽവണ്ണയിലെ തടിച്ച പാടുകൾ ഉമ്മ കണ്ടത്. ചുവന്ന സ്കെച്ച് പേന കൊണ്ടുള്ള വരകൾ മാഞ്ഞുതുടങ്ങിയത് പോലെയായിരുന്നു അവ. "നിന്റെ കാലിലെന്തു പറ്റി ഇബ്രൂ?" ഉമ്മ ചോദിച്ചു.

"ആ മാനേജർ എന്നെ തല്ലി". അവൻ അഭിമാനത്തോടെ പറഞ്ഞു.

"എന്തിന്?" ഉമ്മ ചോദിച്ചു.

"എതിർത്തു സംസാരിച്ചതിന്." അവൻ കുറച്ചുകൂടി അഭിമാനത്തോടെ പറഞ്ഞു.

"നീ എന്തിനാ എതിർത്തു സംസാരിച്ചത്? നീ എന്താ പറഞ്ഞത്?" ബിസ്മി ചോദിച്ചു.

അവൻ അവൾക്ക് മറുപടി നൽകിയില്ല. സ്കൂൾ ഒരിക്കലും നൽകാറില്ലാത്ത പ്രോഗ്രസ്സ് കാർഡ് അവനെ ഇതുവരെ കാണിക്കാത്തതിൽ ക്ഷുഭിതനായിരുന്നു അവൻ.

കുറച്ചുനേരം കഴിഞ്ഞ്, ഒരു ചുട്ടിത്തോർത്തു മാത്രമുടുത്തുകൊണ്ട്, അടുക്കളയ്ക്ക് പിന്നിലെ കുളിമുറിയിലേയ്ക്ക് അവൻ നടക്കുമ്പോൾ, അവന്റെ മുതുകത്തെ ചുവന്ന തടിപ്പുകൾ കണ്ട പെൺകുട്ടികൾ നിലവിളിച്ചു. "ദേ നോക്കിയേ, ഇവന്റെ മുതുകത്തും അടിച്ചേക്കുന്നു."

വെയിലിൽക്കിടന്ന് ചൂടായ വെള്ളം പാടുകളിൽക്കൂടി ഒഴുകിയിറങ്ങിയപ്പോൾ വേദനകൊണ്ടവൻ നീട്ടിയൊന്ന് ഊതി. കുളിമുറിയോട് ചേർന്ന് വളർന്നു കിടന്നിരുന്ന കറിവേപ്പ് ചെടിയിൽ നിന്നും കാക്കകൾ കരയുന്നുണ്ടായിരുന്നു. മേൽക്കൂരയില്ലാത്ത കുളിമുറിയ്ക്ക് മേൽ ചാഞ്ഞുകിടന്നിരുന്ന അതിന്റെ ഒരു കൊമ്പിലെ ഇലകളുടെ പ്രതിബിംബം വീപ്പയിലെ വെള്ളത്തിൽ വീണു വിറച്ചു. കാക്കകളുടെ ബഹളത്തിനിടയിലൂടെ ഓലമറയ്ക്കപ്പുറം ഉമ്മയുടെ ശബ്ദം അവൻ കേട്ടു. അവനു വേറെ എവിടെയെങ്കിലും അടി കിട്ടിയോ എന്നായിരുന്നു അവർ ചോദിച്ചത്. ഞാൻ സുഖമില്ലാത്ത കുട്ടിയാണോ? ഞാൻ ബുദ്ധിവളർച്ചയില്ലാത്ത കുട്ടിയാണോ? അവൻ ആ ചുവരിലൂടെ ഉമ്മയോടു ചോദിച്ചു. എന്നാൽ, പൊളിഞ്ഞു തുടങ്ങിയ ഓലമറയുടെ വിട്ടുകിടന്ന ഇഴകൾക്കിടയിലൂടെപ്പോലും അരിച്ചിറങ്ങാൻ കെൽപ്പില്ലാത്ത വണ്ണം, ആ പതിഞ്ഞ ശബ്ദം കുളിമുറിയ്ക്കുള്ളിൽ തന്നെ തങ്ങി നിന്നു. ഒരിക്കലും താനൊരു അസുഖക്കാരൻ കുട്ടിയായിരുന്നതായി അവന്റെ ഓർമ്മയിൽപ്പോലുമില്ലായിരുന്നു. മാത്രവുമല്ല, ബുദ്ധിവളർച്ചയില്ലാത്ത ഒരു കുട്ടിയാണ് താൻ എന്നതിനും നിദാനമായി ഒന്നും തന്നെ അവന്റെ കുട്ടിക്കാലത്തുണ്ടായിട്ടില്ല. ബുദ്ധിവളർച്ചയില്ലാത്ത കുട്ടികളെ കണ്ടാൽ എങ്ങനെയുണ്ടാവും എന്ന് അവനറിയാമായിരുന്നു. കുട്ടിക്കാലത്ത്, രണ്ടാഴ്ച കൂടുമ്പോൾ

അവന്റെ ഉപ്പ അവനെ സർക്കാർ ഡിസ്പെൻസറിയിൽ കൊണ്ടുപോയിരുന്നു. അപ്പോഴൊക്കെ അവനവരെ കണ്ടിട്ടുണ്ട്. പുറമെ വെള്ളയും, അകത്ത് നീലയും ചുവരുകളുള്ള ചെറിയൊരു കെട്ടിടമായിരുന്നു അത്. കാത്തിരിപ്പ് മുറിയിലെ ഭിത്തിയിൽ അലകൾ പോലെ വരച്ചിരുന്നതിനിടയിൽ, അവിടേയ്ക്ക് വരുന്നവരെ നോക്കി ഖേദപൂർവ്വം ചിരിക്കുന്നത് പോലെയുള്ള ഒരു ഡോൾഫിന്റെ ചിത്രവുമുണ്ടായിരുന്നു. ആ മുറിയ്ക്ക് ഒത്തനടുക്കായി, ഒരു മേശപ്പുറത്ത്, വലിയ ഇഷ്ടികയുടെ വലിപ്പത്തിലുള്ള, സ്പോഞ്ച് കൊണ്ടുണ്ടാക്കിയ ബിൽഡിങ് ബ്ലോക്കുകൾ കൂട്ടിയിട്ടിരുന്നു. അവിടെ കണ്ടിരുന്ന ചില കുട്ടികളുടെ മുഖങ്ങൾ അപ്പോൾ അവനോർമ്മ വന്നു. ചിലർക്ക് മേലറ്റം കൂർത്ത വലിയ ചെവികളുണ്ടായിരുന്നു; മറ്റു ചിലരുടെ മുഖത്തിന് കൃത്യമായ ആകൃതിയുണ്ടായിരുന്നില്ല; ചിലർക്കാകട്ടെ വായ അടയ്ക്കാൻ കഴിയുമായിരുന്നില്ല. അവരുടെ വായുടെ കോണിലൂടെ ഉമിനീർച്ചാലുകൾ ഒലിച്ചിറങ്ങിക്കൊണ്ടിരുന്നു. അടുത്തുള്ള ചെറിയൊരു കയറു കമ്പനിയുടെ സാമീപ്യം കൊണ്ട് അഴുകുന്ന തൊണ്ടിന്റെ ദുർഗന്ധം നിറഞ്ഞിരുന്ന ആ കെട്ടിടത്തിലെ ഒരേയൊരു സാധാരണ കുട്ടി അവനാണെന്നാണ് അവൻ കരുതിയിരുന്നത്. ഓരോ തവണയും ഡോക്ടറെ കണ്ടിട്ടിറങ്ങുമ്പോൾ ഉപ്പ വാങ്ങിക്കൊടുത്തിരുന്ന പിങ്ക് ഐസ് മുട്ടായിയായിരുന്നു അങ്ങോട്ട് പോകാൻ അവനുള്ള ഒരേയൊരു പ്രചോദനം. ഒടുവിൽ സന്ദർശനങ്ങൾ നിലച്ചപ്പോൾ, അവനാശ്വാസമായി.

അവനു കുളിച്ചിറങ്ങാൻ കുറച്ചധികം നേരം വേണം. വലിയ കറുപ്പ് വീപ്പയിൽ ഒരു തുള്ളി വെള്ളം പോലും ശേഷിക്കാത്തപ്പോഴാണ് പൊതുവേ അത് കഴിയുക. എന്നാലും ഉമ്മ പലകുറി കുളിമുറിയുടെ തകരവാതിലിൽ പഞ്ചാരിമേളം കൊട്ടിയാലേ അവനിറങ്ങി വരാറുള്ളൂ. പക്ഷേ ഇന്ന് ഉമ്മ അവനെ വിളിച്ചതേയില്ല. തിടുക്കപ്പെടുത്തിക്കൊണ്ടുള്ള കൊട്ടുകളുടെ അഭാവത്തിൽ അവൻ ആസ്വദിച്ചു കുളിച്ചു. മേടസൂര്യന്റെ തീക്ഷ്ണ രശ്മികളിൽ നിന്നും രക്ഷപ്പെടാനെന്നോണം, മേലു മുഴുവൻ സോപ്പ് പത കൊണ്ടു മൂടിയ അവൻ, ഒരു മഞ്ഞുമനുഷ്യനെപ്പോലെയായി. അവൻ പുറത്തു വന്നപ്പോൾ, അവന്റെ കുടുംബം മുഴുവനും അടുക്കളപ്പുറത്തെ പടിക്കെട്ടിൽ ഇരിക്കുകയായിരുന്നു. അവരെക്കടന്നു പോകുമ്പോൾ, മൂന്നു ജോഡി കണ്ണുകൾ തന്റെ മുതുകിലും കാൽവണ്ണയിലും പതിയുന്നത് അവനറിഞ്ഞു.

അന്നു രാത്രി, കട്ടിൽ ഞരങ്ങുന്ന ശബ്ദം കേട്ടവനുണർന്നു. കൈയിൽ പഴയൊരു മഷിക്കുപ്പിയും പ്രാവിന്റെ തൂവലുമായി, ഉമ്മ കട്ടിലിൽ ഇരിക്കുന്നുണ്ടായിരുന്നു. അപ്പോൾ ഉമ്മയെക്കാണാൻ, യൗവ്വനകാലത്ത് മാലാഖയായിരുന്ന, പിന്നീട് കുട്ടികളെ വളർത്താമെന്ന തീരുമാനത്തിൽ അതിൽ നിന്നും വിരമിച്ച ഒരുവളെപ്പോലെയുണ്ടായിരുന്നു.

“നീ നാളെ ലോഡ്ജിൽ പോകണ്ടടാ.” ദുഃഖം കലർന്നതെങ്കിലും സാന്ത്വനം മുറ്റുന്ന സ്വരത്തിൽ ഉമ്മ പറഞ്ഞു.

“അതെന്താ?” ഉമ്മ ശരിക്കും അവിടെ ഇരിക്കുന്നുണ്ടോ അതോ താൻ ഇതൊക്കെ സ്വപ്നം കാണുന്നതാണോ എന്ന തീർച്ചയില്ലായ്മയിൽ കുഴങ്ങിക്കൊണ്ട് അവൻ ചോദിച്ചു.

“നീയിനി അങ്ങോട്ട് പോകണ്ട. എന്റെ കൊച്ചിനെ ആരും തല്ലണ്ട.”

“പിന്നെന്തു ചെയ്യും?”

“ഞാൻ ക്വയിലോൺ കാഷ്യൂസിൽ വീണ്ടും ജോലിയ്ക്ക് പോകാം. ഇപ്പൊ എന്റെ വിരലുകൾക്കൊക്കെ നല്ല ഭേദമുണ്ട്.”

അപ്പോഴും അവന്റെ വിരലുകളിൽ ചുറ്റിക്കെട്ടുകളുണ്ടായിരുന്നു. ആ പഞ്ഞിത്തുണികൾ എപ്പോഴത്തെയും പോലെ മഞ്ഞിച്ചുകിടന്നു. പക്ഷേ അപ്പോഴും അതൊരു സ്വപ്നമാണോ അല്ലയോ എന്ന് തീർച്ചപ്പെടുത്താൻ അവനു കഴിഞ്ഞില്ല. അപ്പോഴാണ് അടുത്ത മുറിയിലെ വെട്ടം, വോൾട്ടേജ് വ്യത്യാസം കാരണം മങ്ങുകയും തെളിയുകയും ചെയ്യുന്നതവൻ ശ്രദ്ധിച്ചത്. സ്വപ്നങ്ങളിൽ ഒരിക്കലും അത്തരത്തിൽ വെട്ടത്തിന്റെ വ്യതിയാനങ്ങളോ, കാലിന്റെ കിരുകിരുപ്പോ പോലുള്ള വിശദാംശങ്ങൾ ഉണ്ടായിരുന്നില്ല.

“അതോ നിനക്ക് ക്വയിലോൺ കാഷ്യൂസിൽ ഒരു ജോലി വേണോ?” ആ പഴയ മഷിക്കുപ്പിയുടെ മൂടി തുറന്നുകൊണ്ട് ഉമ്മ ചോദിച്ചു. ആ വീട്ടിലുണ്ടായിരുന്ന ഒരേയൊരു പ്രഥമശുശ്രൂഷാ പെട്ടി അതായിരുന്നു. മനം മടുപ്പിക്കുന്ന ഗന്ധമുള്ള, ഒട്ടുന്ന തരം ഒരെണ്ണയായിരുന്നു അതിനുള്ളിൽ. അവർ ആ തൂവലിന്റെ അഗ്രം എണ്ണയിൽ മുക്കി, അവന്റെ കാൽവണ്ണയിലെ പാടുകൾക്ക് മുകളിൽ തേച്ചു. “വേണമെങ്കിൽ ഞാൻ നാളെ പോയി മുതലാളിയോട് സംസാരിക്കാം.”

അവൻ തന്റെ വിരലുകളിലേയ്ക്ക് നോക്കി – നഖങ്ങൾ നന്നായി വെട്ടിയൊതുക്കിയ, കറ പറ്റാത്ത, വൃത്തിയുള്ള വിരലുകളായിരുന്നു അവ. ചുട്ടുപൊള്ളുന്ന കശുവണ്ടിത്തോടുകളുടെ കറ പിടിച്ച് അവ അഴുക്കാകുന്നത് അവനു ചിന്തിക്കാൻ പോലും കഴിയില്ലായിരുന്നു. ഉരക്കടലാസ്സ് പോലെ കട്ടിയുള്ള വിരലുകൾ കൊണ്ട് തന്റെ ഭാവി ഭാര്യയെ തൊടാൻ അവനു തീരെ താൽപര്യമില്ലായിരുന്നു. “വേണ്ട. എനിക്ക് അവിടെ ജോലി ചെയ്യണ്ട,” അവൻ പറഞ്ഞു. അല്പനേരം ആലോചിച്ച ശേഷം അവൻ കൂട്ടിച്ചേർത്തു, “ഞാൻ മറ്റെവിടെയെങ്കിലും ജോലി നോക്കാം.”

“അതെ, നീ മറ്റെവിടെയെങ്കിലും ജോലി നോക്ക്,” അവനെ പ്രോത്സാഹിപ്പിച്ചുകൊണ്ട് അവർ കട്ടിലിൽ നിന്നും എഴുന്നേറ്റു. “അതുവരെ ഞാൻ ക്വയിലോൺ കാഷ്യൂസിൽ ജോലിയ്ക്ക് പോകാം.”

ഉമ്മ പോയ ശേഷം, അടുത്ത മുറിയിലെ വെളിച്ചം അണഞ്ഞു. ഒരു വാക്കു പോലും പ്രതിഷേധിക്കാതെ, ഒരടി പോലും തിരികെ നൽകാതെ, എല്ലാ അടിയും വാങ്ങിയിട്ടു വന്നതിൽ അവന്റെ കുറ്റബോധം ഇരട്ടിച്ചു.

ആ കുറ്റബോധം അവന്റെ അടിപ്പാടുകളെ നീറ്റി. പക്ഷേ മറ്റൊരു തരത്തിൽ അവന് ആശ്വാസം നൽകിയ ചില കാര്യങ്ങളുണ്ടായിരുന്നു – ഇനി ലോബിയിൽ കാത്തിരിക്കേണ്ടതില്ല; ബെഞ്ചിൽ കിടന്നുറങ്ങേണ്ടതില്ല; ഉപ്പ മുങ്ങിമരിച്ച ഇടത്തിലൂടെ ഒന്നിരാടം ദിവസങ്ങളിൽ യാത്ര ചെയ്യേണ്ടതില്ല. സ്റ്റെല്ലയെ കാണാൻ പറ്റില്ലല്ലോ എന്നോർത്തപ്പോൾ അവന്റെ ഉള്ളൊന്നുലഞ്ഞു. പട്ടണത്തിൽ അവനു കിട്ടിയ ഒരേയൊരു സുഹൃത്ത് സ്റ്റെല്ലയായിരുന്നു. അവന്റെ കഥകളുടെ ഒരേയൊരു കേൾവിക്കാരിയും അവരായിരുന്നു. അവൻ കണ്ണുകളടച്ച് ഉറക്കത്തിലേയ്ക്ക് ഊഴിയിട്ടപ്പോൾ, മുറി, ലോഡ്ജിലെ പഴയ ലിഫ്റ്റ് പോലെ ഇടുങ്ങിയതും, കുലുക്കമുള്ളതുമായി മാറി. അത് താഴേയ്ക്ക്, താഴേയ്ക്ക് താഴേയ്ക്ക് വീണു തുടങ്ങി. ഒടുവിൽ, ഒരു തരിപോലും ഉണർച്ച അവനിൽ ശേഷിക്കാത്തവരേയ്ക്കും അതങ്ങനെ വീണുകൊണ്ടിരുന്നു.

ലോഡ്ജിൽ ജോലി ചെയ്യാൻ തുടങ്ങിയത് മുതൽ അവന്റെ ശരീരം കൃത്യസമയത്ത് ഉണർന്ന് ശീലിച്ചിരുന്നു. ജോലിയുള്ള എല്ലാ ദിവസത്തെയും പോലെ, അന്നും അവൻ അഞ്ചേകാലിന് തന്നെ ഉണർന്നു. വാതിലിനടിയിലൂടെ അരിച്ചു കയറി വന്ന വെളിച്ചം കണ്ട് അമ്പരന്ന അവൻ, അടുക്കളഭാഗത്തേയ്ക്ക് പതുക്കെ നടന്നുചെന്നു. തലേ രാത്രി നൽകിയ വാഗ്ദാനങ്ങളെല്ലാം മറന്ന പോലെ, ഉമ്മ, ബൾബിന്റെ അരണ്ട വെളിച്ചത്തിൽ, അടുപ്പിനരികിലിരുന്ന് അവന്റെ ഉച്ചഭക്ഷണം പാചകം ചെയ്യുകയായിരുന്നു. കാൽവണ്ണയിലെ പാടുകളിൽ അപ്പോഴും മരുന്നെണ്ണയുടെ മണമുണ്ടായിരുന്നതിനാൽ ഇന്നലെ കണ്ടത് സ്വപ്നമായിരിക്കാൻ സാധ്യതയില്ലെന്ന് അവൻ ഊഹിച്ചു. അവൻ മുറിയിലേയ്ക്ക് തിരികെ വന്ന് തിടുക്കത്തിൽ തയ്യാറാവാൻ തുടങ്ങി. താനില്ലാതെ *ജീസസ്* ആ ദ്വീപിൽ നിന്നും പോകരുത് എന്ന് മാത്രമായിരുന്നു അപ്പോഴവന്റെ മനസ്സിൽ.

നടപ്പാലം കഴിഞ്ഞപ്പോഴേയ്ക്കും ചുറ്റുമുള്ളതെല്ലാം സാധാരണ ഗതിയിലേയ്ക്ക് മടങ്ങി വന്നത് പോലെ തോന്നി. ആരും അവനെ ശ്രദ്ധിക്കുകയോ, കളിയാക്കുകയോ ചെയ്യുന്നുണ്ടായിരുന്നില്ല. ആകെ അവനെ നോക്കി കൈവീശിയത് കഷണ്ടിയുള്ള നീല ഷർട്ടുകാരനാണ്. ലത്തീഫാകട്ടെ, മടിച്ച് മടിച്ച് തിരിച്ച് കൈവീശി. ബോട്ടിന് വേണ്ടി കാത്തു നിൽക്കുമ്പോൾ, കോൺവെന്റിൽ പഠിക്കുന്ന പെൺകുട്ടികൾ യൂണിഫോമിന്റെ ഭാഗമായി ധരിച്ചിരുന്ന നീളൻ സോക്സിന് മുകളിലെ അവരുടെ രോമമില്ലാത്ത കാലിലേയ്ക്ക് അവൻ പാളി നോക്കി. എല്ലാ ആഴ്ചയറുതിയിലും അവർ ആ കാലുകൾ ക്ഷൗരം ചെയ്യാനിരിക്കുന്നത് അവൻ മനസ്സിൽ സങ്കൽപ്പിച്ചു. *ജീസസ്* എത്തിയപ്പോൾ അവൻ ഒരു ജനലിലൂടെ അകത്തേയ്ക്ക് ചാടിക്കയറി, ഡ്രൈവറിന് പിന്നിലായുള്ള തന്റെ പ്രിയപ്പെട്ട സീറ്റിലേയ്ക്ക് പെട്ടെന്ന് കടന്നു ചെന്നിരുന്നു. അവിടെയിരുന്ന്, ഡ്രൈവർ ആ സ്റ്റിയറിങ് വശ്യമായൊരു ആലസ്യത്തോടെ തിരിക്കുന്നതും

നേരെയാക്കുന്നതുമൊക്കെ അവൻ ശ്രദ്ധയോടെ നോക്കിയിരിക്കും. ക്ലിപ്പ് പോലെ വളഞ്ഞ തെങ്ങ് കണ്ണിൽപ്പെടുന്ന ഉടനെ കണ്ണടച്ച് ഉറക്കം നടിച്ചിരിക്കുന്ന അവൻ, ആ തുരുത്ത് കഴിയുന്നത് വരെ കണ്ണ് തുറക്കില്ല. അങ്ങനെ എല്ലാം അതിന്റെ വിരസമായ സാധാരണ ഒഴുക്കിൽ മുന്നോട്ടു പോയി. ജോലിയിൽപ്പോലുമതെ. അവൻ ഗുൽമോഹറിന്റെ അടുത്തുകൂടി നടക്കുമ്പോൾ സ്റ്റെല്ല തലയുയർത്തി നോക്കി. അവൻ ഹാജർപുസ്തകത്തിൽ ഒപ്പ് വയ്ക്കുമ്പോൾ മാനേജർ ക്ലോക്കിലേയ്ക്ക് നോക്കി. 555-ാം നമ്പർ മുറിയുടെ ചാവി, കൃത്യസ്ഥാനത്ത് തൂങ്ങിക്കിടക്കുന്നത് കണ്ടപ്പോൾ അവനു ഒരാശ്വാസം തോന്നി. അവന്റെ പീഢകൻ മുറി ഒഴിഞ്ഞിരിക്കുന്നു; അവന്റെ യാതന അവസാനിച്ചിരിക്കുന്നു. എല്ലാം പഴയത് പോലെയായി എന്നത് അവനു ചെറുതല്ലാത്ത ആശ്വാസം നൽകി. പക്ഷേ ഉച്ചഭക്ഷണനേരം മാത്രം വ്യത്യസ്തമായിരുന്നു - വല്ലാത്തൊരു ഔപചാരികതയും നിശബ്ദതയും അവിടെ നിറഞ്ഞിരുന്നു. സ്റ്റെല്ല അവനെ നോക്കാതെ, ഒന്നും മിണ്ടാതെയിരുന്ന് ഭക്ഷണം കഴിച്ചു തീർത്തു. ഇബ്രുവിനെപ്പറ്റി എന്തെങ്കിലുമൊന്ന് പറഞ്ഞു തുടങ്ങാൻ പറ്റിയ ഒരു ദിവസമല്ല എന്ന് തോന്നിയത് കൊണ്ട്, അവനും ഭക്ഷണത്തിൽ മാത്രം ശ്രദ്ധയൂന്നി.

"ജൂണിലെ ആദ്യത്തെ ഞായറാഴ്ച ഞാൻ വീട്ടിലുണ്ടാവില്ല." സ്റ്റെല്ല പോകാൻ എഴുന്നേറ്റപ്പോൾ അവൻ പറഞ്ഞു.

"എന്താ?" പുരികം ചുളിച്ചുകൊണ്ട് അവർ ചോദിച്ചു.

"നിങ്ങൾ ജൂണിലെ ആദ്യ ഞായറാഴ്ച ഞങ്ങളുടെ ദ്വീപിൽ വരുന്നില്ലേ?"

അവർ ഒരു നിമിഷം ആലോചിച്ചു. "ഉവ്വ്. വരുന്നുണ്ട്. എന്തേ?"

"ഞാൻ വീട്ടിലുണ്ടാവില്ല. ഒരു മാമായെ കാണാൻ പോകും."

"എങ്കിൽ ഞാൻ വരുമ്പോൾ വീട്ടിലുള്ളവരെ കാണാമല്ലോ."

"വീട്ടിൽ ആരുമുണ്ടാവില്ല." അവൻ ധിക്കാരസ്വരത്തിൽ പറഞ്ഞു. "ഞങ്ങളെല്ലാവരും പോകും."

14

ജൂണിലെ ആദ്യത്തെ ഞായറാഴ്ച, *ജീസസ്* വലിഞ്ഞിഴഞ്ഞ് വരുന്നതും കാത്ത് ലത്തീഫ് പല തവണ ബോട്ട് ജെട്ടിയിൽ പോയി. പക്ഷേ ആദ്യത്തെ ട്രിപ്പ് അവൻ വിട്ടുകളഞ്ഞു; സ്റ്റെല്ല അത്ര നേരത്തെ വരാൻ സാധ്യതയുണ്ടായിരുന്നില്ല. അന്ന് നാല് തവണയും, ബോട്ട് വൈകിയാണെത്തിയത്. ഞായറാഴ്ചകളിൽ അത് പൊതുവേ സമയം പാലിക്കാറില്ല. തണുപ്പുള്ള കൈവരിയ്ക്ക് മുകളിലൂടെ മുന്നോട്ടാഞ്ഞ് അവൻ പുഴയിലേക്ക് തുപ്പി. മീൻകുഞ്ഞുങ്ങൾ ആ തുപ്പലിന്റെ കുമിളകൾ കൊത്തിയെടുക്കാൻ ഓടിവരുന്നുണ്ടോ എന്നറിയാനായിരുന്നു അത്. *ജീസസിന്റെ* ശബ്ദം അകലെ നിന്നും കേൾക്കുമ്പോൾത്തന്നെ, അവൻ കയിലോൺ കാഷ്യൂസിന്റെ പിന്നിലേയ്ക്ക് മറഞ്ഞ് നിന്ന്, ബോട്ടിൽ നിന്നുമിറങ്ങി ഗ്രാമത്തിന്റെ ഊടുവഴികളിലേയ്ക്ക് അപ്രത്യക്ഷമാകുന്നവരെ, രഹസ്യമായി നിരീക്ഷിച്ചു. യാത്രക്കാരുടെ ഇടയിൽ സ്റ്റെല്ലയെ കണ്ടാൽ, ആ നിമിഷം വീട്ടിലേയ്ക്ക് ഓടിപ്പോയി അവരെയെല്ലാം കൂട്ടി, എന്തെങ്കിലും കാരണമുണ്ടാക്കി കോയ മാമായുടെ വീട്ടിലേയ്ക്ക് പോകണം എന്നാണ് അവൻ കരുതിയിരുന്നത്. എന്തു പറഞ്ഞു കൂട്ടിക്കൊണ്ടു പോകും എന്നതിനെക്കുറിച്ചാണ് അവനൊരു എത്തും പിടിയും കിട്ടാതിരുന്നത്. താഹിറ മാമി വയസ്സായി, അവശനിലയിലാണ്. അവന്റെ തലയിൽ വന്ന ഒരേയൊരു കാരണം അതായിരുന്നു. പക്ഷേ അവന് ഓർമ്മയുള്ള കാലം മുതൽക്കേ അവർ വയസ്സായി, അവശനിലയിലായിരുന്നു. കോയ മാമായ്ക്ക് മുൻപേ അവർ മരിച്ചുപോകും എന്നാണ് പലരും കരുതിയിരുന്നത്. താഹിറ മാമിയുടെ സ്ഥിതി കുറച്ച് വഷളാണെന്ന് കേട്ടുവെന്ന്, വേണമെങ്കിൽ പറയാം. ജന്നത്തുൽ ഫിർദോസിന്റെ വാതിലിന് കുറുകെ കെട്ടിയ ചുവന്ന റിബ്ബണിൽ തൊടാൻ, ശുഷ്കിച്ച നെഞ്ചുമായി, മരിച്ചുപോയ ഭർത്താവിന്റെ പ്രോത്സാഹനവുമായി, അവർ കിണഞ്ഞു ശ്രമിക്കുകയാണ് എന്ന മട്ടിൽ പറഞ്ഞൊപ്പിക്കാം. എങ്ങനെയെങ്കിലും ആ വലിയ വീട്ടിലെത്തിക്കഴിഞ്ഞാൽ, പിന്നെ അവനു പേടിക്കാനൊന്നുമില്ല. അത് കഴിഞ്ഞാൽപ്പിന്നെ ആകെയുള്ള

പ്രശ്നം തന്റെ കുടുംബത്തെ ആ വീട്ടിൽ നിന്നും ഇറക്കിക്കൊണ്ടു വരാൻ പെടാപ്പാട് പെടണം എന്നുള്ളത് മാത്രമാണ്. കോയ മാമായുടെ പേരക്കുട്ടികൾക്ക് വേണ്ടി മാങ്ങയും, നാരങ്ങയും, വെളുത്തുള്ളിയും, ചുവന്ന നെല്ലിക്കയുമൊക്കെ ഉപ്പിലിടുന്ന തിരക്കിലായിരിക്കും ഉമ്മ. പെങ്ങന്മാരാകട്ടെ, കഴിയുന്നത്ര സമയവും ആ വീട് നൽകുന്ന കൊച്ചുകൊച്ച് സുഖസൗകര്യങ്ങളിൽത്തന്നെ നിൽക്കാൻ ശ്രമിക്കും.

ബോട്ട് ഓരോ തവണ ജെട്ടി വിട്ടു പോകുമ്പോഴും, സ്റ്റെല്ലയെ കൊണ്ടുവരാത്തതിന് അവൻ *ജീസസിനോട്* നന്ദി പറഞ്ഞു. [illegible] [illegible] പിന്നിൽ കൂട്ടിയിട്ടിരുന്ന കരിഞ്ഞ കശുവണ്ടിത്തോടുകൾ കണ്ടപ്പോൾ അവൻ തന്റെ വിരലുകളിലേയ്ക്ക് നോക്കി. അവിടെ ജോലി ചെയ്യാത്തത് നന്നായി എന്നവന് തോന്നി. നാലു മണിയുടെ ബോട്ടും ദൃഷ്ടിയിൽ നിന്നും മറഞ്ഞു കഴിഞ്ഞപ്പോൾ, ദ്വീപിലേയ്ക്ക് വരരുത് എന്നാഗ്രഹിക്കുന്ന ഒരു വ്യക്തിയെ നെഞ്ചിടിപ്പോടെ കാത്തിരിക്കുന്നതിലെ വിരോധാഭാസം അവസാനിപ്പിക്കാൻ അവൻ തീരുമാനിച്ചു. അതിരാവിലെയെന്ന പോലെ, വൈകുന്നേരം വൈകിയുള്ള യാത്രയും പ്രായോഗികമായി സ്റ്റെല്ലയ്ക്ക് ബുദ്ധിമുട്ടാവും എന്നുറപ്പുള്ളതിനാൽ, അവൻ വീട്ടിലേയ്ക്ക് നടന്നു. അന്ന് വൈകുന്നേരം അവൻ മീൻ പിടിക്കാൻ ചതുപ്പിലേയ്ക്ക് പോയി. പാറക്കെട്ടുകൾക്കിടയിലെ വിടവിലൂടെ ചൂണ്ട താഴെ പുഴയിലേയ്ക്കിറക്കി, കണ്ടലുകൾക്കിടയിൽ അവനിരുന്നു. ഹൗസ്ബോട്ടുകൾ അതുവഴി കടന്നുപോയപ്പോഴൊക്കെ, അവന്റെ ഇരിപ്പിനെ, ധ്യാനിരിക്കുന്ന ആരോ എന്ന് ആളുകൾ തെറ്റിദ്ധരിക്കാതിരിക്കാൻ വേണ്ടി അവൻ ചാടിയെഴുന്നേറ്റു. അസ്തമയ സൂര്യന്റെ ശോണിമ പുഴയിൽ വീണ് തിളങ്ങുന്നതിന് തൊട്ടു മുൻപായി, രണ്ടു പറമ്പുകൾക്കിടയിലെ തോട്ടിൽ നിന്നും ഒരു കൊച്ചു വള്ളം ഒഴുകിയിറങ്ങി, ചതുപ്പിനടുത്തേയ്ക്ക് വന്നു. തുഴ വെള്ളത്തിൽ വീഴുന്ന ഒച്ച അടുത്തടുത്തു വരുംതോറും, ഓളങ്ങൾ പാറക്കെട്ടിന്മേൽ വന്ന് അലച്ചുവീഴാൻ തുടങ്ങി. ചൂണ്ടയിലെ പിടി അയച്ചുകൊണ്ട് അവൻ എഴുന്നേറ്റു നിന്നു.

"ഹലോ," ആരോ വിളിച്ചു. നോക്കിയപ്പോൾ, ബോട്ടിന്റെ അങ്ങേയറ്റത്ത്, കൈയിൽ സോഡ കലർന്ന ഒരു പാനീയത്തിന്റെ ക്യാനും പിടിച്ചുകൊണ്ട്, കഷണ്ടിക്കാരനായ നീല ഷർട്ടുകാരൻ ഇരിക്കുന്നുണ്ടായിരുന്നു. അടുത്തിടെ താക്കീത് നൽകി വിട്ടയച്ച, ഇപ്പോൾ ദുർമുഖം കാട്ടുന്ന, ക്ഷമ ചോദിക്കാൻ കാത്തു നിൽക്കുന്ന ഒരു പയ്യനെ നോക്കുന്നത് പോലെ, അയാൾ ഒന്ന് മുന്നോട്ടാഞ്ഞ് അവനെ സൂക്ഷിച്ചുനോക്കി. "കയറുന്നോ?" അയാൾക്കും തോണിക്കാരനും ഇടയിലെ ഒഴിഞ്ഞ സ്ഥലത്തേയ്ക്ക് കൈചൂണ്ടി അയാൾ ചോദിച്ചു. "നമുക്ക് ഒന്നിച്ച് മീൻപിടിക്കാൻ പോകാം."

ലത്തീഫ് ചൂണ്ട വലിച്ചെടുത്തു. ഒരു പായലിന്റെ വള്ളി അതിൽ കുടുങ്ങിക്കിടന്നിരുന്നതൊഴിച്ചാൽ, അത് ശൂന്യമായിരുന്നു. നിനക്ക്

ചൂണ്ടയിടൽ വശമില്ലല്ലോയെന്ന് അതവനെ കളിയാക്കുന്നത് പോലെ തോന്നി. ആ കഷണ്ടിയുള്ള നീല ഷർട്ടുകാരൻ പറഞ്ഞതിൽ 'ഹലോ' ഒഴികെ മറ്റൊന്നും അവനു മനസ്സിലായില്ല. പക്ഷേ അയാൾ എന്തോ അനാവശ്യമാണ് പറഞ്ഞത് എന്ന് അവന് ഏറെക്കുറെ ഉറപ്പായിരുന്നു. ക്യാംപ് ഓഫീസിലെ ഏതോ രഹസ്യ അനാശാസ്യ പരിപാടിക്ക് തന്നെ അയാൾ ചുറ്റിവളച്ച് ക്ഷണിക്കുകയാവും. പിന്നിൽ ആടിക്കളിക്കുന്ന ഒഴിഞ്ഞ ചൂണ്ടക്കൊളുത്തുമായി അവൻ വീട്ടിലേയ്ക്ക് തിരക്കിട്ടു നടന്നു.

സ്റ്റെല്ലയ്ക്ക് വേണ്ടി ഒരു വലിയ മീൻ പിടിക്കണം എന്നുണ്ടായിരുന്നു അവന്. കാണുമ്പോൾത്തന്നെ, അവളുടെ ഹൃദയം അലിഞ്ഞ്, മുഖം ആർദ്രമാകുന്ന ഒന്ന്. അത് കഴിയുമ്പോൾ, എന്തുകൊണ്ടാണ് താൻ താക്കോൽപ്പഴുതിലൂടെ നോക്കിയത് എന്ന് വിശദീകരണം നൽകാൻ അവനു സാധിച്ചേക്കും. അവരുടെ ഉച്ചയൂണ് നേരങ്ങൾ ഇപ്പോഴൊക്കെ നിശബ്ദവേളകളാണ്. ഇടയ്ക്ക് എന്തെങ്കിലും കുട്ടാനുകളൊക്കെ പങ്കുവയ്ക്കുന്നുണ്ടെങ്കിലും, അവർ വളരെക്കുറച്ചു മാത്രമേ സംസാരിക്കുന്നുണ്ടായിരുന്നുള്ളൂ. അത്യാവശ്യത്തിന് മാത്രം പരസ്പരം നോട്ടങ്ങൾ കൈമാറിയിരുന്ന അവർ, ഒരു ബഞ്ചിന്റെ രണ്ടറ്റങ്ങളിലും കാൽ കവച്ചുവച്ച് ഇരുന്ന് ഭക്ഷണം കഴിച്ചു. അധികം വൈകാതെ അവൾ ഭക്ഷണം കഴിപ്പ്, ലോബിയ്ക്ക് പിന്നിലെ ചെറിയ മുറിയിലേയ്ക്കോ, ഒന്നാം നിലയിലെ പാൻട്രി മുറിയിലേയ്ക്കോ മാറ്റിയേക്കുമോ എന്നവൻ ഭയന്നു.

"ഇന്നലെ മുഴുവൻ ഞാൻ നിങ്ങളെ കാത്തു നിന്നു," പരാതിയുടെ സ്വരം നിഴലിക്കാതിരിക്കാൻ ശ്രദ്ധിച്ചുകൊണ്ട് അവൻ പറഞ്ഞു. "പക്ഷേ നിങ്ങൾ വന്നില്ലല്ലോ."

"ഞാൻ എവിടെ വന്നില്ലല്ലോന്ന്?" അവർ ചോദിച്ചു.

"ഞങ്ങളുടെ ദ്വീപിലേയ്ക്ക്." അവൻ പറഞ്ഞു. "ഇന്നലെയായിരുന്നു ജൂണിലെ ആദ്യത്തെ ഞായറാഴ്ച. നിങ്ങൾക്ക് ഞങ്ങളുടെ അവിടുത്തെ പാരിഷ് ഹാളിൽ ഒരു കല്യാണം ഉണ്ടായിരുന്നില്ലേ?"

"ജൂലൈയിലെ ആദ്യത്തെ ഞായറാഴ്ചയാണ് കല്യാണം. ജൂണിലെയല്ല. നീ കേട്ടത് മാറിപ്പോയതാണ്."

"അല്ലല്ല. നിങ്ങൾ പറഞ്ഞത് ജൂണിലെ ആദ്യത്തെ ഞായറാഴ്ചയാണ് എന്നാണ്."

"പക്ഷേ നീ ഏതോ മാമായുടെ വീട്ടിൽ പോകും എന്നല്ലേ പറഞ്ഞിരുന്നത്? പിന്നെ നീ എങ്ങനെയാണ് എന്നെ കാത്തു നിന്നത്?"

അതവൻ പ്രതീക്ഷിച്ചിരുന്നില്ല. അവൻ തല താഴ്ത്തി, അതീവ ശ്രദ്ധയോടെ കഴിക്കാൻ തുടങ്ങി.

"നിന്റെ കൂട്ടുകാരൻ ഇബ്രുവിന്റെ വിശേഷങ്ങൾ എന്തൊക്കെയാ?" അവരുടെ ശബ്ദം, പണ്ടത്തേത് പോലെ, മൃദുലമായിരുന്നു.

തന്നെ കളിയാക്കുവാണോ എന്നറിയാൻ, അവൻ കഴിപ്പ് നിർത്തി തലയുയർത്തി നോക്കി. പക്ഷേ അവരുടെ മുഖത്ത് ഗൗരവമായിരുന്നു. അവന്റെ കഥകൾ വീണ്ടും കേൾക്കാനുള്ള ഒരു കൗതുകം ആ മുഖത്ത് അവൻ കണ്ടു. കൈയിൽ കഥകളൊന്നുമില്ലായിരുന്നു എങ്കിലും, ആ അവസരം പാഴാക്കാതിരിക്കാൻ അവൻ തീരുമാനിച്ചു.

"കഴിഞ്ഞ ദിവസം അവനെന്താ സംഭവിച്ചതെന്നറിയാമോ?" അവൻ ചോദിച്ചു.

"ഇല്ല, കഴിഞ്ഞ ദിവസം അവനെന്താ സംഭവിച്ചതെന്ന് എനിക്കറിയില്ല," അവനെ അനുകരിക്കുന്നത് പോലെ പറയാൻ ശ്രമിക്കുമ്പോൾ സ്റ്റെല്ലയുടെ മുഖം ഒരു കുഞ്ഞിന്റേത് പോലെയായി. "നീ പറയാതെ ഞാനെങ്ങനെ അറിയാനാണ്?"

എന്നും കടന്നു പോകുന്ന വഴിയരികിലുള്ള ഒരു വീട്ടിൽ മൃതദേഹം ഒളിപ്പിച്ചിട്ടുണ്ടോ എന്ന് ഇബ്രു സംശയിച്ച സംഭവം അവൻ പറഞ്ഞുതുടങ്ങി. നടപ്പാലത്തിനരികിലുള്ള ഒരു ചെറിയ വീടായിരുന്നു അത്. വിരമിച്ച ഒരു പട്ടാളക്കാരൻ, ജീവിതത്തിന്റെ അവസാനകാലം തനിച്ചു കഴിഞ്ഞു കൂടിയിരുന്നത് അവിടെയായിരുന്നു. വിരമിച്ച ശേഷം അയാൾ ആകെ ചെയ്തിരുന്ന പ്രവൃത്തി തന്റെ തോട്ടം പരിപാലിക്കലായിരുന്നു. പക്ഷേ തുടർച്ചയായി മൂന്ന് ദിവസം അയാളെ കാണാതായപ്പോൾ അവനിലെ പരോപകാരി വീണ്ടും ഉണരുകയും, ആ വാതിൽക്കൽ പോയി ബെല്ലടിക്കുകയും ചെയ്തു. കുറേ നേരം അമർത്തിപ്പിടിച്ചു ബെല്ലിന്റെ സ്വിച്ച് ചൂടായിട്ട് പോലും ആരും വാതിൽ തുറന്നില്ല. അവൻ വീടിന് പുറകിൽ ചെന്ന്, ഒരു ജനൽ ബലം പ്രയോഗിച്ചു തുറക്കാൻ ശ്രമിച്ചു. പെട്ടെന്ന് ആ പട്ടാളക്കാരൻ അവന്റെ തൊട്ടു പുറകിൽ ഒരു റൈഫിളുമായി പ്രത്യക്ഷപ്പെട്ടു. അതിക്രമിച്ചു കയറാൻ വന്ന ആരോ ആണെന്ന് കരുതി, ആ മനുഷ്യൻ ഇബ്രുവിനെ ആക്രമിക്കാൻ തുടങ്ങി. അവന്റെ പ്രായത്തെ പോലും കണക്കിലെടുക്കാതെയായിരുന്നു അയാളവനെ തല്ലിച്ചതച്ചത്. ഒരു പതിനെട്ടു വയസ്സുകാരനിൽ നിന്നും പ്രതീക്ഷിക്കാനാവാത്തത്ര സമചിത്തതയോടെ ഇബ്രു ആ അടികളൊക്കെ ഏറ്റുവാങ്ങി. അതയാളെ കൂടുതൽ കുപിതനാക്കി. അയാൾ അസഭ്യവർഷം തുടങ്ങി. അവന്റെ മാതാപിതാക്കളെയും, അവരുടെ ഗുഹ്യഭാഗങ്ങളെയുമൊക്കെ അയാൾ അധിക്ഷേപങ്ങളിൽ ഉൾപ്പെടുത്തി. പെട്ടെന്ന്, ഇബ്രു അയാളുടെ കൈയിൽ നിന്നും ആ ഡബിൾ ബാരൽ തോക്ക് പിടിച്ചു വാങ്ങി, തിരിച്ച് ആക്രമണം തൊടുത്തു വിട്ടു. ആ പട്ടാളക്കാരൻ, മുട്ടുകുത്തി നിന്ന്, അടിയെ തടുക്കാനായി തലയ്ക്കു മുകളിൽ കൈകൾ പിണച്ചു വച്ച്, അവനെ ശാന്തനാക്കാൻ വേണ്ടി ക്ഷമാപണം നടത്താൻ തുടങ്ങി.

ലത്തീഫ് നോക്കിയപ്പോൾ, സ്റ്റെല്ല പുഞ്ചിരിക്കുകയായിരുന്നു. അതവനെ സന്തോഷിപ്പിച്ചു.

"നല്ല ധൈര്യക്കാരൻ കുട്ടി," അവൾ പറഞ്ഞു. "പക്ഷേ ഒരു സംശയം. പട്ടാളക്കാർ ജോലിയിൽ നിന്നും വിരമിക്കുമ്പോൾ അവർക്ക് തോക്കുകളും വീട്ടിലേയ്ക്ക് കൊണ്ടുപോരാൻ കഴിയുമോ?"

"ഉവ്വ്, ഉവ്വ്വ്." അവൻ തിടുക്കപ്പെട്ട് പറഞ്ഞു.

"അതെനിക്കറിയില്ലായിരുന്നു. പണ്ട് പട്ടാളത്തിലായിരുന്ന ഒരു അയൽക്കാരൻ ഉണ്ടെനിക്ക്. ഏതായാലും പുള്ളിയോടൊന്ന് ചോദിക്കാം."

താൻ പറഞ്ഞ കഥകളുടെ സത്യസന്ധതയിൽ അവൾക്ക് സംശയമുണ്ടോ? അവൻ സ്വയം ആ കഥകളൊക്കെ വിശ്വസിച്ച് തുടങ്ങുകയായിരുന്നു. കഷണ്ടിയുള്ള നീല ഷർട്ടുകാരനെയാണ് അവൻ പട്ടാളക്കാരന്റെ കഥാപാത്രമായി കണ്ടത്; നടപ്പാലത്തിനരികിലുള്ള വീടാകട്ടെ, ക്യാംപ് ഓഫീസും. ഒരുപക്ഷേ കഥയിൽ തോക്ക് കൂട്ടിച്ചേർത്തത് ഒരൽപം കടന്ന കൈയായിട്ടുണ്ടാവും. ഒരു ഊന്നുവടി യെന്നോ, വിറകിന്റെ കഷണമെന്നോ മറ്റോ പറഞ്ഞാൽ മതിയായിരുന്നു. തോക്ക് ഒരു അബദ്ധമായിപ്പോയി എന്ന് തന്നെ അവൻ ഉറപ്പിച്ചു. ഇനി മുതൽ കഥ പറയുമ്പോൾ കുറച്ചുകൂടി ശ്രദ്ധിക്കണമെന്നും അവൻ മനസ്സിലോർത്തു. എന്തുതന്നെയായാലും, ഉച്ചഭക്ഷണനേരത്തി ലേയ്ക്ക് വീണ്ടും സംസാരം തിരിച്ചുവന്നതിൽ അവനു ഒരുപാട് സന്തോഷമായി.

സ്വപ്നം കാണാൻ തക്ക ആഴവും നീളവുമുള്ള ഉറക്കങ്ങൾ ഒരിക്കലും വീതി കുറഞ്ഞ ആ ബെഞ്ചിൽ അവനു ലഭിച്ചിരുന്നില്ല. പക്ഷേ ആ രാത്രിയിൽ അവനൊരു സ്വപ്നം കണ്ടു; ഒരു ചീത്ത സ്വപ്നം. ആ സ്വപ്നത്തിൽ അവന് ഇരുപത് വയസ്സായിരുന്നു പ്രായം. ആ ഗ്രാമത്തിലെ എല്ലാവർക്കും, കുഴിയിലേയ്ക്ക് കാലും നീട്ടിയിരിക്കുന്ന താഹിറ മാമിയ്ക്ക് പോലും, ഇരുപത് വയസ്സ് തന്നെയായിരുന്നു അതിൽ. ഇരുൾ മൂടിക്കിടക്കുന്ന ജെട്ടിയിൽ നിൽക്കുകയായിരുന്നു അവരെല്ലാം. എന്തൊക്കെയോ കുത്തി നിറച്ച് രൂപം കെട്ടുപോയ കുറെ ബാഗുകളുടെയും ഭാണ്ഡങ്ങളുടെയും ഭാരവുമേന്തിയായിരുന്നു അവരുടെ നിൽപ്പ്. എല്ലാവരുടെയും നോട്ടം അല്പമകലെ സ്ഥിതി ചെയ്യുന്ന അയൽ തുരുത്തിലേയ്ക്കായിരുന്നു. രക്ഷാബോട്ടിന്റെ ശബ്ദത്തിനായി അവരുടെ കാതുകൾ തുടിക്കുന്നുണ്ടായിരുന്നു. അവരാ ജെട്ടിയിൽ ഒത്തുകൂടി ഒരുപാട് നേരം കഴിഞ്ഞപ്പോൾ ഒരു ഹോറണിന്റെ നേർത്ത ഒരല അവരെ വന്നു തൊട്ടു. ആ പാതിരാക്കൂട്ടത്തിന്റെ മനോവ്യാപാരം പോലെതന്നെ നിലവിളികളും മുറവിളികളും ശോകരസവും നിറഞ്ഞതായിരുന്നു ആ ഹോറൺ ശബ്ദം. ദൂരെ, പുഴ വളയുന്നിടത്ത് വെളിച്ചത്തിന്റെ ഒരു മഞ്ഞപ്പൊട്ട് പ്രത്യക്ഷപ്പെട്ടു. മൂടൽമഞ്ഞിന്റെ വിരികൾ നീങ്ങുംതോറും, അതിന്റെ തീവ്രത കൂടിക്കൂടി വന്നു. മങ്ങിയ വെളിച്ചം കൂടുതൽ പരക്കാനും, എഞ്ചിനുകളുടെ ഹുങ്കാരശബ്ദം ഉച്ചത്തിലാവാനും തുടങ്ങി.

അടുത്തുകൊണ്ടിരിക്കുന്ന ബോട്ടുകൾ കണ്ട ആൾക്കൂട്ടത്തിനിടയിൽ ആശ്വാസം പടർന്നു. "ബീമ എവിടെ?" ഉമ്മ അടക്കിയ ശബ്ദത്തിൽ ചോദിച്ചു. "ബീമയെവിടെ?" ചുറ്റിലും അവളെ കാണുന്നില്ല എന്നറിഞ്ഞ അവൻ തിരികെ ചോദിച്ചു. ഇടവഴിയിലൂടെ അവർ നടന്നുവരുമ്പോഴാണ് അവൻ അവളെ അവസാനമായി കണ്ടത്. ഏങ്ങലടികൾക്കിടയിലൂടെ, ചുവരിൽ തൂക്കിയിരുന്ന ഉപ്പയുടെ ഫോട്ടോ എടുക്കാൻ മറന്നു എന്ന് പുലമ്പിക്കൊണ്ടാണവൾ നടന്നിരുന്നത്. അവളാ ഫോട്ടോ എടുക്കാൻ തിരിച്ചു കയറിയിട്ടുണ്ടാവുമോ? "ഇവിടെ നിൽക്ക്" അവൻ ഉമ്മയോടും പെങ്ങളോടും പറഞ്ഞു. "ഞാൻ തിരിച്ചു വന്നിട്ട് ബോട്ടിൽ കയറിയാൽ മതി. ഞാൻ വേഗം വരാം." ഒറ്റയ്ക്ക് മാരത്തോൺ ഓടുന്ന ഒരാളെപ്പോലെ, അവൻ വീട്ടിലേയ്ക്ക് ഓടി. വഴിയിൽ എവിടെയെങ്കിലും വച്ച്, അവനു നേരെ ഓടിവരുന്ന ബീമയെ കാണും എന്നവൻ പ്രതീക്ഷിച്ചു. പുഴ അപ്പോഴേയ്ക്കും നടപ്പാലത്തിന്റെ അടിത്തറ വരെ എത്തിയിരുന്നു. ഓടുമ്പോൾ വെള്ളത്തിൽ കാൽ പതിക്കുന്ന ഒച്ച, അവൻ ഇടവഴിയിലേക്കെത്തിയപ്പോഴേക്കും ശക്തമാവാൻ തുടങ്ങി. വഴിവക്കിലെ വീടുകൾ ഇരുണ്ട്, ശൂന്യമായിക്കിടന്നു. വെള്ളപ്പാച്ചിലിൽ വേലികൾ ചാഞ്ഞു തുടങ്ങിയിരുന്നു. ജീർണ്ണിച്ച ശവശരീരങ്ങളുടെ വാരിയെല്ല് പോലെ, അവ പരസ്പരം ഒട്ടിച്ചേർന്നു കിടന്നു. വീടെത്തിയപ്പോഴേയ്ക്കും അവൻ വല്ലാതെ കിതച്ചു തുടങ്ങിയിരുന്നു. ചെറിയ ജനലിലൂടെ അവൻ അകത്തേയ്ക്ക് നോക്കി. ഉപ്പയുടെ ചിത്രം ചുവരിൽത്തന്നെയുണ്ട്. വെള്ളത്തിന്റെ കുത്തൊഴുക്കിൽ വീട് നിലം പരിശാകുമ്പോൾ, അതിന്റെ അവശിഷ്ടങ്ങൾക്കിടയിൽ വീണടയാൻ കാത്തു നിൽക്കുന്നത് പോലെയുണ്ടായിരുന്നു അത്. പെങ്ങളുടെ പേര് ഉറക്കെ വിളിച്ചുകൊണ്ട് അവൻ വീടിനു ചുറ്റും ഓടി. അയൽപക്കത്തെ തെങ്ങിൻതോപ്പിലൂടെ പുഴ ഇരമ്പിക്കയറുന്ന ഒച്ച കേട്ട അവൻ, കുടുംബത്തിലെ മറ്റുള്ളവരുടെ അടുക്കലേയ്ക്ക് തിരികെയോടി. ബീമയെ അവർ കണ്ടുപിടിച്ചു കാണുമെന്നും, കൂട്ടം തെറ്റിപ്പോയതിന് അവൾക്ക് കണക്കിന് ശകാരം കിട്ടിക്കാണുമെന്നും അവൻ മനസ്സിലുറപ്പിച്ചു. നടപ്പാലത്തിന്റെ കൈവരികൾക്കിടയിലൂടെ ഒഴുകാൻ തുടങ്ങിയിരുന്നു പുഴയപ്പോൾ. കടപുഴകി വീണ വാഴകൾ, തോട്ടിലെ ഒഴുക്ക് തടസ്സപ്പെടുത്തിക്കൊണ്ട്, പാലത്തിനടിയിൽ കുറുകെ പൊങ്ങിക്കിടക്കുന്നത് അവൻ കണ്ടു. ജെട്ടിയ്ക്കടുത്തേയ്ക്ക് എത്തുംതോറും അവന്റെ കാലുകൾ തളർന്നു തുടങ്ങി. പാന്റിന്റെ അടിവശം മുഴുവൻ ചേറു നിറഞ്ഞു. അവന്റെ ചെരുപ്പിന്റെ അരികുകൾ മുഴുവൻ പായൽ അലങ്കാരങ്ങൾ നെയ്തു. പുഴയിൽ മഞ്ഞ വെളിച്ചത്തിന്റെ പൊട്ട് അവൻ കണ്ടു. അത് മുൻപത്തേതിനേക്കാൾ വലുതും വിസ്താരമേറിയതും ആയിരുന്നു. അത് അടുത്തേയ്ക്ക് വരാനായി കാത്തു നിൽക്കുമ്പോഴാണ്, അവിടെ താൻ തനിച്ചാണെന്ന് അവൻ തിരിച്ചറിഞ്ഞത്. ആ വെളിച്ചം ചെറുതായിക്കൊണ്ടിരിക്കുകയായി

രുന്നു; അത് അകലേയ്ക്ക് പോവുകയായിരുന്നു. “തിരിച്ച വാ,” അവൻ ക്ലവി വിളിച്ചു. “ഞാൻ കയറിയിട്ടില്ല.” തുരുത്തിലേയ്ക്ക് വന്ന അവസാനത്തെ ബോട്ടും പോയിക്കഴിഞ്ഞപ്പോൾ, ഇരുട്ട്, ആ ദ്വീപിനെ വിഴുങ്ങാൻ, പുഴയ്ക്കൊപ്പം മത്സരിക്കാൻ തുടങ്ങി.

ബെഞ്ചിൽക്കിടന്ന അവൻ പെട്ടെന്നുർന്നു. അവൻ വിയർക്കുന്നുണ്ടായിരുന്നില്ല. എന്നിട്ടും, ചാറ്റൽമഴയിലൂടെ നടന്നിട്ടു വന്ന ഒരാളെപ്പോലെ, ശരീരം മുഴുവൻ നനഞ്ഞിരിക്കുന്നതായി അവനു തോന്നി. അവന്റെ തുടയിടുക്കിൽ നനവ് പടർന്നിരുന്നു; ബെഞ്ചിൽ അൽപം മൂത്രം തളംകെട്ടിക്കിടന്നിരുന്നു. ഉറങ്ങിക്കിടക്കുന്ന മാനേജറെ ഇടയ്ക്കിടയ്ക്ക് ശ്രദ്ധിച്ചുകൊണ്ട്, അവൻ ഒരു പത്രം ചുരുട്ടി, ആ ദുഃസ്വപ്നത്തിന്റെ പാടുകൾ മായ്ച്ച കളഞ്ഞു.

കുറേനാൾ മുൻപ്, അതുവരെ പേര് പോലും കേട്ടിട്ടില്ലാത്ത ഏതോ ഒരു നാട്ടിൽ ഭൂമികുലുക്കം ഉണ്ടായ വാർത്ത, അയൽപക്കത്തെ ടിവിയിൽ അവൻ കണ്ടിരുന്നു. സിനിമ കാണുന്നതിനിടയിൽ അവിടുത്തെ വീട്ടുടമ പെട്ടെന്ന് ചാനൽ മാറ്റിയത് കൊണ്ട്, ദേഷ്യത്തോടെയാണ് അവനപ്പോൾ ടിവി കണ്ടുകൊണ്ടിരുന്നത്. ആട് മേച്ചു മടങ്ങിവരുമ്പോൾ തന്റെ ഗ്രാമം അപ്പാടെ ഭൂമുഖത്തു നിന്നും അപ്രത്യക്ഷമായിരിക്കുന്ന കാഴ്ച കാണുന്ന രോമത്തൊപ്പി ധരിച്ച ഒരു കുട്ടിയെ വാർത്തയിൽ കാണിച്ചപ്പോൾ അവർ ‘അയ്യോ കഷ്ടം’ എന്ന് സഹതപിച്ചു. വലിയ ഉണ്ടക്കണ്ണുകളും, ലേശം പിങ്ക് നിറമുള്ള തുടുത്ത മൂക്കുമായിരുന്നു ആ പയ്യന്. ഒരു മലഞ്ചെരുവിൽ, വെറുതെ താഴേയ്ക്ക് നോക്കിയിരിക്കുകയായിരുന്നു അവൻ. അവന്റെ ചെറുഗ്രാമം നിന്നിരുന്ന ഇടത്ത്, അപ്പോൾ അവശേഷിച്ചിരുന്നത് കുറച്ച് കെട്ടിടാവശിഷ്ടങ്ങൾ മാത്രമാണ്. അതിന്റെ ഒത്തനടുക്ക് നിന്നും പുകയുടെ ഒരു ചാൽ, മുകളിൽ മേഘങ്ങളിലേക്കുയരുന്നുണ്ടായിരുന്നു. അവൻ കരയാത്തത് എന്തുകൊണ്ടാവുമെന്ന് ലത്തീഫിന് മനസ്സിലായില്ല. എങ്ങനെ ഭക്ഷണം കഴിക്കുമെന്നോ, ഇന്നെവിടെ അന്തിയുറങ്ങുമെന്നോ ഉള്ള കാര്യങ്ങൾ അവനെ അലട്ടാത്തത് എന്തുകൊണ്ടായിരിക്കും എന്നവൻ ചിന്തിച്ചു. ചിലപ്പോൾ, സമകാലിക വാർത്തകളുടെ മുഷിച്ചിൽ മാറ്റാൻ വേണ്ടി ന്യൂസ് ചാനലുകാർ തന്നെ ഇങ്ങനെയൊരു കഥയുണ്ടാക്കി വിടുന്നതാവാം. അങ്ങനെയാണെങ്കിൽ ആ കുട്ടിയുടെ അഭിനയം അത്ര പോരാ. ചെമ്മരിയാടുകളിലൊന്ന് ആ കുട്ടിയുടെ പിറകിൽ വന്ന്, അവന്റെ തോളിൽ തലവെച്ച്, അവന്റെ താടിയിൽ നക്കാൻ തുടങ്ങി. ആ ആടിന്റെ രംഗപ്രവേശം കൂടിയായപ്പോൾ ഇത് കഥ തന്നെയാവും എന്ന് ലത്തീഫിന് ഏറെക്കുറെ ഉറപ്പായി. “വല്ലാത്ത കഷ്ടമായിപ്പോയി.” അയൽവാസി മൂക്കു ചീറ്റിക്കൊണ്ട് പറഞ്ഞു.

വൃത്തിയാക്കിയ ബെഞ്ചിൽ, മാനേജർ ഉണരാൻ വേണ്ടി അവൻ കാത്തിരുന്നു. അയൽക്കാരൻ ഒരു വാർത്തയായും, അവൻ ഒരു കഥയായും മനസ്സിലാക്കിയ ആ സംഭവത്തിലെ ആ കുട്ടിയേക്കാൾ താൻ എന്തുകൊണ്ടും ഭാഗ്യം ചെയ്തവനാണെന്ന് അവൻ ഉറപ്പിച്ചു. ഭൂമികുലുക്കങ്ങളും അതിന്റെ നാശങ്ങളും, തികച്ചും ആകസ്മികമായി സംഭവിക്കുന്നവയാണ്. പക്ഷേ നാശം ഭവിക്കാൻ പോകുന്നു എന്ന് ഇരുപത് വർഷങ്ങൾക്ക് മുൻപേ തന്നെ മനസ്സിലാക്കിയ ദ്വീപ്, അതിലെ നിവാസികൾക്ക് മറ്റൊരിടത്തേയ്ക്ക് അവരെ പറിച്ചുനടാനുള്ള സാവകാശം നൽകുന്നു. ആ പരിസ്ഥിതി ശാസ്ത്രജ്ഞർ പറഞ്ഞു വിശ്വസിപ്പിച്ചത്ര ശപിക്കപ്പെട്ടവരല്ല ദ്വീപ് വാസികൾ.

15

അകലെയെവിടെ നിന്നോ കൊട്ടും മേളവും പതിഞ്ഞ സ്വരത്തിൽ പമ്മി വന്ന്, അവന്റെ ജനലിലൂടെ ഉള്ളിലേയ്ക്ക് നൂണ്ടുകയറി. അവനപ്പോൾ വെള്ള ഷർട്ടിന്റെ ബട്ടൻസുകൾ മുകളറ്റം വരെ ഇടുകയായിരുന്നു. പതിനെട്ടാം പിറന്നാളിന് ശേഷം അവനത് ധരിച്ചിട്ടില്ലായിരുന്നു. അതൊന്നിടാൻ അവന് വല്ലാത്ത കൊതിയുണ്ടായിരുന്നെങ്കിലും, അതിന്റെ മൃദുലതയും, വെണ്മയും കളയാൻ അവനൊരുമ്പെട്ടില്ല. പക്ഷേ ആളുകൾ അണിഞ്ഞൊരുങ്ങി പോകാൻ കാത്തിരിക്കുന്ന ഒന്നായിരുന്നു മാന്റോ മേള. ബോട്ടുജെട്ടി മുതൽ സെമിനാരി വരെ പാതയ്ക്കിരുവശവുമുള്ള എല്ലാ മരങ്ങളിൽ നിന്നും മിന്നിമിന്നിക്കത്തുന്ന മാലബൾബുകൾ തൂങ്ങും; ആ ദ്വീപിലെ മുഴുവൻ ആളുകളും പാതിരാത്രിയ്ക്ക് ശേഷം മാത്രം ഉറങ്ങുകയും, അടുത്ത ദിവസം വൈകി മാത്രം ഉണർന്ന്, ഉച്ച കഴിഞ്ഞാലും ക്ഷീണം മാറാതെ കോട്ടുവായിട്ടു കൊണ്ട് നടക്കുകയും ചെയ്യും. ആ ഗ്രാമത്തിലെ കള്ളന്, ആളുകൾ മദ്യം വാങ്ങിക്കൊടുക്കുന്ന വർഷത്തിലെ ഒരേയൊരു നാളും ഇതായിരുന്നു - അങ്ങനെ വരുമ്പോൾ, ഉച്ച കഴിയുമ്പോൾ തന്നെ ആള് അടിച്ചു മത്തായി, മോഷണത്തെപ്പറ്റി ആലോചിക്കാൻ പോലും ആവാത്ത തരത്തിൽ എവിടെയെങ്കിലും കിടന്നോളുമല്ലോ. സന്ധ്യ ആവുമ്പോഴേയ്ക്കും ആളുകൾ വീട് പൂട്ടിയിറങ്ങി സെമിനാരിയിലേയ്ക്ക് പോകും. അവിടെയവർ മേള നടക്കുന്ന സ്ഥലത്ത് ചുറ്റിക്കറങ്ങും; താൽക്കാലികമായി കെട്ടിയുണ്ടാക്കിയ കടകളിൽ പോയി വില പേശും; ഭക്ഷണം വിൽക്കുന്നയിടത്ത് നിന്നും ഇഷ്ടമുള്ളത് വാങ്ങി കഴിക്കും; പതിനഞ്ചടിയുള്ള കന്യാമറിയത്തെയും, മൂന്നടിയുള്ള ഉണ്ണിയേശുവിനെയും മറയ്ക്കുന്ന തരത്തിൽ കെട്ടിയുണ്ടാക്കിയ വേദിയിൽ നിന്ന് കലാകാരന്മാർ ചെയ്യുന്ന പ്രകടനങ്ങളെ ആസ്വദിക്കും.

തലയുടെ ഇരുവശങ്ങളിലുമുള്ള മുടിയുടെ അറ്റം വളഞ്ഞ്, കാതിനെ ഒരു ഉറപോലെ മൂടുന്നത് വരെ അവൻ തല ചീകിക്കൊണ്ടിരുന്നു.

അങ്ങനെ ആയിക്കഴിഞ്ഞപ്പോഴാണ് അവന് തൃപ്തിയായത്. കവിളു കളിലും നെറ്റിയിലും അവൻ കുറച്ച് ടാൽക്കം പൗഡർ തട്ടിയിട്ടു. മീശയുടെ സാന്നിദ്ധ്യം പ്രകടമാകുന്നത് വരെ, ഒരു ഐബ്രോ പെൻസിൽ കൊണ്ട് അതിന് മുകളിലൂടെ പതുക്കെ വരച്ചുകൊടുത്തു. ആദ്യമവൻ ഷർട്ടിന്റെ താഴെ അറ്റം, പാന്റിന്റെ ഉള്ളിലാക്കിയെങ്കിലും, രണ്ടാമതൊന്നാലോചിച്ചപ്പോൾ അത് പുറത്തെടുത്തിടുന്നതാവും നന്ന് എന്നവൻ തീരുമാനിച്ചു. മേള നടക്കുന്ന സ്ഥലത്തു മുഴുവനും പഴയ സഹപാഠികളുണ്ടാവും. അവരുടെയുള്ളിൽ ഉറങ്ങിക്കിടക്കുന്ന തെമ്മാടി കളെ വെറുതെ ഇളക്കിവിടണ്ട.

"ആ കഴുത്തിലെ ബട്ടൺ അഴിച്ചിട്," ബിസ്മി, മുൻവാതിലിനു കുറുകേ നിന്ന്, അവന്റെ വഴി തടഞ്ഞുകൊണ്ട് പറഞ്ഞു. "എന്നിട്ട് പോയാൽ മതി."

അവളുടെ രോഷം അവനെ അത്ഭുതപ്പെടുത്തി. അവരിലെല്ലാവരിലും സൗമ്യതയുള്ളവൾ, അവനെക്കാൾ ഒരു വയസ്സിന്റെ മാത്രം ഇളപ്പമുള്ളവൾ, കുടുംബത്തിൽ എപ്പോഴും അനുരഞ്ജനശ്രമങ്ങൾക്ക് മുതിരുന്നവൾ, ഒരു നിമിഷം മുൻപ് വരെ പുഞ്ചിരിച്ചുകൊണ്ടു നിന്നവൾ. ഇതുവരെ അത്തരത്തിൽ അവൾ ദേഷ്യപ്പെട്ട് കണ്ടിട്ടില്ല. അവളിൽ നിന്നും തീരെ പ്രതീക്ഷിക്കാത്ത ഒരു പെരുമാറ്റമായത് കൊണ്ട് തന്നെ, അവൾക്ക് എന്തോ കാര്യമായി പറയാനുണ്ടെന്ന് അവനു തോന്നി. പക്ഷേ അപ്പോഴേയ്ക്കും ഉമ്മ അവനെ രക്ഷിക്കാൻ ഓടിയെത്തി. "ഈ ഉടുപ്പിന് എന്താ കുഴപ്പം? എനിക്കിത് കണ്ടിട്ട് നന്നായിട്ടുണ്ടെന്നാ തോന്നുന്നത്."

"ബട്ടൺ അഴിക്ക്." ഉമ്മയോട് മിണ്ടാതിരിക്കാൻ ആംഗ്യം കാട്ടിക്കൊണ്ട് ബിസ്മി നിർബന്ധിച്ചു. "അല്ലാതെ നീ മേളയ്ക്ക് പോകണ്ട."

അവൻ മുകളിലത്തെ ബട്ടൺ അഴിച്ചിട്ടു.

"ഇനി കൈ ചുരുട്ടി വയ്ക്ക്."

ഷർട്ടിന്റെ കൈ, മുട്ടിനു മുകളിലേയ്ക്ക് ചുരുട്ടി വച്ച ശേഷം, അവൻ അടുത്ത നിർദ്ദേശത്തിനായി കാത്തു നിന്നു. പക്ഷേ അവൾ അതിനോടകം വാതിലിൽ നിന്നും മാറിക്കൊടുത്തിരുന്നു.

"വരുമ്പോ ഞങ്ങൾക്ക് വള വാങ്ങിക്കൊണ്ടു വരണേ." അവൻ പുറത്തെ തണുത്തുറഞ്ഞ ഇരുട്ടിലേയ്ക്ക് ഇറങ്ങുമ്പോൾ ബീമ പിന്നിൽ നിന്നും വിളിച്ചുപറഞ്ഞു.

ഇടവഴിയിൽ നീളെ, നിലാവിന്റെ പുള്ളിപ്പുലിക്കളിയായിരുന്നു. കോയ മാമായുടെ ചരമക്കുറിപ്പിന്റെ അരികുകളിലുണ്ടായിരുന്ന ചിത്രപ്പണി പോലെ, വേലികളുടെ ചോട്ടിൽ, ഇലകളുടെ നിഴലുകൾ വീണു കിടന്നിരുന്നു. ഇടവഴി തീരുന്നയിടത്തെ ഒരു കലുങ്കിൽ അവനിരുന്നു. അവിടെയിരുന്ന്, മുകളിലെ ബട്ടൺ ഇട്ടും, കൈയിലെ

മടക്കു നിവർത്തി അതിന്റെ അരികുകൾ ബന്ധിപ്പിച്ചും, അവൻ തന്റെ വസ്ത്രധാരണരീതിയെ ഒന്ന് പരിഷ്കരിച്ചു. കീറിപ്പറിഞ്ഞ പരവതാനി പോലെ നിഴൽക്കറുപ്പുകൾ പരന്നുകിടന്ന വഴിയിലൂടെ അവൻ ദ്വീപിന്റെ ഹൃദയഭാഗത്തേയ്ക്കുള്ള യാത്ര തുടർന്നു. നടപ്പാലം കടക്കുമ്പോൾ, കാണാതായ സഹോദരിയെത്തേടി ദ്വീപിലൂടെ പരക്കംപാഞ്ഞ സ്വപ്നം അവന് ഓർമ്മ വന്നു. തോട്ടിലെ ഓളങ്ങളിൽ വീണുകിടന്ന ചന്ദ്രബിംബം, അകലെ കേൾക്കുന്ന ചെണ്ടയുടെ താളത്തിനൊപ്പം മിടിക്കുന്നതുപോലെ അവനു തോന്നി.

പുഴയാകട്ടെ, ഒരു ചിത്രകാരന്റെ ഭാവനയിലെ ന്യൂയോർക്കോ, വെനീസോ പോലെ മിഴിവാർന്നു നിന്നു. മേള നടക്കുന്ന സ്ഥലത്തെ ദീപാലങ്കാരങ്ങൾ പുഴയോരത്തു വീണു തിളങ്ങി; അകലെ, ജലോപരിതലം നിലാവെളിച്ചത്തിൽ പകിട്ടാർന്നു. പർപ്പിൾ നിറത്തിലുള്ള പ്രഭാവലയത്തിൽ മുങ്ങിയ സെമിനാരിയുടെ മുകളിലെ കൊത്തുപണികൾ, വളരെ ദൂരെ നിന്നേ കാണാമായിരുന്നു. രണ്ടു പേരായിട്ടും, മൂന്നു പേരായിട്ടും, ചെറുസംഘങ്ങളായിട്ടും ആളുകൾ മേള നടക്കുന്ന മൈതാനം ലക്ഷ്യമാക്കി നടക്കുന്നുണ്ടായിരുന്നു. തനിക്കു താനേ കൂട്ട് എന്ന മട്ടിൽ നടന്നിരുന്നത് അവൻ മാത്രമായിരുന്നു. വശങ്ങളിൽ പിടിപ്പിച്ചിരുന്ന അമ്പിന്റെ രൂപത്തിലുള്ള മാലബൾബ് ഒന്നൊന്നായി കത്തിയണയുന്നതനുസരിച്ച്, പാരിഷ് ഹാൾ വലതു വശത്തേയ്ക്ക് ഇഞ്ചോടിഞ്ച് നീങ്ങുന്നത് പോലെ കാണപ്പെട്ടു. കണ്ണഞ്ചിപ്പിക്കുന്ന പ്രകാശങ്ങളും, കാതടപ്പിക്കുന്ന ശബ്ദങ്ങളും എല്ലാം കൂടി ചേർന്നപ്പോൾ അവനു തല കറങ്ങുന്നത് പോലെ തോന്നി. ഒരുവിധം നേരെ നിൽക്കാമെന്നായപ്പോൾ, പോക്കറ്റടിക്കാരിൽ നിന്നും രക്ഷപ്പെടാനായി വലത് ചന്തിയിൽ കൈ ചേർത്തു പിടിച്ചുകൊണ്ട്, ഒഴുകി നീങ്ങുന്ന ദ്വീപുവാസികളുടെ നിഴൽരൂപങ്ങൾക്കിടയിൽ അവനും അലിഞ്ഞു ചേർന്നു.

മൈതാനത്തിന്റെ ഒരറ്റത്ത് ചെറിയ കടകളുടെ ഒരു നിര തന്നെയുണ്ടായിരുന്നു. ഓരോന്നിലും വിൽപ്പനയ്ക്ക് വച്ചിരിക്കുന്ന സാധനങ്ങളുടെ ഇടയ്ക്ക്, അവരവർക്കിഷ്ടപ്പെട്ട പാട്ടുകൾക്കായി ചെറിയ ലൗഡ്സ്പീക്കറുകളുംവച്ചിരുന്നു.എല്ലാവർഷവുംഒരേസാധനങ്ങളായിരുന്നു അവർ വിൽപ്പനയ്ക്ക് കൊണ്ടുവന്നിരുന്നത് : പാവകൾ, ആഭരണങ്ങൾ, ഊതിവീർപ്പിക്കാവുന്ന കളിപ്പാട്ടങ്ങൾ, ചോളപ്പൊരി, പ്ലാസ്റ്റിക് കുപ്പികളിൽ കിട്ടുന്ന ഒറ്റമൂലികൾ. ഏകദേശം അഞ്ചു മേളകൾക്ക് മുൻപ്, മൈതാനത്തിന്റെ ഒരു മൂലയ്ക്ക്, ഉപ്പ ഒരു ചെറിയ കടയെടുത്തിരുന്നു; അവിടെ ചെറിയ പാക്കറ്റുകളിൽ അദ്ദേഹം ചോളപ്പൊരി വിറ്റിരുന്നു. ബിസിനസ്സിലെ ലത്തീഫിന്റെ ആദ്യ പാഠം അതായിരുന്നു. അന്ന്, പഴയൊരു മിഠായി ഭരണിയിൽ ചുളുങ്ങിയ നോട്ടുകൾ വന്നു നിറയുന്നതും നോക്കിക്കൊണ്ട് അവനൊരു ചെറിയ സ്റ്റൂളിൽ ഇരുന്നു. പിന്നീട്,

ഉപ്പ അവയെ എടുത്ത് കൈക്കിടയിൽ അമർത്തി നിവർത്തുന്നതും, പിന്നീടവയെ വൃത്തിയായി മടക്കി പോക്കറ്റിനുള്ളിൽ വയ്ക്കുമ്പോൾ ഭരണി കാലിയാവുന്നതും അവൻ കണ്ടു. ആളുകൾ അടുത്തുകൂടി നടക്കുമ്പോൾ അവിടെയുണ്ടായിരുന്ന ഒരു ചെറിയ ഓട്ടുമണി അടിച്ച് അവരുടെ ശ്രദ്ധയാകർഷിക്കണം എന്ന് ഉപ്പ അവനോട് പറഞ്ഞിരുന്നു. പക്ഷേ കൂടെ പഠിച്ചിരുന്ന ആരെങ്കിലും വരുന്നത് കണ്ടാൽ, അവൻ അവരെത്തുന്നതിന് മുൻപേ മണിയടിച്ചിട്ട് മേശയ്ക്കടിയിൽ കയറി ഒളിച്ചിരിക്കുമായിരുന്നു. അങ്ങനെ ചെയ്യാനുണ്ടായ ചേതോവികാരം എന്താണെന്ന് അവന് തീർച്ചയില്ലായിരുന്നു. ഒരുപക്ഷേ, അവർ കളിയാക്കുമെന്ന് പേടിച്ചാവാം; അല്ലെങ്കിൽ ഒരുപക്ഷേ അവർ അവനോട് കിഴിവ് വല്ലതും ചോദിച്ചാലോ എന്ന് കരുതിയുമാവാം. മൂന്നു ദിവസത്തെ ചോളപ്പൊരി കച്ചവടം കൊണ്ട് അവർ പണക്കാരായി എന്നാണ് അവൻ കരുതിയിരുന്നത്. അതുകൊണ്ടു തന്നെ, സ്ഥലം വാടകയ്ക്ക് നൽകിയ പാതിരി, ഒരു ളോഹയിട്ട ചെന്നായയായിരുന്നുവെന്നും, ഉണ്ടാക്കിയ പണം മുഴുവൻ നഷ്ടപ്പെട്ടുവെന്നും ഉപ്പ ഉമ്മയോട് പറയുന്നത് കേട്ടപ്പോൾ അവൻ അമ്പരന്നു പോയി. ഉപ്പയുടെ മരണശേഷം എല്ലാ വർഷവും, മൈതാനത്തിന്റെ അതേ മൂലയ്ക്ക്, പടർന്നു പന്തലിച്ചു കിടക്കുന്ന വാകമരത്തിന് കീഴിൽ പോയി, അവിടെ ഏത് പുതിയ കടയാണ് വന്നിരിക്കുന്നത് എന്നവൻ നോക്കുമായിരുന്നു. ചിലപ്പോഴൊക്കെ അവിടെ സുഗന്ധവ്യഞ്ജനങ്ങൾ വിൽക്കുന്നവരായിരിക്കും; മറ്റു ചിലപ്പോൾ, ഭക്ഷണശാലകളായിരിക്കും. പക്ഷേ അവയ്ക്കൊന്നിനു പോലും, ആളുകളെ ആകർഷിക്കുന്ന ഓട്ടുമണി ഉണ്ടായിരുന്നില്ല. അതിനു പകരം, അവർ ജനപ്രിയഗാനങ്ങൾ ഉച്ചത്തിൽ വച്ചു. വാകമരച്ചോട്ടിലെ അന്നത്തെ ഓർമ്മകളുടെ അടയാളങ്ങളും തേടി, കടകളുടെ നിരകൾക്കിടയിലൂടെ നടക്കുമ്പോൾ, മേടയിൽ നിന്ന് സംസാരിക്കുന്ന ഒരു പാതിരിയുടെ ശബ്ദം അവൻ കേട്ടു (മതപ്രഭാഷണത്തിന്റെ ശൈലിയിലുള്ള പറച്ചിലും, പിന്നെ ആ പറച്ചിലിന്റെ ഇടയ്ക്കിടയ്ക്ക് ദ്വീപിനെ കാർന്നു തിന്നുന്ന അപകടങ്ങളെക്കുറിച്ചുള്ള നെടുനീളൻ പദപ്രയോഗങ്ങളും കേട്ടതിൽ നിന്നും അതൊരു പാതിരിയായിരിക്കും എന്നവൻ അനുമാനിച്ചു). ഉപ്പയിൽ നിന്നും കാശ് പിടിച്ചുപറിച്ച ആ ളോഹയിട്ട ചെന്നായയായിരിക്കുമോ അത് എന്നവൻ സംശയിച്ചു. കടകളിൽ നിന്നും പുറത്തേയ്ക്ക് തെറിച്ചുവീണ വെളിച്ചത്തിലൂടെ നിരവധി കോൺവെന്റ് വിദ്യാർത്ഥിനികൾ നടന്നുപോകുന്നത് അവൻ കണ്ടു. പക്ഷേ അവനവരെ തിരിച്ചറിയാൻ കഴിഞ്ഞില്ല. നിറപ്പകിട്ടാർന്ന നീളൻ വസ്ത്രത്തിനുള്ളിൽ ഒളിപ്പിച്ചു വച്ച അവരുടെ കണങ്കാലുകൾ കാണാതെ അവരെ അവനു തിരിച്ചറിയാനാവുമായിരുന്നില്ല. അപ്പോൾ അങ്ങനെ അവരെ കണ്ടപ്പോൾ അത്ര ആകർഷണീയതയൊന്നും തോന്നിയില്ലാ താനും.

വാകമരത്തിനു താഴെയെത്തിയപ്പോൾ അവനൊന്നു നിന്നു. ഈ വർഷം ആ കട ആരും എടുത്തിട്ടില്ല. മറ്റുള്ള കച്ചവടക്കാർ ഒഴിവാക്കി വിട്ട പഴയ ഉരുപ്പടികളുടെ അവശിഷ്ടങ്ങൾ കൂട്ടിയിട്ട ഇരുണ്ട ഒരു ചതുരപ്പെട്ടി മാത്രമായിരുന്നു അത്. ചോളപ്പൊരിക്കടയുടെ ഓർമ്മകൾ അവനിൽ ദുഃഖവും ആശയും നിറച്ചു. ആ ഓട്ടുമണി വേഗത്തിലും, ഉത്സാഹത്തിലും അടിക്കാൻ ഉപ്പ അവനോട് പറഞ്ഞിരുന്നു. ഒരു പൂജാരിയെപ്പോലെ ഭയഭക്തി-ബഹുമാനത്തോടെയാണ് നീയത് അടിക്കുന്നത്, എന്നാണ് ഉപ്പ അപ്പോൾ പറഞ്ഞത്. ഒരു ഐസ് വിൽപ്പനക്കാരനെ തോൽപ്പിക്കുന്ന ഊർജ്ജം അവനുണ്ടാവണം. മൈതാനത്ത് കോളാമ്പിയിലൂടെ ഉച്ചത്തിൽ വരുന്ന ശബ്ദവുമായി കിടപിടിച്ച് ജയിക്കണം. ലത്തീഫ് സർവ്വശക്തിയുമെടുത്ത് മണിയടിച്ചുകൊണ്ടിരുന്നു. അടിച്ചടിച്ച് അവന്റെ കണങ്കൈ വേദനിക്കുകയും, മണിയൊച്ച അവന്റെ കാതടപ്പിക്കുകയും ചെയ്തു.

എന്തൊക്കെയോ ആലോചിച്ച് കുറെ നേരം അങ്ങനെ നിന്നപ്പോഴാണ്, താൻ നോക്കി നിന്നിരുന്ന കട ഒഴിഞ്ഞുകിടക്കുകയായിരുന്നില്ല എന്നവൻ തിരിച്ചറിഞ്ഞത്. ആ ഇരുണ്ട ഇടത്തിന്റെ ഒത്തനടുക്ക് ഒരു സിഗരറ്റിന്റെ അറ്റം എരിഞ്ഞു. ആ ഇത്തിരിവെട്ടം, അവിടത്തെ ഇരുട്ടിനെ അങ്ങിങ്ങായി കീറിമുറിക്കുന്നത് കണ്ടപ്പോഴാണ്, സിഗരറ്റ് പങ്കുവയ്ക്കപ്പെടുകയാണെന്ന് അവനു മനസ്സിലായത്. പഴയ ഓട്ടുമണിയൊച്ചയുടെ ഓർമ്മകളിൽ മുഴുകി കടയിലേയ്ക്ക് നോക്കിക്കൊണ്ടു നിന്ന നേരമത്രയും ആരൊക്കെയോ തന്നെയും നോക്കിക്കൊണ്ടിരിക്കുകയായിരുന്നു എന്ന തിരിച്ചറിവിൽ അവന്റെ ഉള്ളം കിടുങ്ങി. അവൻ പാരിഷ് ഹാളിന് നേരെ നടക്കാൻ തുനിഞ്ഞ് പതുക്കെ തിരിഞ്ഞു. അപ്പോഴാണ്, ചുണ്ടിന്റെ കോണിൽ എരിയുന്ന സിഗരറ്റുമായി നീണ്ടൊരു പയ്യൻ ആ ഇരുട്ടിൽ നിന്നും പുറത്തേയ്ക്കിറങ്ങി വന്നത്.

“ലത്തീഫേ, ചങ്ങാതീ.” ഒരു കൈ നീട്ടിക്കൊണ്ട് അവൻ സ്നേഹപൂർവ്വം വിളിച്ചു. അവനെത്തന്നെ തുറിച്ചു നോക്കി നിൽക്കുമ്പോൾ, തമ്മിൽ കാണാതിരുന്ന കുറച്ചു വർഷങ്ങൾ കൊണ്ട് ആ പയ്യനു കോങ്കണ്ണുണ്ടായോ എന്നാലോചിക്കുകയായിരുന്നു ലത്തീഫ്.

“ജോർജി.” ലത്തീഫ് ചിരിക്കാൻ ശ്രമിച്ചുകൊണ്ട് വിളിച്ചെങ്കിലും, തന്റെ നെഞ്ചിനു നേർക്ക് നീണ്ടു നിന്നിരുന്ന ആ പയ്യന്റെ കൈ അവൻ പിടിച്ചില്ല.

സ്കൂളിലെ അവസാനത്തെ ദിവസം ലത്തീഫ് ഒരു പെൻസിൽ കൊണ്ട് ജോർജിയുടെ കൈയ്യ്ക്ക് പിറകിൽ ആഞ്ഞു കുത്തിയ ശേഷം വീട്ടിലേയ്ക്കോടിപ്പോയി. ഹൈസ്കൂളിൽ എത്തിയ ആദ്യത്തെ ദിവസം മുതൽ അവനത് ചെയ്യാൻ ഓങ്ങി വച്ചിരുന്നതായിരുന്നു. എങ്കിലും, അവനർഹിക്കുന്ന ആ ശിക്ഷ നടപ്പിലാക്കാൻ ലത്തീഫ് അവസാനം വരെ കാത്തിരുന്നു. ചെത്തി കൂർപ്പിച്ച പെൻസിൽ കൊണ്ട് പെട്ടെന്ന്

കിട്ടിയ കുത്തിൽ വല്ലാതെ അമ്പരന്നു പോയ ജോർജി കരയാൻ പോലും മറന്നു. ജോർജിയുടെ കൈയ്യ്ക്ക് പിന്നിൽ പതിഞ്ഞ വലിയ ചുവന്ന പൂവിന്റെ ആകൃതി കണ്ട് ഞെട്ടിപ്പോയ ലത്തീഫാകട്ടെ, ആ നിമിഷം പറയാൻ വേണ്ടി തലേ രാത്രി മിനക്കെട്ടിരുന്നു പഠിച്ച സംഭാഷണമെല്ലാം ഒറ്റയടിയ്ക്ക് മറന്നും പോയി. ഒന്ന് ശ്വാസമെടുക്കാനോ, പിറകെ ആരെങ്കിലും ഓടി വരുന്നുണ്ടോ എന്ന് നോക്കാനോ പോലും നിൽക്കാതെ നേരെ വീട്ടിലേയ്ക്ക് ഓടുമ്പോൾ, പ്രതികാരം കൊണ്ട് നേടുന്നത് സംതൃപ്തി അല്ലെന്നും, മറിച്ച്, ഭയത്തിന്റെ അടുത്ത ഘട്ടം മാത്രമാണെന്നും ലത്തീഫ് തിരിച്ചറിഞ്ഞു. സ്കൂളടച്ച് ഒരു മാസം കഴിഞ്ഞപ്പോൾ ജോർജിയുടെ അച്ഛന് ദൂരെയുള്ള ഒരു നഗരത്തിലേയ്ക്ക് സ്ഥലം മാറ്റം ലഭിക്കുകയും, അവരുടെ കുടുംബം സാധനങ്ങളൊക്കെ എടുത്ത് *ജീസസിൽ* കയറി അവിടം വിട്ടു പോകുകയും ചെയ്തു. പക്ഷേ എന്നിട്ടും, പിന്നെയും ഒരു മാസം ലത്തീഫ് നടപ്പാലത്തിനപ്പുറം എവിടെയെങ്കിലും പോകാൻ ഭയന്നു. ഐലൻഡ് സ്ക്വയറിൽ ജോർജി തന്നെയും കാത്ത് നിൽപ്പുണ്ടാവുമെന്നും, നന്നേ കൂർപ്പിച്ച ഒരു പെൻസിൽ, അതിന്റെ മറ്റേ അറ്റം മാത്രം പുറത്തു കാണത്തക്ക രീതിയിൽ ആഴത്തിൽ അവന്റെ പിറകിൽ ആഞ്ഞു കുത്തിയിറക്കുമെന്നുമായിരുന്നു അവന്റെ ഭയം. സുരക്ഷിതം എന്ന് അവനു ഉറപ്പു തോന്നുന്ന ഇടങ്ങൾ വിട്ട് എങ്ങോട്ടും അവൻ പോയില്ല. പരീക്ഷയുടെ ഫലം വന്നപ്പോൾപ്പോലും, ബിസ്മിയാണ് അവനു വേണ്ടി സ്കൂളിൽ പോയി അത് നോക്കിയതും, എല്ലാ വിഷയങ്ങൾക്കും അവൻ തോറ്റിരിക്കുന്നു എന്ന വിവരം വീട്ടിലെത്തിച്ചതും.

ചോര പൊടിയുന്ന കൈയുമായി സ്കൂൾ വരാന്തയിൽ അന്തം വിട്ട് നിന്നതിന് മൂന്നു വർഷങ്ങൾക്ക് ശേഷം, ജോർജി ഹസ്തദാനത്തിനായി കൈ നീട്ടുകയാണ്. അവൻ നന്നേ നീണ്ടു മെലിഞ്ഞിരിക്കുന്നു. അവന്റെ കീഴ്ച്ചുണ്ടിന്റെ അടിയിലായി, ത്രികോണാകൃതിയിൽ വെട്ടി നിർത്തിയ കുറച്ചു രോമമുണ്ടായിരുന്നു. നാക്കൊന്ന് ഞൊട്ടിക്കൊണ്ട് അവൻ സിഗരറ്റ് നിലത്തേയ്ക്ക് തെറിപ്പിച്ചു. അതോടെ അവന്റെ കോങ്കണ്ണും അപ്രത്യക്ഷമായി. ജോർജിയുടെ വായിലെ സിഗരറ്റ് ലത്തീഫിനെ തെല്ലൊന്ന് നിരാശനാക്കിയിരുന്നു; കാരണം, സമപ്രായക്കാർക്കിടയിൽ ആദ്യമായി പുകയില രുചിച്ചത് താനായിരുന്നു എന്നാണ് അവൻ ധരിച്ചിരുന്നത്.

"എന്താ എനിക്ക് കൈ തരില്ലേ?" ജോർജി അത് ചോദിക്കുമ്പോൾ, രണ്ടു പയ്യന്മാർ ഇരുട്ടിൽ നിന്നും ഇറങ്ങി വന്ന് അവനു പിന്നിൽ നിന്നുകൊണ്ട്, ലത്തീഫിനെ നോക്കി ലജ്ജയോടെ പുഞ്ചിരിച്ചു. മൂന്നു വർഷങ്ങൾ ജോർജിയെ എത്രത്തോളം മൃദുവാക്കിയിരിക്കുന്നു എന്നവൻ കണ്ടു. ജോർജിയുടെ കണ്ണുകളിൽ നിഴലിച്ച ദുഃഖവും, ചുണ്ടുകളിൽ തത്തിക്കളിച്ച തളർന്ന പുഞ്ചിരിയും, അവനെ ഒന്നലക്കുക പോലും ചെയ്തു. കൈ തരാൻ എന്ന വ്യാജേന പിടിച്ച ശേഷം, അമർത്തി ഞെരിച്ച് ആളുകളെ കരയിക്കുന്ന പ്രകൃതം ജോർജിയ്ക്കുണ്ടെന്ന്

അറിയാമായിരുന്നതിനാൽ, ലത്തീഫ് അവനു ഹസ്തദാനം നൽകാൻ മടിച്ചു.

"നീ ഏതോ ഹോട്ടലിലൊക്കെ പണിയ്ക്ക് പോയിത്തുടങ്ങിയെന്ന് കേട്ടല്ലോ. വലിയ ആളായിപ്പോയി ലത്തീഫ്. എനിക്ക് സന്തോഷ മുണ്ടെടാ."

ലത്തീഫ് അപ്പോൾത്തന്നെ ജോർജിയുടെ കൈപിടിച്ച് കുലുക്കി. ജോർജി, അവന്റെ കൈപ്പത്തിയ്ക്ക് പിന്നിൽ മൃദുവായി ഒന്ന് തട്ടിയ ശേഷം, കൈ വിടുവിച്ചു. മുൻപ് എപ്പോഴും ചെയ്യാറുള്ളത് പോലെ, കൈ പിടിച്ച് ഞെരിക്കാൻ അവൻ ശ്രമിച്ചില്ല.

"ഇത് പട്ടണത്തിൽ നിന്ന് വന്ന എന്റെ കൂട്ടുകാരാ. ഞങ്ങൾ ഇന്നൊരു ദിവസത്തേയ്ക്ക്, മേള കാണാൻ വേണ്ടി വന്നതാണ്. എന്തായാലും നിന്നെ കണ്ടത് നന്നായി. നിന്നെയും അമ്മയെയും കാണാൻ ഒന്ന് വീട് വരെ വന്നാലോ എന്ന് കരുതിയിരിക്കുകയായിരുന്നു. അച്ഛന്റെ കാര്യം ഞാൻ അറിഞ്ഞു. വിഷമമുണ്ട്."

ജോർജിയുടെ കൈയിൽ ഒന്നുകൂടി പിടിക്കണമെന്നും, അത് പതുക്കെ അമർത്തിപ്പിടിച്ച് അവനോട് മാപ്പ് ചോദിക്കണമെന്നും ലത്തീഫിന് തോന്നി.

"ഞങ്ങളൊരു ബിയർ അടിക്കാൻ തുടങ്ങുമ്പോഴാ നിന്നെ കണ്ടത്," ജോർജി ഒരു രഹസ്യം പോലെ പറഞ്ഞു. "നീ ഇതുവരെ കുടിച്ചു തുടങ്ങിയിട്ടില്ലല്ലോ, അല്ലേ?"

"തുടങ്ങി. പക്ഷേ ഇപ്പൊ കുടിക്കാൻ പറ്റില്ല. തിരിച്ചു വീട്ടിലേയ്ക്ക് പോകേണ്ടതാണ്."

"അതേതായാലും നന്നായി," ജോർജി ചിരിച്ചുകൊണ്ട് പറഞ്ഞു. "ഞങ്ങൾ മൂന്നു പേർക്കും കൂടി ഒരൊറ്റ ബിയറേയുള്ളൂ." അവൻ തൊട്ടടുത്ത് നിന്നിരുന്ന പയ്യന് നേരെ തിരിഞ്ഞ് മുറുമുറുത്തു. "ഞാൻ നിന്നോട് രണ്ടു കുപ്പി എടുക്കണം എന്ന് പറഞ്ഞിരുന്നതാ. എന്നിട്ട് നീ ഒരെണ്ണമേ കൊണ്ടുവന്നുള്ളൂ. വാ, നമുക്കാ മരത്തിന്റെ പുറകിൽ പോയി, ആരെങ്കിലും കാണുന്നതിന് മുൻപ് അത് കുടിച്ചു തീർക്കാം."

ഒരു യാത്ര പോലും പറയാതെ പയ്യന്മാർ കടകൾക്ക് പിന്നിലേയ്ക്ക് മറഞ്ഞപ്പോൾ, ദീർഘകാലമായുണ്ടായിരുന്ന ഒരു സൗഹൃദക്കൂട്ടത്തിൽ നിന്നും, തന്റേതല്ലാത്ത കാരണത്താൽ താൻ ഒറ്റപ്പെട്ടത് പോലെ ലത്തീഫിന് തോന്നി. അവർ മടങ്ങിവരുന്നത് വരെ കാത്തുനിൽക്കാൻ അവൻ ആദ്യം തീരുമാനിച്ചെങ്കിലും, പിന്നീടവൻ ആ തീരുമാനം മാറ്റി. ക്ഷണിക്കാതെ തന്നെ, കൂടിക്കിടന്ന കുപ്പകൾക്കിടയിലൂടെ ശ്രദ്ധിച്ച് അവൻ കടകൾക്ക് പിന്നിലേയ്ക്ക് ചെന്നു. ചില്ലകൾക്കിടയിലൂടെ അരിച്ചിറങ്ങുന്ന നേർത്ത നിലാവെട്ടമൊഴികെ, ആ വാകമരത്തിന് കീഴിൽ ഇരുട്ടായിരുന്നു.

“ജോർജി, നിൽക്ക്,” പയ്യന്മാരിൽ ഒരുവൻ മെല്ലെപ്പറഞ്ഞു. “ദേ അവിടെ ആരോ ഉണ്ട്.”

ഏതാനും അടി അകലെ, ആരോ മതിലിനു നേരെ തിരിഞ്ഞു നിന്ന് മൂത്രമൊഴിക്കുന്നുണ്ടായിരുന്നു.

“അത് കാര്യമാക്കണ്ട,” ജോർജി പറഞ്ഞു. “അതേതോ കള്ളുകുടിയനാ. മേള നടക്കുന്ന സ്ഥലങ്ങളിൽ ഇങ്ങനെ കുറേയെണ്ണം കാണും.”

“ആരെങ്കിലും വരുന്നതിന് മുൻപ് നിങ്ങളാ ബിയറ് തീർക്കാൻ നോക്ക്.” ലത്തീഫ് പറഞ്ഞു. ആകസ്മികമായി വന്നു ചേർന്ന ആ സാഹസിക സന്ദർഭത്തിൽ, അവർക്ക് വേണ്ടി ഒരു നിരീക്ഷകനാവാൻ കഴിഞ്ഞതിൽ അവനു അതിയായ സന്തോഷമുണ്ടായി.

“അതെ,” ജോർജി സുഹൃത്തുക്കളെ നോക്കി പറഞ്ഞു. “ആരെങ്കിലും വരുന്നതിന് മുൻപ് തീർക്കാം.”

“കുപ്പിയെവിടെ?” അവരുടെ ഒഴിഞ്ഞ കൈകൾ നോക്കി ലത്തീഫ് തിടുക്കത്തിൽ ചോദിച്ചു.

അവന്റെ കവിൾ നീറുകയും, അവൻ നിന്ന നിൽപ്പിൽ ആടുകയും ചെയ്തു. തന്റെ മുഖം അനേകം ചെറിയ കണ്ണാടിച്ചീളുകളായി ചതച്ചരയ്ക്കപ്പെട്ടിരിക്കുന്നു എന്നവനു തോന്നി. ഉടഞ്ഞ കലം പോലെയായ തന്റെ മുഖത്തിന്റെ അവസ്ഥ കൈകൊണ്ട് ഒന്ന് തൊട്ടു നോക്കി മനസ്സിലാക്കണം എന്നുണ്ടായിരുന്നു അവന്. പക്ഷേ ആ പയ്യന്മാരിലൊരുവൻ അവനെ അപ്പോഴേയ്ക്കും പിടലിയ്ക്ക് പിടിച്ച്, ജോർജിയുടെ കൈയിലേയ്ക്കിട്ടു കൊടുത്തിരുന്നു. തണുത്ത കാറ്റ് അവന്റെ കഴുത്തിനെ തഴുകി വലം വച്ചു കടന്നു പോയി. ഷർട്ടിലെ മുകൾ ബട്ടൺ തെറിച്ചുപോയിയെന്നും, അതിന്റെ കഴുത്ത് തുറന്നുകിടക്കുകയാണെന്നും അവനു മനസ്സിലായി. ചുണ്ടുകൾ ഏറെക്കുറെ തൊട്ടു തൊട്ടില്ല എന്ന മട്ടിൽ എത്തുന്ന തരത്തിൽ ജോർജി അവനെ അടുത്തേയ്ക്ക് ചേർത്തു നിർത്തി.

“നിനക്ക് ഞാനൊരു ഉമ്മ തരട്ടേടാ?” ജോർജി ചോദിച്ചു. പുകയിലയുടെയും മുട്ടയുടേയും ഗന്ധം അവന്റെ ശ്വാസത്തിൽ ലത്തീഫ് അറിഞ്ഞു.

“വേണ്ടാ...” അവൻ പറഞ്ഞു. ശത്രുവിന്റെ ശ്വാസത്തിൽ ഭയം മാത്രമായിരിക്കണം ജോർജി അറിഞ്ഞത്. അതവനെ സന്തോഷിപ്പിച്ചിട്ടുണ്ടാകണം. രണ്ടു വിരലുകൾ ലത്തീഫിന്റെ പൊക്കിളിലേയ്ക്ക് കയറ്റി, കുറച്ചു മാംസം ആ വിരലുകൾക്കിടയിൽ തിരുകി, ജോർജി മെല്ലെ അവ തിരിയ്ക്കാൻ തുടങ്ങി. ലത്തീഫിന് വേദനിച്ചില്ല. ജോർജിയുടെ കനത്ത വിരലുകളുടെ ചലനം അവനെ ഓർമ്മിപ്പിച്ചത്, നേർത്ത മുളങ്കോലുകളിൽ കനത്ത നൂഡിൽസ്

കറക്കിയെടുക്കാൻ നോക്കുന്ന, കനം കുറഞ്ഞ നീണ്ട മീശയുള്ള ഒരു ചൈനീസുകാരനെയാണ്. പക്ഷേ അവനാ സിനിമ ഏതാണെന്ന് ഓർമ്മ വന്നില്ല. അമർത്തിപ്പിടിച്ച് കൊണ്ട് തിരിയുന്ന വിരലുകൾക്ക് മുന്നിൽ അവൻ സ്വയം വിട്ടുകൊടുത്തു. ഭയം അവനെ ഗ്രസിച്ചു തുടങ്ങിയിരുന്നെങ്കിലും, ഒടുവിൽ തന്റെ തെറ്റിനുള്ള പ്രായശ്ചിത്തം ഇതോടെ തീർന്നുവല്ലോ എന്ന ചിന്ത അവന് ആശ്വാസം നൽകി. ഒരു പെൻസിൽ രംഗത്ത് പ്രത്യക്ഷപ്പെടുന്നത് വരെ അവൻ എതിർക്കാൻ ശ്രമിക്കില്ല. അത്തരമൊരു രംഗപ്രവേശം ഉണ്ടായാൽ, ആ നിമിഷം അവൻ തന്റെ മൗനം ത്യജിച്ച്, തന്നെ വെറുതെ വിടണമെന്ന് അവരോട് അപേക്ഷിക്കും. ഏതായാലും ജോർജി ആ രണ്ടു പയ്യന്മാരെക്കൊണ്ടും തന്നെ തല്ലിച്ചില്ലല്ലോ എന്നതിൽ അവന് നന്ദിയുണ്ടായിരുന്നു. പ്രതികാരം തീർക്കാൻ വരുമ്പോൾ, പുറത്തുള്ളവരെ അതിൽ ഉൾപ്പെടുത്താതെ അത് ചെയ്തു തീർക്കാൻ തോന്നുക എന്നത് ധാർമ്മികമായി നല്ലൊരു കാര്യമാണെന്നായിരുന്നു അവനു തോന്നിയത്. ജോർജി അവനെ ഒരു കൈയകലത്തിലേയ്ക്ക് നീക്കിനിർത്തിയ ശേഷം, സഹതാപപൂർവ്വം ചുണ്ടുകൾ കൂർപ്പിച്ചുകൊണ്ട്, മൃദുവായി ചോദിച്ചു, "നിനക്കിപ്പോൾ വീട്ടിൽപ്പോകാൻ തോന്നുന്നോടാ?"

"ഉവ്വ്." ലത്തീഫ് പറഞ്ഞു.

വശത്തു നിന്ന ഒരു പയ്യൻ കൈവീശിയടിച്ചപ്പോൾ അവന്റെ കവിൾ വീണ്ടും പുകഞ്ഞു. തന്റെ മുഖത്തിന്റെ അവസ്ഥ എന്താണെന്നറിയാൻ അവനാഗ്രഹമുണ്ടായിരുന്നെങ്കിലും, അവന്റെ കൈകൾ ബലമായി കൂട്ടിപ്പിടിക്കപ്പെട്ടിരുന്നു. ഇനി മുതൽ താൻ നോക്കുന്ന ഓരോ കണ്ണാടിയിലും തന്റെ മുഖം, വീട്ടിലെ കണ്ണാടിയിൽ കാണുന്നത് പോലെതന്നെ, രണ്ടായി പിളർന്നു കാണപ്പെട്ടേക്കും എന്നവൻ ഭയന്നു.

"മുതുകിൽ തറച്ച ഒരു കത്തിയുമായി നിനക്ക് വീട്ടിലേയ്ക്ക് പോകണോ?" നേരത്തേതിനേക്കാൾ മൃദുവായ സ്വരത്തിൽ ജോർജി ചോദിച്ചു.

എന്തിനാണൊരു കത്തി? ലത്തീഫ് ആലോചിച്ചു. മൂന്നു കൊല്ലം മനസ്സിൽ കിടന്നു വളരുന്ന അടങ്ങാത്ത പകയ്ക്കൊപ്പം, പെൻസിലും വളർന്ന് കത്തിയാകുമോ? അവൻ മിണ്ടിയില്ല; ജോർജിയെ എന്താണ് പ്രകോപിപ്പിക്കുക എന്ന് അവനു തീർച്ചയില്ലായിരുന്നു. വിറയ്ക്കുന്ന ശരീരവുമായി കഴിയുന്നത്ര അനങ്ങാതെ നിൽക്കാൻ പാടുപെടുമ്പോഴും, അവൻ ജോർജിയുടെ കണ്ണുകളിൽ നോക്കാൻ മുതിർന്നില്ല. തന്റെ മരണം നടന്നേക്കാവുന്ന ഈ ബിന്ദുവിൽ നിന്നും ഏതാനും അടി അകലെയിരുന്ന് താനന്ന് മടിച്ചുമടിച്ച് മണിയടിച്ചിരുന്നതിനെക്കുറിച് ചോർക്കാൻ അവൻ ശ്രമിച്ചു.

"അടുത്തോട്ടു വാടാ, ചരക്കേ." അവന്റെ ഷർട്ടിന് കുത്തിപ്പിടിച്ച് അടുത്തേയ്ക്ക് വലിച്ചുകൊണ്ട് ജോർജി പറഞ്ഞു. കുറച്ചു

ബട്ടണുകൾ കൂടി താഴേയ്ക്ക് വീണു. അവന്റെ പൊക്കിൾ വരെ അത് വലിച്ചുതുറക്കപ്പെട്ടു. അടിവയറ്റിൽ നിന്നും ഒരു പുകച്ചിൽ ഉരുണ്ടുകയറി ചുണ്ടുകളിലേക്കെത്തുന്നത് ലത്തീഫ് അറിഞ്ഞു. എങ്ങനെയെങ്കിലും തന്റെ ഷർട്ടിനെ രക്ഷിക്കണം എന്ന തോന്നൽ അവനെ വലയ്ക്കാൻ തുടങ്ങി. വലിയ ശബ്ദത്തിൽ ഓക്കാനിച്ചുകൊണ്ട് അവൻ ജോർജിയെ ഒരു വശത്തേയ്ക്ക് തള്ളിമാറ്റി, നിലത്തു മുട്ടുകുത്തിയിരുന്നു. ഒരു കല്ല് തപ്പിപ്പിടിക്കാനായിരുന്നു അവന്റെ ശ്രമം. പക്ഷേ എഴുന്നേൽക്കുന്നതിനു മുൻപ്, ആ പയ്യന്മാർ അവന്റെ മേലേയ്ക്ക് ചാടിവീണു. ഒരു തലയിണയെന്നപോലെ അവർ എല്ലാ ഭാഗത്തു നിന്നും അവനെ അടിച്ചു പരത്തി.

"വിടവനെ." പിറകിൽ നിന്നും ആരോ ഉറക്കെ വിളിച്ചു പറഞ്ഞു. മരത്തിനപ്പുറത്തേയ്ക്ക് നോക്കിയപ്പോൾ, കുറച്ചുനേരം മുൻപ് അവിടെ മൂത്രമൊഴിച്ചുകൊണ്ടു നിന്ന മനുഷ്യൻ, തിടുക്കത്തിൽ സിബ്ബ് വലിച്ചിട്ടുകൊണ്ട് അവർക്കരികിലേയ്ക്ക് ഓടി വരുന്നത് കണ്ടു. പയ്യന്മാർ അപ്രത്യക്ഷരാകുന്നത് ലത്തീഫ് കണ്ടില്ല; തിടുക്കത്തിൽ ഓടിമറയുന്ന അവരുടെ കാലടികൾ കേട്ടതേയുള്ളൂ.

"ഞാൻ നിന്നെ പിന്നെ എടുത്തോളാമെടാ തായോളി." ജോർജി ഉറക്കെ വിളിച്ചു പറയുന്നതവൻ കേട്ടു.

"എന്തു പറ്റി?" ഓടി വന്നയാൾ ശ്വാസമെടുക്കാൻ വിഷമിച്ചുകൊണ്ട് ചോദിച്ചു. മുഖമുയർത്തി നോക്കുന്നതിന് മുൻപ് തന്നെ, അയാൾ ക്യാംപ് ഓഫീസിലെ ഒരംഗമാണ് എന്ന് ലത്തീഫിന് മനസ്സിലായി. പക്ഷേ, കാൽമുട്ടിൽ കൈകളൂന്നി മുന്നോട്ടാഞ്ഞു നിൽക്കുന്ന ആ മനുഷ്യൻ, കഷണ്ടിയുള്ള നീല ഷർട്ടുകാരനാണ് എന്ന് മനസ്സിലായപ്പോൾ ലത്തീഫ് അതിശയപ്പെട്ടു.

"ഓ, ഇത് നീയായിരുന്നോ?" അയാൾ ചോദിച്ചു. ആ ഇരുട്ടിലും, അയാളുടെ കണ്ണിലെ കാരുണ്യം ലത്തീഫ് കണ്ടു.

ലത്തീഫ് പതുക്കെ നിലത്തു നിന്നെഴുന്നേറ്റ് പുറംകൈ കൊണ്ട് വസ്ത്രത്തിലെ പൊടി തട്ടിക്കളഞ്ഞു.

"എന്തിനാ അവര് നിന്നെ അടിച്ചത്?" അയാൾ ചോദിച്ചു.

ലത്തീഫിന് അയാൾ ചോദിച്ചത് മനസ്സിലായില്ല. ദ്വിഭാഷി ഇല്ലാത്തപ്പോൾ, അവരുടെ കൂട്ടക്കാർ പറഞ്ഞിരുന്നതൊന്നും അവനു മനസ്സിലായിരുന്നില്ല. പക്ഷേ അവന് ഒന്നും മിണ്ടാതിരിക്കാനായില്ല. "അതെ," അവൻ പറഞ്ഞു. "അതെ."

"നിന്റെ ഷർട്ട് കീറിയിരിക്കുന്നല്ലോ." അയാൾ അവന്റെ നെഞ്ചിലേയ്ക്ക് കൈചൂണ്ടി. പോക്കറ്റ് ഏറെക്കുറെ മുഴുവനായും കീറിയിരിക്കുന്നു എന്ന് ലത്തീഫിന് മനസ്സിലായി. സ്കൗട്സിനു പോകുന്ന കുട്ടികൾ നെഞ്ചിൽ മടക്കി കുത്തിവയ്ക്കുന്ന ടവ്വാല പോലെയായി അത്.

“നിന്റെ വായിൽ നിന്ന് ചോര വരുന്നുണ്ട്. നീ വീട്ടിൽ പോകുന്നതാണ് നല്ലതെന്ന് തോന്നുന്നു. തനിച്ച് വീട്ടിൽപ്പോകാൻ പേടിയുണ്ടോ?”

കഷണ്ടിയുള്ള നീല ഷർട്ടുകാരൻ പറഞ്ഞതിൽ ഒരുവാക്ക് പോലും അവനു മനസ്സിലായില്ല. അതുകൊണ്ട് അവൻ വീണ്ടും “അതെ.” എന്ന് പറഞ്ഞു.

“നമുക്കാദ്യം ഇവിടെ നിന്നു മാറി നിൽക്കാം.” അയാൾ പറഞ്ഞു.

അവർ മൈതാനത്തേയ്ക്ക് പോകാതെ, പതുക്കെ ആ കടകളുടെ പിന്നിലൂടെ നടന്ന്, തുരുമ്പു പിടിച്ച, കറങ്ങുന്ന ഒരു ഗേറ്റിലൂടെ, പുറത്ത് റിവർവ്യൂ സലൂണിന് മുൻപിലെത്തി. മേള നടക്കുന്ന സ്ഥലത്തെ ശബ്ദങ്ങൾ ശൂന്യമായ തെരുവിലൂടെ അവരെ പിന്തുടർന്നു. ദീപാലങ്കാരങ്ങൾ ഞാത്തിയിട്ടിരുന്ന തെരുവോരത്തെ മരച്ചില്ലകൾ, പുഴയിൽ നിന്നുമെത്തിയ ഇളങ്കാറ്റിൽ തലയാട്ടുന്നതവർ കണ്ടു.

“ഞാൻ നിന്നെ വീട്ടിൽ കൊണ്ടാക്കണോ?” അയാൾ ചോദിച്ചു. “എനിക്ക് വിരോധമില്ല.”

“അതെ.” ലത്തീഫ് പറഞ്ഞു. “അതെ.” എന്നിട്ടവൻ തന്റെ രക്ഷകനെ നോക്കി ഒന്ന് ചിരിക്കാൻ ശ്രമിച്ച ശേഷം, വീട്ടിലേയ്ക്കോടി. കഷണ്ടിക്കാരനായ ആ നീല ഷർട്ടുകാരൻ ഒന്നമ്പരന്നു – അവനു പിന്നാലെ ഓടിച്ചെല്ലണോ, അതോ അവൻ തിരികെ ഓടിവന്ന് തന്നെയും കൂട്ടിക്കൊണ്ട് പോകുംവരെ കാത്തുനിൽക്കണോ എന്നയാൾക്ക് മനസ്സിലായില്ല. മരങ്ങൾക്ക് മുകളിൽ നിന്നും എത്തിനോക്കി ചിരിക്കുന്ന ചന്ദ്രശോഭയിൽ അൽപ്പനേരം മുഴുകിനിന്ന ശേഷം അയാൾ തിരിഞ്ഞ്, മേള നടക്കുന്ന മൈതാനത്തേയ്ക്ക് നടക്കാൻ തുടങ്ങി. ദൂരെ, തന്റെ സ്വന്തം വീട്ടിൽ, തന്റെ മകനപ്പോൾ എന്തുചെയ്യുകയായിരിക്കും എന്നാലോചിക്കുകയായിരുന്നു അയാൾ.

16

"നിന്റെ ചുണ്ടിനെന്തു പറ്റി?" ഉച്ചയൂണു നേരത്ത് കണ്ടപ്പോൾ സ്റ്റെല്ല ചോദിച്ചു.

"ഉറങ്ങുമ്പോൾ ഒരു ചിലന്തി കാഷ്ഠിച്ചതാ."

അവൾ ചുണ്ടിന്റെ കോണിൽ കൈകൊണ്ട് മെല്ലെ അമർത്തി നോക്കി. "ഏയ് അല്ല. ചിലന്തി കാഷ്ഠിച്ചാൽ ഇങ്ങനല്ല വരുന്നത്. നീ ആരോടെങ്കിലും തല്ലുണ്ടാക്കിയോ?"

അവൻ ഇല്ലായെന്ന് തലയാട്ടി. തലേ രാത്രി വാതിൽ തുറന്നു കൊടുക്കുമ്പോൾ ഉമ്മയും ഇതേ ചോദ്യമായിരുന്നു ചോദിച്ചത്. ഷർട്ടിലെ ബട്ടൻസുകളൊന്നുമില്ലാതെ, സഹോദരിമാർക്കുള്ള വളകൾ വാങ്ങാതെ, കരുതിയിരുന്നതിലും നേരത്തെയായിരുന്നു അവൻ വീട്ടിലേയ്ക്ക് കയറിച്ചെന്നത്. എന്നാൽ, പാതിരാത്രിയ്ക്ക് മുൻപ് അവൻ മടങ്ങിയെത്തിയല്ലോ എന്ന ഉമ്മയുടെ ആശ്വാസം, വാതിൽ തുറന്ന നിമിഷത്തിൽ തന്നെ നടുക്കമായി മാറി. ആ നിലാവെളിച്ചത്തിൽ അവനെ കണ്ടപ്പോൾ, കഷ്ടിച്ച് ഒരു മണിക്കൂർ മുൻപ് വീട്ടിൽ നിന്നും ഇറങ്ങിപ്പോയ രൂപത്തിന്റെ പ്രേതമാണോ നിൽക്കുന്നത് എന്ന് തോന്നിപ്പോയി. മുഖത്താകെ ചേറു നിറഞ്ഞ് അലങ്കോലമായിരുന്നു. അതിനേക്കാൾ അലങ്കോലമായിരുന്നു കീറിപ്പറിഞ്ഞ, നെഞ്ചിന്റെ ഭാഗത്ത് ഷൂവിന്റെ പാട് പതിഞ്ഞ അവന്റെ ഷർട്ട്.

"നീ വല്ലോരോടും തല്ലുണ്ടാക്കിയോ?" ഉമ്മ കരച്ചിലിന്റെ വക്കത്തെത്തിയിരുന്നു. അത് കേട്ടുണർന്ന പെണ്ണുങ്ങൾ ഉമ്മയ്ക്ക് പിന്നിലായി പ്രത്യക്ഷപ്പെട്ടു.

"ഞാനൊരു ഓടയിൽ വീണു." ചുരുക്കി അത്രയും പറഞ്ഞ ശേഷം, അയയിൽ നിന്നും ഒരു തോർത്തുമെടുത്തുകൊണ്ട് അവൻ അടുക്കളയ്ക്ക് പിന്നിലെ കുളിമുറിയിലേയ്ക്ക് പൊയ്ക്കളഞ്ഞു. വെള്ളം വീഴുന്ന ശബ്ദം കറിവേപ്പ് മരത്തിലെ കിളികളെ ഉണർത്തി. കൊക്കിയും, ചിലച്ചും അവർ അവരുടെ പ്രതിഷേധം അറിയിച്ചു. പൂർണ്ണചന്ദ്രന് താഴെ, അവൻ

കുളിച്ചുകൊണ്ടേയിരുന്നു. ഒടുവിൽ, ആ വീപ്പയിൽ ഒരു കോപ്പ വെള്ളവും, അതിൽ വീണ ചന്ദ്രബിംബവും മാത്രം ബാക്കിയായി. ഷർട്ടിൽ നിന്നും വലിച്ചുകീറിയെടുത്ത പോക്കറ്റ്, അവനാ വെള്ളത്തിലേക്കിട്ടു.

"നിന്നെയാരെങ്കിലും തല്ലിയോ?" ഉമ്മ ഓലമറയ്ക്കിടയിലൂടെ ചോദിച്ചു.

"ഞാനൊരു ഓടയിൽ വീണതാ." അവൻ തന്റെ മറുപടി ആവർത്തിച്ചു.

"സത്യം പറ." ഉമ്മ അവനെ അനുനയിപ്പിക്കാൻ ശ്രമിച്ചു.

"ഞാനൊരു ഓടയിൽ വീണു. ഞാനൊരു ഓടയിൽ വീണു. ഞാനൊരു ഓടയിൽ വീണു." പുറത്തെ കിളികൾക്ക് വലിയ അലോസരമുണ്ടാക്കിക്കൊണ്ട്, അവൻ ദേഷ്യത്തോടെ പാടി.

ചുവരിനപ്പുറം ഉമ്മ നിശബ്ദയായി. പക്ഷേ അവരപ്പോഴും കുളിമുറിയുടെ അടുത്ത് തന്നെയുണ്ടാവും എന്നവന് ഉറപ്പായിരുന്നു. ഇത്തരത്തിൽ സാധാരണമല്ലാത്ത നേരങ്ങളിൽ അവൻ കുളിക്കാൻ കയറുമ്പോൾ ഉമ്മ അങ്ങനെ വന്നു നിൽക്കാറുണ്ട്. പൊതുവെ ഉമ്മ അങ്ങനെ വന്നു കാവൽ പോലെ നിൽക്കുന്നതിനോട് അവന് തീരെ ഇഷ്ടമുണ്ടായിരുന്നില്ല. പക്ഷേ ഇന്ന് അവരവിടെ നിൽക്കുന്നതിൽ അവനു വലിയ ആശ്വാസം തോന്നി. ആ മൂന്ന് പയ്യന്മാർ, കൈയിൽ കത്തികളും പെൻസിലുകളുമായി പറമ്പിലൂടെ ഒളിച്ചും പാത്തും കയറി വരുന്ന രംഗം അവന്റെ മനസ്സിൽ ആവർത്തിച്ചുകൊണ്ടിരുന്നു.

"ഇതുവരെ കഴിഞ്ഞില്ലേ?" കുറെ നേരത്തെ നിശ്ശബ്ദതയ്ക്ക് ശേഷം ഉമ്മ ചോദിച്ചു.

"നിങ്ങളിങ്ങനെ ഇനിയും ഓരോന്ന് ചോദിക്കാൻ പോവുകയാണെങ്കിൽ ഞാൻ ഇറങ്ങി വരില്ല."

"ഞാനൊന്നും ചോദിക്കില്ല. ഇറങ്ങി വാ." ഉമ്മ പറഞ്ഞു.

പെണ്ണുങ്ങൾ ഉറങ്ങാൻ പോയിക്കഴിഞ്ഞപ്പോൾ, ഉമ്മ അവന്റെ അരികിൽ വന്നിരുന്ന്, പ്രാവിന്റെ തൂവൽ തൈലത്തിൽ മുക്കി, അവന്റെ മുറിവേറ്റ ചുണ്ടിൽ ഇറ്റിച്ചു കൊടുത്തു. ഉറക്കത്തിൽ അബദ്ധത്തിൽ തൈലം വായിലായാലോ എന്ന് പേടിച്ച്, മുറിവേൽക്കാത്ത വശത്തേയ്ക്ക് നാക്ക് ചുരുട്ടി വെച്ചാണ് അവൻ ഉറങ്ങിയത്.

"അപ്പൊ, ഒരു ചിലന്തി നിന്റെ മുഖത്ത് കാഷ്ഠിച്ചു എന്നും, നീ ആരോടും തല്ലുകൂടിയില്ല എന്നുമാണോ നീ പറയുന്നത്?" ഓരോ ഉരുളയും, മുറിവേൽക്കാത്ത വശത്തുകൂടി വായിലേയ്ക്കെടുക്കുമ്പോൾ, ഏങ്കോണിച്ചു നിൽക്കുന്ന അവന്റെ മുഖത്തേയ്ക്ക് നോക്കിക്കൊണ്ട് സ്റ്റെല്ല ചോദിച്ചു.

"ഇല്ലില്ല, ഞാനെങ്ങും ആരോടും തല്ലുകൂടിയില്ല," അവൻ പറഞ്ഞു. "പക്ഷേ സെമിനാരിയുടെ അടുത്ത് ഒരു തല്ല് നടന്നിരുന്നു." മാന്റോ

മേള എന്നത് അവൻ മനഃപൂർവ്വം പറയാതെ വിട്ടു; ഒരുപക്ഷേ അടുത്ത ദിവസം വൈകിട്ട് തന്നെ പുള്ളിക്കാരി ഒരു ബോട്ടിൽ കേറി അവിടത്തെ പുഴയും ആകാശവും വെടിക്കെട്ടിന്റെ ദീപപ്രഭയിൽ മുങ്ങുന്നത് കാണാൻ വന്നാലോ എന്നവൻ ഭയന്നു.

"ആര് ആരോട് തല്ലുണ്ടാക്കി?"

"ഇബ്രു മൂന്നു പയ്യന്മാരുമായി തല്ലുണ്ടാക്കി. അതും ഒറ്റയ്ക്ക്."

"എനിക്ക് തോന്നി," അവർ ഒന്നു ചിരിച്ചു. "കേൾക്കട്ടെ."

വെറുതെ നിൽക്കുകയായിരുന്ന ഇബ്രുവിനെ മൂന്ന് ചെക്കന്മാർ തല്ലിയതും, അവൻ ഒറ്റയ്ക്ക്, വെറും കൈയോടെ ആ മൂന്നു പേരെയും അടിച്ചു നിലം പരിശാക്കിയതും എങ്ങനെയാണെന്ന് അവൻ അവൾക്ക് പറഞ്ഞുകൊടുത്തു.

"കണ്ടുനിന്ന ആരും ഇടപെട്ടില്ലേ?" അവർ ചോദിച്ചു.

വിശദാംശങ്ങൾ കിട്ടാനുള്ള അവരുടെ ആർത്തി അവനെ അസ്വസ്ഥനാക്കി. ഇതിന് മുൻപ് പലപ്പോഴും കള്ളത്തരം അവർ കണ്ടുപിടിക്കാതെ രക്ഷപ്പെട്ടത് കഷ്ടിച്ചായിരുന്നു. അതുകൊണ്ടുതന്നെ ഇത്തവണ, തലേ രാത്രിയിലെ സംഭവം പോലെതന്നെ വിശ്വാസ്യമായ, പഴുതുകളൊന്നുമില്ലാതെ വിദഗ്ധമായ ഒരു കഥ മെനയണം എന്നവൻ മനസ്സിൽ കരുതി. പക്ഷേ രാവിലെ ഉറക്കമുണർന്നപ്പോൾ, ടിവിയിൽ കണ്ട ഏതോ ഒരു പരിപാടിയാണോ അതെന്ന മട്ടിൽ മാത്രമാണ് അവനു തോന്നിയത്. സ്റ്റെല്ലയ്ക്ക് വിശ്വാസയോഗ്യമായ രീതിയിൽ അവതരിപ്പിക്കാനുള്ള ഏകമാർഗ്ഗം തലേ രാത്രിയിൽ നടന്നതിനെ അതുപോലെതന്നെ പറയുക മാത്രമാണ്.

"ഉവ്വ്, ക്യാംപ് ഓഫീസിലെ ഒരാൾ ഇടപെട്ട് ആ പയ്യന്മാരെയൊക്കെ വീട്ടിലേക്ക് പറഞ്ഞയച്ചു".

"അല്ല, അവരെന്തിനാ വഴക്കിട്ടത്?"

"കാരണം, സ്കൂളിൽ പഠിച്ചുകൊണ്ടിരുന്ന കാലത്ത് ഇബ്രു അതിലൊരു പയ്യനെ പെൻസിൽ കൊണ്ടു കുത്തി." അന്തസ്സുള്ള ഒരു കാര്യമെന്ന മട്ടിൽ അവൻ പറഞ്ഞു.

"ഒരു പയ്യനെ പെൻസിൽ കൊണ്ട് കുത്തിയെന്നോ? എന്തൊരു കഷ്ടമായിപ്പോയി! അതെന്തിനാ അവൻ അങ്ങനെ ചെയ്തത്?"

അതെന്തിനാണ് എന്ന് അവരോട് പറയാൻ വേണ്ടി ലത്തീഫിന് തന്റെ ഓർമ്മകളെ പല വേനലുകൾക്ക് പിറകിൽ നിന്നും ചികഞ്ഞെടുക്കേണ്ടിവന്നു. ദ്വീപിന്റെ ഇടതു ഭാഗത്തായി സ്ഥിതി ചെയ്തിരുന്ന ഒരു കൊച്ചു സ്കൂളിലെ, ശപിക്കപ്പെട്ട ഒരു ഉച്ചനേരത്താണ് ആ ഓർമ്മ കിടന്നിരുന്നത്. അന്ന്, ജുറാൻ മുട്ടി നിന്ന ആ ഉച്ചകഴിഞ്ഞ നേരത്ത്, അവസാനത്തെ മണിയടി മുഴങ്ങുന്നതിനായിപോലും കാത്തുനിൽക്കാതെ അവന്റെ കൊഴുത്ത മലം ഒരു

നേരിയ ശബ്ദത്തോടെ പുറത്തേയ്ക്ക് തെറിച്ചൊഴുകി. നാറ്റം സഹിക്കവയ്യാതെവന്നപ്പോൾ ഒരു സാഹസത്തിനു മുതിരാതെ അപ്പോൾ തന്നെ ക്ലാസ്സുകൾ വിട്ടു. അവിടെ നിന്നും വീട് വരെയുള്ള ദുരിതപൂർണ്ണമായ ദൂരം നടന്നെത്തിയതെങ്ങനെയെന്ന് അവനു തന്നെ ബോധ്യമില്ലായിരുന്നു. മലിനമായ കാലുകളിൽ തട്ടി അഴുക്കാകരുത് എന്ന് കരുതി, പുസ്തകസഞ്ചി തലയിൽ ചുമന്നുകൊണ്ടായിരുന്നു അവന്റെ നടപ്പ്. അവനിൽ നിന്നും സുരക്ഷിതമായ ഒരകലം പാലിച്ച് പിറകിലായി, രണ്ടു വിരലുകൾ നാസാപുടങ്ങളിലേക്ക് കേറ്റിക്കൊണ്ട് ജോർജി അവനെ അനുഗമിച്ചു. ഇടയ്ക്ക് അവനെ കോക്രി കാട്ടാനോ, അല്ലെങ്കിൽ കടന്നുപോകുന്നവരുടെ ശ്രദ്ധ ലത്തീഫിന്റെ കുതിർന്ന നിക്കറിലേയ്ക്ക് ക്ഷണിക്കാനോ വേണ്ടി മാത്രമാണ് അവൻ മൂക്കിന്റെ ദ്വാരത്തിൽനിന്നും കൈ വിടുവിച്ചിരുന്നത്. കൂറുള്ള ഒരു നായയെപ്പോലെ അവൻ വീടുവരെ ലത്തീഫിനൊപ്പം ചെന്നു. പടിക്കലിരുന്ന് ഓല ചീകി ചൂലുണ്ടാക്കുന്ന ഉമ്മയെക്കണ്ടപ്പോഴാണ് അവൻ വേഗം തിരിഞ്ഞു നടക്കാൻ തുടങ്ങിയത്.

മുട്ട പൊരിച്ചതിന്റെ ഒരു കഷണം വായിൽ നിന്നും താഴേയ്ക്ക് വീഴാതിരിക്കാനായി സ്റ്റെല്ല പെട്ടെന്ന് ഒരു കൈ ചുണ്ടിനടുത്തേയ്ക്ക് കൊണ്ടുപോയി; അവർ വായ മലർക്കെ തുറന്ന് പൊട്ടിച്ചിരിക്കുകയായിരുന്നു. ആ ചിരിയ്ക്കിടയിലൂടെ അവരുടെ മേൽവശത്തെ പല്ലുകളുടെ അകവശം അവൻ കണ്ടു. അവരുടെ ചിരി അവനിൽ ദേഷ്യവും വേദനയും നിറച്ചെങ്കിലും, ഇബ്രു തന്നിൽ നിന്നും വ്യത്യസ്തനായ ഒരു സ്വത്വമാണ് എന്ന് വരുത്തിത്തീർക്കുവാനും, സ്കൂളിൽ വച്ച് വയറിളക്കമൊക്കെയുണ്ടാവാൻ സാധ്യതയുള്ള ഒരു സാദാ മനുഷ്യൻ തന്നെയാണവൻ എന്ന് സ്ഥാപിച്ചെടുക്കാനും വേണ്ടി, ലത്തീഫും സ്റ്റെല്ലയ്ക്കൊപ്പം ഉറക്കെച്ചിരിച്ചു. കുറച്ചുകഴിഞ്ഞ് സ്റ്റെല്ല ചിരി നിർത്തി. “എന്തായാലും വഴക്കൊക്കെ തീർന്നല്ലോ. ക്യാംപ് ഓഫീസിലെ ആ നല്ല മനുഷ്യന് നന്ദി പറയണം.” ഭക്ഷണം കഴിച്ചു തീർത്തുകൊണ്ട് അവർ പറഞ്ഞു.

“അത് ഇതുവരെ കഴിഞ്ഞിട്ടൊന്നുമില്ല” തീരുമാനിച്ചുറച്ച മട്ടിൽ അവൻ പറഞ്ഞു.

“കഴിഞ്ഞിട്ടില്ലേ?”

“ഇല്ല. നാളെ രാത്രി അവർ വീണ്ടും തല്ലു പിടിക്കും.”

“അങ്ങനെ തല്ല് പിടിക്കരുത്. ഇനി തല്ലൊന്നും ഉണ്ടാക്കരുതെന്ന് നിന്റെ ചങ്ങാതി ഇബ്രുവിനോട് പറയണം.”

അവരുടെ നിരുത്സാഹപ്പെടുത്തുന്ന വാക്കുകൾ അവനെ സമാധാനിപ്പിച്ചില്ല. പകരം, കൂടുതൽ ശക്തിയോടെ, കൂടുതൽ വീറോടെ വീണ്ടും തല്ലുണ്ടാക്കാനുള്ള മനസ്സുറപ്പ് അതവന് നൽകി. മേളയുടെ അവസാനത്തെ ദിവസം, അവൻ കണ്ണാടിയ്ക്ക് മുൻപിൽ ചെന്ന് നിന്ന് മുഖത്തെ പരിക്കുകൾ പരിശോധിച്ചു. അതിനു ശേഷം, അവനൊരു പെൻസിലെടുത്ത് മൂർച്ച കൂട്ടി, പാന്റിന്റെ പോക്കറ്റിലിട്ടു. അലങ്കോലമായ

മുടിയും, അഴുക്ക നിറഞ്ഞ മുഖവുമായിട്ടാവും താൻ തിരികെ വീട്ടിലേയ്ക്ക് വരിക എന്ന് അവന് ഏറെക്കുറെ ഉറപ്പായിരുന്നു. അതുകൊണ്ട് തന്നെ, മുടി ചീകിയൊതുക്കാനോ, മുഖത്ത് ടാൽക്കം പൗഡർ ഇടാനോ അവൻ മെനക്കെട്ടില്ല. ഇക്കുറി പാകമല്ലാത്ത പഴയ ഉടുപ്പുകളാണ് അവൻ ഇടാൻ വേണ്ടി തിരഞ്ഞെടുത്തതും. എന്തായാലും ഉടുപ്പൊക്കെ അഴുക്കാകുകയും, കീറുകയും ചെയ്യും; അപ്പോൾപിന്നെ, അതിനെ രക്ഷിക്കാൻ വേണ്ടി ശ്രദ്ധ കളയണ്ടല്ലോ. സർവ്വസജ്ജനായി, അവൻ മുൻവശത്തെ വാതിലിനു നേരെ നടന്നു.

“നീയിന്നു രാത്രി എവിടെയും പോകുന്നില്ല.” രണ്ടു ദിവസം മുൻപ് ബിസ്മി നിന്ന അതേ പോലെ, വാതിൽപ്പടികളിൽ കൈ മുറുക്കെപ്പിടിച്ച്, അവനെ തടഞ്ഞുകൊണ്ട് ഉമ്മ അവനു മുന്നിൽ കയറി നിന്നു. അവന്റെ കോപത്തിന് പാത്രമാകേണ്ട എന്ന് കരുതി, ബിസ്മി കാലേക്കൂട്ടി ഒരു കസേരയിൽ പോയി ഇരിപ്പുറപ്പിച്ചിരുന്നു.

“എനിക്ക് പോണം,” അവൻ ധിക്കാരത്തോടെ പറഞ്ഞു. “എനിക്ക് വെടിക്കെട്ട് കാണണം.”

“പറമ്പിന്റെ അതിരിൽ പോയി നിന്നാൽ നിനക്ക് വെടിക്കെട്ട് കാണാമല്ലോ,” വീടിന് പുറകിലെ പറമ്പിലേയ്ക്ക് തല വെട്ടിച്ച് കാണിച്ചുകൊണ്ട് ഉമ്മ പറഞ്ഞു. “നമുക്കെല്ലാവർക്കും കൂടെ അവിടെ നിന്നു കാണാം.”

“പറ്റില്ല. എനിക്കത് മൈതാനത്തു പോയി കാണണം.”

ഉമ്മ, സഹോദരിമാരെ ഒന്നു നോക്കി; എന്തോ ഒരു രഹസ്യസന്ദേശം അവർക്കിടയിൽ കൈമാറപ്പെട്ടു. അവർ രണ്ടുപേരും അപ്പോൾത്തന്നെ മുറിയ്ക്കുള്ളിലേയ്ക്ക് കയറിപ്പോയി. “എങ്കിൽ നീ പൊയ്ക്കോ. പക്ഷേ, കൂടെ ഞങ്ങളും വരും. നിന്റെ പെങ്ങന്മാർക്കും വെടിക്കെട്ട് കാണണം. ഉപ്പ മരിച്ചതിൽ പിന്നെ അവരും മേള കാണാൻ പോയിട്ടേയില്ല.”

മേള നടക്കുന്ന മൈതാനത്തെ വെളിച്ചവിസ്മയങ്ങൾ കാണാൻ കൊതിച്ച്, ആ നിഴൽരൂപങ്ങൾ, വിജനമായ ഇടവഴിയിലൂടെ നിശബ്ദരായി നടന്നു. ഇടയ്ക്ക്, പെൻസിലിന്റെ അറ്റം തുടയുടെ മുകൾ ഭാഗത്ത് തട്ടുമ്പോൾ, അവൻ ഒന്നു നിന്ന് അതിനെ നേരെയാക്കി. അധികം വൈകാതെ, ആകാശത്തും പുഴയിലും വർണ്ണവിസ്മയങ്ങൾ തീർത്ത് വിരിയാൻ പോകുന്ന വെടിക്കെട്ടിനെപ്പറ്റി അവൻ ആലോചിച്ചതേയില്ല. അവന്റെ മനസ്സിൽ, വാകമരത്തിന് കീഴിലെ ഇരുട്ടും, അവിടെ അവനെ കാത്തു നിൽക്കുന്ന മൂന്നു പയ്യന്മാരും മാത്രമേ ഉണ്ടായിരുന്നുള്ളൂ.

മാന്റോ മേളയുടെ അവസാന രാത്രി, ആ ദ്വീപിലെ പക്ഷികൾക്കൊന്നും തന്നെ ഉറങ്ങാൻ കഴിഞ്ഞില്ല. ഓരോ തവണ വെടി പൊട്ടുന്ന ശബ്ദം അന്തരീക്ഷത്തെ തുളയ്ക്കുമ്പോഴും, മരം, ഭയചകിതരായ പക്ഷിക്കൂട്ടത്തെ ആകാശത്തേയ്ക്ക് തുറന്നു വിടും. സെമിനാരിയും,

പ്രകൃതിയും തമ്മിൽ കൂടിയാലോചിച്ച് നടപ്പിലാക്കി വരുന്ന ഒരു അനുഷ്ഠാനം പോലെയായിരുന്നു അത്. അവ പുഴയ്ക്ക് മുകളിലൂടെ പറന്നു. പക്ഷേ തീപ്പൊരികൾ താഴേയ്ക്ക് വീഴാൻ തുടങ്ങുമ്പോൾ, അവ തിരിച്ച് ദ്വീപിലേക്ക് പറന്നുവന്ന് മരച്ചില്ലകളിൽ ചേക്കേറി. ഓരോ വെടി പൊട്ടുമ്പോഴും, അവ ഇതാവർത്തിച്ചു.

അവർ സെമിനാരിയുടെ ഗേറ്റ് കടന്ന് ഉള്ളിലേയ്ക്ക് കയറിയതും, ബീജത്തിന്റെ ആകൃതിയിലുള്ള ഒരു തീപ്പൊരി വളഞ്ഞുപുളഞ്ഞു ആകാശത്തേയ്ക്ക് ശരം വിട്ട പോലെ പോവുകയും, ഒരായിരം പ്രകാശമുട്ടകൾ അതിൽ നിന്ന് പൊട്ടി വിരിയുകയും ചെയ്തു. ആളുകൾ ഉച്ചത്തിൽ ആഹ്ലാദാരവം മുഴക്കുന്നതും, കുട്ടികൾ താഴേയ്ക്ക് വീഴുന്ന പൂത്തിരികൾ എണ്ണാൻ ശ്രമിക്കുന്നതും ലത്തീഫ് കേട്ടു. ഒരു കൈ കൊണ്ട് പെൻസിലിന്റെ അഗ്രം തെരുപ്പിടിച്ചുകൊണ്ട്, അവൻ തന്റെ പ്രധാന ശത്രുവിനെയും കൂട്ടാളികളെയും ആ ആൾക്കൂട്ടത്തിനിടയിൽ തിരഞ്ഞു. പക്ഷേ നിറക്കൂട്ടുകളും പുകച്ചുരുളുകളും ഇരുളും മാറി മാറി വീഴുന്ന ആകാശത്തിന് കീഴിൽ ആരുടേയും മുഖം വ്യക്തമായിരുന്നില്ല. എല്ലാവരും നിഴൽരൂപങ്ങൾ മാത്രമായിരുന്നു. അവൻ പതുക്കെ തന്റെ കൈത്തണ്ടയിലെ ഉമ്മയുടെ പിടിയിൽ നിന്നും അയഞ്ഞു മാറി. ഉമ്മ തന്നെ ശ്രദ്ധിക്കുന്നുണ്ടോ എന്നറിയാൻ വേണ്ടി അവൻ ഏതാനും അടി പിന്നിലേയ്ക്ക് നീങ്ങി നിന്ന് വീക്ഷിച്ചു. പക്ഷേ മകൻ കൈപ്പിടിയിൽ നിന്നും അകന്നുപോയത് പോലുമറിയാതെ ആ വർണ്ണ-ശബ്ദ-പ്രപഞ്ചത്തിൽ മുഴുകി നിൽക്കുകയായിരുന്നു ഉമ്മ. വെടിക്കെട്ടിന്റെ ആവേശം മൂക്കാൻ തുടങ്ങിയപ്പോൾ, അവൻ കടകൾ കടന്ന് വേഗം വാകമരത്തിനടുത്തേയ്ക്ക് നടന്നു. കടകളുടെ ആ നിര കഴിയാറായപ്പോഴാണ്, അവർ തന്നെയും കാത്ത് നിൽക്കുന്നത് അവസാനത്തെ കടയ്ക്കുള്ളിലാവുമെന്നും, വാകമരത്തിന് കീഴിലായിരിക്കില്ലെന്നും അവനു തോന്നിയത്. ധൈര്യം അവലംബിച്ച്, പെൻസിൽ എപ്പോൾ വേണമെങ്കിലും വലിച്ചെടുക്കാൻ തയ്യാറാക്കിക്കൊണ്ട്, അവനാ കടയുടെ ഇരുട്ടിലേയ്ക്ക് തുറിച്ചുനോക്കി നിന്നു. ആ പയ്യന്മാർ അതിനുള്ളിൽ ഉണ്ട് എന്നതിനുള്ള യാതൊരു സൂചനയും അവിടെയുണ്ടായിരുന്നില്ല; സിഗരറ്റിന്റെ വെട്ടമോ, ബിയർ കുപ്പിയുടെ ശബ്ദമോ ഒന്നും. കണ്ണുകൾ അവിടുത്തെ ഇരുട്ടിനോട് പൊരുത്തപ്പെട്ടു വന്നപ്പോൾ, അവിടെ പൊട്ടിപ്പൊളിഞ്ഞ കസേരകളും, കുറച്ചു പലകകളും മാത്രമേയുള്ളൂവെന്ന് അവനു മനസ്സിലായി.

“ജോർജ്ജി.” അവൻ പതുക്കെ വിളിച്ചു. ഒരു നിമിഷം, മുൻപെപ്പോഴോ അയൽപക്കത്തെ ടിവിയിൽ കണ്ട ഏതോ പ്രേതസിനിമയിലേയ്ക്കാണ് താൻ കാലെടുത്തു വയ്ക്കുന്നത് എന്നവനു തോന്നിപ്പോയി. പ്രേതഭവനത്തിലെ പുതിയ വാടകക്കാർക്ക് മുന്നിൽ പ്രേതം ആദ്യമായി വന്നു നിന്ന് സംസാരിക്കുമ്പോഴെന്ന പോലെ ലോലമായിരുന്നു അവന്റെ സ്വരം. ആരും മറുപടി പറഞ്ഞില്ല. അതുകൊണ്ട് അവൻ പെൻസിൽ

കൈയിലെടുത്ത് പിടിച്ചുകൊണ്ട്, ചേറു നിറഞ്ഞ വഴിയിലൂടെ കടകളുടെ പിറകുവശത്തേയ്ക്ക് ജാഗ്രതയോടെ നടന്നു. ആ വാകമരത്തിന്റെ കാതലിന്, മൂന്ന് മെലിഞ്ഞ പയ്യന്മാരെ ഒളിപ്പിച്ചുനിർത്താൻ തക്ക വണ്ണമുണ്ടായിരുന്നു. ഏതായാലും അപ്പുറത്തെ ചുവരിനരികിൽ കഷണ്ടിയുള്ള നീല ഷർട്ടുകാരൻ മൂത്രമൊഴിക്കാൻ വന്നിട്ടില്ലെന്നും, അതുകൊണ്ട് തന്നെ അയാൾ തങ്ങളുടെ തല്ലിന് തടസ്സം പിടിക്കാൻ വരില്ലെന്നുമുള്ള അറിവ് അവനു വല്ലാത്തൊരാനന്ദം നൽകി.

"ഇറങ്ങി വാടാ," അവനാ മരത്തിലേയ്ക്കുറ്റു നോക്കി വിളിച്ചു പറഞ്ഞു. "ഞാൻ തയ്യാറാ."

മരത്തിന് പിന്നിൽ നിന്നും ആരും ഇറങ്ങി വന്നില്ല. ഒരുപക്ഷേ അവൻ മരത്തിന് നേരെ നടന്നു വരുന്നതും കാത്തു നിൽക്കുകയായിരിക്കും അവർ; എങ്കിൽ അവനെ എളുപ്പം അടിച്ചുവീഴ്ത്തി കീഴ്പ്പെടുത്താമല്ലോ. അങ്ങനെ മണ്ടനാവാൻ അവൻ ഒരുക്കമായിരുന്നില്ല. വാകമരത്തിൽ നിന്നും വേണ്ടത്ര അകലം പാലിച്ച്, മരത്തിന് ചുറ്റുമുള്ള അദൃശ്യമായ വലിയ വൃത്തത്തിലൂടെയെന്ന പോലെ, അവൻ അതിനെ ചുറ്റി വന്നു. അവർ എത്ര ശക്തി സംഭരിച്ച് എടുത്തു ചാടിയാലും, ഒറ്റച്ചാട്ടത്തിന് അവന്റെ അടുത്തെത്താൻ എന്തായാലും പറ്റില്ല. അതിനോടകം ലത്തീഫിന് പെൻസിൽ വലിച്ചെടുത്ത് ആദ്യം ജോർജിയെയും, പിന്നീടവന്റെ കൂട്ടാളികളെയും കുത്താൻ കഴിയും. ഒരു അർദ്ധവൃത്തമെത്തിയപ്പോൾ, അവൻ നിന്നു. മരത്തിന്റെ ആ വശത്തും ഇരുട്ട് കട്ടപിടിച്ചു കിടന്നു. പയ്യന്മാർ അവിടെ നിൽക്കുന്നുണ്ടെങ്കിൽത്തന്നെ, അവർ ഇരുണ്ട നിറമുള്ള വസ്ത്രങ്ങൾ ധരിച്ച് മരത്തിനോടൊട്ടി നിൽക്കുകയാവും.

"ഇറങ്ങി വാടാ തായോളികളേ," അവൻ അലറി. ആക്രമിക്കാൻ പാകത്തിന്, വലതു കൈയിൽ പെൻസിൽ പിടിച്ച് മുകളിലേക്കുയർത്തി നിലയുറപ്പിച്ചിരിക്കുകയായിരുന്നു അവൻ. മുഷ്ടി ചുരുട്ടിപ്പിടിച്ചിരുന്ന ഇടത് കൈ വേദനിക്കാൻ തുടങ്ങിയിരുന്നു. "ഞാൻ ദാ നിനക്കൊക്കെ വേണ്ടി വന്നിട്ടുണ്ടെടാ."

ബീജാകൃതിയിലുള്ള തീപ്പൊരികൾ വരിവരിയായി ആകാശത്തിലേക്കുയർന്നു. പടപട ശബ്ദത്തോടെ അവ നൂറായിരം വെളിച്ചപ്പൊട്ടുകളായി ചിതറി. ആ പ്രഭയിൽ, മരത്തിനു പിന്നിലേയ്ക്ക് നോക്കിയ ലത്തീഫ്, അവിടം ശൂന്യമാണെന്ന് തിരിച്ചറിഞ്ഞു. അവനാ വാകമരത്തിനടുത്തേയ്ക്ക് ഓടി, അതിന്റെ വളഞ്ഞുപുളഞ്ഞ തടിയിൽ സർവ്വ ശക്തിയുമെടുത്ത് പെൻസിൽ കൊണ്ട് ആഞ്ഞാഞ്ഞു കുത്തിക്കൊണ്ട് ഉറക്കെ അലമുറയിട്ടു. പെൻസിൽ രണ്ടായി ഒടിഞ്ഞ് അവന്റെ കാൽക്കൽ വീണു. എന്നിട്ടും, നിദ്രാവിഹീനനായ ഒരു നരിയെപ്പോലെ അവൻ ഉറക്കെ കരഞ്ഞു.

17

ലോഡ്ജിനടുത്തുള്ള ഒരു കടയിൽ നിന്നും അവൻ ഒരു ഡസൻ ബട്ടണുകളും, വെള്ള ഷർട്ടിനു വേണ്ട നൂലും വാങ്ങി. വെള്ള ബട്ടണുകൾ വാങ്ങാനാണ് ബിസ്മി പറഞ്ഞിരുന്നത്. അവ അവിടെ ധാരാളമുണ്ടായിരുന്നതാനും. എന്നിട്ടും അവൻ ചുവപ്പു ബട്ടണുകളാണ് തിരഞ്ഞെടുത്തത്. വെള്ളഷർട്ടിൽ ആ ചുവപ്പ് ബട്ടണുകൾ നല്ല ഭംഗിയുണ്ടാവും എന്നവന് തോന്നി. മാത്രവുമല്ല, സെമിനാരിയിലെ വിദ്യാർത്ഥികളാരും എന്തായാലും ചുവന്ന ബട്ടൻസുള്ള വെള്ള ഷർട്ടിടാൻ സാധ്യതയില്ല. അത്രയൊക്കെ പിടിവലി അന്ന് നടന്നെങ്കിലും, ഷർട്ടിന് വലിയ കേടുപാടൊന്നും സംഭവിച്ചിരുന്നില്ല. ബട്ടൻസിനും പോക്കറ്റിനും മാത്രമേ പരിക്കുകൾ പറ്റിയിരുന്നുള്ളൂ. അവൻതന്നെ അതീവ ശ്രദ്ധയോടെ ആ ഷർട്ട് അലക്കി വൃത്തിയാക്കിയെടുത്തു. അന്ന്, ആദ്യത്തെ ദിവസം തേപ്പ് കടയിലേയ്ക്ക് എടുത്തുകൊണ്ടുപോയ അതേ പോലെയാക്കിയെടുത്തു അവൻ. ഷർട്ടിൽ നിന്നും പറിഞ്ഞു പോന്ന പോക്കറ്റ് ഇപ്പോഴവൻ ടവ്വാലയായിട്ടാണ് ഉപയോഗിക്കുന്നത്. എന്നും രാവിലെ അതിൽ അൽപം ടാൽക്കം പൗഡർ വിതറി, രണ്ടായി മടക്കി അതവൻ തന്റെ പിറകിലെ പോക്കറ്റിൽ വയ്ക്കും.

അവൻ ബട്ടൻസും നൂലും വാങ്ങാൻ പുറത്ത് പോയിരുന്ന സമയത്താണ്, ദ്വീപിലേയ്ക്ക് വിനോദയാത്ര വന്ന കുറെ സ്കൂൾ വിദ്യാർത്ഥിനികളെക്കൊണ്ട് ലോഡ്ജ് നിറഞ്ഞത്. അവരുടെ ബഹളവും അടക്കിച്ചിരികളും നിറഞ്ഞ ലോബിയിലേയ്ക്കാണ് അവൻ കയറി വന്നത്. കൗണ്ടറിന് മുൻപിൽ, പെരുവിരലൂന്നി നിന്നിരുന്ന ഒരു വൃദ്ധയായ കന്യാസ്ത്രീ, വല്ലാതെ വിറയ്ക്കുന്ന കൈകളോടെ രജിസ്റ്ററിൽ വിവരങ്ങൾ എഴുതിച്ചേർക്കുന്നുണ്ടായിരുന്നു. അവർക്ക് പിന്നിൽ നിന്നിരുന്ന ചെറുപ്പക്കാരായ രണ്ടു കന്യാസ്ത്രീമാരിൽ ആരെങ്കിലുമൊരാൾ ആ പേന വാങ്ങി എഴുതിക്കൊടുത്തു സഹായിക്കാത്തതെന്താന്ന് അവൻ ആലോചിച്ചു. അവരുടെ മെലിഞ്ഞ കഴുത്തിൽ തൂങ്ങിക്കിടന്ന വെള്ളിമാലയിലെ

മരക്കുരിശിന്റെ ലോക്കറ്റ്, കൗണ്ടറിന് മേൽ ചാഞ്ഞു കിടന്നു. അവർ പേന കൊണ്ട് പണിപ്പെട്ട് രജിസ്റ്ററിൽ എഴുതിത്തീർത്തു.

"നിങ്ങൾ പോകുന്ന ദ്വീപിലെ താമസക്കാരനാണ് ഈ പയ്യൻ," വലിയൊരു ബൈബിൾ അടയ്ക്കുന്നത് പോലെ ഭക്ത്യാദരപുരസ്സരം അവരാ രജിസ്റ്റർ അടച്ചുവയ്ക്കുമ്പോൾ, മാനേജർ അവനെ ചൂണ്ടിക്കൊണ്ടു പറഞ്ഞു. പെൺകുട്ടികളും, കന്യാസ്ത്രീകളും അവനെത്തന്നെ ശ്രദ്ധിച്ചു. "അവൻ രാവിലത്തെ ബോട്ടിലാണ് ദ്വീപിലേയ്ക്ക് പോകുന്നത്. ജെട്ടിയിലേയ്ക്കുള്ള വഴി അവൻ കാണിച്ചുതരും. ഇതിന്റെ തൊട്ടു പിറകിൽ തന്നെയാണത്."

"രാവിലെ എത്ര മണിക്കാണ് ദ്വീപിലേയ്ക്കുള്ള ആദ്യത്തെ ബോട്ട് പോകുന്നത്?" വൃദ്ധയായ കന്യാസ്ത്രീ ചോദിച്ചു. അവരുടെ കൈകൾ പോലെതന്നെ, ശബ്ദത്തിലും വിറയലുണ്ടായിരുന്നു.

"അഞ്ച് ഇരുപതിന്," അവൻ പറഞ്ഞു. അത്രയധികം പെൺകുട്ടികൾ ചുറ്റും നിൽക്കുന്നതിൽ അവനു വല്ലാത്ത വെപ്രാളം തോന്നി. തൊണ്ട ഇടറാതെ പറഞ്ഞൊപ്പിക്കാൻ അവൻ നന്നേ കഷ്ടപ്പെടുന്നുണ്ടായിരുന്നു. "ദ്വീപിൽ നിന്ന് അവസാനത്തെ ബോട്ട് ഇങ്ങോട്ട് പുറപ്പെടുന്നത് വൈകിട്ട് ഏഴ് പത്തിനാണ്."

"ഞങ്ങൾ ആ ബോട്ടിൽ തിരികെ വരുന്നില്ല," ചെറുപ്പക്കാരികളായ കന്യാസ്ത്രീകളിൽ ഒരാൾ പറഞ്ഞു. "ഇന്ന് അവിടുത്തെ സെമിനാരിയിൽ നിൽക്കുവാണ്. ഞങ്ങൾ...."

വൃദ്ധയായ കന്യാസ്ത്രീ, സംസാരിച്ചുകൊണ്ടിരുന്ന കന്യാസ്ത്രീയെ തറപ്പിച്ചൊന്നു നോക്കി. അവർ പറഞ്ഞുകൊണ്ടിരുന്നത് പാതിയ്ക്ക് വച്ചു നിർത്തിയശേഷം, തല കുനിച്ച് വൃദ്ധയുടെ കഴുത്തിലെ ക്രൂശിത രൂപത്തിൽ നോക്കിനിന്നു.

പെൺകുട്ടികൾ, വൃദ്ധയായ കന്യാസ്ത്രീയെ മദർ സുപ്പീരിയർ എന്ന് വിളിച്ചപ്പോൾ, ലത്തീഫിന് സ്വന്തം ഉമ്മയെ ഓർമ്മ വന്നു. ചെറുപ്പക്കാരികളായ കന്യാസ്ത്രീകളെ അവർ സിസ്റ്റർ എന്ന് വിളിച്ചപ്പോൾ, അവനു ബീമയെയും ബിസ്മിയെയും ഓർമ്മവന്നു. മദർ സുപ്പീരിയറിനെ എത്രത്തോളം വെറുത്തോ, അത്രത്തോളം ചെറുപ്പക്കാരികളായ കന്യാസ്ത്രീകളെ ആ പെൺകുട്ടികൾ സ്നേഹിച്ചു. കുലുങ്ങുന്ന ലിഫ്റ്റിൽ അഞ്ചു പേരെ വീതം വച്ച് പല പല നിലകളിലുള്ള വെളിച്ചം മങ്ങിയ ഇടനാഴികളിലൂടെ മുറികളിലേക്കെത്തിക്കുന്നതിനിടയിൽ അവർ അടക്കം പറഞ്ഞിരുന്നതിൽ നിന്നും അവനു അത്രയും പിടികിട്ടി. പെൺകുട്ടികൾ മാറിമാറി കയറിയതിനാൽ ലിഫ്റ്റിൽ നേർത്ത പൂവിന്റെ ഗന്ധം തങ്ങിനിന്നു. പക്ഷേ കന്യാസ്ത്രീകൾ കയറിയതോടെ അതിനുള്ളിൽ അവരുടെ അച്ചടക്കമുള്ള ശ്വാസത്തിന്റെ, ക്ലാവുപിടിച്ച മണം മാത്രമായി എന്നവന് തോന്നി.

“നിങ്ങളുടെ ദ്വീപ് ഇപ്പോൾ എത്രത്തോളം ഇല്ലാതായി?” അവർക്കുള്ള മുറി തുറന്നുകൊടുക്കുമ്പോൾ, മദർ സുപ്പീരിയർ അവനോട് ചോദിച്ചു.

അവനാ ചോദ്യം മനസ്സിലായില്ല. അവന്റെ മൗനം അവരെ ദേഷ്യം പിടിപ്പിച്ചത് പോലെ തോന്നി.

“നിന്റെ ദ്വീപ് മുങ്ങിക്കൊണ്ടിരിക്കുവല്ലേ?” അവർ ചോദിച്ചു.

കഴിഞ്ഞ ഒഴിവ് ദിവസം ചൂണ്ടയും കൊണ്ട് ഇരിക്കുകയായിരുന്ന ആ അറ്റത്ത്, വെള്ളം അൽപം കേറിക്കിടക്കുകയല്ലേ എന്ന ഒരു ചിന്ത അവന്റെ മനസ്സിലൂടെ ഒന്ന് മിന്നിമാഞ്ഞിരുന്നു. തീരം മുൻപത്തേക്കാൾ പരുക്കനായിരുന്നു. പറമ്പിലൂടെ പോകുന്ന ചെറിയ കൈത്തോടിലെ വെള്ളത്തിന് ഒഴുക്ക് കൂടുതലായിരുന്നു താനും. പക്ഷേ കുറച്ചു കഴിഞ്ഞപ്പോൾ അവന്റെ ആ തോന്നലങ്ങു മാറി. നാട് നശിച്ചുപോകില്ല എന്നവൻ സ്വയം ആശ്വസിച്ചു.

“അടുത്ത ഇരുപത് വർഷത്തേയ്ക്ക് അത് മുങ്ങില്ല.” മാന്റോ ദ്വീപിന്റെ ഇച്ഛാശക്തിയുടെ പ്രതീകമാണ് താനെന്ന മട്ടിൽ അവൻ പറഞ്ഞു.

“പിന്നെ എന്തിനായിരുന്നു ഇത്ര ധൃതി?” അവർ അസ്വസ്ഥതയോടെ സിസ്റ്റർമാരോട് ചോദിച്ചു. “ഒരു പത്തു കൊല്ലം കൂടി കഴിഞ്ഞു വന്നാൽ മതിയായിരുന്നു.”

ഇവരിനി ഒരു കൊല്ലം കൂടി താങ്ങുമോ, എന്നവൻ അമ്പരന്നു. സിസ്റ്റർമാർ പരസ്പരം കൈമാറിയ നോട്ടത്തിന്റെ ധ്വനിയും ഇതുതന്നെയാണെന്ന് അവനു മനസ്സിലായി.

വിദ്യാർത്ഥിനികളുടെ വരവോടെ, ഇടവേള മണിയടിച്ച ഒരു സ്കൂൾ പോലെയായിത്തീർന്നു ആ ലോഡ്ജ്. ചിലപ്പോഴൊക്കെ പമ്മിപ്പമ്മിയും, ചിലപ്പോഴൊക്കെ ഉറച്ച കാലടികളോടെയും അവർ ഇടനാഴികളിലൂടെ അങ്ങോട്ടുമിങ്ങോട്ടും നടന്നു. അവരുടെ പൊട്ടിച്ചിരികൾ, മഴച്ചാറ്റലുകൾ പോലെ ലിഫ്റ്റിനിടയിലൂടെ ഒഴുകി വന്നു. ഇടയ്ക്കിടയ്ക്കുള്ള അവരുടെ കൂക്കിവിളികൾ കേട്ടപ്പോൾ, ഓടിച്ചെന്ന് അവർക്കൊപ്പം കൂക്കിവിളിക്കാൻ അവൻ വെമ്പി. ഓരോ തവണയും ലിഫ്റ്റ് താഴെ ലോബിയിലേയ്ക്ക് വരുന്ന ഒച്ച കേൾക്കുമ്പോൾ, അവൻ ഒരു ഇംഗ്ലീഷ് പേപ്പറെടുത്ത് നിവർത്തി, കാലിന്മേൽ കാൽ കയറ്റി വച്ച് ബെഞ്ചിൽ നിവർന്നിരുന്നുകൊണ്ട് അതിലെ തലക്കെട്ടിലേയ്ക്ക് നോക്കിയിരുന്നു. കൗണ്ടറിൽ നിന്ന് വീഴുന്ന വെളിച്ചം മറച്ചുകൊണ്ട് പെൺകുട്ടികൾ നടന്നുപോകുമ്പോൾ, അവരുടെ നിഴലുകൾ പത്രത്തിൽ വീണു. ക്ഷണനേരത്തേയ്ക്കെങ്കിലും, ആ പത്രത്താളിൽ, പൊക്കിക്കെട്ടിയ മുടിയുടെയും, പറ്റെ വെട്ടിയ മുടിയുടെയും, താഴ്ത്തിക്കെട്ടിയ മുടിയുടെയും, ബോബ് ചെയ്ത മുടിയുടെയും ചിത്രങ്ങൾ അച്ചടിക്കപ്പെട്ടതുപോലെയായി. പക്ഷേ അവരൊക്കെ ഗുൽമോഹറിന് കീഴിൽ എത്തി, താഴെ

വീണുകിടന്ന പൂവെടുത്ത് മുടിക്കെട്ടുകളിൽ വയ്ക്കുന്നത് വരെ അവൻ തല ഉയർത്തി നോക്കിയില്ല. അങ്ങിങ്ങ് തന്റെ മുഖം പ്രതിഫലിപ്പിച്ച ജനലിലൂടെ അവനവരെ നോക്കിയിരുന്നു. ഒടുവിൽ, മദർ സുപ്പീരിയർ വന്ന് അവരെയൊക്കെ ലോബിയിലേയ്ക്ക് കയറ്റി, ലിഫ്റ്റിലേയ്ക്ക് കൂട്ടിക്കൊണ്ടു പോകേണ്ടി വന്നു. അവർ ഒരു വിരൽ ദേഷ്യത്തിൽ ചലിപ്പിച്ചുകൊണ്ടിരുന്നു. ഏറ്റവും ഒടുവിൽ ലിഫ്റ്റിലേയ്ക്ക് കയറിയ പെൺകുട്ടിയ്ക്കായിരുന്നു ആ കൂട്ടത്തിൽ പൊക്കക്കൂടുതൽ. അരക്കെട്ട് വരെ നീണ്ടു കിടക്കുന്ന ചുരുണ്ടമുടിയും, എപ്പോഴും പുഞ്ചിരി തങ്ങിനിൽക്കുന്ന വിടർന്ന കണ്ണുകളുമായിരുന്നു അവൾക്ക്. ലിഫ്റ്റിലേയ്ക്ക് കയറും മുൻപ് അവൾ അവനെ എത്തി നോക്കി, ഒരു കണ്ണടച്ചു കാണിച്ചു. പിന്നെ, പെട്ടെന്ന് ആരും കാണാതെ കൈവീശിയ ശേഷം ഉള്ളിലേയ്ക്ക് കയറി. അവനു തിരിച്ചു കൈവീശാനാവും മുൻപേ തന്നെ, അവൾ ലിഫ്റ്റിനുള്ളിൽ അപ്രത്യക്ഷയാവുകയും, അതിന്റെ വാതിൽ അവർ വലിച്ചടയ്ക്കുകയും ചെയ്തു. നീണ്ട മുടി, വിടർന്ന കണ്ണുകൾ, ഒരു കണ്ണടയ്ക്കൽ, ഒരു കൈവീശൽ; താൻ അതിനോടകം പ്രണയത്തിൽ വീണിരിക്കുന്നതായി അവൻ തിരിച്ചറിഞ്ഞു. ഭംഗിയുള്ള അവൾ, പാവപ്പെട്ട ഒരു കുട്ടിയായിരുന്നെങ്കിൽ എന്നവൻ ആശിച്ചു. അവൻ പാവപ്പെട്ടവനും, കാണാൻ അത്ര സുന്ദരനും അല്ലാത്തതുകൊണ്ട്, പണക്കാരായ, ഭംഗിയുള്ള പെൺകുട്ടികളോട് അവനത്ര താൽപര്യമില്ലായിരുന്നു. അതല്ലെങ്കിൽപ്പിന്നെ, എന്തെങ്കിലും അംഗവൈകല്യമുള്ള പണക്കാരായിരിക്കണം; അങ്ങനെ വരുമ്പോൾ അവർ തമ്മിലുള്ള വലിപ്പച്ചെറുപ്പത്തിൽ വലിയ അന്തരമുണ്ടാവില്ല. പക്ഷേ അവൾക്ക് അങ്ങനെ ഒരു വൈകല്യവും ഉള്ളതായി തോന്നിയില്ല. അതുകൊണ്ട് അവൾ ഒരു പാവപ്പെട്ട വീട്ടിലെ കുട്ടിയായിരുന്നെങ്കിൽ എന്നവൻ കൊതിച്ചു. ഒന്നുമില്ലെങ്കിൽ, ഒരു അനാഥക്കുട്ടിയെങ്കിലുമായി രുന്നെങ്കിൽ നന്നായിരുന്നേനെ എന്നവന് തോന്നി.

പ്രണയപരവശനായ അവൻ, ഉറക്കം വരാതെ, മുകളിൽ പടർന്ന് കിടന്ന വള്ളിച്ചെടിയും നോക്കി വെറുതെ കിടന്നു. പതുക്കെ, ആ രാത്രി, ഓരോ തവണ ലിഫ്റ്റ് വാതിൽ തുറക്കുമ്പോഴും നിവർത്തിപ്പിടിച്ച പത്രത്താളിൽ വായിച്ച മൂന്ന് വാക്കുകൾ അവന്റെ ഉള്ളിൽ തെളിഞ്ഞു വന്നു. SAFFRON SWEEPS NATION.

വാക്കുകളുടെ നിര അത് തന്നെയാണോ എന്നവന് ഉറപ്പില്ലായിരുന്നു. അതുകൊണ്ട് അവനത് മനസ്സിൽ മാറ്റി പറഞ്ഞു നോക്കി. SWEEPS SAFFRON NATION.

അപ്പോഴും അവനു തീർച്ചയുണ്ടായില്ല. അവൻ വീണ്ടും വാക്കുകൾ മാറ്റിയും തിരിച്ചും വച്ചു. NATION SAFFRON SWEEPS.

അവന് ആകെ ആശയക്കുഴപ്പമായി. വെള്ളത്തിന്റെ ഡിസ്പെൻസറിന് പുറകിലാണ് പത്രത്താളുകൾ അടുക്കി വച്ചിരുന്നത്. രണ്ടടി വച്ചാൽ ആ പത്രമെടുത്ത്, താൻ മനസ്സിലോർത്ത നിര ശരി

തന്നെയാണോ എന്നുറപ്പു വരുത്താം. പക്ഷേ അവൻ മനസ്സിന്റെ ആ കളിയിൽ രസം പിടിച്ചു. അവനാ വാക്കുകളെ പലയാവർത്തി മനസ്സിൽ അമ്മാനമാടി. ഓരോ തവണയും പുതിയൊരു നിര അവൻ കണ്ടുപിടിച്ചു. NATION SWEEPS SAFFRON.

ലിഫ്റ്റിന്റെ ഓരിയിടൽ അവനെ ഉണർത്തി. വാക്കുകൾകൊണ്ട് അമ്മാനമാട്ടുന്നതിനിടയിലെപ്പോഴോ അവൻ ഉറങ്ങിപ്പോയിരുന്നു. കാമത്വര ധ്വനിപ്പിക്കുന്ന നീണ്ട വൃത്തികെട്ട ചൂളം വിളിപോലെയുള്ള അതിന്റെ അലാറം അവിടമെങ്ങും മുഴങ്ങി. ആരോ ലിഫ്റ്റിന്റെ വാതിലിൽ ശക്തിയായി ഇടിക്കുന്നതും, സഹായത്തിനായി നിലവിളിക്കുന്നതും അവൻ കേട്ടു.

"അതാ പെങ്കൊച്ചുങ്ങളാ," മാനേജർ ഉറക്കച്ചടവോടെ പറഞ്ഞു. "ലിഫ്റ്റ് കുടുങ്ങി നിൽക്കുകയാണ്."

ലത്തീഫ് ഒരു ടോർച്ചുമെടുത്തുകൊണ്ട് പടിക്കെട്ടിലൂടെ മുകളിലേയ്ക്കോടി. ഓരോ നിലയിലും നിന്ന്, അവൻ ലിഫ്റ്റിനുള്ളിലേയ്ക്ക് ടോർച്ചടിച്ചു നോക്കി. പക്ഷേ അവിടെയൊക്കെ ലിഫ്റ്റിന്റെ ഭാരവാഹിനികൾ മാത്രമേ ഉണ്ടായിരുന്നുള്ളൂ. ഒടുവിൽ, നാലാമത്തെ നിലയിലെത്തിയപ്പോഴാണ്, കുറെ കാലുകളും, നൈറ്റികളുടെ അരികുകളും അവൻ കണ്ടത്. അഞ്ചാം നിലയിലേയ്ക്കെത്തിയ അവൻ ഷട്ടറിനോട് മുഖം ചേർത്ത് താഴേയ്ക്ക് എത്തി നോക്കി. രണ്ടു നിലകൾക്ക് നടുവിലായി, ആളുകൾ തിങ്ങിക്കയറിയ ഒരു നിലവറ പോലെ കിടക്കുകയായിരുന്നു ലിഫ്റ്റ്. പെൺകുട്ടികൾ പ്രതീക്ഷയോടെ മുകളിലേയ്ക്ക് നോക്കി. അവനെ നോക്കി കണ്ണടച്ച് കാണിക്കുകയും, കൈവീശി കാണിക്കുകയും ചെയ്ത പെൺകുട്ടിയായിരുന്നു വാതിലിന്റെ തൊട്ടടുത്തു നിന്നിരുന്നത്. അവളുടെ വിടർന്ന കണ്ണുകളിൽ വിഭ്രാന്തി കരകവിഞ്ഞൊഴുകുന്നുണ്ടായിരുന്നു. ഒരു കൈ ഗ്രില്ലിനിടയിലൂടെ ഉള്ളിലേക്കിട്ട് ആ കണ്ണുനീർ തുടച്ചുകളയാൻ അവൻ കൊതിച്ചു.

"ഞങ്ങളെ എങ്ങനെയെങ്കിലും ഒന്ന് പുറത്തിറക്ക്," അവൾ ശ്വാസം വിടാതെ വിളിച്ചുപറഞ്ഞു. "എനിക്ക് ആസ്മ ഉള്ളതാ."

അവൻ മാനേജരെ വിളിക്കാനായി താഴേയ്ക്കോടി. ഇരുണ്ട പടിക്കെട്ടിലൂടെ താഴേയ്ക്ക് പായുമ്പോഴാണ്, അവൾക്ക് ശ്വാസകോശത്തിന് പ്രശ്നമുള്ളത് നല്ലതാണല്ലോ എന്നവനോർത്തത്. അവളുടെ അനാരോഗ്യവും അവന്റെ ദാരിദ്ര്യവും തുല്യമായിക്കൊള്ളും. അവസാനത്തെ പടിക്കെട്ടിലെത്തിയപ്പോൾ മാനേജർ പതുക്കെ നടന്നുകയറി വരുന്നതവൻ കണ്ടു.

"നമുക്ക് ഫയർ ഫോഴ്സിനെ വിളിക്കണം." ലത്തീഫ് പെട്ടെന്ന് പറഞ്ഞു.

"എന്തേ? നിന്റെ അമ്മൂമ്മ കിണറ്റിൽ വീണോ?" മാനേജർ ചോദിച്ചു.

"ഇല്ല. ലിഫ്റ്റ് കുടുങ്ങിക്കിടക്കുകയാണ്."

"ഇതാണ് ഫയർ ഫോഴ്സ്." കൈയിലിരുന്ന സ്ക്രൂഡ്രൈവർ ഉയർത്തിക്കാട്ടി പറഞ്ഞുകൊണ്ട് അയാൾ മുകളിലേയ്ക്കുള്ള നടത്തം തുടർന്നു. ലവലേശം പരിഭ്രമമില്ലാത്ത അയാളുടെ സ്വരം അവനെ ചൊടിപ്പിച്ചു. അയാൾ പതുക്കെ വലിഞ്ഞിഴഞ്ഞു കയറിപ്പോകുന്നത് കണ്ടപ്പോൾ, ഉറക്കെ ചീത്ത പറയാൻ അവന്റെ നാക്ക് തരിച്ചു. മുകളിലേക്കോടിച്ചെന്ന് ആ പെൺകുട്ടികളെ സമാധാനിപ്പിക്കാനും, അവരെ സഹായിക്കാൻ വേണ്ടുന്നത് ചെയ്തുകൊണ്ടിരിക്കുകയാണെന്നു പറയാനും അവൻ കൊതിച്ചു. പക്ഷേ അവന്റെ തിടുക്കം അവനെ ഒരു അപഹാസ്യനാക്കി മാറ്റിയേക്കുമോ എന്ന് ഭയന്നതിനാൽ, അവൻ മാനേജർക്ക് പിന്നിലായി, അയാളെ പിന്തുടർന്ന് നടന്നു.

അവർ മുകളിലെത്തിയപ്പോൾ, സിസ്റ്റർമാർ ആ ഗ്രില്ലിനരികിൽ മുട്ടുകുത്തിയിരുന്ന് പെൺകുട്ടികളെ ശകാരിക്കുകയായിരുന്നു. മാനേജർ വന്നപ്പോൾ അവർ ഒതുങ്ങിനിന്നു. പക്ഷേ അയാൾ ലിഫ്റ്റിൽ നിന്നും നീങ്ങി, കൈയിലിരുന്ന സ്ക്രൂഡ്രൈവർ കൊണ്ട്, തന്റെ നേരെ ആകാംക്ഷയോടെ നോക്കുന്ന തലകളെണ്ണി.

"ഒൻപത് പേരെയുള്ളോ?" അയാൾ ചോദിച്ചു. "ഒരു ഒൻപത് പേർക്കും കൂടി കേറാനുള്ള സ്ഥലമുണ്ടായിരുന്നല്ലോ."

"ഞങ്ങളെ എങ്ങനെയെങ്കിലും ഒന്ന് പുറത്തിറക്കാമോ? എനിക്ക് ആസ്മയുള്ളതാ." ആ നീണ്ട പെൺകുട്ടി കെഞ്ചി.

"മിണ്ടാതിരിക്ക്, പാറു," സിസ്റ്റർമാരിലൊരാൾ ചുണ്ടിന് മുകളിൽ വിരൽ വച്ചുകൊണ്ട് പറഞ്ഞു. "മദർ സുപ്പീരിയറെങ്ങാനും ഉണർന്നാൽ തീർന്നു. ഇതറിഞ്ഞാൽ, അപ്പൊ തന്നെ ദ്വീപിലേയ്ക്കുള്ള യാത്ര വേണ്ടെന്നു വയ്ക്കും."

എന്തൊക്കെയോ പിറുപിറുത്തുകൊണ്ട്, മാനേജർ ഒരു ദ്വാരത്തിലേയ്ക്ക് സ്ക്രൂഡ്രൈവർ തിരുകി, ഷട്ടർ ഒരു വശത്തേയ്ക്ക് തുറന്നു. വിശന്നു പൊരിഞ്ഞ അഭയാർത്ഥികൾ ഭക്ഷണപ്പൊതി വാങ്ങാൻ നിൽക്കുന്നത് പോലെ, ആ പെൺകുട്ടികൾ കൈ പൊക്കി നിന്നു. പക്ഷേ അയാൾ തലയാട്ടിയ ശേഷം മാറി നിന്നുകൊടുത്തു. സിസ്റ്റർമാർ, അവരെ ഓരോരുത്തരെയായി മുകളിലേയ്ക്കുയർത്തി പുറത്തെത്തിച്ചു.

അതിന് ശേഷം എത്രനേരം ഉറങ്ങിയിട്ടുണ്ടാവും എന്ന് ലത്തീഫിന് തീർച്ചയില്ലായിരുന്നു. ലിഫ്റ്റ്, താഴെ ലോബിയിലേയ്ക്ക് വരുന്ന ശബ്ദം കേട്ടാണ് അവൻ ഉണർന്നത്. അവൻ ബാത്റൂമിലേയ്ക്കോടി മുഖം കഴുകി. ഇരുവശവുമുള്ള ചുരുൾ മുടികൾ ചെവിയ്ക്ക് മുകളിൽ വളഞ്ഞു നിൽക്കുന്നത് വരെ മുടി ചീകി. എന്നിട്ട്, ടവ്വാലയാക്കി മാറ്റിയ പോക്കറ്റ് കൊണ്ട് നനഞ്ഞ കവിളുകളിൽ പൗഡറിട്ടു. ഷർട്ടിലെ ചുളിവുകൾ കൈകൊണ്ട് തട്ടിത്തടവി നേരെയാക്കി.

അവൻ തിരിച്ചെത്തിയപ്പോഴേയ്ക്കും, വിനോദയാത്രാസംഘം മുഴുവനും ലോബിയിൽ എത്തിക്കഴിഞ്ഞിരുന്നു. കാൽകൊണ്ട് നിലത്ത് താളമിട്ടു കൊണ്ട്, ബെഞ്ചിൽ ഇരിക്കുകയായിരുന്നു പാറു. അവൻ അവൾക്ക് ഒരു കണ്ണിറുക്കലും, ഒരു കൈവീശലും തിരിച്ചുകൊടുക്കേണ്ടതുണ്ടായിരുന്നു. പക്ഷേ അവളെ ഒന്ന് പാളി നോക്കാനുള്ള ധൈര്യം പോലും അവനുണ്ടായിരുന്നില്ല.

"ഞങ്ങളെ ബോട്ട് ജെട്ടിയിലേയ്ക്ക് കൊണ്ടുപോകേണ്ട, ചുള്ളിക്കമ്പു പോലത്തെ ആ ബെൽബോയ് എന്തിയേ?" മദർ സുപ്പീരിയർ ചോദിച്ചു.

"അവൻ ദേ നിങ്ങളുടെ തൊട്ടടുത്തുതന്നെ നില്ക്കുന്നു." മാനേജർ പറഞ്ഞു.

"ഓഹോ," എന്നവർ പറഞ്ഞപ്പോൾ, പെൺകുട്ടികളെല്ലാം ഉച്ചത്തിൽ പൊട്ടിച്ചിരിച്ചു. "എന്നാൽപ്പിന്നെ അവനു ഞങ്ങളെ അങ്ങോട്ട് കൊണ്ടുപോയിക്കൂടായോ?"

ഒരു സൈന്യാധിപന്റെ ഭാവഹാവാദികളോടെ ലത്തീഫ് ആ വിനോദയാത്രാസംഘത്തെ, അപ്പോഴും വെളിച്ചം വീണിട്ടില്ലാത്ത വഴിയിലൂടെ മുന്നോട്ടു നയിച്ചു. അവനു പിന്നിൽ പെൺകുട്ടികൾ നിർത്താതെ സംസാരിച്ചുകൊണ്ട്, വരിയായി നടന്നു. കന്യാസ്ത്രീകൾ വരിയ്ക്ക് ഏറ്റവും പിന്നിലായി മൗനമായി നടന്നു. ഇരുളിൽ പതിയിരിക്കുന്ന അപകടങ്ങളിൽ നിന്നും ഈ നാൽപ്പത് സ്ത്രീകളെയും രക്ഷിക്കേണ്ട ഒരേയൊരു ആൺതരി എന്ന നിലയിൽ അവനിൽ വല്ലാത്തൊരു ചുമതലാബോധം നുരയിട്ടു. ദ്വീപിലേയ്ക്കുള്ള യാത്രയ്ക്കിടയിൽ ആരെങ്കിലുമൊരാൾ, മിക്കവാറും കന്യാസ്ത്രീകളിലൊരാൾ തന്നെ, അവനോട് അവന്റെ കുടുംബത്തെക്കുറിച്ച് അന്വേഷിക്കാൻ സാധ്യതയുണ്ട്. അങ്ങനെ ചോദിച്ചാൽ വീട്ടിലുള്ള മൂന്നു സ്ത്രീകൾക്കും തുണ താനാണെന്നും, അതുകൊണ്ടു തന്നെ സ്ത്രീകളെ സംരക്ഷിക്കേണ്ട ചുമതലകളൊക്കെ മിക്കപ്പോഴും തന്നെയാണ് ഏൽപ്പിക്കാറുള്ളതെന്നും പറയണമെന്ന് അവൻ മനസ്സിൽ കരുതി. അപ്പോൾ ആരാധനയും, കൃതജ്ഞതയും നിറഞ്ഞ പാറുവിന്റെ മിഴികൾ പിന്നിൽ നിന്നും തന്റെമേൽ വന്നു പതിക്കുന്നത് അവനറിയും. ജെട്ടിയിലേയ്ക്കുള്ള ദൂരം അനന്തമായി നീണ്ടിരുന്നെങ്കിൽ എന്നവൻ ഉൾക്കടമായി ആശിച്ചു. പക്ഷേ ഒറ്റരാത്രി കൊണ്ട് അത് ഒരു ഫർലോങ് പോലുമില്ലാതെ ചുരുങ്ങിപ്പോയെന്ന് അവനു തോന്നി.

ജെട്ടിയിലെ കെട്ടിടത്തിന് മുകളിൽ അരണ്ട ഒരൊറ്റ മഞ്ഞവെളിച്ചം മാത്രമുണ്ടായിരുന്നു. പുഴ ദൃഷ്ടിയിൽപ്പെട്ടതും, മദർ സുപ്പീരിയർ വരി കടന്ന് വന്നു, മുന്നിൽ നടക്കാൻ തുടങ്ങി.

"വേഗം വാ. നമ്മുടെ ബോട്ട് ദാ എത്തി." ഉപേക്ഷിക്കപ്പെട്ട മണ്ണുമാന്തി കപ്പൽ നോക്കി തിടുക്കപ്പെട്ടുകൊണ്ട് അവർ ഉറക്കെ പറഞ്ഞു.

"അതൊരു മണ്ണുമാന്തി കപ്പലാണ്. ബോട്ടല്ല." ലത്തീഫ് പറഞ്ഞു.

പെൺകുട്ടികൾ എല്ലാവരും പൊട്ടിച്ചിരിക്കും എന്നവൻ പ്രതീക്ഷിച്ചു. പക്ഷേ അവരാരും ഒന്ന് അടക്കിച്ചിരിച്ചതുപോലുമില്ല.

പുഴയിൽ നിന്നും വീശിയ കാറ്റിന് അന്ന് വല്ലാത്ത തണുപ്പാ യിരുന്നു. കന്യാസ്ത്രീമാരും കുട്ടികളും ടിക്കറ്റ് ബൂത്തിനടുത്ത് ഒട്ടിച്ചേർന്നു നിന്നു. അവരിൽ നിന്നും അധികം അകലെയല്ലാതെ, ഒരു തൂണിൽ ചാരി, കൈകൾ ഉയർത്തി അതിൽ പിണച്ചുപിടിച്ചുകൊണ്ട് അവനും നിന്നു. മദർ സുപ്പീരിയറിന്റെ കഴുത്തിലെ വെള്ളിക്കുരിശിലെ ക്രൂശിത രൂപത്തെപ്പോലെയായിരുന്നു അവന്റെ ആ നിൽപ്പ്. അവർ ഒരു തണുത്ത ബെഞ്ചിലിരുന്ന് കൊന്ത ചൊല്ലുകയായിരുന്നു.

"*ജീസസ്* ഇപ്പൊ വരും." അകലെ നേരിയ മഞ്ഞവെളിച്ചവും, എഞ്ചിന്റെ നേർത്ത കുടുകുടുശബ്ദവും പ്രത്യക്ഷമായപ്പോൾത്തന്നെ ലത്തീഫ് പറഞ്ഞു.

"എന്തോന്നാ? എന്തോന്നാ നീ ജീസസിനെക്കുറിച്ചു പറഞ്ഞത്?" മദർ സുപ്പീരിയർ അവനു നേരെ ചീറി.

"ആ ബോട്ടിന്റെ പേരാണ് ജീസസ്." ഒരു ശബ്ദം അവിടെ മുഴങ്ങി. ഞെട്ടിപ്പോയ ലത്തീഫ് തിരിഞ്ഞു നോക്കിയപ്പോൾ, കഷണ്ടിയുള്ള നീല ഷർട്ടുകാരൻ അവനു പിന്നിൽ നിൽക്കുന്നുണ്ടായിരുന്നു. അയാൾ ഒരു ചുവന്ന ഷർട്ടായിരുന്നു ഇട്ടിരുന്നത്.

"ക്ഷമിക്ക്. ഞാൻ വിചാരിച്ചു ഈ ചെക്കൻ നല്ല ഇടയനെക്കുറിച്ചാണ് പറയുന്നതെന്ന്." മദർ സുപ്പീരിയർ അയാളോട് പറഞ്ഞു.

"നിങ്ങളുടെ തെറ്റല്ല," അയാൾ പൊട്ടിച്ചിരിച്ചു. "ഞാനും ഈ ദ്വീപിൽ ആദ്യമായി വന്നപ്പോൾ ഒരു ബോട്ടിന് ജീസസ് എന്ന് പേരിട്ടത് എന്തുകൊണ്ടായിരിക്കും എന്നോർത്തു അത്ഭുതപ്പെട്ടിട്ടുണ്ട്."

ജീസസ് പതുക്കെ ജെട്ടിയിലേയ്ക്ക് വരുമ്പോഴേയ്ക്കും, മദർ സുപ്പീരിയറും കഷണ്ടിയുള്ള നീല ഷർട്ടുകാരനും സംഭാഷണത്തിൽ മുഴുകിക്കഴിഞ്ഞിരുന്നു. ഒരുപാട് നാളുകൾക്ക് ശേഷം കണ്ടുമുട്ടിയ പരിചയക്കാർ, അവരുടെ പരിചയം പുതുക്കുന്നത് പോലെയായിരുന്നു ആ സംഭാഷണം. അവര് പറഞ്ഞ ഒരു വാക്ക് പോലും അവനു മനസ്സിലായില്ല എങ്കിലും, അവർ ബ്രായുടെ ആകൃതിയിലുള്ള ദ്വീപിനെക്കുറിച്ചും, അടുത്തുകൊണ്ടിരിക്കുന്ന ബോട്ടിനെപ്പോലെ മെല്ലെ കടന്നു വരുന്ന അതിന്റെ അന്ത്യത്തെക്കുറിച്ചുമാണ് സംസാരിച്ചുകൊണ്ടിരിക്കുന്നതെന്നും അവനു മനസ്സിലായി.

18

ആ ബോട്ടൊരു പള്ളിയാണെന്നും, തങ്ങളൊക്കെ പള്ളി ക്വയറിലെ അംഗങ്ങളാണെന്നുമുള്ള മട്ടിൽ പെൺകുട്ടികൾ പാട്ടു പാടാൻ തുടങ്ങി. കട്ടപിടിച്ചു കിടക്കുന്ന മഞ്ഞിലൂടെ മുന്നോട്ടൊഴുകുന്ന *ജീസസിന്റെ* വേഗത കൂടുന്നതനുസരിച്ച് ഉയർന്നുകൊണ്ടിരുന്ന എഞ്ചിൻ ശബ്ദത്തോട് കിടപിടിച്ചുകൊണ്ടായിരുന്നു അവരുടെ പാട്ട്. മുൻനിരയിൽ, തൊട്ടടുത്തിരിക്കുന്നവരെ സ്പർശിക്കാതിരിക്കാൻ വേണ്ടി, തുടകൾ അടുപ്പിച്ചു വച്ചും, തോളുകൾ മുന്നിലേയ്ക്ക് കുനിയും ലത്തീഫ് തന്റെ ശരീരം ഒതുക്കിവച്ചു. അവന്റെ വലതുവശത്ത് മദർ സുപ്പീരിയറും, ഇടത് വശത്ത് കഷണ്ടിയുള്ള നീല ഷർട്ടുകാരനുമായിരുന്നു ഇരുന്നിരുന്നത്. സ്പർശനത്തോടുള്ള അവന്റെ വിയോജിപ്പ് മനസ്സിലാക്കിയിട്ടോ, അതോ തണുപ്പുകൊണ്ടോ, അവരും തങ്ങളുടെ ശരീരങ്ങൾ ഒതുക്കി വെച്ച് അനങ്ങാതിരുന്നു. എല്ലാവരും സഗൗരവം ഡ്രൈവറുടെ ക്യാബിനുള്ളിലേയ്ക്ക് നോക്കിയിരിക്കുകയായിരുന്നു.

പുഴ കൈവഴികളായി പിരിയുന്നയിടത്ത്, ബോട്ട് ഇടത്തേയ്ക്ക് തിരിഞ്ഞ്, കിഴക്ക് ദിശയിലേയ്ക്ക് നീങ്ങാൻ തുടങ്ങി. അഞ്ചു ദ്വീപുകളിൽ, ലത്തീഫിന്റെ വീടിനും പണിസ്ഥലത്തിനും ഇടയ്ക്ക് നിന്നിരുന്ന ആദ്യത്തെ ദ്വീപിന് മുകളിലേയ്ക്ക് സൂര്യൻ ഉദിച്ചുയർന്നു വന്നപ്പോൾ മഞ്ഞ് മെല്ലെ മാഞ്ഞു തുടങ്ങി. നേരിയ മഞ്ഞവെളിച്ചം ബോട്ടിനുള്ളിൽ പരന്നു തുടങ്ങി, പെൺകുട്ടികളുടെ പാട്ട് കീഴ്സ്ഥായിയിലേയ്ക്ക് മാറി. തന്റെ കാതുകളെ മൂടുന്ന മുടിച്ചുരുളുകളിൽ ഒരു ജോഡി വലിയ കണ്ണുകൾ വന്നു വീഴുന്നുവെന്ന് ലത്തീഫിന് തോന്നി. ബോട്ടിലേയ്ക്ക് കയറുമ്പോൾ പാറുവിനൊപ്പം ഇരിക്കേണ്ടി വരുമോ എന്ന ചിന്ത അവനെ ലേശമൊന്ന് അമ്പരപ്പിച്ചിരുന്നു. ഏതായാലും കഷണ്ടിയുള്ള നീല ഷർട്ടുകാരൻ അവനടുത്ത സീറ്റിൽ വന്നിരുന്നപ്പോൾ, അവന് ഒരേ സമയം ആശ്വാസവും നിരാശയും തോന്നി. ഉള്ളിൽ കയറിയത് മുതൽ അവൻ പാറുവിനെ നോക്കിയിരുന്നില്ലെങ്കിലും, ബോട്ടിനുള്ളിലെ അരണ്ട വെളിച്ചത്തിലും അവളുടെ കണ്ണുകൾ തന്റെ മേൽ വന്നു വീഴുന്നത്

പോലെ അവനനുഭവപ്പെട്ടിരുന്നു. തലേ രാത്രി മുതൽ അവൾക്ക് കടം നിൽക്കുന്ന കണ്ണിറുക്കൽ തിരികെ നൽകാൻ വേണ്ട ധൈര്യം സംഭരിച്ച് അവൻ തല തിരിച്ച് അവളെ നോക്കി. ഒരു കന്യാസ്ത്രീയുടെ മടിയിൽ തലവെച്ച് അവൾ സുഖമായുറങ്ങുന്നതാണ് അവൻ കണ്ടത്. പാറുവെന്നല്ല, ആരും തന്നെ അവന്റെ മുടിച്ചുരുളുകളെ ശ്രദ്ധിച്ചിരുന്നില്ല. തന്റെ സ്വന്തം ശരീരഭൂപടത്തിൽ വച്ച് ഏറ്റവും അവഗണിക്കപ്പെട്ട ഭാഗം തന്റെ പിൻഭാഗമാണെന്ന തോന്നലോടെ അവൻ തന്റെ ശ്രദ്ധ വീണ്ടും ഡ്രൈവറുടെ ക്യാബിനിൽ കേന്ദ്രീകരിച്ചു.

അപ്പോഴും ഉണരാത്ത ദ്വീപുകളോരോന്നും നാഴികക്കല്ലുകൾ പോലെ കടന്നുപൊയ്ക്കൊണ്ടിരുന്നു. അവയിലെ ചിമ്മിനികൾ പുക തുപ്പാൻ തുടങ്ങിയിരുന്നില്ല. അങ്ങിങ്ങായി ഒന്നോ രണ്ടോ പേർ തീരത്ത് വന്നിരുന്ന് ഉമിക്കരി കൊണ്ട് പല്ല് തേയ്ക്കുന്നുണ്ടായിരുന്നു.

"ഈ നാശഭീഷണി നേരിടുന്ന ദ്വീപ് കണ്ടാൽ എങ്ങനെയിരിക്കും?" കഷണ്ടിയുള്ള നീല ഷർട്ടുകാരനോട് നേരിട്ട് സംസാരിക്കാൻ വേണ്ടി അൽപ്പം മുന്നോട്ടാഞ്ഞു കൊണ്ടാണ് മദർ സുപ്പീരിയർ ചോദിച്ചത്.

"അതിന് ദീർഘവൃത്താകൃതിയാണ്," അയാൾ മറുപടി പറഞ്ഞു. "ആകാശത്തു നിന്നു നോക്കുമ്പോൾ അത് കാണാൻ കുറച്ച് വ്യത്യസ്തമായിരിക്കും. അത്..." അയാൾ പുഞ്ചിരി തൂകിക്കൊണ്ട്, ശരിയായ വാക്കുകൾക്ക് വേണ്ടി പരതി. "സ്ത്രീകളുടെ ബ്ലൗസ് പോലെ. കൈയില്ലാത്ത ബ്ലൗസ്."

"പെങ്കൊച്ചുങ്ങൾക്ക് അത് ഇഷ്ടമാവും. അവർക്കത് ആകാശത്ത് നിന്ന് കാണാൻ വലിയ താൽപര്യമായിരിക്കും,"

ചിരി മറയ്ക്കാൻ വേണ്ടി, കഷണ്ടിയുള്ള നീല ഷർട്ടുകാരൻ ആ കന്യാസ്ത്രീയിൽ നിന്നും മുഖം തിരിച്ച്, ഇടത്തെ ചെവി ചൊറിയുന്നതായി ഭാവിച്ചു. "ദ്വീപിന്റെ ആകാശച്ചിത്രങ്ങൾ ഞങ്ങളുടെ ഓഫീസിലുണ്ട്. നിങ്ങൾക്ക് താൽപര്യമുണ്ടെങ്കിൽ വന്നു കണ്ടോളൂ." അയാൾ പറഞ്ഞു.

"തീർച്ചയായും ഞങ്ങൾ വരുന്നുണ്ട്."

ആ ദ്വീപ് സമൂഹം അവസാനിക്കുന്നതിന് തൊട്ടുമുൻപത്തെ ദ്വീപ് കണ്ണിൽ നിന്ന് മറഞ്ഞ്, പേരറിയാത്ത തുരുത്തിലേയ്ക്ക് ബോട്ട് അടുക്കാൻ തുടങ്ങിയതോടെ, എപ്പോഴത്തെയും പോലെ ലത്തീഫ് കണ്ണുകളടച്ചു. ഏതാനും നിമിഷങ്ങൾ അവൻ കണ്ണുകളടച്ച് അതേ ഇരിപ്പ് ഇരിക്കും. അടച്ചുവെച്ച കണ്ണുകൾക്കുള്ളിലെ ഇരവിൽ, മുങ്ങിമരിച്ച ദിവസം ധരിച്ച അതേ വസ്ത്രങ്ങളിൽ വീടിന് മുൻപിലെ തടികൊണ്ടുള്ള ഗേറ്റടച്ച്, ഇടവഴിയിലേയ്ക്ക് അവസാനമായി നടന്നുപോകുന്ന ഉപ്പയെ അവൻ കാണും. ഇറങ്ങുന്നതിനിടയിൽ, ആ ഗേറ്റിൽ അദ്ദേഹം തന്നെ തൂക്കിയിട്ടിരുന്ന എഴുത്തുപെട്ടി അദ്ദേഹം തുറന്നു നോക്കാറുണ്ടായിരുന്നത് ലത്തീഫ് ഓർത്തു. ആരും അദ്ദേഹത്തിന് കത്തെഴുതാനില്ലാതിരുന്നതിനാൽ,

അത് എപ്പോഴും ഒഴിഞ്ഞുകിടന്നു. എന്നിട്ടദ്ദേഹം ബീമയ്ക്ക് നേരെ തിരിഞ്ഞ്, അവളുടെ മുഖത്തെ വിയർപ്പുകണങ്ങൾ, തന്റെ ടവ്വൽ കൊണ്ട് തുടച്ചുകളയുമായിരുന്നു. ഓരോ തവണയും മൂക്കുപ്പൊടി ഉപയോഗിച്ച് കഴിഞ്ഞ് മൂക്ക് തുടയ്ക്കാൻ ഉപയോഗിച്ചിരുന്ന ടവ്വലായിരുന്നു അത്. വെയിലത്ത് കളിക്കരുതെന്നും, കറുത്തുപോകുമെന്നും ഉപ്പ ബീമയോട് പറയുമായിരുന്നു. അന്ന് രാവോടടുക്കുമ്പോൾ ഉപ്പയുടെ മൃതദേഹം വീട്ടിലേയ്ക്ക് കൊണ്ടുവരുമ്പോഴും, ബീമയുടെ കവിളുകളിൽ നിന്നും പുകയിലപ്പൊടിയുടെ മണം മാറിയിരുന്നില്ല.

കാൽപ്പാദത്തിനടിയിൽ എന്തോ വലിയ ശബ്ദം കേട്ടാണ് ലത്തീഫ് കണ്ണുകൾ തുറന്നത്. വണ്ടികൾ പണിയുന്നയിടങ്ങളിൽ കേൾക്കാറുള്ള, മെറ്റൽ കൊണ്ട് അടിക്കുമ്പോഴുള്ള തരം ശബ്ദമായിരുന്നു അത്. ബോട്ട് അതിശക്തമായി ആടിയുലഞ്ഞു. പിന്നെ അത് നിൽക്കുകയും, ഒരു വലിയ കിതപ്പോടെ എൻജിൻ നിശ്ചലമാവുകയും ചെയ്തു. പെൺകുട്ടികൾ പാട്ടുപാടൽ നിർത്തി.

“എന്തു പറ്റി?” ക്യാബിനിൽ നിന്നും പുറത്തേയ്ക്കോടി വന്ന് തട്ടിന് മുകളിലൂടെ ബോട്ടിനടിയിലേയ്ക്ക് നോക്കുന്ന ഡ്രൈവറോട് കഷണ്ടിയുള്ള നീല ഷർട്ടുകാരൻ ചോദിച്ചു. ഡ്രൈവറുടെ കൈയുടെ വളവിനിടയിലൂടെ ജലോപരിതലത്തിൽ പരക്കുന്ന എണ്ണയുടെ നേരിയ പാട, ലത്തീഫ് കണ്ടു.

“എന്തിലോ തട്ടിയെന്നു തോന്നുന്നു.” ചിന്താഗ്രസ്തനായി താടിയുഴിഞ്ഞുകൊണ്ട് ഡ്രൈവർ സ്വയം പറഞ്ഞു. അയാളുടെ സ്വരത്തിലെ ശാന്തത ലത്തീഫിനെ അസ്വസ്ഥനാക്കി. യാത്രക്കാരെ കൂവി വിളിച്ചു കയറ്റുന്നതും, ഇടയ്ക്കിടെ പുഴയിലേയ്ക്ക് കാർക്കിച്ചു തുപ്പി അക്ഷമയോടെ നിൽക്കാറുള്ളതുമായ ഒരാളായിരുന്നു അദ്ദേഹം.

“പ്രശ്നമാണോ?” കഷണ്ടിയുള്ള നീല ഷർട്ടുകാരൻ ചോദിച്ചു. അയാളുടെ സ്വരം മുൻപത്തേക്കാൾ താണിരുന്നു.

“അതെ. പ്രശ്നമുണ്ട്.” ഡ്രൈവർ കുറച്ചുകൂടി ശാന്തമായ സ്വരത്തിൽ മറുപടി നൽകി.

നേരിയ തണുപ്പ് ലത്തീഫിന്റെ കണങ്കാലിലേയ്ക്ക് അരിച്ചു കയറി. ബോട്ടിന്റെ തട്ട് നനഞ്ഞു കുതിർന്നു തുടങ്ങിയിരുന്നു. തട്ടിനിടയിലെ സുഷിരങ്ങളിലൂടെ പുഴ പതുക്കെ ഉള്ളിലേയ്ക്ക് കയറാൻ തുടങ്ങിയിരുന്നു. ഡ്രൈവർ തിരിഞ്ഞ് ക്യാബിനിലേയ്ക്ക് നടക്കുമ്പോൾ, അയാളുടെ റബ്ബർ ഷൂസ്, ഒരു കാർട്ടൂൺ പന്നിയെപ്പോലെ ശബ്ദിക്കാൻ തുടങ്ങിയിരുന്നു. അയാൾ, തന്റെ കുതിർന്ന ചെരുപ്പിലേയ്ക്ക് നോക്കി എന്തോ പിറുപിറുത്തു. അയാളുടെ ചുണ്ട് ശ്രദ്ധിച്ച ലത്തീഫ് അതെന്തായിരിക്കും എന്ന് മനസ്സിലാക്കാൻ ശ്രമിച്ചു. പക്ഷേ അതൊരു തെറിയായിരുന്നോ, അതോ അയാൾ ദൈവത്തെ വിളിച്ചതായിരുന്നോ എന്നവന് മനസ്സിലായില്ല.

"ഇതെന്താ അനങ്ങാത്തത്?" മദർ സുപ്പീരിയർ നിഷ്കളങ്കമായി ചോദിച്ചു.

"എന്തോ ചെറിയൊരു സാങ്കേതിക തകരാറാണ്," കഷണ്ടിയുള്ള നീല ഷർട്ടുകാരൻ പറഞ്ഞു. "ഡ്രൈവർ അതിപ്പോ ശരിയാക്കും."

കൈയിൽ കുറെ നിറം മങ്ങിയ ലൈഫ്ബോയ്കളുമായി ഡ്രൈവർ മടങ്ങി വന്നു.

"നീന്താൻ അറിയാത്തവർക്ക് ഇതിടാം. വേണ്ടി വന്നാൽ," അത് നിലത്തേയ്ക്കിട്ടു കൊണ്ട് അയാൾ പറഞ്ഞു.

നിമിഷനേരത്തിനുള്ളിൽ ആ നനഞ്ഞ നിലത്തു നിന്നും അതെല്ലാം ആളുകൾ കയ്യടക്കി. ഡ്രൈവർ ക്യാബിനുള്ളിൽ പോയി കുറച്ചെണ്ണം കൂടി കൊണ്ടുവന്നു. അവയും ചൂടപ്പം പോലെ എല്ലാവരുടെയും കൈകളിലെത്തി. "ഇനി ലൈഫ്ബോയ്കൾ ഇല്ല." അയാൾ പ്രഖ്യാപിച്ചു. മൂന്നെണ്ണത്തിന്റെ കുറവുണ്ടായിരുന്നു. കഷണ്ടിയുള്ള നീല ഷർട്ടുകാരനെയും, ലത്തീഫിനെയും ഡ്രൈവറിനെയും കണ്ടാൽ അവർ സുരക്ഷിതരല്ല എന്ന് മാത്രമല്ല, നഗ്നരാണെന്നാണ് തോന്നുക.

"നിങ്ങൾക്ക് നീന്താൻ അറിയാമോ?" മദർ സുപ്പീരിയർ, കഷണ്ടിയുള്ള നീല ഷർട്ടുകാരനോട് ചോദിച്ചു.

"അത്ര നല്ല നീന്തൽക്കാരനൊന്നുമല്ല."

"നിനക്കോ?" പട്ടണത്തിൽ നിന്നും പുറപ്പെട്ട ശേഷം ആദ്യമായാണ് അവർ ലത്തീഫിനോട് സംസാരിക്കുന്നത്.

അവൻ ആത്മവിശ്വാസത്തോടെ തലയാട്ടി.

"ദയവ് ചെയ്ത് ആരും അങ്ങോട്ടുമിങ്ങോട്ടും നടക്കരുത്," ക്യാബിൻ വാതിലിനു മുന്നിൽ നിന്ന് ഡ്രൈവർ എല്ലാവരോടുമായി പറഞ്ഞു. "ഇപ്പോൾ ഇരിക്കുന്നിടത്ത് തന്നെ ഇരിക്കുക. അടുത്ത ബോട്ട് ഈ വഴി വരുന്നത് വരെ നമുക്ക് കാത്തിരിക്കാം."

നിർഭാഗ്യവശാൽ, പുഴയുടെ ആ ഒരു ഭാഗത്ത് സഞ്ചരിച്ചിരുന്ന ഒരേയൊരു ബോട്ട് *ജീസസ്* ആയിരുന്നു. അതുകൊണ്ടു തന്നെ കാത്തിരിക്കുന്നത് വെറുതെയായിരുന്നു. ദ്വീപുകളിലേയ്ക്ക് ആഴ്ചയിൽ രണ്ടുതവണ ചരക്കുകൾ കൊണ്ടുവരാറുള്ള വള്ളങ്ങളിലൊന്നോ, ആരുടെ യെങ്കിലും ചെറുതോണികളോ മറ്റോ ആ വഴി വന്നേക്കും എന്ന ചിന്തയിലേയ്ക്ക് ലത്തീഫ് തന്റെ പ്രതീക്ഷയെ കൊരുത്തിട്ടു.

കഷണ്ടിയുള്ള നീല ഷർട്ടുകാരൻ തന്റെ മൊബൈൽ ഫോൺ എടുത്ത് ധൃതിയിൽ അതിലെ ബട്ടണുകൾ ഞെക്കാൻ തുടങ്ങി. "ഞാൻ ക്യാംപ് ഓഫീസിൽ വിളിച്ച്, ഒരു ബോട്ട് ഏർപ്പാട് ചെയ്യാൻ പറയാം."

ഡ്രൈവർ വെറുതെ പുഞ്ചിരിക്കാൻ ശ്രമിച്ചു.

കഷണ്ടിയുള്ള നീല ഷർട്ടുകാരൻ നാക്കൊന്ന് ഞൊടിച്ചു കൊണ്ട് ഫോൺ വച്ചു. “നെറ്റ്‌വർക്ക് ഇല്ല.”

മദർ സുപ്പീരിയറിന്റെ അരയ്ക്ക് ചുറ്റും അയഞ്ഞു തൂങ്ങിക്കിടന്ന ലൈഫ്ബോയ്, അവർക്കൊരു ഹാസ്യഭാവം നൽകി. ഇന്ന് ഈ ബോട്ട് മുങ്ങാതിരുന്നാൽ, ഭാവിയിലൊരിക്കൽ ഈ പെൺകുട്ടികൾ ഈ ദിവസത്തെക്കുറിച്ചോർക്കുമ്പോൾ ഉറപ്പായും ഈ മഞ്ഞിയ ലൈഫ്ബോയ്ക്കുള്ളിൽ ഇരിക്കുന്ന വൃദ്ധയായ കന്യാസ്ത്രീയുടെ ചിത്രം അവരെ ചിരിപ്പിക്കും.

“പിള്ളേരെ, നിങ്ങൾക്ക് ആ *ആവേ മരിയ* തുടങ്ങാൻ പാടില്ലേ?”

പെൺകുട്ടികൾ നേരിയ ശബ്ദത്തിൽ പാടിത്തുടങ്ങി. ഒന്നാമത്തെ ഭാഗം കഴിഞ്ഞപ്പോൾ കന്യാസ്ത്രീകളും അവർക്കൊപ്പം കൂടി.

“നിങ്ങളും.” അവർ കഷണ്ടിയുള്ള നീല ഷർട്ടുകാരനോട് പറഞ്ഞു.

“ഇല്ല, വേണ്ട.”

“നീയോ?” അവർ ലത്തീഫിനോട് ചോദിച്ചു.

അവൻ ഇല്ല എന്ന് തലയാട്ടി. അടഞ്ഞ ചുണ്ടുകൾക്കുള്ളിൽ അവൻ അതിനോടകം *ഫാത്തിഹ* ചൊല്ലാൻ തുടങ്ങിയിരുന്നു.

പ്രാർത്ഥന ചൊല്ലിത്തുടങ്ങിയപ്പോൾ തന്നെ ഡ്രൈവർ ക്യാബിനുള്ളിലേയ്ക്ക് പോയി. എൻജിനു ജീവൻ നൽകാൻ അയാൾ നൽകുന്ന ശ്രമങ്ങളുടെ ശബ്ദങ്ങൾ മാത്രം ഇടയ്ക്കിടെ പുറത്തേയ്ക്ക് വന്നു. അൽപ്പനേരം നീണ്ടു നിന്ന മൂളലിന് ശേഷം, കൊക്കിച്ചുമച്ചുകൊണ്ട് എൻജിൻ വീണ്ടും നിന്നു. ലത്തീഫ് അപ്പോഴാണ് ഒരു പ്രത്യേക താളം ശ്രദ്ധിച്ചത്; ഓരോ തവണയും ബോട്ടിനെ വിറപ്പിച്ചുകൊണ്ട് എൻജിൻ മുക്കി മൂളി ഉണരുമ്പോഴും പെൺകുട്ടികളുടെ പ്രാർത്ഥനയുടെ ഒച്ച കുറയുകയും, അത് നിശബ്ദമാകുമ്പോൾ അവരുടെ പ്രാർത്ഥനയുടെ ഒച്ച കൂടുകയും ചെയ്തിരുന്നു.

കാൽ മണിക്കൂറോളം അവർ മറ്റൊരു ബോട്ട് ആ വഴി വരുന്നതും കാത്ത് അവിടെയിരുന്നു. ഇതിനിടയിൽ പലതവണ അവന്റെ നിശബ്ദ *ഫാത്തിഹ* ചൊല്ലൽ, *ആവേ മരിയ*യുടെ ഒച്ചയിൽ പാളം തെറ്റി വീണു. ഒടുവിൽ ലത്തീഫ് എഴുന്നേറ്റു നിന്നു. “ഞാൻ പോയി ആളുകളെ കൂട്ടിക്കൊണ്ട് വരാം.” അവൻ പറഞ്ഞതും, പ്രാർത്ഥന ചൊല്ലൽ നിന്നു. അവന്റെ സ്വരത്തിന് കൃത്രിമമായ ഒരു ഗാംഭീര്യമുണ്ടായിരുന്നു. ഉപ്പയാണ് തന്നിലൂടെ അവരോട് സംസാരിക്കുന്നതെന്ന് അവനു തോന്നി.

ഗിയറിന്റെ മേൽ പണിഞ്ഞുകൊണ്ടിരുന്ന ഡ്രൈവർ, അത് നിർത്തി തലതിരിച്ച് അവനെ നോക്കി. അയാളുടെ കണ്ണുകൾ അത്ഭുതം കൊണ്ട് വിടർന്നിരുന്നു; പുരികങ്ങളിൽ സംശയത്തിന്റെ ചുളിവുകൾ വീണിരുന്നു. “നീ എങ്ങോട്ട് പോകാം എന്നാണ്?”

“ദ്വീപിലേയ്ക്ക്.” കിഴക്കോട്ട് അനന്തമായി നീണ്ടുകിടന്ന കായൽപ്പരപ്പിലേയ്ക്ക് അവൻ കൈചൂണ്ടി.

“നീ എങ്ങനെ പോകും?” ഡ്രൈവർ അവനെ പ്രോത്സാഹിപ്പിക്കുന്ന മട്ടിൽ ചോദിച്ചു. ക്ലാസ്സ് മുഴുവനും ഉത്തരം കേൾക്കാൻ വേണ്ടി ക്ഷമയോടെ ചോദ്യം ചോദിക്കുന്ന ഒരദ്ധ്യാപകനെപ്പോലെയായിരുന്നു അയാളപ്പോൾ.

“ഞാൻ നീന്താം.” അവൻ ഉറക്കെപ്പറഞ്ഞു. പിറുപിറുക്കുന്നത് പോലെ സ്വരം താഴ്ത്തി പറഞ്ഞാൽ പോലും ആ ബോട്ടിലുള്ളവരത്രയും കേൾക്കും എന്ന് അവനറിയാമായിരുന്നു.

“വേണ്ട വേണ്ട,” കഷണ്ടിയുള്ള നീല ഷർട്ടുകാരൻ ചാടിയെഴുന്നേറ്റ് പറഞ്ഞു. “അതൊന്നും വേണ്ട.”

“ഈ പയ്യന്മാരൊക്കെ നന്നായിട്ട് നീന്തുന്നവരാണ്.” സ്വയം അത്ര വിശ്വാസമില്ലെങ്കിലും, ബാക്കിയുള്ളവരെ ലത്തീഫിന്റെ നീന്തൽ നൈപുണ്യങ്ങൾ വിശ്വസിപ്പിക്കാൻ തത്രപ്പെടുന്ന ഒരാളെപ്പോലെ ഡ്രൈവർ പറഞ്ഞു.

“എങ്കിലവൻ പോകട്ടെ.” മദർ സുപ്പീരിയർ പറഞ്ഞു.

“വേണ്ട,” അസ്വസ്ഥതയോടെ കഷണ്ടിയുള്ള നീല ഷർട്ടുകാരൻ, മദർ സുപ്പീരിയറോട് പറഞ്ഞു. “ഞങ്ങളുടെ കൂടെ ജോലി ചെയ്യുന്ന ഒരാളെ രക്ഷിക്കാൻ ശ്രമിച്ചപ്പോഴാണ് അവന്റെ അച്ഛൻ മരിച്ചത്. ഇവന്റെ ജീവന് ആപത്തുള്ള ഒരു കാര്യം നമ്മൾ ചെയ്യുന്നത് ശരിയല്ല.”

ഉപ്പയെക്കുറിച്ചാണവർ പറയുന്നത് എന്ന് മനസ്സിലായെങ്കിലും, ഉപ്പയുടെ ത്യാഗത്തെക്കുറിച്ച് എന്താണവർ പറയുന്നത് എന്നവന് മനസ്സിലായിരുന്നില്ല.

“എനിക്ക് നാൽപത്തിയൊന്ന് പെൺകുട്ടികളെയും രണ്ട് കന്യാസ്ത്രീകളെയും രക്ഷിക്കേണ്ടതായിട്ടുണ്ട്,” ബോട്ടിന് പിന്നിലേയ്ക്ക് തല ചെറുതായി വെട്ടിച്ചുകൊണ്ട് മദർ സുപ്പീരിയർ പറഞ്ഞു. “എനിക്ക് നീന്താൻ അറിയാമായിരുന്നെങ്കിൽ ഞാൻ സന്തോഷത്തോടെ ഇത് ചെയ്തേനെ.”

ലത്തീഫ് വാതിലിനരികിലേയ്ക്ക് ചെന്ന്, തലയ്ക്ക് മുകളിലെ പിടിയിൽ കൈമുറുക്കിക്കൊണ്ട്, തട്ടിലേയ്ക്ക് കയറി നിന്നു. നിശ്ചലമായ പുഴയുടെ ആഴം കണ്ണുകൾ കൊണ്ട് അളക്കുന്നത് പോലെ അവൻ അതിലേയ്ക്ക് കണ്ണുനട്ട് തെല്ലിട നിന്നു. കരയിലേയ്ക്ക് അധികം ദൂരമുണ്ടാവാൻ സാധ്യതയില്ല. കുറെ പായൽച്ചെടികൾ തലയാട്ടിക്കൊണ്ട് കടന്നുപോയി. അവന്റെയാ തന്റേടത്തെ ഒരു വെല്ലുവിളിയായിക്കണ്ട് പുഴ അവനെതിരേ ചിന്തിക്കാൻ പോലും കഴിയാത്ത വെല്ലുവിളികൾ ഉയർത്തിയാൽപ്പോലും, ബോട്ട് ജെട്ടിയിലെത്തിച്ചേരാൻ കഴിയും എന്നവന് തീർച്ചയുണ്ടായിരുന്നു. താൻ ഏറ്റെടുക്കാൻ പോകുന്ന

ദൗത്യത്തിന്റെ ഭാരം എത്രത്തോളമുണ്ടെന്ന് അവനൊന്ന് കണക്കു കൂട്ടി നോക്കി. അവന്റെ ഉമ്മ മരുന്നെണ്ണ മുക്കി മുറിവിൽ തേച്ചുകൊടുക്കാൻ ഉപയോഗിക്കുന്ന പ്രാവിന്റെ തൂവലിനേക്കാൾ ഭാരം കുറഞ്ഞ ഒന്നാണിതെന്ന് അവനു തോന്നി. അവനെ അചഞ്ചലനാക്കാൻ സാധ്യതയുള്ള ഒരേയൊരു കാര്യം – എപ്പോഴും അവൻ ദൃഷ്ടിയിൽപ്പെടാതിരിക്കാൻ ശ്രമിച്ചിരുന്ന പേരറിയാത്ത ആ തുരുത്തായിരുന്നു. ആ തുരുത്തിലെ വിടെയോ ഉപ്പയുടെയും ശാസ്ത്രജ്ഞന്റെയും ശവശരീരങ്ങൾ പോസ്റ്റ് മോർട്ടം ചെയ്യാൻ വേണ്ടി താൽക്കാലികമായി ഒരു മോർച്ചറി കെട്ടിപ്പൊക്കിയിരുന്നു. മുളങ്കമ്പുകളും, തെങ്ങോലകളും കൊണ്ട് നിർമ്മിച്ച ആ മോർച്ചറി, ഭൂരിഭാഗവും ദ്രവിച്ചും നശിച്ചും പോയെങ്കിലും ഇപ്പോഴുമവിടെ അവശേഷിക്കുന്നുണ്ട്.

“എന്നാൽപ്പിന്നെ അവന്റെ സുരക്ഷയ്ക്ക് വേണ്ടി, അവനൊരു ലൈഫ്ബോയ് കൊടുക്കരുതോ?” മദർ സുപ്പീരിയർ നിർദ്ദേശിച്ചു.

“അതിട്ടാൽ അവനു വേഗത്തിൽ നീന്താൻ പറ്റില്ല. ഒഴുക്കിന്റെ ദിശയിലേയ്ക്ക് അവൻ പോകും.” ഡ്രൈവർ പറഞ്ഞു.

ചാടാൻ തയ്യാറെടുക്കുന്നതിന് മുൻപായി ലത്തീഫ് തന്റെ പാന്റിന്റെ പിൻഭാഗം കൈകൊണ്ട് തടവി പരിശോധിച്ചു. പിറകിലെ പോക്കറ്റിൽ അവന്റെ പേഴ്സും, ചുവന്ന ബട്ടണുകളും നൂലും വച്ച പാക്കറ്റും, പിന്നെ അവന്റെ തൂവാലയും ഉണ്ടായിരുന്നു. അവനത് പുറത്തെടുത്തു. പക്ഷേ അത് ആരെ ഏൽപ്പിക്കണം എന്നവനറിയില്ലായിരുന്നു. കഷണ്ടിയുള്ള നീല ഷർട്ടുകാരൻ കൈ നീട്ടി. ലത്തീഫ് അതോരോന്നായി അയാളുടെ കൈവെള്ളയിലേയ്ക്ക് വച്ചു കൊടുത്തു. പെങ്ങന്മാർ നോക്കിനിൽക്കേ, അയാൾ അത് ഉമ്മയെ ഏൽപ്പിക്കുന്ന ഒരു രംഗം അവന്റെ മനസ്സിലൂടെ ഒന്ന് മിന്നിമാഞ്ഞു. കണ്ണുകൾ തുടരെ അടച്ചും തുറന്നും, അവനാ രംഗത്തെ മനസ്സിൽ നിന്നും ആട്ടിപ്പായിച്ചു.

“ഇത് വേണോ?” പുഴയിലേയ്ക്ക് ഒരു വിരൽ നീട്ടിക്കൊണ്ട് കഷണ്ടിയുള്ള നീല ഷർട്ടുകാരൻ ചോദിച്ചു.

പതിവ് പോലെ, അയാൾ എന്താണ് പറയുന്നത് എന്ന് ലത്തീഫിന് മനസ്സിലായില്ല. പക്ഷേ അവൻ തലയാട്ടി. പിന്നെ, എന്തോ ആലോചിച്ചിട്ടെന്ന പോലെ, ഒന്ന് പുഞ്ചിരിച്ചു.

“നിനക്ക് വേണ്ടി ഞാനിത് ഭദ്രമായി സൂക്ഷിക്കും.” അവന്റെ അവസാന ആഗ്രഹം പൂർത്തീകരിക്കാമെന്ന് വാക്ക് കൊടുക്കുന്നത് പോലെ, ലത്തീഫിന്റെ സാധനങ്ങൾ നെഞ്ചോട് ചേർത്തുപിടിച്ച് അയാൾ പറഞ്ഞു.

ലത്തീഫ് വീണ്ടും പുഴയുടെ നേരെ തിരിഞ്ഞു. ഒരു നാൾ തന്റെ ദ്വീപിനെ അപ്പാടെ വിഴുങ്ങാൻ പോകുന്ന വലിയ ജലാശയം. താഴെ, അവനെ എതിരേൽക്കാൻ വരുന്ന ഒരു ജലദേവതയെപ്പോലെ,

അവന്റെ നിഴൽ ജലോപരിതലത്തിൽ ആടിക്കൊണ്ടിരുന്നു. ചൂണ്ടു വിരലുകൾ പരസ്പരം തൊടുന്ന മട്ടിൽ അവൻ കൈകൾ മുന്നോട്ടേയ്ക്ക് നീട്ടിപ്പിടിച്ചു. പിന്നെ, തന്നെ കാത്തു നിൽക്കുന്ന പുഴയിലേയ്ക്ക് ഒരു പറക്കും മീനിനെപ്പോലെ അവൻ ചാടി. വെള്ളത്തിലേക്ക് വീണ ആ നിമിഷമാണ്, നീന്തിയിട്ട് ഒരുപാട് വർഷങ്ങളായല്ലോ എന്ന ചിന്ത അവനിലുണർന്നത്. ഉപ്പുരസവും, പായലും, പച്ചമീനിന്റെ ചൂരും എല്ലാം കൂടി ചേർന്നപ്പോൾ, ഒരു വല്ലാത്ത മരുന്നുചുവയായിരുന്നു വെള്ളത്തിന്. *ജീസസ്* എന്നും നാല് തവണ സഞ്ചരിക്കുന്നു എന്ന് തോന്നിയ അതേ വഴിയിലൂടെ, സർവ്വശക്തിയും സംഭരിച്ച് അവൻ നീന്തി. തിരിഞ്ഞു നോക്കാതെ തന്നെ, ഒരു ബോട്ടു നിറയെ ആളുകൾ തന്നെത്തന്നെ നോക്കിയിരിക്കുന്നുണ്ടാവും എന്നവന് തീർച്ചയായിരുന്നു. പാറുവിന്റെ മുഖത്തെ ആരാധന ഒരു നോക്കു കാണുവാൻ തിരിഞ്ഞു നോക്കാനുള്ള ത്വരയെ അവൻ നിയന്ത്രിച്ചു. പച്ചപ്പരവതാനി വിരിച്ചിട്ട പോലെ ഒരു വലിയ കൂട്ടം പായൽ അവനു നേരെ ഒഴുകി വന്നു. അവയ്ക്കിടയിലൂടെ കടന്നുപോകാൻ വേണ്ടി അവൻ മുങ്ങാൻകുഴിയിട്ടു.

പ്രാർത്ഥനാഗാനങ്ങൾ വീണ്ടും തുടങ്ങിക്കഴിഞ്ഞിരുന്നു. ഇത്തവണ അവർ സ്വന്തം ജീവന് പകരം, അവന്റെ ജീവൻ രക്ഷിക്കണേയെന്നാവും പ്രാർത്ഥിക്കുക. അവരുടെ ശബ്ദങ്ങൾ അവ്യക്തമായ ഒരു മർമ്മരമായി മാറാൻ തുടങ്ങുമ്പോഴേയ്ക്കും എൻജിൻ പ്രവർത്തിച്ചു തുടങ്ങുന്ന ശബ്ദം അവൻ കേട്ടു. "തിരിച്ചു വാടാ," ഡ്രൈവർ ഉറക്കെ വിളിച്ചു പറഞ്ഞു. "ബോട്ടിന് കുഴപ്പമില്ല. നമുക്ക് പോകാം."

അവന്റെ ഓർമ്മയിലെങ്ങും തന്നെ, ഒരു മഹത് സംഭവത്തിന് തൊട്ടടുത്തു വരെ ചെന്നിട്ടും അതിൽ തൊടാനാവാതെ, ഒറ്റപ്പെട്ട വിരസമായ ജീവിതത്തിലേയ്ക്ക് ഇങ്ങനെ തിരിച്ചു വലിച്ചിഴയ്ക്കപ്പെട്ടിട്ടില്ല. പുഴയെ വെറുപ്പോടെ തിരികെ പുഴയിലേയ്ക്ക് തന്നെ തള്ളിവിട്ടുകൊണ്ട് അവൻ മടിച്ചുമടിച്ച് തിരിഞ്ഞ്, കാത്തുനിൽക്കുന്ന ബോട്ടിലേയ്ക്ക് നീന്താൻ തുടങ്ങി.

19

ചലിക്കുന്ന അയ പോലെ അവൻ ഐലൻഡ് സ്ക്വയറിലൂടെ നടന്നു. പാതിയ്ക്ക് വച്ച് മുടങ്ങിപ്പോയ സാഹസികദൗത്യത്തിന്റെ അവസാന തുള്ളികൾ, അവന്റെ മേൽ നിന്നും വീട്ടിലേയ്ക്കുള്ള ഇടുങ്ങിയ വഴി നിറയെ അടയാളങ്ങളിട്ടു. പുഴയുടെ രുചി അപ്പോഴും അവന്റെ വായിൽ തങ്ങി നിൽക്കുന്നുണ്ടായിരുന്നു. ബോട്ട്, ഒരു കവിൾ പുക വെളിയിലേയ്ക്ക് തുപ്പിക്കൊണ്ട് നിർദ്ദാക്ഷിണ്യം അവനെ തിരികെ വിളിച്ച ആ ഒരു നിമിഷത്തിന്റെ അതേ കയ്പ്പായിരുന്നു പുഴയ്ക്കും എന്നവന് തോന്നി. ഒരു ശവത്തിനെ വലിച്ചു കയറ്റുന്നത് പോലെയായിരുന്നു അവർ അവനെ ഉള്ളിലേയ്ക്ക് വലിച്ചു കയറ്റി താഴെ ഇരുത്തിയത്. കിതപ്പാറുന്നത് വരെ എവിടെയെങ്കിലും ഇരിക്കണമെന്നു ണ്ടായിരുന്നെങ്കിലും, അവൻ പെട്ടെന്ന് തന്നെ ചാടിയെഴുന്നേറ്റു. എന്നിട്ട് കാലുകൾ പിണച്ചുവച്ച്, പാന്റിന്റെ പോക്കറ്റിനുള്ളിൽ കൈയിട്ട്, ഒരു തൂണിൽ ചാരി നിന്നു. അകലേയ്ക്ക് കണ്ണും നട്ട് ആലോചനാനിമഗ്നനായി നിൽക്കുന്നതിനിടയിൽ, അവൻ ആരും കാണാതെ വൃഷണങ്ങൾ വിരലുകൾ കൊണ്ട് തള്ളി അടിവസ്ത്രത്തിനുള്ളിലാക്കി. ആ സമയവും ബോട്ട് കിതച്ചുകൊണ്ട് കരയ്ക്ക് നേരെ നീങ്ങുകയായിരുന്നു.

ഉയിർത്തെഴുന്നേറ്റ *ജീസസ്* കടവിലെത്താൻ ഏകദേശം അഞ്ചു മിനിറ്റോളമെടുത്തു. നീന്തിയെത്താൻ അരമണിക്കൂറെങ്കിലും എടുക്കുമായിരുന്നുഎന്ന്മനസ്സിലായപ്പോൾ,ഒരുഭയംഅവന്റെയുള്ളിലൂടെ പാഞ്ഞുപോയി. പക്ഷേ അപ്പോഴും താൻ വിവേചനത്തിന് പാത്രമായി എന്നവൻ വിശ്വസിച്ചു. ചെയ്യാൻ ശ്രമിക്കുന്നതിനിടയിൽ ഉപ്പയ്ക്ക് ജീവൻ നഷ്ടമായ അതേ കാര്യം ചെയ്യാനുള്ള അവസരമായിരുന്നു അവനു മുന്നിൽ വന്നു ചേർന്നത്. പക്ഷേ അതവനിൽ നിന്നും തട്ടിയെടുക്കപ്പെട്ടു.

കുറേ മരങ്ങൾ എങ്ങനെയൊക്കെയോ ഉള്ളിൽപ്പെട്ടു കിടക്കുന്ന ഒരു വലിയ മഞ്ഞുകട്ടി പ്രദേശം പോലെ, ഒരു ഘടാഘടിയൻ കാർമേഘം ദ്വീപിനു തൊട്ടു മുകളിലായി തങ്ങിക്കിടന്നു. ഡ്രൈവറുടെ ക്യാബിനിലുള്ള ജനാലയിലൂടെദ്വീപ്അടുത്തടുത്ത്വരുംതോറും,ആകാർമേഘംബോട്ടിന്

മുകളിലേയ്ക്ക് അപ്രത്യക്ഷമായിത്തുടങ്ങി. അപ്പോഴേയ്ക്കും പെൺകുട്ടികൾ ബഹളം വച്ചുകൊണ്ട് തങ്ങളുടെ ബാഗും സാധനങ്ങളും എടുക്കാൻ പരക്കം പായാൻ തുടങ്ങി. ബോട്ട് കടവിലേയ്ക്കെത്താൻ ഏതാനും അടി ബാക്കിയുള്ളപ്പോൾ തന്നെ ലത്തീഫ് കരയിലേയ്ക്ക് എടുത്തു ചാടി. ചാടുന്നതിനിടയിൽ, അവൻ വെള്ളത്തിലെ തന്റെ പ്രതിബിംബത്തെ ഒന്ന് നോക്കി. കരയിലെത്തിയ അവൻ ആരെയും കാത്തുനിൽക്കാതെ നടക്കാൻ തുടങ്ങി. അപൂർണ്ണമെങ്കിലും, താൻ ചെയ്ത ആ ധീരപ്രവർത്തിയെ ആരെങ്കിലും കുറച്ച് പണം നൽകി അപമാനിക്കാൻ ശ്രമിച്ചേക്കുമോ എന്നവൻ ഭയന്നു. പക്ഷേ ആരും അവനെ പുറകിൽ നിന്നും വിളിച്ചില്ല. എന്ന് മാത്രമല്ല, ആരും അവന് ഒരു നന്ദിവാക്ക് പോലും പറഞ്ഞുമില്ല.

നടപ്പാലത്തിലെത്തിയ അവൻ ഒന്ന് നിന്ന്, ഷർട്ടും അതിന്റെ കൈയും ഒക്കെ നന്നായി പിഴിഞ്ഞു. തണുത്ത കൈവിരലുകൾ ചീപ്പ് പോലെയാക്കി,തോട്ടിലെഅഴുക്കുകലർന്നവെള്ളംകണ്ണാടിയാക്കി,അവൻ മുടി മാടിയൊതുക്കി. ഹൃദയം തകർന്നു പോകുന്നതെന്തുകൊണ്ടാണെന്നും, തൊണ്ട അടയ്ക്കുന്നത് പോലെ തോന്നുന്നതെന്തുകൊണ്ടാണെന്നും, കാലുകൾ വീടിന് നേരെ നടക്കാനായുമ്പോഴും മനസ്സ് തിരികെ കടവിലേയ്ക്ക് പോകാൻ തുടിക്കുന്നതെന്തുകൊണ്ടാണെന്നും അവനു മനസ്സിലായില്ല. തോട്ടിലൂടെയെത്തിയ ഒരു കാറ്റ് അവനിൽ കുളിരു നിറച്ചപ്പോൾ അവനു പെട്ടെന്ന് വീടോർമ്മ വന്നു. അവൻ അങ്ങോട്ടേയ്ക്ക് നടക്കാൻ തുടങ്ങി. വേനൽ സൂര്യന്റെ ഇളവെയിലേറ്റ് മുഖത്തെ ജലാംശം വറ്റിത്തുടങ്ങിയിരുന്നു. പക്ഷേ നനഞ്ഞ വസ്ത്രം, ഒരു പ്ലാസ്റ്റിക് കവറു പോലെ അങ്ങിങ്ങ് കുമിളകളായും, അങ്ങിങ്ങ് പരന്നും അവന്റെ മേൽ ഒട്ടിപ്പിടിച്ചു കിടന്നു.

ഇടവഴിയിലേയ്ക്ക് കയറിയതും, ഉമ്മ ദൂരെ നിന്നും ഓടി വരുന്നത് അവൻ കണ്ടു. ബോട്ട് എത്താൻ വൈകിയത് കൊണ്ട് ഉമ്മ അവനെ അന്വേഷിച്ച് കടവിലേയ്ക്ക് വരുകയായിരുന്നു. ബോട്ടിന്റെ ഹോറണടി ശബ്ദം കേൾക്കാത്തതുകൊണ്ട് അവനെക്കണ്ടപ്പോൾ ഉമ്മയ്ക്ക് അതിശയമായി; യാത്രയ്ക്കിടയിൽ നടുക്ക് വച്ചു നിന്നു പോയതിന്റെ നാണക്കേട് കാരണവും, കാത്തുനിൽക്കുന്നവരുടെ കളിയാക്കലുകൾ ഭയന്നിട്ടെന്നവണ്ണവും, അന്ന് ഹോറൺ മുഴക്കാതെ നിശബ്ദമായാണ് *ജീസസ്* കരയ്ക്കടുത്തത്.

"നീയെന്താ നനഞ്ഞിരിക്കുന്നത്?" ഉമ്മ ചോദിച്ചു.

"മഴയായിരുന്നു." അവൻ അസ്വസ്ഥതയോടെ പറഞ്ഞു.

"മഴയോ? എവിടെ?"

"പട്ടണത്തിൽ." കൂടുതൽ ചോദ്യങ്ങൾ ഒഴിവാക്കുന്നതിനായി അവൻ വേഗം നടന്നു. പക്ഷേ ഉമ്മ അവനൊപ്പം നടന്നെത്തി, അവരുടെ ഷാളു കൊണ്ട് അവന്റെ തല തോർത്താൻ ശ്രമിച്ചു. തല വെട്ടിച്ചു മാറ്റിയ, അവൻ നടത്തത്തിന്റെ വേഗത കൂട്ടി.

നീണ്ട ഒരു കുളിയും, പെട്ടെന്നൊരു പ്രാതലും കഴിച്ച് അവൻ പോയി കിടന്നു. തലേ രാത്രി അത്ര ഉറങ്ങിയിരുന്നില്ല. മാത്രവുമല്ല, നീന്തിക്കഴിഞ്ഞപ്പോഴേയ്ക്കും അവൻ നന്നേ ക്ഷീണിച്ചിരുന്നുതാനും. സത്യത്തിൽ, അങ്ങോട്ട് നീന്തിയതിനേക്കാൾ ക്ഷീണം, തിരിച്ചു നീന്തുമ്പോഴായിരുന്നു. പക്ഷേ എന്നിട്ടും, അവന് ഉറക്കം വന്നതേയില്ല.

“ഷർട്ടിനുള്ള ബട്ടൻസുകൾ കൊണ്ടുവന്നോ?” അവൻ ഉത്തരത്തിലേയ്ക്ക് കണ്ണ് മിഴിച്ചു കിടക്കുമ്പോൾ, ബിസ്മി വെള്ളഷർട്ടും സൂചിയുമായി മുറിയിലേയ്ക്ക് വന്നു. ജനാലപ്പടിയിൽ വച്ചിരുന്ന ചെറിയ തവിട്ടു നിറത്തിലുള്ള പൊതിയിലേക്ക് അവൻ വിരൽ ചൂണ്ടി.

“ചുവന്ന ബട്ടൻസുകളോ?” അവൾ അതിശയം മറച്ചുവെച്ചില്ല. “ഞാൻ നിന്നോട് വെള്ള ബട്ടൻസുകളല്ലേ വാങ്ങാൻ പറഞ്ഞത്. നിനക്കിതെന്തു പറ്റി?” പക്ഷേ, അവൾ കട്ടിലിന്റെ കാൽക്കൽ ഇരുന്ന്, സൂചിയിൽ നൂൽ കോർത്ത്, ബട്ടൻസുകൾ അതിൽ പിടിപ്പിക്കാൻ തുടങ്ങി. “വിചാരിച്ചത്ര മോശമല്ല.” സ്വന്തം കൈപ്പണിയെ പ്രശംസിച്ചുകൊണ്ട് അവൾ പറഞ്ഞു.

ഭംഗിയുള്ള ചുവന്ന വണ്ടുകളെപ്പോലെ ആ ബട്ടൻസുകൾ വെള്ള ഷർട്ടിൽ പറ്റിപ്പിടിച്ചിരുന്നു. അത് കണ്ടപ്പോൾ അവനൊരു ഉത്സാഹമൊക്കെ തോന്നി. ആ ഷർട്ട് ഇസ്തിരിയിടാൻ അവൻ പെങ്ങളോട് പറഞ്ഞു. “സൂക്ഷിച്ചു ചെയ്യണം. തേപ്പു പെട്ടിയിലെ അഴുക്ക് അതിൽ പറ്റാതെ നോക്കണം.” ആ ഷർട്ടിന്റെ ശരിക്കുള്ള ഉടമയെപ്പോലെതന്നെയാണ് താൻ സംസാരിക്കുന്നത് എന്ന് അവനു മനസ്സിലായി. കുറേ നാളുകളായി മരിച്ചുപോയ ആ നടനെപ്പറ്റി താൻ ഓർത്തത് പോലുമില്ലല്ലോ എന്നവൻ അതിശയിച്ചു. തന്റെ കുടുംബം ആദ്യമായി തനിക്ക് നൽകിയ ഒരു പിറന്നാൾ സമ്മാനമായി മാത്രമേ അവനിപ്പോൾ അതിനെ കാണാൻ കഴിയുന്നുണ്ടായിരുന്നുള്ളൂ.

നടുക്ക് വകുത്ത്, ഇരുവശങ്ങളിലേയ്ക്കും ചീകുമ്പോൾ, പുഴ മുടിയ്ക്ക് കുറച്ചുകൂടി വഴക്കം കൊടുത്തിരിക്കുന്നത് പോലെ അവനു തോന്നി. എപ്പോഴും കഷ്ടപ്പെട്ട് ചെയ്യേണ്ടി വരുന്ന കേശാലങ്കാരപ്പണികൾക്ക്, ആയാസം കുറഞ്ഞതു പോലെ. അറ്റം കൊളുത്തു പോലെ വളഞ്ഞ്, ചെവിയ്ക്ക് മുകളിൽ അച്ചടക്കത്തോടെയിരിക്കുന്ന രീതിയിൽ ചീകി വയ്ക്കാൻ അവന് അധികം പണിപ്പെടേണ്ടി വന്നില്ല. കണ്ണാടിയുടെ വിള്ളലിന്റെ ഒരു വശത്തു നിന്നും തുടങ്ങി, നടുക്കുവെച്ച് മുറിഞ്ഞ്, പിന്നെ മറുപാതിയിലേയ്ക്ക് പടർന്നു കിടക്കുന്ന പുഞ്ചിരികളുടെ ചേർച്ച പൂർണ്ണത നൽകിയ സന്തോഷത്തെ അവൻ കണ്ടു. പാറുവിനെ വീണ്ടും കാണാമല്ലോ എന്ന ചിന്തയിൽ അവൻ നഖമൊക്കെ വെട്ടിയൊതുക്കി. പക്ഷേ എന്തുകൊണ്ടോ അവൾ തന്റെ കൈകളിലേയ്ക്ക് നോക്കില്ല എന്നവന് തോന്നിയിരുന്നു.

“നീ എവിടെപ്പോകുവാ?” അവൻ വീട്ടിനുള്ളിലൂടെ നടക്കുമ്പോൾ ബിസ്മി ചോദിച്ചു.

"സെമിനാരിയിലേയ്ക്ക്."

"ഓഹോ, അവസാനം സെമിനാരിയിൽ ചേരാൻ തീരുമാനിച്ചോ?" വെള്ള ഷർട്ടുമിട്ടു നിൽക്കുന്ന അവനെ അടിമുടി നോക്കിക്കൊണ്ട് അവൾ ചിരിച്ചു. ഉമ്മ നന്നായി പശ മുക്കി അലക്കിയ ഷർട്ട്, ബിസ്മി നല്ല വടിപോലെ ഇസ്തിരിയിട്ടെടുത്തിരുന്നു. ആ ലിനൻ തുണി ഇപ്പോൾ ഏകദേശം ഒരു കട്ടി കുറഞ്ഞ പ്ലാസ്റ്റിക് പോലെയായിട്ടുണ്ട്. "പടച്ചോനെ വിചാരിച്ച്, അതിന്റെ കൈ ഒന്ന് കേറ്റി വയ്ക്ക്." കൈകൾ കൂപ്പി, അവനോട് കെഞ്ചുന്ന പോലെ നടിച്ചുകൊണ്ട് അവൾ പറഞ്ഞു. "നിന്നെക്കണ്ടിട്ട് ഒരു പാതിരിയെപ്പോലുണ്ട്"

അവനവളെ അവഗണിച്ചുകൊണ്ട് മുന്നോട്ടു നടന്നു.

"ഒരു ദിവസം അതിന്റെ കൈ ഞാൻ മുട്ടിന് വച്ച് വെട്ടിക്കളയും, നോക്കിക്കോ." അവൻ ഗേറ്റ് തുറന്ന് ഇടവഴിയിലേക്കിറങ്ങുമ്പോൾ അവൾ വിളിച്ചുപറഞ്ഞു. വെയിലിന്റെ തീക്ഷ്ണതയിൽ അവന്റെ കണ്ണ് മഞ്ഞളിച്ചു. ഷർട്ടും മേക്കപ്പും വിയർത്തു നാശമാവാതിരിക്കാൻ വേണ്ടി, അവൻ നിരത്തിലെ നിഴലുകളിലൂടെ ചാടിച്ചാടിയാണ് സെമിനാരി ഗേറ്റ് വരെയെത്തിയത്. മാന്റോ മേള നടക്കുന്ന സമയമൊഴികെ, മറ്റ് സമയങ്ങളിൽ സെമിനാരിയ്ക്കുള്ളിലേയ്ക്കുള്ള പ്രവേശനം നിയന്ത്രണങ്ങൾക്ക് വിധേയമാണ്. അകത്തുള്ളവരുടെ സ്വകാര്യതയിലേയ്ക്ക് പ്രവേശനമില്ല എന്നൊക്കെ പ്രഖ്യാപിച്ചുകൊണ്ട് വെള്ളിപൂശിയ നീളൻ ഗേറ്റ് അടഞ്ഞുകിടന്നു. വയസ്സനായ ഒരു കാവൽക്കാരൻ, അയാളുടെ ക്യാബിനു പുറത്തിരുന്ന് ഉറങ്ങുന്നുണ്ടായിരുന്നു. മാന്റോ റോഡിലെ ഏറ്റവും വലിയ മരത്തിന് കീഴിൽ ലത്തീഫ് കാത്തുനിന്നു. ഇപ്പോൾ ഇസ്തിരിയിട്ടെടുത്ത ഷർട്ടിന്റെ പുതുമയ്ക്ക് കോട്ടം തട്ടാതിരിക്കാൻ, എവിടെയും ചാരാതിരിക്കാൻ അവൻ പ്രത്യേകം ശ്രദ്ധിച്ചു.

പെൺകുട്ടികൾ പുറത്തു വരുന്നതും കാത്തു നിൽക്കുമ്പോൾ അവൻ ജോർജിയെക്കുറിച്ചോർത്തു. സമീപകാലത്തോ, വിദൂരഭാവിയിലോ ഒരു ദിവസം ജോർജി ഒരു പേനാക്കത്തിയുമായി ആ ദ്വീപിലേയ്ക്ക് തിരികെ വന്ന്, അതവന്റെ വാരിയെല്ലിലേയ്ക്ക് കുത്തിയിറക്കിയേക്കാം. മിക്കവാറും, ജീവിതം അവനെ സ്നേഹിച്ചു തുടങ്ങുന്ന അതേ ദിവസം തന്നെയാകും അത് സംഭവിക്കുക. അങ്ങനെയൊരു സംഭവം ഉണ്ടാകുമെന്നും, ആ രാത്രിയിലും താൻ ഇതേ വെള്ള ഷർട്ട് തന്നെയാവും ധരിച്ചിട്ടുണ്ടാവുക എന്നും അവനുറപ്പായിരുന്നു. പട്ടാപ്പകൽ അത്തരമൊരു കത്തിക്കുത്ത് നടക്കുമെന്ന് ചിന്തിക്കാനേ അവനു കഴിഞ്ഞില്ല. അതെന്തുകൊണ്ടാണെന്ന് അവനറിയില്ലായിരുന്നു. അവൻ പെൻസിൽ കൊണ്ട് നൽകിയ പരിക്കിനേക്കാൾ അൽപ്പം കൂടി വലിയൊരു പരിക്ക് തിരിച്ചു നൽകണം എന്ന ഉദ്ദേശം മാത്രമേ ജോർജിയ്ക്ക് ഉണ്ടാവുകയുള്ളൂ. പക്ഷേ അവൻ ഉപയോഗിക്കുന്നത് പെൻസിലല്ല, മറിച്ച് കത്തിയായത് കൊണ്ട് അത് കുറച്ചുകൂടി ആഴത്തിൽ കുത്തിക്കയറിയേക്കാം.

അങ്ങനൊരു സാധ്യത നടക്കും എന്ന് വാത് വയ്ക്കാൻ പോലും അവനൊരുക്കമാണ്. അയൽപക്കത്തെ ടിവിയിൽ അവൻ കണ്ടിട്ടുള്ള സിനിമകളൊക്കെ അവനെ പഠിപ്പിച്ചിരുന്നത് അത്തരം ഭീതിജനകമായ അവസാനങ്ങളെക്കുറിച്ചാണ്; മാത്രവുമല്ല, ജീവിതം പതുക്കെ ഒന്ന് പച്ച പിടിച്ച വരുന്ന സമയങ്ങളിൽ ഒരു കൊടുങ്കാറ്റ് പോലെ ആഞ്ഞടിച്ച കയറുന്ന ബാലിശമായ ഒരു ശീലം ദൗർഭാഗ്യങ്ങൾക്കുണ്ട്. അവസാനത്തെ രംഗം വരെ ദുരന്തങ്ങൾ കാണിക്കുന്ന അത്തരം സിനിമകൾ അവന് ഇഷ്ടമായിരുന്നില്ല. പടം തീരാറായി പേരെഴുതിക്കാണിക്കുന്നതിന് തൊട്ടു മുൻപ് ഉമ്മയുടെ വിളി വന്ന് ഇരുട്ടു വീണ തെങ്ങിൻതോപ്പിലൂടെ വീട്ടിലേയ്ക്ക് പായുമ്പോൾ, അയൽവീട്ടിലെ സ്വീകരണമുറിയിലെ ടിവിയിൽ സന്തോഷമുള്ള രംഗത്തിലാവും സിനിമ അവസാനിച്ചിട്ടുണ്ടാവുക എന്നവൻ വെറുതേ മനസ്സിലോർക്കും. ഇഞ്ചുറി ടൈമിൽ ഗോളടിക്കുന്നത് പോലെയുള്ള ഒരു അനീതിയാണ് ഒരു സിനിമയുടെ അന്ത്യരംഗം ദുരന്തപൂർണ്ണമാവുന്നത് എന്നവൻ കരുതി.

വൃദ്ധനായ കാവൽക്കാരൻ ഉണർന്നപ്പോൾ, ലത്തീഫ് ധൈര്യം സംഭരിച്ച് അയാൾക്കരികിൽ പോയി അവിടെ സന്ദർശിക്കുന്ന കന്യാസ്ത്രീമാരെക്കുറിച്ച് അന്വേഷിച്ചു. കാവൽക്കാരൻ ആദ്യം സെമിനാരി കെട്ടിടത്തിലേയ്ക്കും, പിന്നെ ആകാശത്തേയ്ക്കും കുറച്ചുനേരം നോക്കി. പെട്ടെന്നയാൾക്ക് അവരെ ഓർമ്മ വന്നു. കന്യാസ്ത്രീമാർ അൽപ്പം മുൻപാണ് ഒരു പറ്റം ചിലയ്ക്കുന്ന പെൺപിള്ളേരുമായി അവിടെ നിന്നും പോയത് എന്നയാൾ പറഞ്ഞു. പക്ഷേ അവർ എങ്ങോട്ടാണ് പോയതെന്ന് അയാൾക്കറിയില്ലായിരുന്നു. അവർ എങ്ങോട്ടായിരിക്കും പോയിട്ടുണ്ടാവുക എന്ന് ലത്തീഫിനറിയാമായിരുന്നു. അവൻ വേഗം ബോട്ട് ജെട്ടിയിലേയ്ക്ക് പോയി. മരങ്ങളുടെ നിഴലുകൾ പറ്റി, റോഡിനിരുവശവും മാറിമാറിയാണ് അവൻ നടന്നത്. പക്ഷേ ക്യാംപ് ഓഫീസിൽ നീല ഷർട്ടുകാർ മാത്രമേ ഉള്ളൂ എന്നു കണ്ടപ്പോൾ അവൻ നിരാശനായി. അവൻ വീട്ടിലേയ്ക്ക് മടങ്ങാനായൊരുങ്ങി. തൊണ്ടയിലെ ഘനത്തിന് ഭാരവും കാഠിന്യവും കൂടുന്നതവനറിഞ്ഞു. അൽപ്പദൂരം ചെന്നപ്പോഴേയ്ക്കും ബോട്ട് ജെട്ടിയ്ക്ക് സമീപത്തെവിടെ നിന്നോ, അതിനടുത്തേയ്ക്ക് വന്നുകൊണ്ടിരിക്കുന്ന പെൺകുട്ടികളുടെ സംഘഗാനം അവൻ കേട്ടു. കാറ്റിൽ ലക്ഷ്യമില്ലാതെ നീങ്ങുന്നത് പോലെ, ഒരു ഹൗസ്ബോട്ട് അങ്ങോട്ടേയ്ക്ക് ഒഴുകി വന്നു. അത് തീരത്തടുക്കുമോ എന്ന് അവനൊന്ന് സംശയിച്ചെങ്കിലും, അത് നേരെ പാതാറിനടുത്തേയ്ക്ക് വരുകയും, പെൺകുട്ടികളെല്ലാം അതിൽ നിന്നും ഇറങ്ങുകയും ചെയ്തു.

“നീ എങ്ങോട്ടാ ഓടിപ്പോയ്ക്കളഞ്ഞത് മോനെ?” മദർ സുപ്പീരിയർ തന്റെ വിറയ്ക്കുന്ന കൈ അവന്റെ താടിയിൽ പിടിച്ചുകൊണ്ട് ചോദിച്ചു. ആ കൈയുടെ ആട്ടത്തിന്റെ താളത്തിനൊപ്പം അവന്റെ മുഖവും വിറച്ചു. “ഒരു നന്ദി പറയാനുള്ള സമയം പോലും തന്നില്ലല്ലോ നീ.”

“നന്ദിയുണ്ട്.” കന്യാസ്ത്രീമാരിൽ ഒരാൾ പറഞ്ഞു.

“ഒത്തിരി നന്ദിയുണ്ട് കേട്ടോ.” മറ്റേ കന്യാസ്ത്രീയും പറഞ്ഞു.

“സെമിനാരിയിലെ കൊച്ചന്മാർക്ക് ഇന്നേതോ പരീക്ഷയുണ്ട്,” മദർ സുപ്പീരിയർ പറഞ്ഞു. അവരുടെ ഒരു കൈ അപ്പോഴും അവന്റെ താടിയിൽ തന്നെയായിരുന്നു. പക്ഷേ, ഇപ്പോഴവന് അതിന്റെ കുലുക്കം അറിയുന്നുണ്ടായിരുന്നില്ല. ഒന്നുകിൽ ആ കൈയുടെ ആട്ടം നിന്നിട്ടുണ്ടാവും; അല്ലെങ്കിൽ അവൻ അതിനോട് പൊരുത്തപ്പെട്ടിട്ടുണ്ടാവും. “അതുകൊണ്ട് ഇവിടമൊക്കെ ചുറ്റി നടന്ന് കാണിക്കാൻ ഞങ്ങളുടെ കൂടെ ആരുമില്ല. നിനക്ക് ഞങ്ങളുടെ കൂടെ വരാമോ?”

ആരെങ്കിലും ഒരു സഹായം ചോദിച്ചാൽ, ആദ്യം തിരക്ക് പിടിച്ച ഓട്ടത്തിലാണെന്ന് പറയുകയും, പിന്നീട് ചെറുതായിട്ടൊന്ന് നിർബന്ധിച്ചു തുടങ്ങുമ്പോഴേയ്ക്കും മനസ്സ് മാറുകയും ചെയ്യുന്നതാണ് ദ്വീപിലുള്ളവരുടെ പ്രകൃതം. അവനും അതുപോലെ ആദ്യം താല്പര്യമില്ലാത്ത മട്ടിൽ മിണ്ടാതെ നിന്നു.

“വിഷമിക്കണ്ട മോനേ,” അവർ അവന്റെ താടിയിൽ പതുക്കെ അമർത്തി. “അതിന് വേണ്ടുന്ന പൈസ എന്താണെന്ന് വെച്ചാൽ ഞങ്ങൾ തന്നേക്കാം.”

അവർ ചോദിച്ചപ്പോഴേ സമ്മതിക്കാത്തതിൽ അവനു കുറ്റബോധം തോന്നി. “വേണ്ട, എനിക്ക് പൈസയൊന്നും വേണ്ട.”

“അങ്ങനെ പറയരുത്.” അവർ നിർബന്ധിച്ചു. കൂട്ടത്തിന് പിന്നിലായി അവൻ പാറുവിനെ കണ്ടു. അവൾ കൈകൾ ഉയർത്തിപ്പിടിച്ച്, വിരലുകൾ പുളയുന്നത് പോലെ കാണിക്കുകയായിരുന്നു. തന്റെ നട്ടെല്ലിന് മുകളിലൂടെ പുഴുക്കൾ നുഴഞ്ഞു കയറുന്നുവെന്നും, അവയെ എടുത്ത് കളയാൻ സഹായിക്കണം എന്നും അവൾ പറയാൻ ശ്രമിക്കുന്നത് പോലെയാണ് അവനു തോന്നിയത്.

“ശരി. ഞാൻ ഇവിടെയൊക്കെ കൊണ്ടുനടന്നു കാണിക്കാം.” അവൻ പറഞ്ഞു.

“എവിടെയൊക്കെയാണ് കൊണ്ടുപോകാൻ പോകുന്നത്?” അവന്റെ താടിയിലെ പിടി വിട്ടുകൊണ്ട് മദർ സുപ്പീരിയർ ചോദിച്ചു. “ഏറ്റവും രസമുള്ള സ്ഥലങ്ങൾ ഏതൊക്കെയാണ്?”

“സെമിനാരി.” അവൻ ആവേശപൂർവ്വം പറഞ്ഞു.

പെൺകുട്ടികൾ ഒന്നടക്കിച്ചിരിച്ചു.

“ഒരു മണിക്കൂർ മുൻപ് വരെ ഞങ്ങൾ അവിടെ വിശ്രമിക്കുകയായിരുന്നു,” കന്യാസ്ത്രീകളിൽ ഒരാൾ അവനെ നോക്കി വെളുക്കെച്ചിരിച്ചുകൊണ്ടു പറഞ്ഞു. “അതല്ലാതെ ഇവിടെ കാണേണ്ടുന്ന സ്ഥലങ്ങൾ ഏതൊക്കെയാണെന്നാണ് മദർ ചോദിക്കുന്നത്.”

അവിടെ കാണേണ്ട സ്ഥലങ്ങളെക്കുറിച്ച് അവൻ ആലോചിച്ചു; സെമിനാരിയും മാന്റോ മേളയും അല്ലാതെ അവിടെ വേറൊന്നും ഉണ്ടായിരുന്നില്ല. അവൻ മനസ്സിൽ ഒരു പട്ടിക തയ്യാറാക്കി, അതിൽ നിന്നും ഓരോന്നായി വെട്ടി മാറ്റാൻ തുടങ്ങി : നടപ്പാലം, തോട്, ആശുപത്രി, പല വണ്ണത്തിലും വലിപ്പത്തിലുമുള്ള കയറുകൾ നിർമ്മിച്ചിരുന്ന ചെറിയ കയർ ഫാക്ടറികൾ, ചിരട്ടയിൽ നിന്നും മൃഗങ്ങളെ കൊത്തിയുണ്ടാക്കുന്ന ഒരു കരകൗശല യൂണിറ്റ്, ഉപ്പയെ ഖബറടക്കിയിരിക്കുന്നതിന് മുന്നിലായുള്ള ചെറിയ പള്ളി. ഒന്നും തന്നെ അത്ര ആകർഷകമായി അവനു തോന്നിയില്ല.

“ശരി. എങ്കിൽ ഞങ്ങളെ ചതുപ്പിനടുത്തേയ്ക്ക് കൊണ്ടുപോ,” മദർ സുപ്പീരിയർ പറഞ്ഞു. “നമ്മൾ ബോട്ടിൽ കണ്ട ആ ഭൗമശാസ്ത്രജ്ഞൻ പറഞ്ഞിരുന്നു, അത് ഉറപ്പായും കാണണം എന്ന്.”

കടവ്, ആ ദ്വീപിന്റെ വരാന്തയാണെങ്കിൽ, ചതുപ്പ് അതിന്റെ കുപ്പമേടാണ്. ആളുകൾ അങ്ങോട്ട് പോകാറെയുണ്ടായിരുന്നില്ല. അഥവാ ആരെങ്കിലും ആ വഴി പോകുന്നുണ്ടെങ്കിൽ തന്നെ, അത് അവന്റെ ഉമ്മ ചെയ്തത് പോലെ, ഗതികേട് കൊണ്ട്, രഹസ്യമായി കുറച്ച് വിറക് മോഷ്ടിക്കാനായിരിക്കും. കഷണ്ടിയുള്ള നീല ഷർട്ടുകാരൻ ആ സ്ഥലം തീർച്ചയായും കാണേണ്ട ഒന്നാണെന്ന് പറഞ്ഞതെന്തുകൊണ്ടാണെന്ന് അവനു മനസ്സിലായില്ല. ചതുപ്പ് വരെ പോകണമെങ്കിൽ, ദ്വീപിന്റെ അങ്ങേയറ്റം വരെ നടക്കണം. അതിനേക്കാൾ കഷ്ടം, വീടിന് മുന്നിലൂടെ പോകണം എന്നുള്ളതാണ്. അപ്പോഴും അവിടെ നിൽക്കുകയായിരുന്ന ഹൗസ്ബോട്ടിലേയ്ക്കവൻ നോക്കി. വെള്ളത്തിലൂടെ പോയാൽ, വീട് കടക്കാതെ പോകാം.

“അങ്ങോട്ട് ഒരുപാട് ദൂരമുണ്ട്. നമുക്ക് ഹൗസ്ബോട്ടിൽ പോകാം.”

“വേണ്ട,” മദർ സുപ്പീരിയർ തലയാട്ടി. “ഇതൊരു കാൽനട യാത്രയാണ്. ഞങ്ങൾ നടക്കാം.”

സിഗ്നൽ ഇല്ലാത്ത റേഡിയോ പോലെ ചെറിയ ശബ്ദങ്ങളിൽ സംസാരിക്കുന്ന പല സംഘങ്ങളായി അവർ നടക്കാൻ തുടങ്ങി. ലോകത്തിലെ ഏറ്റവും തിരക്കേറിയ ഇടമെന്ന് ലത്തീഫ് കരുതിയിരുന്ന തെരുവിലൂടെ, അവന്റെ ദൃഷ്ടിയിൽ നിന്നും എന്നോ മാഞ്ഞു പോയ സ്ഥലങ്ങളിലൂടെ അവർ നടന്നു. ഒരു ചെറിയ തോപ്പിനുള്ളിലൂടെ പുഴ കണ്ട ഒരു പെൺകുട്ടി ആവേശത്തോടെ തുള്ളിച്ചാടാൻ തുടങ്ങി. താൻ ജീവിതകാലം മുഴുവൻ കഴിച്ചുകൂട്ടാൻ ആഗ്രഹിക്കുന്നത് ഇത്തരം ഒരിടത്താണെന്ന് മറ്റൊരു പെൺകുട്ടി പറഞ്ഞു. സെമിനാരിയിൽ വേദപാഠം പഠിപ്പിക്കാൻ കന്യാസ്ത്രീകളെ നിയമിക്കുകയാണെങ്കിൽ താൻ ഇങ്ങോട്ട് സ്ഥലം മാറ്റം ചോദിച്ചു വാങ്ങും എന്ന് കന്യാസ്ത്രീമാരിൽ ഒരാൾ പറഞ്ഞു. ഇതൊക്കെ കണ്ടും കേട്ടും ലത്തീഫ് അതിശയം കൊണ്ട് കണ്ണു മിഴിച്ചു. തന്നെ സന്തോഷിപ്പിക്കാൻ വേണ്ടിയാണോ

ഇവർ ദ്വീപിനെ ഇങ്ങനെ പ്രശംസിക്കുന്നത് എന്ന് പോലും അവനു സംശയം തോന്നി.

നടപ്പാലത്തിനടുത്തെത്തിയപ്പോൾ മുൻകൂട്ടി തീരുമാനിക്കാതെ തന്നെ അവരൊന്നു നിന്നു. പെൺകുട്ടികൾ അവിടെ നിന്ന് തോടിന്റെ ഭംഗി ആസ്വദിച്ചു. എന്നിട്ടവർ കൈവരിയ്ക്കു മുകളിലൂടെ താഴേയ്ക്കു എത്തിനോക്കി, നാക്ക് കൊണ്ട് ശബ്ദമുണ്ടാക്കി ചെറുമീനുകളുടെ ചാകരകളെ അടുത്തേയ്ക്കു വിളിച്ചു. അവർ ഒരു മൃഗശാലയിലാണെന്നും, മീനുകൾ അവിടുത്തെ കുരങ്ങന്മാരാണെന്നുമായിരുന്നു അവരുടെ ഭാവം. രാവിലെ നടപ്പാലത്തിനടിയിലെ വെള്ളം കറുത്ത് അഴുക്ക് നിറഞ്ഞ തായിരുന്നു. എന്നാൽ ഇപ്പോഴത്, തെളിഞ്ഞ വെള്ളം കളകളാരവം പൊഴിച്ചുകൊണ്ട് പാഞ്ഞൊഴുകുന്ന, നിറയെ ചെറുമീനുകളുള്ള, ഭംഗിയുള്ള ഒരു തോടായിരുന്നു.

"മതി, മതി," മദർ സുപ്പീരിയർ പറഞ്ഞു. "നമുക്കിനി ചതുപ്പിനടുത്തേയ്ക്കു പോകാം. "നമ്മുടെ വഴികാട്ടിയായ ഇവൻ നിൽക്കുന്നത് വരെ ആരും ഇനി എവിടെയും നിൽക്കാൻ പാടില്ല."

ഇടവഴിയിലേയ്ക്കു കടന്നപ്പോൾ മുതൽ അതിന്റെ ഓരോ വളവു തിരിവുകളുടേയും ഭംഗിയെക്കുറിച്ച് ആ പെൺകുട്ടികൾ വാചാലരായി. അവർ വഴിയരികിലെ വേലികളിൽ നിന്നും പർപ്പിൾ നിറത്തിലെ പൂക്കൾ പൊട്ടിച്ചു കൊണ്ട് അവനൊപ്പം നടന്നു. വീടിന്റെ മുറ്റത്ത് ആരുമില്ലെന്ന് കണ്ടപ്പോൾ അവന് വല്ലാത്ത ആശ്വാസം തോന്നി. പക്ഷേ വീട് കടന്ന് നടക്കുമ്പോൾ, ഒളിച്ചു കയറാൻ വന്ന പൂച്ചയെ ഉമ്മ ചീത്ത പറഞ്ഞുകൊണ്ട് ഓടിക്കുന്ന ശബ്ദം അവൻ കേട്ടു. കുറച്ചു വർഷങ്ങൾക്ക് ശേഷം, രാവിലത്തെ ബോട്ടിന്റെ ഹോറണടിയും, അതിനെത്തുടർന്ന് വരുന്ന അവന്റെ വൃത്തിയാക്കിയ നഖങ്ങളുള്ള വിരലുകളുടെ സ്പർശനവും കാത്ത്, മുറിയിലെ അവന്റെ കട്ടിലിൽ കാത്തുകിടക്കുന്ന പാറുവിനെ അവൻ വെറുതെ സങ്കൽപ്പിച്ചു നോക്കി.

അഴുകിയ തൊണ്ടിന്റെ ദുർഗന്ധവുമായാണ് ചതുപ്പ് അവർക്ക് മുന്നിലേയ്ക്കു ചാടിവീണത്. ലത്തീഫ് ക്ഷമാപണം സ്ഫുരിക്കുന്ന മിഴികളോടെ യാത്രാസംഘത്തെ നോക്കി.

"കുട്ടികളേ, നിങ്ങൾക്കീ മണം മനസ്സിലായോ?" കന്യാസ്ത്രീകളിൽ മെലിഞ്ഞ സ്ത്രീ ചോദിച്ചു. "ഇത് ഏത് രാസപദാർത്ഥമാണ് എന്ന് നിങ്ങൾക്ക് മനസ്സിലാവുന്നുണ്ടോ?"

"അയ്യോ!" അവർ ഒന്നിച്ച് പറഞ്ഞു.

"ആർക്കെങ്കിലും പറ്റുന്നുണ്ടോ?", അവർ വീണ്ടും ചോദിച്ചു. "നിങ്ങൾക്ക് എല്ലാർക്കും അറിയാവുന്ന മണമാണ് ഇത്. ഏതാണ് ആ രാസപദാർത്ഥം എന്ന് പറഞ്ഞാൽ മാത്രം മതി."

ദ്വീപിനെ ഓർത്ത് ഒന്നിച്ച് നെടുവീർപ്പിടുന്ന ഒരു സംഘം പോലെ,

അവർ ഒന്നിച്ച് മൂക്കിലൂടെ ശ്വാസം വലിച്ചു. എന്നിട്ടവർ കിട്ടുന്നില്ല എന്ന് തലയാട്ടി. ഓരോരുത്തരായി, അവർ ചതുപ്പിന്റെ വശങ്ങളിലേയ്ക്ക് നീങ്ങി.

“ഈ മണം എന്തിന്റെ മണം പോലെയാ തോന്നുന്നത്?” തന്നെ നോക്കി നിൽക്കുന്ന ഒരേയൊരാൾ എന്ന നിലയ്ക്ക് ആ കന്യാസ്ത്രീ ലത്തീഫിനോട് ചോദിച്ചു.

ദ്വീപ് തന്റെ വായ മലർക്കെ തുറന്ന്, സന്ദർശകരുടെ മുഖത്തിന് നേരെ വായ്നാറ്റമുള്ള കാറ്റ് ഊതിവിട്ടത് പോലെയാണ് അവന് തോന്നിയത്. അവൻ ദേഷ്യം മുറ്റി നിൽക്കുന്ന ഒരു പുഞ്ചിരിയോടെ തലയാട്ടി.

“ഇത് ഹൈഡ്രജൻ സൾഫേറ്റിന്റെ പോലത്തെ മണമാണ്.” എന്നും പറഞ്ഞുകൊണ്ട് ആ കന്യാസ്ത്രീ നടന്നുപോയി.

തനിച്ചായപ്പോൾ, അവിടെ വീണുകിടന്ന ചിതലരിച്ച് തുടങ്ങിയ ഒരു മരത്തിന്റെ ഇത്തിരി ഭാഗത്തായി അവൻ ഇരിക്കാൻ ഒരു സ്ഥലം കണ്ടെത്തി. ആ മരത്തിന്റെ പകുതിയിൽക്കൂടുതലും ആരോ വിറകിനായി വെട്ടിക്കൊണ്ടുപോയിരുന്നു. മിക്കവാറും അത് അവന്റെ ഉമ്മ തന്നെയാവും. അവന് അവിടെ പ്രത്യേകിച്ചൊന്നും തന്നെ ചെയ്യാനുണ്ടായിരുന്നില്ല. ബോട്ടിൽവെച്ച് താൻ ചെയ്തുകൊടുത്തതിന് പ്രത്യുപകാരമായി എന്തെങ്കിലും ചെയ്യാനാവുമോ അവർ തന്നെ വഴികാട്ടിയായി കൂടെ കൂട്ടിയത് എന്നവൻ സംശയിക്കാൻ തുടങ്ങി. പെൺകുട്ടികൾ കണ്ടൽ കാടുകൾക്ക് ചുറ്റും നടക്കാൻ തുടങ്ങി. കന്യാസ്ത്രീകൾ, അവനിൽ നിന്നും അൽപ്പം അകലെയായി, കരിയിലകൾക്ക് മുകളിൽ, കൈകൾ കൊണ്ട് കാൽമുട്ടുകൾ വട്ടംപിടിച്ച് ഇരിക്കുന്നുണ്ടായിരുന്നു. അവൻ, അവരുടെ സംഭാഷണം, അവരറിയാതെ ശ്രദ്ധിച്ചു കേട്ടു. അവർ അന്ന് രാത്രി സെമിനാരിയിൽ തങ്ങുന്ന പദ്ധതി ഉപേക്ഷിച്ച്, അവസാനത്തെ ബോട്ടിൽ കയറി പട്ടണത്തിലേയ്ക്ക് പോയി ലോഡ്ജിൽ തങ്ങിയ ശേഷം, രാവിലെ അവിടെ നിന്നും അവരുടെ നഗരത്തിലേയ്ക്ക് പോകാം എന്ന് തീരുമാനിക്കുന്നത് അവൻ കേട്ടു. അവർക്കൊപ്പം ബോട്ടിൽ പോകാൻ അവൻ നിശ്ചയിച്ചു. അവന്റെ സാന്നിദ്ധ്യമുള്ളപ്പോൾ, പുഴയുടെ ഇരുട്ട് അവരെ അധികം ഭയപ്പെടുത്തില്ല എന്നവൻ കരുതി.

വീണ കിടന്ന ആ മരം ഒന്ന് കുലുങ്ങിയപ്പോൾ അവൻ വശത്തേയ്ക്ക് നോക്കി. പാറു അവന്റെ അടുത്ത് വന്നിരിക്കുകയായിരുന്നു. എന്തുകൊണ്ടോ, അവിടെ നിന്നും എഴുന്നേറ്റ് നടന്നുപോകാനാണ് അവനപ്പോൾ തോന്നിയത്. “ഞാനൊരു കാര്യം പറയട്ടെ?” അവൾ ചോദിച്ചു. അവൻ കന്യാസ്ത്രീകളെ ഒന്ന് പാളി നോക്കി. അവർ അവരുടെ ക്രൈസ്തവ കൊച്ചുവർത്തമാനങ്ങളിൽ മുഴുകി ഇരിക്കുകയായിരുന്നു. അവൻ അവളെ നോക്കി തലയാട്ടി.

"നിന്നെക്കാണാൻ പ്രശസ്തനായ ഒരാളുടെ ഛായയുണ്ട്," അവന്റെ കണ്ണുകളിലേയ്ക്ക് നോക്കിക്കൊണ്ട് അവൾ പറഞ്ഞു. "ബ്രാഡ് പിറ്റിനെ, അയാളുടെ ചെറുപ്പകാലത്ത് കാണുന്നത് പോലെയുണ്ട് നിന്നെക്കണ്ടാൽ."

അവൻ ബാറ്റ്മാനെ പറ്റി ഓർത്തു. അവൾ തന്നെ കളിയാക്കുക യായിരിക്കുമോ എന്നാണ് അവനപ്പോൾ തോന്നിയത്.

"ബ്രാഡ് പിറ്റ് ആരാണെന്നറിയാമോ?"

അവൻ തന്റെ കാൽവിരലുകളിലേയ്ക്ക് നോക്കി. ഒരിക്കൽ അവൻ ബിസ്മിയുടെ നെയിൽപോളിഷ് കാൽ നഖങ്ങളിൽ ഇട്ടിരുന്നു. അത് കുറേക്കാലം മുൻപായിരുന്നു. ഇപ്പൊ അതൊക്കെ മാഞ്ഞ്, നഖങ്ങൾക്ക് കീഴിൽ രക്തം കട്ടപിടിച്ച പോലെയുള്ള ചെറിയ ചുവന്ന പാടുകൾ മാത്രമേയുള്ളൂ.

"ഇതാണ് ബ്രാഡ് പിറ്റ്," പ്രായം കൃത്യമായി പറയാൻ കഴിയാത്ത, സുമുഖനായ ഒരാളുടെ പടം അവൾ മൊബൈലിൽ അവനെ കാണിച്ചു. ഒരുപക്ഷേ അവരുടെ താടിയെല്ലുകൾക്ക് സാദൃശ്യമുണ്ടാവും. അതല്ലാതെ അവർ തമ്മിൽ വേറെ ഛായയൊന്നും അവനു തോന്നിയില്ല. "ഇന്നലെ നിന്നെ കണ്ടപ്പോൾത്തന്നെ, എവിടെയോ കണ്ടത് പോലെ എനിക്ക് തോന്നി. ഞാൻ മാത്രമല്ല, ഞങ്ങൾക്കെല്ലാം അങ്ങനെ തോന്നി. ഇപ്പോഴാണ് പെട്ടെന്ന് ബ്രാഡ് പിറ്റിന്റെ ഛായയാണല്ലോ എന്നോർത്തത്."

"ഞാൻ എന്റെ ഉപ്പയെപ്പോലെയാണ് കാണാൻ." അവൻ ഒരൽപം ധിക്കാരവും അഭിമാനവും കലർന്ന സ്വരത്തിൽ പറഞ്ഞു.

"ഉപ്പയെ കാണാൻ ബ്രാഡ് പിറ്റിനെ പോലെയാണോ?" അവൾ ആ ഫോട്ടോയിൽ തൊട്ടുകൊണ്ട് ചോദിച്ചു.

അവൻ സന്തോഷത്തോടെ തലയാട്ടി. അവൾ ആ മരത്തടിയിൽ നിന്നും ഇറങ്ങി അവന്റെ മുന്നിൽ വന്നു നിന്നു. "പക്ഷേ ഓഡ്രി ഹെപ്പ്ബേണിന്റേത് പോലത്തെ മുടിയാ നിന്റേത്."

അവൻ സ്വയമറിയാതെ ഇടത് ചെവിയ്ക്ക് മുകളിലെ മുടിച്ചുരുളിൽ തൊട്ടു.

"ഓഡ്രി ഹെപ്പ്ബേൺ ആരാണെന്ന് നിനക്കറിയാമോ?" അവൾ ഫോണിൽ കുറച്ചുനേരം വിരൽ കൊണ്ട് നോണ്ടിയിട്ട്, അതിന്റെ സ്ക്രീൻ അവനു നേരെ പിടിച്ചു കാണിച്ചു. അപൂർണ്ണമായ ഒരു പുഞ്ചിരിയോടെ നിൽക്കുന്ന മെലിഞ്ഞ ഒരു യുവതിയുടെ ബ്ലാക്ക് ആൻഡ് വൈറ്റ് ചിത്രം അവൻ കണ്ടു.

"അമ്മയ്ക്ക് ഇവരുടെ ഛായ എന്തെങ്കിലുമുണ്ടോ?"

"ഇല്ല." അവൻ പെട്ടെന്ന് പറഞ്ഞു. ആ പടത്തിലെ സ്ത്രീയുടെ കൈയിൽ ഒരു സിഗരറ്റുണ്ടായിരുന്നു. അവരുടെ ഉടുപ്പിന്റെ ഇറങ്ങിക്കിടന്ന കഴുത്തിലൂടെ മുലയിടുക്ക് ദൃശ്യമായിരുന്നു.

ഓഡ്രി ഹെപ്പ്ബേണിനുള്ളത് പോലെയുള്ള കേശാലങ്കാര രീതി നല്ലതാണോ അല്ലയോ എന്നൊന്നും അവനു പിടികിട്ടിയില്ല. പക്ഷേ, അത് ഒരു ആണിന് ചേരുന്നതായിരുന്നില്ല എന്ന് മാത്രം അവനു തോന്നി. അവർക്കൊപ്പം സെമിനാരിയിലേയ്ക്ക് തിരികെ നടക്കുമ്പോൾ, ചെവിയ്ക്ക് മുകളിലെ മുടിച്ചുരുളുകളെ ഒരു അപമാനമെന്ന രീതിയിലാണ് അവൻ കണക്കാക്കിയത്. വഴിയിലുടനീളമുള്ള തെങ്ങിൻ തോപ്പുകളെല്ലാം അരുണകിരണങ്ങളുടെ പൊൻപ്രഭയിൽ ശോഭയാർന്നു നിന്നു. ക്ഷീണിച്ച സൂര്യനെ മരച്ചാർത്തുകൾക്ക് മുകളിൽ അവൻ കണ്ടു. അവരെത്തുമ്പോഴേയ്ക്കും സെമിനാരി ഗേറ്റിന് മുകളിലെ വിളക്കുകൾ തെളിഞ്ഞിരുന്നുവെങ്കിലും, ഉള്ളിൽ അകലെയായി നിന്ന പാരിഷ് ഹാളിൽ വെളിച്ചമുണ്ടായിരുന്നില്ല. പെൺകുട്ടികൾ ആ വെള്ളനിറമുള്ള കെട്ടിടത്തിലേയ്ക്ക് തിരക്കിട്ട് നടന്നു പോയി. പക്ഷേ കന്യാസ്ത്രീകൾ എന്തൊക്കെയോ അടക്കം പറഞ്ഞ്, ഇടയ്ക്കിടെ അവനെ നോക്കിക്കൊണ്ട്, ഗേറ്റിനരികിൽ തെല്ലിട ചുറ്റിപ്പറ്റി നിന്നു. മദർ സുപ്പീരിയർ അവന്റെ അടുത്തേയ്ക്ക് നടന്നു വന്ന്, വിറയ്ക്കുന്ന കൈകൾ കൊണ്ട് അവന്റെ താടിയിൽ പിടിച്ചു. “ഞങ്ങൾ ഏഴ് ഇരുപതിന്റെ ബോട്ടിനാണ് തിരിച്ച് പട്ടണത്തിലേയ്ക്ക് പോകുന്നത്. നീ ഞങ്ങളെ യാത്രയാക്കാൻ വരുമോ?”

വൈകുന്നേരത്തെ ബോട്ടിന് ജോലിയ്ക്ക് പോകണം എന്ന് കേട്ടപ്പോൾ ഉമ്മ ഒന്നതിശയിച്ചു. മുടി പറ്റെ വെട്ടണമെന്നും, വീതിയുള്ള കൃതാവ് വേണമെന്നും പറഞ്ഞുകൊണ്ട് അവൻ സലൂൺ കസേരയിൽ കയറിയിരുന്നപ്പോൾ, മുടിവെട്ടുകാരന് അതിനേക്കാൾ അതിശയമായി. അവനു മുന്നിലുണ്ടായിരുന്ന വലിയ കണ്ണാടിയിൽ പിന്നിലെ ചുവരിലുണ്ടായിരുന്ന ക്ലോക്ക് അവനു കാണാമായിരുന്നു. *ജീസസ്* ദ്വീപിൽ നിന്നുള്ള അവസാനത്തെ സഞ്ചാരം തുടങ്ങാൻ ഇനിയും ഒരുപാട് സമയം ബാക്കിയുണ്ട്. എന്നിട്ടും അവൻ വേഗം മുടിവെട്ടിത്തരണം എന്ന് അയാളോട് ആവശ്യപ്പെട്ടു. മാത്രവുമല്ല, സമയം ലാഭിക്കാനായി, മുടിവെട്ടിനൊപ്പം സൗജന്യമായി ലഭിക്കാറുള്ള തലയിലെ മസ്സാജ് വേണ്ട എന്ന് പറയുകയും ചെയ്തു. അവന്റെ മുടിച്ചുരുളുകൾ, തോളിലേക്കും മടിയിലേയ്ക്കും ചിതറി വീണു. ഇത്രയും കാലം തികഞ്ഞ ശുഷ്കാന്തിയോടെ താൻ കൊണ്ടുനടന്നത് ബ്ലാക്ക് ആൻഡ് വൈറ്റ് കാലഘട്ടത്തിലെ സ്ത്രീകളുടെ കേശാലങ്കാരമായിരുന്നല്ലോ എന്നോർത്തപ്പോൾ അവനു സ്വയം അവജ്ഞ തോന്നി.

ആ മുടിച്ചുരുളുകളൊക്കെ പോയിക്കഴിഞ്ഞപ്പോൾ, പാറു കാണിച്ചുകൊടുത്ത ആളിന്റെ നേരിയ ഛായ തനിക്കുണ്ടെന്ന് അവനു തോന്നി. അവൻ വീണ്ടും ക്ലോക്കിലേയ്ക്ക് നോക്കി. മുൻപ് കണ്ട സമയത്തിൽ നിന്നും വലിയ വ്യത്യാസമൊന്നും അവനു തോന്നിയില്ല.

“ഈ ക്ലോക്ക് പതുക്കെയാണോ പോകുന്നത്?”

“അല്ല. അത് ചത്തിരിക്കുവാ.” മുടിവെട്ടുകാരൻ പറഞ്ഞു.

തൊട്ടടുത്ത നിമിഷം, കടയുടെ വാതിലിലൂടെ അവൻ വെളിയിലേയ്ക്ക് കുതിച്ചതും, അകലെ *ജീസസിന്റെ* ഹോറണടി അവൻ കേട്ടു.

അവൻ കടവിലേയ്ക്ക് പാഞ്ഞു. അവന്റെ ഓട്ടം കണ്ട നാട്ടുകാർ, അവനെ ആരെങ്കിലും പിടിക്കാൻ വരുന്നുണ്ടോ എന്ന് സംശയിച്ച് തിരിഞ്ഞു നോക്കി. കടവ് കൺമുന്നിൽ എത്തുന്നതിന് മുൻപ് തന്നെ, *ജീസസ്* അവിടം വിട്ടുപോയി എന്നവന് മനസ്സിലായിരുന്നു. എന്നിട്ടും അവൻ നിൽക്കാതെ, കുറച്ചുകൂടി വേഗത്തിൽ ഓടി. ഒടുവിൽ, ബോട്ടിന്റെ പിറകിലെ വെളിച്ചം ആടിയാടി അകലേയ്ക്ക് മറയുന്നത് കണ്ടപ്പോഴാണ് അവൻ നിന്നത്.

"നീ മൂന്ന് നിമിഷം വൈകിപ്പോയി," വാച്ചിലേയ്ക്ക് നോക്കിക്കൊണ്ട് കഷണ്ടിയുള്ള നീല ഷർട്ടുകാരൻ പറഞ്ഞു. കൈയിൽ ആവി പൊന്തുന്ന കപ്പുമായി ക്യാംപ് ഓഫീസിന് മുന്നിലെ ഗേറ്റിൽ നിൽക്കുകയായിരുന്നു അയാൾ. "ഞാൻ നിന്നെ കാത്തു നിൽക്കുകയായിരുന്നു." അയാൾ കുറച്ച് പണമെടുത്ത് അവനു നേരെ നീട്ടി. "ആ വൃദ്ധയായ കന്യാസ്ത്രീ നിനക്ക് തരാൻ വേണ്ടി എന്നെ ഏൽപ്പിച്ചതാണ്. വാങ്ങിക്കോ."

അവൻ തിരിഞ്ഞ് വീണ്ടും ഓടാൻ തുടങ്ങി. അത്രയും വേഗത്തിൽ അടുത്ത കാലത്തൊന്നും അവൻ ഓടിയിട്ടുണ്ടായിരുന്നില്ല. അവന്റെ നിഴൽ, ഒരു പേപ്പട്ടിയെപ്പോലെ അവനു പിന്നാലെ പാഞ്ഞു.

20

വീടിന്റെ മേൽക്കൂരയിലെ നിരപ്പില്ലാത്ത ഓട്ടുകൾക്കിടയിലൂടെ പ്രകാശം എത്തിനോക്കി, പ്രഭാതത്തിന്റെ വരവറിയിച്ചു. ഒന്നിടവിട്ട ദിവസങ്ങളിലാണ് അവൻ ഈ കാഴ്ചയിലേയ്ക്ക് ഉണർന്നെഴുന്നേറ്റിരുന്നത്. ഉറക്കച്ചടവിൽ ആ വെളിച്ചക്കീറിലേയ്ക്ക് തന്നെ ഉറ്റുനോക്കി കട്ടിലിൽ കിടക്കുമ്പോൾ, അവൻ ഉപ്പയുടെ ഖബറിനെക്കുറിച്ച് ഓർക്കും. മണ്ണിട്ട് മൂടുന്നതിന് മുൻപ്, നിരപ്പില്ലാതെ വച്ചിരുന്ന പലകകൾക്കിടയിലൂടെ ഉള്ളിലേയ്ക്ക് അരിച്ചിറങ്ങുന്ന വെളിച്ചത്തുണ്ടുകൾ അപ്പോൾ അവന്റെ ഓർമ്മയിലേയ്ക്ക് ചിതറി വീഴും. പക്ഷേ ഖബറിനുള്ളിൽ വെളിച്ചം കടക്കില്ല എന്നും, ഉപ്പയെ അടക്കം ചെയ്ത അന്ധകാരം ഒരിക്കലും അതിൽ നിന്നും രക്ഷപ്പെടില്ല എന്നും അവനറിയാമായിരുന്നു.

നേരം നന്നേ വെളുത്തുവെന്നും, അന്ന് തനിക്ക് അവധിയുള്ള ദിവസമല്ലെന്നും തിരിച്ചറിഞ്ഞ അവൻ ലോഡ്ജിനെക്കുറിച്ചും, രാവിലത്തെ ബോട്ട് താൻ പിടിച്ചില്ലല്ലോയെന്നതും ഒരു ആന്തലോടെ ഓർത്തു. പൊതുവെ, ഈ നേരം കൊണ്ട്, ഡിസ്പെൻസറിൽ നിന്നും വെള്ളം ജഗ്ഗുകളിൽ നിറച്ച് ലിഫ്റ്റിൽ കയറ്റിയിട്ടുണ്ടാവും. താനെന്താ ഇപ്പോഴും കട്ടിലിൽ കിടക്കുന്നത് എന്നവനു മനസ്സിലായില്ല. പതുക്കെ, തലേ രാത്രിയിൽ നടന്നത് അവനോർമ്മ വന്നു. ഉറക്കത്തിനിടയിൽ, മേലാസകലം പൊള്ളുന്ന ചൂടും, തൊണ്ടവേദനയുമായിട്ടാണ് അവൻ കണ്ണു തുറന്നത്. പുലരാറാവുന്നത് വരെ ഉമ്മ അവനടുത്തിരുന്ന് തുണി നനച്ച് അവന്റെ ദേഹം തുടച്ചുകൊടുക്കുകയായിരുന്നു. അവരവന് രണ്ടു സ്പൂൺ കഷായവും കൊടുത്തു. സഹോദരിമാരാകട്ടെ, ഉറക്കം തൂങ്ങുന്ന അടിയന്തിര ആരോഗ്യപ്രവർത്തകരെപ്പോലെ അവനടുത്തു നിൽക്കുകയായിരുന്നു. പുഴയാണ് തന്നെ രോഗിയാക്കിയതെന്ന് അവനു തീർച്ചയായിരുന്നു. പക്ഷേ പുഴയുടെ ആഴമേറിയ ഒരു ഭാഗത്താണ് താൻ നീന്തിയതെന്നും, ഓരോ തവണ ശ്വാസമെടുക്കാനായി മുകളിലേയ്ക്ക് പൊങ്ങുമ്പോഴും, ആവേശം കൊണ്ട് തന്റെ മേലാകെ

കോരിത്തരിച്ചിരുന്നു എന്നും ഉമ്മ അറിയാതിരിക്കാൻ വേണ്ടി, അവൻ അവരിൽ നിന്നും അത് മറച്ചുവച്ചു.

തലേ രാത്രി കഴിച്ച മരുന്നിന്റെ ഓർമ്മ പോലും അവന്റെ ചുണ്ടുകളിൽ ബാക്കിയുണ്ടായിരുന്നില്ല. പക്ഷേ, പുഴയുടെ ദുഃസ്വാദ്, ഒരുപാട് നേരം വായിലിട്ട് ചവച്ച ബബിൾഗം പോലെ, അവന്റെ അണ്ണാക്കിൽ പറ്റിപ്പിടിച്ചിരുന്നു. അടഞ്ഞ ജനാലകളും, ചാരിയിരുന്ന വാതിലും, മുറിയിലേയ്ക്ക് അപ്പോഴും പകലിനെ കടത്തിവിട്ടിരുന്നില്ല. മച്ചിലൂടെ അരിച്ചിറങ്ങി വന്ന വെയിലിന്റെ ഒരിഴ, നേരം ഉച്ചയോടടുക്കുന്നു എന്നവനെ അറിയിച്ചിരുന്നെങ്കിലും, ഉമ്മ പെട്ടെന്ന് ജനാലകൾ തുറന്നിട്ടപ്പോൾ പ്രകാശം അവനെ നിനച്ചിരിക്കാതെ പിടികൂടിക്കളഞ്ഞു.

"നാളെ മാനേജർ എന്നെ ചീത്ത പറയും." ഉമ്മ കൈപ്പത്തിയുടെ പിൻവശം അവന്റെ നെറ്റിയിലേയ്ക്ക് ചേർക്കുമ്പോൾ, അവൻ സങ്കടത്തോടെ പറഞ്ഞു. പനി വിട്ടിരുന്നു. അവന്റെ ശരീരം വിയർക്കാൻ തുടങ്ങുകയായിരുന്നു.

"ഇല്ലടാ. ഞാൻ രാവിലെതന്നെ ക്വയിലോൺ കാഷ്യൂസിൽ പോയി, അവിടത്തെ മുതലാളിയെക്കൊണ്ട് നിന്റെ മാനേജറിനെ വിളിപ്പിച്ചു. മാനേജറൊരു നല്ല മനുഷ്യനാ. അത് സാരമില്ല എന്നാണ് പുള്ളി പറഞ്ഞത്." കനത്തിൽ കഷണങ്ങളാക്കിയ ഒരു മുഴുവൻ ബ്രെഡ് ഉമ്മ അവനു കൊടുത്തു. അതുണ്ടാക്കിയ ആൾ അടിവശം എത്തുന്നതിന് മുൻപ് പെട്ടെന്ന് കത്തി പിൻവലിച്ചത് പോലെ, മുകളിൽ മാത്രം വേർപെട്ട, അടിയിൽ വേർപെടാതിരുന്ന ബ്രെഡ് ആയിരുന്നു അത്. അതിനൊപ്പം ഒരു ഗ്ലാസ് ഇഞ്ചിച്ചായയും. പനി വരുമ്പോൾ ഉള്ള ഒരു മെച്ചം കഴിക്കാൻ ഒരു മുഴുവൻ ബ്രെഡ് കിട്ടും എന്നുള്ളതായിരുന്നു എങ്കിൽ, പനി വരുത്തിവച്ചതിനുള്ള ശിക്ഷയായിട്ടായിരുന്നു ഇഞ്ചിച്ചായയെ അവൻ കണ്ടിരുന്നത്. ബ്രെഡ് എടുത്ത് ഇഞ്ചിച്ചായയിൽ മുക്കി ചവച്ചു കഴിച്ച് കൊണ്ട്, പനി വിടുന്നത് വരെ കട്ടിലിൽത്തന്നെ തുടരുക എന്നതാണ് ചികിത്സാക്രമം.

ചായയിൽ മുക്കിയ ബ്രെഡിന്റെ പതുപതുത്ത ഭാഗം അവൻ പതുക്കെ കടിച്ചുകൊണ്ടിരുന്നു. ഉമ്മ മുറിവിട്ടു പോയിരുന്നെങ്കിൽ, ഗ്ലാസ്സിലെ ചായ മുഴുവൻ ജനലിലൂടെ പുറത്തേയ്ക്ക് കളഞ്ഞിട്ട്, മധുരമുള്ള ബ്രെഡ് മാത്രമായി കഴിക്കാമായിരുന്നു എന്നാണ് അപ്പോഴവൻ ആഗ്രഹിച്ചത്. ജനലിലൂടെ നോക്കിയപ്പോൾ, കിണറിനരികിലെ വാഴയിലേയ്ക്ക് ഒരു കാക്ക വന്നിരിക്കുന്നത് അവൻ കണ്ടു. മഞ്ഞിച്ച വാഴയിലയുടെ തണ്ടിലൂടെ ചാഞ്ഞും ചരിഞ്ഞും വശങ്ങളിലേയ്ക്ക് ചാടിയും, അതൊരു വെയിൽച്ചതുരത്തിലേയ്ക്ക് നീങ്ങിയിരുന്നു. സൂര്യരശ്മികളേറ്റ് തിളങ്ങുന്ന മിനുസമുള്ള കറുത്ത തൂവലുകളുമായി, ഒരു പാവയെപ്പോലെ അത് ദീർഘനേരം അനങ്ങാതിരുന്നു. പെട്ടെന്നത് ദേഷ്യത്തോടെ വീടിന് നേരെ നോക്കി അസ്വസ്ഥതയോടെ കരയാൻ തുടങ്ങി.

"ഇന്നാരെങ്കിലും വിരുന്നു വരുമായിരിക്കും." ഉമ്മ പറഞ്ഞു. ജനലഴികൾക്കിടയിലൂടെ ഒരു കൈ പുറത്തിട്ട് ആ കാക്കയെ ആട്ടിയകറ്റാൻ ഉമ്മ ശ്രമിച്ചു. കാക്കയിങ്ങനെ വാഴക്കൈയിലിരുന്ന് നിർത്താതെ കരയുന്നത് അതിഥികളാരെങ്കിലും പെട്ടെന്ന് കയറി വരുമെന്നതിന്റെ ലക്ഷണമാണെന്നാണ് ഉമ്മ പറയാറ്. പക്ഷേ അവരുടെ പ്രവചനങ്ങൾ മിക്കപ്പോഴും അസ്ഥാനത്തായിരുന്നു. എന്നാൽ, വീശുന്ന കൈയും, ആട്ടിയകറ്റാൻ ഉണ്ടാക്കുന്ന ശബ്ദങ്ങളും ഒന്നും തന്നെ ആ കാക്കയെ തെല്ലും അലട്ടിയില്ല. ഉമ്മ വരാന്തയിലേയ്ക്കിറങ്ങി. അടുത്ത് ചെന്ന് ഒരു കല്ലെടുത്ത് അതിനെ എറിഞ്ഞോടിക്കാം എന്നാവും ഉദ്ദേശ്യം. ആ തക്കം നോക്കി ലത്തീഫ് ഇഞ്ചിച്ചായ മുഴുവൻ ജനലിലൂടെ പുറത്തേയ്ക്ക് ഒഴുക്കിക്കളഞ്ഞു. എന്നിട്ടവൻ, ബ്രെഡ് കഴിക്കാൻ തുടങ്ങി.

നാലാമത്തെ കഷണം എടുക്കാൻ തുടങ്ങുമ്പോഴാണ് ആരോ മുൻവാതിലിൽ മുട്ടുന്ന ശബ്ദം അവൻ കേട്ടത്. വീട് മുഴുവൻ ഒരു നിമിഷത്തേയ്ക്ക് നിശബ്ദമായി. പെട്ടെന്ന് പെങ്ങന്മാർ സ്വീകരണമുറി തിടുക്കത്തിൽ അടുക്കിപ്പെറുക്കാൻ തുടങ്ങി. എന്നിട്ടാണവർ ഉമ്മയെ വാതിൽ തുറക്കാൻ അനുവദിച്ചത്. വാതിലിന്റെ കുറ്റി ഒരു ഞരക്കത്തോടെ നീങ്ങിയ ശേഷം, അവിടെ നിശബ്ദത തെല്ലിട തളം കെട്ടി. വൈദ്യുതബോർഡിൽ നിന്നുള്ള ആളാവും വന്നത് എന്ന് ലത്തീഫ് കരുതി. അവരുടെ കൈയിൽ ഒരു നയാപ്പൈസ ഇല്ലാത്ത സമയങ്ങളിൽ അയാൾ കൃത്യമായി എത്തുകയും, അവരുടെ ബില്ല് നൽകുകയും ചെയ്യുമായിരുന്നു. വൈദ്യുത ബില്ല് വളരെ കൂടുതലാണ് എന്ന് എല്ലാത്തവണയും ഉമ്മ ആവലാതി പറയാറുണ്ടുതാനും. പക്ഷേ മറ്റൊരു ശബ്ദമാണ് അവനവിടെ കേട്ടത്. മുൻപെവിടെയോ കേട്ടിട്ടുള്ള നിസ്സംഗമായ ഒരു പുരുഷസ്വരം. കൗതുകമുണർന്ന അവൻ, ബ്രെഡിന്റെ കഷണം മേശപ്പുറത്ത് വച്ചിട്ട് പതുക്കെ മുൻവശത്തേയ്ക്ക് നടന്നുചെന്നു.

കീറിപ്പറിഞ്ഞ സോഫയിൽ ദ്വിഭാഷി ഇരിക്കുന്നുണ്ടായിരുന്നു. മേലധികാരികളുടെ അഭാവത്തിൽ അയാൾക്ക് വല്ലാത്തൊരു പ്രാതിനിധ്യവും, സ്വൽപം ഗർവ്വും കൈവന്നിരുന്നു.

"ദേ ഇവിടെയുണ്ടല്ലോ," ഇരുണ്ട ഇടനാഴിയിൽ നിന്നും ലത്തീഫ് അങ്ങോട്ടേയ്ക്ക് കയറി വന്നപ്പോൾ അയാൾ പറഞ്ഞു. "പക്ഷേ നീ വീട്ടിൽ ഇല്ലെന്നാണല്ലോ നിന്റെ അമ്മ പറഞ്ഞത്."

"ഞാൻ ഇവിടെ ഉണ്ടായിരുന്നു." അവൻ തളർന്ന സ്വരത്തിൽ പറഞ്ഞു.

"ഉവ്വല്ലോ, എനിക്കത് കാണാമല്ലോ," അയാൾ മറുപടി പറഞ്ഞു. "ഞാൻ നിന്നെ ക്യാംപ് ഓഫീസിലേയ്ക്ക് കൊണ്ടുപോകാൻ വന്നതാണ്. നിന്നെ അത്യാവശ്യമായി അവിടെ എത്തിക്കാൻ പറഞ്ഞിരിക്കുകയാണ്." അയാളുടെ സ്വരത്തിൽ ഭീഷണിയുടെ ഒരു ധ്വനി ഉള്ളതായി അവൻ തിരിച്ചറിഞ്ഞു.

"അവനു സുഖമില്ല. അതുകൊണ്ടാണ് ഇന്നവൻ ജോലിയ്ക്ക് പോലും പോകാഞ്ഞത്." ഉമ്മ പറഞ്ഞു.

"കണ്ടിട്ട് അവനത്ര അസുഖമൊന്നും ഉള്ളതായി എനിക്ക് തോന്നുന്നില്ലല്ലോ," ദ്വിഭാഷി പറഞ്ഞു. "എന്തായാലും ക്യാംപ് ഓഫീസുവരെ നടക്കാനുള്ള ആരോഗ്യമൊക്കെ നിനക്കുണ്ട്, ഇല്ലേടാ?"

"പക്ഷേ ഇവനെയെന്തിനാ നിങ്ങടെ ഓഫീസിലേയ്ക്ക് വിളിപ്പിക്കുന്നത്?" ഉമ്മ ചോദിച്ചു.

"അതിപ്പോ പറയാൻ നിർവ്വാഹമില്ല. അവനോട് ഇന്ന് ഓഫീസ് വരെ വരാൻ പറഞ്ഞിട്ടുണ്ട് എന്ന് മാത്രമേ എനിക്കിപ്പോ പറയാൻ പറ്റൂ."

"പാവം കൊച്ച് ഇന്നലെ രാത്രി ഒരു പോള കണ്ണടച്ചിട്ടില്ല." ഉമ്മ കരച്ചിലിന്റെ വക്കോളമെത്തിയിരുന്നു.

നാണം കലർന്ന ഒരു പുഞ്ചിരിയുമായി, ബിസ്മി ആ മുറിയിലേയ്ക്ക് മന്ദം മന്ദം നടന്നുവന്നു. അവളുടെ കൈയിലെ ട്രേയിൽ, ഒരു കപ്പ് ഇഞ്ചിക്കാപ്പിയും, ആ വീട്ടിലെ ഏറ്റവും നല്ല പ്ലേറ്റും ഉണ്ടായിരുന്നു. ആ പ്ലേറ്റിൽ, താൻ മുറിയിൽ വച്ചിട്ടു വന്ന ബ്രെഡിൽ നിന്നും പകുതിയോളം കഷണങ്ങൾ, ഒരു പൂവിന്റെ ഇതളുകളെപ്പോലെ അലങ്കരിച്ച്, അതിന്റെ ഒത്തനടുക്ക് കാരറ്റിന്റെ ഒരു കഷണം വട്ടത്തിൽ അരിഞ്ഞതും വച്ചിരിക്കുന്നത് അവൻ കണ്ടു. ദ്വിഭാഷി അത് വേണ്ടെന്ന് പറയും എന്ന് അവന് ഏറെക്കുറെ ഉറപ്പായിരുന്നു. പക്ഷേ അയാൾ നന്ദിപൂർവ്വം ആ ട്രേ കൈപ്പറ്റി, അത് മടിയിൽ വച്ചു.

"നീ പോയി ഉടുപ്പൊക്കെ ഇട്ടിട്ടു വാ. ഞാൻ ഇവിടെ ഇരിക്കാം." ഒരു കഷണം എടുത്ത് നാലായി മടക്കി വായ്ക്കുള്ളിലേയ്ക്ക് വയ്ക്കുന്നതിനിടയിൽ അയാൾ പറഞ്ഞു.

"അവന് ഇപ്പഴും പനി വിട്ടു മാറിയിട്ടില്ല," ഉമ്മ അയാളോട് കെഞ്ചി. "അവനെക്കൊണ്ട് അത്രയും ദൂരം നടക്കാൻ ആവില്ല."

ദ്വിഭാഷി രണ്ടാമത്തെ കഷണമെടുത്ത് ഒരു സോസേജ് പോലെ ചുരുട്ടി. അത് മുഴുവൻ തിന്നു തീരുംവരെ അയാൾ ഒന്നും പറഞ്ഞില്ല. "പക്ഷേ അവൻ അത്യാവശ്യമായി എന്റെ കൂടെ ഓഫീസ് വരെ വരേണ്ടതുണ്ട്."

"എന്നാൽ അവൻ നാളെ വന്നാൽ മതിയോ?"

"നാളെ പറ്റില്ല. അത് വൈകിപ്പോകും. മേധാവി നാളെ മുതൽ അവധിയിലാണ്. പിന്നെ അടുത്ത മാസമേ വരൂ."

ആരായിരിക്കും അവിടുത്തെ മേധാവി എന്ന് ലത്തീഫ് ആലോചിച്ചു – ചിമ്മിനി പോലെ എപ്പോഴും പുകച്ചുകൊണ്ട് നടക്കുന്ന പരിസ്ഥിതി ശാസ്ത്രജ്ഞനോ, അതോ എപ്പോഴും പുഞ്ചിരിക്കുന്ന കഷണ്ടിയുള്ള നീല ഷർട്ടുകാരനോ?

“എന്നാപ്പിന്നെ നിങ്ങടെ മേധാവി തിരികെ വരുമ്പോൾ അവൻ വന്നോളും.” ഉമ്മ പറഞ്ഞു.

“ഇല്ല, പോവുന്നതിന് മുൻപ് നിങ്ങളുടെ മകനെ കാണണം എന്നാണ് മേധാവി പറഞ്ഞിരിക്കുന്നത്.”

“കാര്യം എന്താണ്? നിങ്ങൾ ആദ്യം അത് പറയ്.”

അയാൾ തൊണ്ട ശരിയാക്കാൻ വേണ്ടി കുറച്ച് ഇഞ്ചിച്ചായ കുടിച്ചിറക്കി. എന്നിട്ട് ചുണ്ടുകൾക്ക് മേൽ ഒരു വിരലമർത്തി, തികട്ടി വന്ന ഏമ്പക്കത്തെ അടക്കി. “ഒള്ളത് പറയാലോ പെങ്ങളേ, ഇവനെ ഓഫീസിലോട്ട് വിളിപ്പിക്കുന്നത് എന്തിനാണെന്ന് എനിക്കറിയാൻ പാടില്ല.”

ദ്വിഭാഷിയ്ക്കൊപ്പം ക്യാംപ് ഓഫീസിലേയ്ക്ക് പോയി, ആ ബംഗ്ലാവ് പോലത്തെ കെട്ടിടത്തിൽ തന്നെ കാത്തിരിക്കുന്ന കഠിനപരീക്ഷണം എന്താണെങ്കിലും അതിനെ നേരിടാൻ തന്നെ അവൻ തീരുമാനിച്ചു. മേധാവി അവധിയിൽ നിന്നും മടങ്ങി വരുന്നത് വരെ ഏതാനും ആഴ്ചകൾ നെഞ്ചിടിപ്പോടെ കാത്തിരിക്കുന്നതിലും ഭേദം അതാണെന്ന് അവനു തോന്നി. “ഞാൻ നിങ്ങളുടെ കൂടെ വരാം.” അവൻ ധൈര്യപൂർവ്വം പറഞ്ഞു.

“എന്നാപ്പിന്നെ ഞാനും വരാം കൂടെ.” ഉമ്മ പറഞ്ഞു.

“വേണ്ട,” ലത്തീഫ് തറപ്പിച്ചു പറഞ്ഞു. “ഞാൻ ഒറ്റയ്ക്ക് പൊയ്ക്കോളാം.”

“നിങ്ങളും വന്നോളൂ പെങ്ങളേ. പക്ഷേ ഒരു കാര്യമുണ്ട്. കഴിഞ്ഞ തവണത്തെപ്പോലെ അവിടെ വന്ന് ചുമ്മാ പ്രശ്നമൊന്നും ഉണ്ടാക്കിയേക്കരുത്.”

“നീ ഇത്തവണ എന്ത് പൊല്ലാപ്പാണ് ഉണ്ടാക്കി വച്ചിരിക്കുന്നത്?” അവൻ ഉടുപ്പ് മാറ്റാൻ അകത്തേയ്ക്ക് ചെന്നപ്പോൾ ബീമ ശബ്ദമടക്കി ചോദിച്ചു. അങ്ങനെ എന്തെങ്കിലും ഒരു തെറ്റ് താൻ ചെയ്തതായി അവന് ഓർമ്മയില്ലായിരുന്നു. അല്ലെങ്കിൽപ്പിന്നെ ആ മേധാവി, ജോർജിയുടെ അമ്മാവനോ മറ്റോ ആയിരിക്കണം.

എന്തെങ്കിലും ഒരു സൂചന കിട്ടാൻ വേണ്ടി അവൻ ഉടഞ്ഞ കണ്ണാടിയിൽത്തന്നെ നോട്ടമുറപ്പിച്ച് കുറേ നേരം നിന്നു. തന്റെ ക്ഷീണിച്ച കണ്ണുകളിൽ ഭയം പത്തിവിരിച്ചാടുന്നത് അവൻ കണ്ടു. ചെറിയ അലമാരയ്ക്കുള്ളിൽ വെള്ളഷർട്ട് തൂക്കിയിട്ടിരുന്നു. അലക്കുന്നതിന് മുൻപ് വേണമെങ്കിൽ അത് ഒന്നുകൂടി ധരിക്കാവുന്നതാണ്. പക്ഷേ അവൻ പഴയ ഒരു റ്റീഷർട്ടാണ് തിരഞ്ഞെടുത്തത്. നീളമുള്ള മുടിച്ചുരുൾ പോയതോടു കൂടി മുടി ചീകിയൊതുക്കുന്നത് അനായാസേന ചെയ്യാവുന്ന ഒന്നായി മാറി. ചീപ്പെടുത്തത് ഒന്നു വലത്തോട്ടും, പിന്നെ ഒന്നിടത്തോട്ടും; കഴിഞ്ഞു! അവൻ പതുക്കെ ഒരുങ്ങി മുൻവശത്തേയ്ക്ക് ചെന്നു. പ്ലേറ്റിലെ ബ്രെഡ് മുഴുവൻ കഴിച്ച ദ്വിഭാഷി, ഇഞ്ചിച്ചായ അവസാന തുള്ളിയും കുടിച്ച

തീർത്ത ശേഷം, തീപ്പെട്ടിക്കൊള്ളി കൊണ്ട് പല്ലിൽ കുത്തിക്കൊണ്ട് ഇരിക്കുകയായിരുന്നു.

വേഗത്തിൽ നടക്കുന്ന അയാൾക്കൊപ്പമെത്താൻ പണിപ്പെട്ട് കൊണ്ട് അവരിരുവരും നിശബ്ദരായി നടന്നു. നടപ്പാലം കടക്കുമ്പോൾ, ക്യാംപ് ഓഫീസിൽ എന്തെങ്കിലും പ്രശ്നമുണ്ടായാൽ ഓടിപ്പോയി ക്വയിലോൺ കാഷ്യൂസിൽ നിന്നും ആരെയെങ്കിലുമൊക്കെ കൂട്ടിക്കൊണ്ട് വരാം എന്ന് ഉമ്മ അവനോട് സ്വകാര്യമായി പറഞ്ഞു. അവൻ ഉമ്മയെ തുറിച്ചുനോക്കി. ഉമ്മയുടെ വാക്കുകൾ അവന്റെ നെഞ്ചിടിപ്പ് കൂട്ടുന്നതായിരുന്നു. താൻ എന്തോ തെറ്റ് ചെയ്തിട്ടുണ്ട് എന്ന് അവനു തോന്നിത്തുടങ്ങി.

ക്യാംപ് ഓഫീസിന്റെ പൂമുഖത്തെത്തിയതും, വീട്ടിൽ ലഘുഭക്ഷണം കഴിക്കാൻ തുടങ്ങിയപ്പോൾ ദ്വിഭാഷി അഴിച്ചുവച്ച ഗർവ്വിന്റെ മുഖംമൂടി അയാൾ വീണ്ടും എടുത്തണിഞ്ഞു. ഒരൽപം ദേഷ്യഭാവത്തോടെ അവരോട് അവിടെ നിൽക്കാൻ ആംഗ്യം കാണിച്ച ശേഷം അയാൾ വേഗം ഉള്ളിലേയ്ക്ക് കയറിപ്പോയി. അയാളുടെ തിടുക്കം കണ്ടാൽ, വീട്ടിലിരുന്ന് പകുതി ബ്രെഡ് തിന്നുതീർത്ത് പാഴാക്കിയ സമയം തിരിച്ചുപിടിക്കാനാണ് അത്ര വേഗം എന്ന് തോന്നും. അയാൾ അപ്പോൾത്തന്നെ മടങ്ങി വന്ന്, അവരെ ഉള്ളിലേയ്ക്ക് വിളിച്ചു. പണ്ട് ഒരു വൃദ്ധ ദമ്പതികൾ മനപ്പൊരുത്തത്തോടെ താമസിച്ച ആ വീട്ടിലേയ്ക്ക് അവർ കയറിച്ചെന്നു.

ശാസ്ത്രജ്ഞനോ, കഷണ്ടിയുള്ള നീല ഷർട്ടുകാരനോ ആയിരുന്നില്ല അവിടത്തെ മേധാവി. അത്രയും കാലം, ആ കെട്ടിടം ലത്തീഫിൽ നിന്നും മറച്ചുപിടിച്ചിരുന്ന പൊക്കം കുറഞ്ഞു തടിച്ച ഒരു മധ്യവയസ്കനായിരുന്നു അത്. പെൺകുട്ടികളുടേത് പോലത്തെ മുടിയായിരുന്നു അയാൾക്ക്. തലേദിവസം വൈകുന്നേരം, മുടിവെട്ടുകാരനെക്കൊണ്ട് ലത്തീഫ് മുറിച്ചുകളയിച്ചത് പോലത്തെ ചുരുൾമുടികൾ അയാളുടെ തലയ്ക്കിരുവശവും ഭംഗിയോടെ നിന്നിരുന്നു. കുഷ്യൻ വച്ച കൈത്താങ്ങികളുള്ള ഒരു കറങ്ങുന്ന കസേരയിൽ, വലതു കാലിനു മുകളിൽ ഇടത് കാൽ കയറ്റിവച്ച് ഇരിക്കുകയായിരുന്നു അയാൾ. കൈയിലെ സിഗരറ്റ് ആഞ്ഞു വലിക്കുന്നതിനൊപ്പം, വലത് കാൽപ്പത്തികൊണ്ട് നിലത്ത് പതുക്കെ താളമിടുന്നുമുണ്ടായിരുന്നു. അയാളെക്കണ്ടപ്പോൾ പ്രതാപകാലമസ്തമിച്ച ഒരു കൊള്ളസംഘത്തലവനെപ്പോലെയാണ് ലത്തീഫിന് തോന്നിയത്; തന്റെ ശക്തി വെളിവാക്കുന്ന ആദ്യത്തെ പ്രകടനത്തിന് ശേഷം നാടൊട്ടുക്ക് കേൾക്കുമാറുച്ചത്തിൽ അലറുമായിരുന്ന ഒരാളെപ്പോലെ. കറങ്ങുന്ന ആ കസേരയ്ക്ക് പിന്നിലെ ചുവരിൽ, അവിടുത്തെ താമസക്കാരായിരുന്ന ആംഗ്ലോ-ഇന്ത്യൻ ദമ്പതിമാരുടെ ഒരു ചിത്രമുണ്ടായിരുന്നു. മരത്തിന്റെ ചീളുകൾ നൂലിൽ കോർത്തെടുത്തത് പോലെയുള്ള ഒരു മാല അതിൽ തൂക്കിയിരുന്നു. കാപ്പിക്കപ്പുകൾ വച്ച അടയാളങ്ങൾ അപ്പോഴും

അങ്ങിങ്ങായി പാതി തെളിഞ്ഞു കിടന്നിരുന്ന ജനൽപ്പടികൾ, മരിച്ചുപോയ ആ ദമ്പതിമാരുടെ ജീവിതത്തിന്റെ തിരുശേഷിപ്പുകളായി അവശേഷിച്ചു. അവരുടെ നാട്ടു വിട്ടു പോയ മകനോ മറ്റോ ആയിരിക്കുമോ ഈ മേധാവി എന്ന് ഒരു നിമിഷം ലത്തീഫ് സംശയിച്ചു.

"ഈ പയ്യൻ ഇന്നലെ എന്താണ് ചെയ്തതെന്ന് നിങ്ങൾക്കറിയാമോ?" മേധാവി, ലത്തീഫിന്റെ ഉമ്മയോട് ചോദിച്ചു. മറുനാടൻ ചുവയോടെയാണെങ്കിലും, മേധാവി അവരുടെ ഭാഷയിൽ അവരോട് സംസാരിച്ചത് ലത്തീഫിനെ അത്ഭുതപ്പെടുത്തി. വീട്ടിലെത്തിക്കഴിഞ്ഞ്, അയാളെ അനുകരിച്ച് കാണിക്കണം എന്നവൻ മനസ്സിൽക്കരുതി.

"എനിക്കറിയാൻ പാടില്ല," ഉമ്മ തുറന്നു പറഞ്ഞു. "അവൻ എന്നോടൊന്നും പറയാറില്ല."

കഷണ്ടിയുള്ള നീല ഷർട്ടുകാരൻ മുറിയിലേയ്ക്ക് വന്നു. കസേരകളൊന്നും ഒഴിവില്ലെന്ന് കണ്ട അയാൾ ഒരു ബെഞ്ചിന്റെ അറ്റത്തേയ്ക്ക് ഇരുന്ന്, നെഞ്ചിൽ കൈ പിണച്ചു കൊണ്ട് അവരുടെ സംഭാഷണം ശ്രദ്ധിച്ചു.

"അവൻ ധീരമായ ഒരു കാര്യമാണ് ചെയ്തത്," മേധാവി പറഞ്ഞു. "എന്റെ പ്രിയപ്പെട്ട സഹപ്രവർത്തകരിൽ ഒരാളടക്കം, ഒരു ബോട്ടിലുള്ള ആളുകളെ മുഴുവനും രക്ഷിക്കാൻ വേണ്ടിയാണ് അവൻ സ്വന്തം ജീവൻ പോലും പണയപ്പെടുത്തിയത്."

അവിശ്വസനീയതയോടെ ഉമ്മ ലത്തീഫിനെത്തന്നെ നോക്കിയിരുന്നു. പലപ്പോഴും ഉമ്മയെ അവൻ നിരാശപ്പെടുത്തിയിട്ടുള്ളത് കൊണ്ട്, അത്തരമൊരു പ്രശംസ അർഹിക്കുന്ന ഒരാളാണവൻ എന്ന് വിശ്വസിക്കാൻ അവർക്ക് പ്രയാസം തോന്നി. ആ കണ്ണുകളിലേയ്ക്ക് ഇരമ്പിക്കയറി വന്ന കണ്ണുനീർ, മനസ്സിൽ തട്ടിയുള്ളതായിരുന്നു. ഉമ്മയുടെ സങ്കടങ്ങളെ നിശിതമായും നിശബ്ദമായും വിമർശിക്കാറുള്ള അവനു പോലും അങ്ങനെയാണ് തോന്നിയത്. "അവൻ അവന്റെ ഉപ്പയെപ്പോലെയാണ്." ഉമ്മയ്ക്ക് അത് മാത്രമേ പറഞ്ഞൊപ്പിക്കാൻ സാധിച്ചുള്ളൂ.

"അവന്റെ അച്ഛനെക്കുറിച്ചും ഞാൻ കേട്ടിട്ടുണ്ട്," മേധാവി പറഞ്ഞു. അയാൾ കസേരയിൽ ഒന്ന് തിരിഞ്ഞ്, ആഷ്ട്രേയുടെ കുഴിയിൽ സിഗരറ്റ് കുത്തിക്കെടുത്തി. അതിനുശേഷം മേശപ്പുറത്ത് നിന്നും ഒരു തവിട്ടു നിറത്തിലുള്ള കവറെടുത്ത്, കസേര മുന്നിലേയ്ക്ക് നീക്കി അവർക്കരികിലേയ്ക്ക് വന്ന്, ആ കവർ അവർക്ക് നേരെ നീട്ടി. "ഇതാ. ഇത് നിനക്കാണ്. വാങ്ങിക്കോളൂ." ഉപ്പ മരിച്ച് കുറച്ച് ആഴ്ചകൾക്ക് ശേഷം വീട്ടിൽ വന്ന ശാസ്ത്രജ്ഞന്റെ വിധവ അവർക്ക് നേരെ നീട്ടിയ കവറിന് മുകളിലും ഇതിലുള്ള അതേ മുദ്ര ഉണ്ടായിരുന്നു.

"വേണ്ട," അവനത് വാങ്ങാൻ കൈനീട്ടും മുൻപേ ഉമ്മ പറഞ്ഞു.

"ഞങ്ങൾക്ക് പണം വേണ്ട. അവൻ അത് പണത്തിന് വേണ്ടി ചെയ്തതല്ല. അവന്റെ ഉപ്പയെപ്പോലെയാണവൻ."

കഷണ്ടിയുള്ള നീല ഷർട്ടുകാരൻ ഉമ്മയെയും മകനെയും നോക്കി വിനയപൂർവ്വം ഒന്ന് പുഞ്ചിരിച്ച ശേഷം മേധാവിയോട് എന്തോ പറഞ്ഞു. അത് കേട്ട് മേധാവിയും പുഞ്ചിരിച്ചു.

"ഇതിനുള്ളിൽ എന്താണുള്ളത് എന്നൊന്ന് നോക്കൂ," മേധാവി പറഞ്ഞു. "നിങ്ങൾക്കിത് ഇഷ്ടപ്പെട്ടില്ല എങ്കിൽ, ഞാനിത് തിരിച്ചെടുത്തോളാം."

ഉമ്മ ആ കവർ വാങ്ങി, അതിൽ നിന്നും നോട്ടുകൾ പുറത്തേയ്ക്ക് വീണേക്കും എന്നൊരു തോന്നലോടെ, പതുക്കെ ശ്രദ്ധയോടെ അത് തുറന്നു. പക്ഷേ ഉള്ളിൽ ഒരേയൊരു കടലാസ്സ് മാത്രമേ ഉണ്ടായിരുന്നുള്ളൂ. അതിലേയ്ക്ക് ഒരു മാത്ര കണ്ണിമയ്ക്കാതെ നോക്കിയ ശേഷം, ഉമ്മ അത് ലത്തീഫിന്റെ കൈയിലേയ്ക്ക് വച്ചുകൊടുത്തു. അവനും അതിലേയ്ക്ക് ഉറ്റുനോക്കിയ ശേഷം അത് ഉമ്മയുടെ കൈയിലേയ്ക്ക് തന്നെ മടക്കി നൽകി.

"നിങ്ങൾക്ക് ഒന്നും മനസ്സിലായില്ലേ?" മേധാവി ചോദിച്ചു.

"ഇല്ല," അവർ ഒരേ സ്വരത്തിൽ പറഞ്ഞു.

"എനിക്ക്തോന്നി.ആ കത്തിൽഎന്താണുള്ളതെന്ന്ഞാൻപറയാം. ഈ പയ്യൻ ഇനി മുതൽ ഞങ്ങൾക്കൊപ്പം ജോലി ചെയ്യും," മേധാവി പറഞ്ഞു. ആരോ പിറന്നാളിന്റെ മെഴുകുതിരി ഊതിക്കെടുത്തിയെന്ന വണ്ണം ചുറ്റും കരഘോഷമുയർന്നു. അത് നിൽക്കാതെ നീണ്ടുപോകുന്നത് കണ്ടപ്പോൾ, ഉമ്മയും അവർക്കൊപ്പം ചേർന്ന്, അവരെക്കാൾ ഉച്ചത്തിൽ കൈ കൊട്ടിയേക്കുമോ എന്ന് ലത്തീഫ് ഭയന്നു.

"ഇത് എന്തായാലും ഒരു താൽക്കാലിക ജോലിയാണ്," ഒടുവിൽ ചുറ്റും നിശബ്ദത തിരികെയെത്തിയപ്പോൾ മേധാവി പറഞ്ഞു. "പക്ഷേ ഈ ഓഫീസ് നിലനിൽക്കുന്നിടത്തോളം കാലം ഞങ്ങൾ ഈ കരാർ വർഷാവർഷം പുതുക്കി നൽകും. ഇവൻ ഒരു കല്യാണമൊക്കെ കഴിച്ച്, കുടുംബമൊക്കെ ആവുന്നത് വരെയൊക്കെ ഇതുണ്ടാവും എന്ന് എനിക്ക് ഉറപ്പുണ്ട്."

ജീസസ് മൂളിക്കൊണ്ട് കരയ്ക്കടുക്കുന്നതും, അതിൽ വന്ന യാത്രക്കാർ, അവന്റെ ജീവിതത്തിൽ എന്താണ് സംഭവിച്ചുകൊണ്ടിരിക്കുന്നത് എന്നറിയാതെ ക്യാംപ് ഓഫീസിന് മുന്നിലൂടെ നടന്നുപോകുന്നതും ലത്തീഫ് കണ്ടു.

"ഇതൊരു സാധാരണ ഓഫീസ് ജോലിയാണ്. ഒൻപത് മണി മുതൽ അഞ്ചു മണി വരെ വന്നിട്ടു പോകാം. ഓഫീസ് ഒക്കെ തൂത്തു തുടച്ച് വൃത്തിയാക്കണം, അത്യാവശ്യ സാധനങ്ങളൊക്കെ വാങ്ങണം, കത്തുകൾ കൈപ്പറ്റണം, ഞങ്ങൾക്കൊക്കെ ചായ ഉണ്ടാക്കിത്തരണം, ബോട്ടിൽ

പട്ടണത്തിൽ നിന്നും ഇവിടേയ്ക്ക് അയക്കുന്ന സാധനങ്ങളൊക്കെ വാങ്ങി വയ്ക്കണം. അത്ര പാടുള്ള പണിയൊന്നുമില്ല."

സ്വപ്നം കണ്ടത് പോലൊരു ജോലി കൈവെള്ളയിൽ വന്നു ചേർന്നതായാണ് ലത്തീഫിന് തോന്നിയത്. ക്യാമ്പ് ഓഫീസിലേയ്ക്ക് ദിനവും രാവിലെ ഒൻപത് മണിയ്ക്ക് വന്ന്, അഞ്ചു മണിയ്ക്ക് മടങ്ങിപ്പോകുന്ന തന്റെ ചിത്രം അവന്റെ മനസ്സിലേയ്ക്കോടിയെത്തി. തന്റെ സഹപ്രവർത്തകരുടെ സാന്നിദ്ധ്യത്തിൽ താൻ വിവാഹിതനാകുന്നതും, കുട്ടികളെ വളർത്തുന്നതും, പെണ്ണുങ്ങൾ തന്നെ സ്നേഹിക്കുന്നതും, കുടുംബാംഗങ്ങളുമൊത്തിരുന്ന് തന്റെ സ്വന്തം ടിവിയിൽ പരിപാടികൾ കാണുന്നതുമൊക്കെ, അതിനോടനുബന്ധിച്ച് മനസ്സിലേയ്ക്ക് തെളിഞ്ഞു വന്നു.

"അവൻ നാളെ ഒൻപത് മണിക്ക് വന്നോളും, സാർ." ഉമ്മ പറഞ്ഞു.

"നാളെ വേണ്ട," മേധാവി പതുക്കെയൊന്ന് ചിരിച്ചു. "അവൻ അടുത്ത ആഴ്ച മുതൽ വന്നു തുടങ്ങട്ടെ. ഇതിന്റെ കുറച്ചു കടലാസ്സ് പണികൾ കൂടി ശരിയാക്കാനുണ്ട്. ദേ അയാൾ നിങ്ങളെ സഹായിക്കും." അദ്ദേഹം ഒരു ക്ലർക്കിനെ ചൂണ്ടിക്കാണിച്ചുകൊണ്ട് പറഞ്ഞു. ക്ലർക്ക് ആ അമ്മയെയും മകനെയും നോക്കി പെട്ടെന്നൊന്ന് പുഞ്ചിരിച്ച ശേഷം അവരെ അയാളുടെ മേശയ്ക്കരികിലേയ്ക്ക് വിളിച്ചു.

"ഇവൻ എന്തെങ്കിലും തെറ്റ് ചെയ്താൽ നിങ്ങൾക്കിഷ്ടമുള്ള ശിക്ഷ നൽകിക്കോളൂ. ആരും നിങ്ങളെ അതിന് ചോദ്യം ചെയ്യില്ല." മേധാവി കസേരയിൽ നിന്നും എഴുന്നേൽക്കാൻ തുനിഞ്ഞപ്പോൾ ഉമ്മ പറഞ്ഞു.

അപേക്ഷയുടെ കടലാസ്സു പണികൾക്ക് ലത്തീഫ് കരുതിയിരുന്നതിലും കൂടുതൽ സമയമെടുത്തു. ഒരുപാട് അപേക്ഷകളിലും സത്യവാങ്മൂലങ്ങളിലും അവന്റെ കൈയ്യൊപ്പ് വേണ്ടിയിരുന്നു. എഴുതുന്ന ഓരോ വാക്കും അവനെ കൂടുതൽ സന്തോഷിപ്പിക്കുകയും, ലോഡ്ജിനെ കൂടുതൽ കൂടുതൽ വെറുക്കാൻ കാരണമാകുകയും ചെയ്തു. വൈകുന്നേരമായതോടെ ഓഫീസിലെ ബാക്കിയുള്ളവർ എല്ലാവരും പോയി. അവിടെ ലത്തീഫും ഉമ്മയും ആ ക്ലർക്കും മാത്രം ബാക്കിയായി. അവർ ആവശ്യപ്പെട്ട കടലാസ്സുകളിലൊക്കെ ഒപ്പിട്ട് നൽകി ലത്തീഫ് പോകാൻ എഴുന്നേൽക്കുമ്പോഴേയ്ക്കും, അവസാനത്തെ ബോട്ടും ദ്വീപിൽ നിന്ന് പോയിരുന്നു.

സന്തോഷാതിരേകത്താൽ, വീട്ടിലേയ്ക്കുള്ള വഴി മുഴുവനും അവർ ശണ്ഠ കൂടിക്കൊണ്ടേയിരുന്നു. വരാൻ പോകുന്ന ആഴ്ചയെക്കുറിച്ച്, സഹോദരങ്ങളെപ്പോലെ, അവർ ശണ്ഠ കൂടി. ഉമ്മയാണ് തുടങ്ങി വച്ചത്. ഇനിയുള്ള ഒരാഴ്ച അവൻ വീട്ടിൽത്തന്നെ നിന്ന് ആരോഗ്യം മെച്ചപ്പെടുത്താൻ വേണ്ടത് ചെയ്യണം എന്നാണ് ഉമ്മയുടെ പക്ഷം. അവനാണെങ്കിൽ, അവസാനമായി ഒന്നുകൂടി പട്ടണത്തിൽ പോയി,

ലോഡ്ജിലുള്ളവരോടൊക്കെ യാത്ര പറഞ്ഞിട്ട് വരണം എന്നാണ്. ക്വയിലോൺ കാഷ്യൂസിൽ നിന്നും ഒരേയൊരു ഫോൺ കാൾ ചെയ്താൽ മതിയാവുമെന്നും, അങ്ങനെ രാജി വയ്ക്കുന്ന വിവരം ഫോണിലൂടെ അറിയിക്കാം എന്നും ഉമ്മ അഭിപ്രായപ്പെട്ടു. പക്ഷേ രാവിലത്തെ ബോട്ടിന് ജോലിയ്ക്ക് പോകണമെന്നും, അവിടുന്ന് കിട്ടാനുള്ള ബാക്കി പണവും കൈപ്പറ്റി, യാത്ര പറയണമെന്നും അവൻ ശഠിച്ചു. അതിരാവിലെ എഴുന്നേറ്റ് അവനു വേണ്ടി ചോറുപൊതി കെട്ടാൻ തന്നെക്കൊണ്ട് വയ്യെന്ന് ഉമ്മ പറഞ്ഞു. അവൻ അതിന് അകൈതവമായ നന്ദി രേഖപ്പെടുത്തി. ആ തണുത്തുറഞ്ഞ ഊണുകൾ അവനത്ര ഇഷ്ടമായിരുന്നില്ല. ജെട്ടിയ്ക്ക് അടുത്തുള്ള കൊച്ചുകടയിൽ കയറി ഒരു ഊണ് വാങ്ങിക്കഴിക്കാം. ഉമ്മ മുഖം വീർപ്പിച്ചു. അവനും മുഖം വീർപ്പിച്ചു. രണ്ടുപേരും ഒന്നും മിണ്ടാതെ കുറച്ചു ദൂരം നടന്നു. ഇത്ര സരസമായി ഇതിന് മുൻപ് വഴക്കിട്ടിട്ടില്ലല്ലോ എന്നോർത്ത് രണ്ടുപേരും ചിരിയമർത്തി.

"നീയെന്തിനാ ഇങ്ങനെ ഇടയ്ക്കിടയ്ക്ക് തിരിഞ്ഞു നോക്കുന്നേ?" നടപ്പാലത്തിലേയ്ക്കുള്ള ഇരുണ്ട വഴിയിലേയ്ക്ക് കടക്കുമ്പോൾ ഉമ്മ ചോദിച്ചു. "എന്തെങ്കിലും കുഴപ്പമുണ്ടോ?"

അപ്പോഴാണ്, ക്യാംപ് ഓഫീസിൽ നിന്ന് നടക്കാൻ തുടങ്ങിയത് മുതൽ താൻ ഇടയ്ക്കിടെ തിരിഞ്ഞു നോക്കുന്നുണ്ടായിരുന്നല്ലോ എന്നവൻ ശ്രദ്ധിച്ചത്. ജോർജി പിന്നാലെ വരുന്നുണ്ടോ എന്നായിരുന്നു അവൻ നോക്കിക്കൊണ്ടിരുന്നത്. ജീവിതം മനോഹരമായി മാറിയ ഒരു ദിവസമായിരുന്നു അത്. അതുകൊണ്ടു തന്നെ, ജോർജി ദ്വീപിലേയ്ക്ക് മടങ്ങി വന്ന് അവന്റെ പിന്നിൽ ഒരു കത്തി കുത്തിയിറക്കാൻ പറ്റിയ ദിവസവും. അവൻ കണ്ടിട്ടുള്ള ദുരന്ത സിനിമകളൊക്കെ, വെറും സാങ്കൽപ്പിക കഥകൾ മാത്രമാവാൻ തരമില്ലല്ലോ.

"ഒന്നുമില്ല." അവൻ പറഞ്ഞു. "വേഗം നടക്ക്. പെൺപിള്ളേരവിടെ നമ്മളെയും കാത്തിരിപ്പുണ്ടാവും."

21

ആ ചെറിയ ഭക്ഷണശാലയുടെ മുഷിഞ്ഞ നേരിയ ജനാലവിരികൾക്കിടയിലൂടെ പുഴയിൽ നിന്നുള്ള കാറ്റ് ബഹളം വെച്ചുകൊണ്ട് കടന്നു വന്നു. തടിയും തകരവും കൊണ്ട് നിർമ്മിച്ച ഹോട്ടൽ, ജെട്ടിയിൽ നിന്നും അല്പം അകലെയായി, പട്ടണത്തിന് മുഖം തിരിഞ്ഞാണ് സ്ഥിതി ചെയ്തിരുന്നത്. അവൻ ഇരുന്നിരുന്ന ഇടത്തു നിന്നും ലത്തീഫിന് മണ്ണുമാന്തി കപ്പൽ കാണാമായിരുന്നു; അതിന്റെ വെള്ളയും, പച്ചയും, തുരുമ്പിന്റെ ഇരുണ്ട തവിട്ടു നിറവും നിറഞ്ഞ സന്തോഷം മങ്ങിയ ഭാഗമായിരുന്നു അവന്റെ കണ്മുന്നിൽ. അതിന്റെ തുരുമ്പ് പിടിച്ച ഭാഗത്തെയാകെ ആവരണം ചെയ്തുകൊണ്ട് മുകളിലേയ്ക്ക് പടർന്നു കയറുന്ന വള്ളിച്ചെടികളെ നോക്കി അവൻ സ്വയമറിയാതെ അത്ഭുതം കൂറി. ചെടികൾക്കും മനുഷ്യരെപ്പോലെ ശ്വസിക്കാനാകും എന്ന് ഒരു അദ്ധ്യാപിക പഠിപ്പിച്ച അന്ന്, ഈ കള്ളമൊക്കെ ആരെങ്കിലും വിശ്വസിക്കുമോ എന്നോർത്ത് അവൻ രഹസ്യമായി ചിരിച്ചിരുന്നു. പക്ഷേ ഇപ്പോൾ, ഉറഞ്ഞു കിടക്കുന്ന ആ ആകാരത്തിലൂടെ, തുരുമ്പിൽ തട്ടാതെ, അതീവ ശ്രദ്ധയോടെ, കുഞ്ഞു വേരുകളൂന്നി ആ വള്ളിച്ചെടി എത്ര ഭംഗിയായായാണ് കടന്നുപോകുന്നത് എന്നവൻ ആലോചിച്ചു.

മണ്ണിനും തുരുമ്പിനും വിട്ടുകൊടുക്കപ്പെട്ട മണ്ണുമാന്തിയെപ്പോലെ, ദീർഘകാലമായി അവഗണന നേരിടുന്ന ഒന്നാണ് ജെട്ടി എന്ന് തോന്നിപ്പിക്കുന്ന ഒരു സമയമായിരുന്നു അത്. ബോട്ടുകളില്ല, യാത്രക്കാരില്ല, ഒരു തെരുവ് നായ പോലുമില്ല. ടിക്കറ്റ് ബൂത്തിന്റെ ഷട്ടർ അടഞ്ഞുകിടന്നു. അതിൽ ഇരിക്കാറുള്ള ക്ലാർക് അവിടെയെങ്ങും തന്നെ ഉണ്ടായിരുന്നില്ല താനും.

ശൂന്യമായ മിഴികളുമായി പുഴയെ നോക്കിയിരുന്ന്, സ്റ്റെല്ല മെല്ലെ ഭക്ഷണം കഴിച്ചു. ഇന്ന് ലോഡ്ജിലെയും, റോഡ് കവലയ്ക്കപ്പുറത്തേയ്ക്ക് പോകാൻ താനിതുവരെ ധൈര്യപ്പെട്ടിട്ടില്ലാത്ത പട്ടണത്തിലെയും തന്റെ അവസാനത്തെ ദിവസമാണെന്നു ലത്തീഫ് പറഞ്ഞപ്പോൾ, സങ്കടത്തിന്റെ ഒരാവരണം സ്റ്റെല്ലയുടെ മുഖത്തിലൂടെ മിന്നിമാഞ്ഞു.

അവർ അവന്റെ തോളിൽ മൃദുവായി തട്ടി, ഇത്ര ചെറുപ്രായത്തിൽ തന്നെ അവനു നല്ല ഒരു ജോലി കിട്ടിയതിൽ സന്തോഷമുണ്ടെന്ന് അറിയിച്ചു. ഇപ്പോൾ, വീതി കുറഞ്ഞ തടിമേശയ്ക്ക് ഇരുവശവും ഇരിക്കുമ്പോൾ, അവരുടെ മുഖത്തേയ്ക്ക് ആ സങ്കടം തിരികെയെത്തി. അവരോട് എന്ത് പറയണം എന്ന് അവന് അറിയില്ലായിരുന്നു; ഇതിന് മുൻപ് ആരോടും അവൻ യാത്ര പറഞ്ഞിരുന്നില്ല. അവസാനമായി ഒരു ഉച്ചഭക്ഷണനേര കഥപറച്ചിലായാലോ എന്നവൻ ആലോചിച്ചു. പക്ഷേ ഇബ്രുവിന്റെ സാഹസിക കൃത്യങ്ങൾക്ക് പാരിതോഷികങ്ങൾ ഏറ്റു വാങ്ങുന്ന കഥയിൽ പുതുമയൊന്നും ഉണ്ടായിരുന്നില്ല, ഇബ്രുവിന് ഇതിനോടകം നിറയെ പാരിതോഷികങ്ങൾ കിട്ടിക്കഴിഞ്ഞു. സത്യത്തിൽ, ഉച്ചനേരത്തെ കഥപറച്ചിലിൽ നിന്നും ഇബ്രുവിനെ പതുക്കെ പുറത്താക്കണം എന്ന് തന്നെ കരുതിയിരിക്കുകയായിരുന്നു അവൻ. തന്റെ ആ രഹസ്യ പ്രതിരൂപത്തിന് വേണ്ടി പുതിയ കഥകൾ മെനയാൻ അവൻ നന്നേ പണിപ്പെടുന്നുണ്ടായിരുന്നു. മാത്രവുമല്ല, സ്റ്റെല്ലയുടെ മുഖത്തെ പുഞ്ചിരി മെല്ലെ മെല്ലെ മാഞ്ഞ്, ചെറിയൊരു ചുണ്ടുകോട്ടലായി പരിണമിച്ചിരുന്നു. മേധാവി തനിക്ക് വേണ്ടി നിർദ്ദേശിച്ച ജോലികളെക്കുറിച്ച് പറയുന്നത് ഒരു നല്ല ആശയമായിരിക്കുമോ എന്നവൻ ആലോചിച്ചു നോക്കി. പക്ഷേ അങ്ങനെ പറഞ്ഞാൽ ചിലപ്പോൾ, ബെൽബോയിയുടെ പണിയെക്കാൾ കുറച്ചുകൂടി പകിട്ട് കുറഞ്ഞ ഒന്നാണ് പുതിയ ജോലി എന്ന തോന്നൽ വന്നേക്കാം. അതുകൊണ്ട് അവൻ നിശബ്ദനായി ഉച്ചഭക്ഷണം കഴിക്കുന്നത് തുടർന്നു.

രാവിലെ ജോലി വിടുകയാണ് എന്ന വിവരം അവൻ അറിയിച്ചപ്പോൾ, അതിനെ തികഞ്ഞ ഉദാസീനതയോടെയാണ് മാനേജർ എതിരേറ്റത്. ഉമ്മയുടെ വാക്ക് കേൾക്കാഞ്ഞതിൽ അവനപ്പോൾ കുറ്റബോധം തോന്നി. ക്വയിലോൺ കാഷ്യൂസിൽ നിന്നും ഫോൺ ചെയ്ത്, വിവരം ചുരുക്കിപ്പറഞ്ഞ്, മറുപടിയ്ക്ക് കാക്കാതെ പെട്ടെന്ന് ഫോൺ വച്ചിട്ട് പോയാൽ മതിയായിരുന്നു. ആ വിഷമം തീർക്കാൻ, അവൻ എല്ലാ നിലകളിലും കയറിയിറങ്ങി, എല്ലാ മുറികളുടെയും വാതിലുകളിൽ മുട്ടി, അവിടത്തെ സ്ഥിരതാമസക്കാരോടൊക്കെ യാത്ര പറഞ്ഞു. ചിലർ ഞെട്ടൽ പ്രകടിപ്പിച്ചു. ചിലർ അന്നാദ്യമായി അവനെ നോക്കി പുഞ്ചിരിച്ചു. മറ്റ് ചിലർ അവന്റെ കൈയിൽ ചെറിയ തുകകൾ നൽകി. ഉച്ചയായപ്പോഴേയ്ക്കും, തെരുവിന്റെ അങ്ങേ അറ്റത്തുള്ള വലിയൊരു ഭക്ഷണശാലയിൽ നിന്നും സ്റ്റെല്ലയ്ക്ക് ഉച്ചഭക്ഷണം വാങ്ങിക്കൊടുക്കാനുള്ളത്ര തുക അവനു ലഭിച്ചു. പക്ഷേ ജെട്ടിയ്ക്കടുത്തുള്ള, കൂലികളും വഴിവാണിഭക്കാരും സ്ഥിരമായി പോകാറുള്ള ചെറിയ കടയിൽ നിന്ന് കഴിക്കാം എന്നവൾ നിർബന്ധമായി പറഞ്ഞു.

“ഈ ഷർട്ട് പുതിയതാ?” ആ ചുവന്ന ബട്ടൻസിൽ തന്നെ കണ്ണു നട്ടു കൊണ്ട് അവർ ചോദിച്ചു.

“അതെ, എന്റെ പിറന്നാളിന് ഉമ്മ വാങ്ങിത്തന്നതാ.”

അവൻ അന്നാദ്യമായിട്ടായിരുന്ന ആ ഷർട്ടുമിട്ട് ജോലിസ്ഥലത്തേയ്ക്ക് വന്നത്. സ്കൂളിൽ നിന്നു വന്ന സംഘത്തിനൊപ്പം ദ്വീപ് മുഴുവൻ നടന്നതിന് ശേഷം അവനത് ധരിക്കുകയോ അലക്കുകയോ ചെയ്യിരുന്നില്ല. അതിന്റെ കക്ഷഭാഗത്ത് ചെറിയ വിയർപ്പുനാറ്റം ഉണ്ടായിരുന്നു (അതിന് ചതുപ്പിന്റെ മണവുമുണ്ടെന്ന് അവനു തോന്നി). പക്ഷേ, ക്യാംപ് ഓഫീസിൽ, ഓരോ പേപ്പറുകളിലും ഒപ്പിട്ട് നൽകിയപ്പോൾ അവനെ വന്നു പൊതിഞ്ഞ സാഫല്യം കുറച്ചുനേരം കൂടി നീണ്ടുനിൽക്കാൻ വേണ്ടിയായിരുന്നു അവനിന്ന് ആ ഷർട്ട് തന്നെ തിരഞ്ഞെടുത്തത്.

“നീയെന്നെ വീട്ടിലേയ്ക്ക് ക്ഷണിക്കുന്നില്ലേ?” ഭക്ഷണം കഴിച്ചു തീർക്കുമ്പോൾ അവർ ചോദിച്ചു.

അവൻ കുറച്ചുനേരം വാക്കുകൾക്ക് വേണ്ടി തപ്പിത്തടഞ്ഞ ശേഷം അറിയാതെ പറഞ്ഞു പോയി, “ഒരു ദിവസം നിങ്ങൾ എന്റെ ഗ്രാമത്തിലേയ്ക്ക് വരണം. അവിടെ കാണാൻ ഒരുപാട് നല്ല സ്ഥലങ്ങൾ ഉണ്ട്. രാവിലത്തെ ബോട്ടിൽ ദ്വീപിലേയ്ക്ക് വന്നാൽ, വൈകുന്നേരത്തെ ബോട്ടിൽ തിരിച്ചിങ്ങ് എത്താം. ഞാൻ അവിടമൊക്കെ കാണിച്ചു തരാം.”

“പക്ഷേ ഇപ്പോഴും നീ എന്താ എന്നെ വീട്ടിലേയ്ക്ക് ക്ഷണിക്കാത്തത്?”

“ഉവ്വുവ്വ്. നിങ്ങൾ വീട്ടിലേയ്ക്കും വരണം.” അവൻ പെട്ടെന്ന് പറഞ്ഞു.

“ഞാൻ വരും,” അവർ മറുപടി പറഞ്ഞു. “ഞാനൊരു ദിവസം അങ്ങ് വരും, നിന്നെ ഞെട്ടിച്ചുകൊണ്ട്.”

അവർ ആ വാക്ക് പാലിക്കുമെന്നും, ദ്വീപിൽ എത്തിച്ചേരുമെന്നും അവൻ ഭയന്നു. അവന്റെ വീട്ടിലേയ്ക്കുള്ള വഴി കണ്ടുപിടിക്കാൻ വളരെ എളുപ്പമാണ്; കയിലോൺ കാഷ്യൂസിൽ ജോലി ചെയ്യുന്ന ഏതെങ്കിലും ഒരു സ്ത്രീയോട് ഒന്ന് ചോദിക്കുക മാത്രമേ വേണ്ടൂ. അവർ സന്തോഷത്തോടെ വഴി പറഞ്ഞു കൊടുക്കുകയോ, വേണമെങ്കിൽ കൂടെ വന്ന് കൃത്യമായി വീട് കാണിച്ചുകൊടുക്കുകയോ ഒക്കെ ചെയ്യും. ആ സമയം താൻ മിക്കവാറും ക്യാംപ് ഓഫീസിൽ ചായയിടുകയോ, അവിടിരിക്കുന്ന ആംഗ്ലോ-ഇന്ത്യൻ ദമ്പതികളുടെ ചിത്രത്തിന്റെ പൊടിയടിക്കുകയോ ആയിരിക്കും. പക്ഷേ ആ നേരം പെട്ടെന്നവനെ മഥിച്ചത് സ്റ്റെല്ല അങ്ങോട്ട് വരുമോ എന്ന ചിന്തയായിരുന്നില്ല; മറിച്ച്, അവർ ചാടിക്കേറി ഭക്ഷണത്തിന്റെ പണം നൽകുമോ എന്നതായിരുന്നു. അതവന്റെ അഭിമാനത്തിന് ക്ഷതമേൽപ്പിച്ചേക്കും. സ്റ്റെല്ല വെറുതെ പുഴയെ നോക്കിയിരിക്കുമ്പോൾ അവൻ അവിടുത്തെ ജീവനക്കാരനോട് ഭക്ഷണത്തിന്റെ ബിൽ കൊണ്ടുവരാൻ ആംഗ്യം കാട്ടി. ഒരു ചെറിയ പിഞ്ഞാണത്തിൽ, ജീരകങ്ങൾക്ക് അടിയിൽ ബിൽ വച്ച് അയാൾ കൊണ്ടുചെന്നു കൊടുത്തപ്പോൾ സ്റ്റെല്ല അത് തട്ടിപ്പറിക്കാനൊന്നും

ശ്രമിച്ചില്ല. കണ്ണിലൊരു തിളക്കവുമായി, അവൻ ആ പണം നൽകുന്നതവർ നോക്കിനിന്നു. അവിടെ നിന്നും ഇറങ്ങിയ അവർ, ജെട്ടിയിരിക്കുന്ന കെട്ടിടത്തിനെ വലം വച്ച്, പ്രധാന നിരത്തിലേയ്ക്കെത്തി.

ചിതറിക്കിടക്കുന്ന കടകളുടെ നിരകൾക്ക് ഇടയിലൂടെ നടക്കുമ്പോൾ, സ്റ്റെല്ല പെട്ടെന്ന് അവന്റെ കൈത്തണ്ടയിൽ പിടിച്ച് വലിച്ച് അവനെയും കൊണ്ട് ഒരു ചെരുപ്പ് കടയിലേയ്ക്ക് കയറി. "ഞാൻ നിനക്കൊരു ചെറിയ സമ്മാനം വാങ്ങിത്തരട്ടെ." അവർ പറഞ്ഞു. അവന്റെ കവിളുകൾ തുടുത്തു. അവനു പ്രതിരോധിക്കണമെന്നും, വേണ്ടാ എന്നും പറഞ്ഞ് ഓടിപ്പോകണമെന്നും ഒക്കെയുണ്ടായിരുന്നു. പക്ഷേ ഒരു സമ്മാനവും കൊതിച്ച് അവൻ അവർക്കൊപ്പം മടിച്ചു മടിച്ച് ചെന്നു. ഇടുങ്ങിയ, അരണ്ട വെളിച്ചമുള്ള ഒരു കടയായിരുന്നു അത്. അവരെ കണ്ടതും ചാടിയെഴുന്നേറ്റ കടയിലെ ജീവനക്കാരനെ കണ്ടപ്പോൾ അത് ജോർജിയാണെന്ന് ഒരു നിമിഷം അവൻ തെറ്റിദ്ധരിച്ചു. ലത്തീഫിന്റെ സ്കൂൾ കാലഘട്ടത്തിലെ ആ എതിരാളിയെപ്പോലെതന്നെ നീണ്ടു മെലിഞ്ഞ ഒരു ചെറുപ്പക്കാരനായിരുന്നു അതും. ജോർജിയെപ്പോലെ, തീരെ അയവില്ലാത്ത ഭാവം പേറുന്ന, നിറയെ കുരുക്കൾ ഉള്ള മുഖമായിരുന്നു അയാൾക്കും. പക്ഷേ അത് ജോർജിയായിരുന്നില്ല.

ഷൂസുകൾ അടുക്കി വച്ചിരുന്ന തട്ടുകൾക്കടുത്തേയ്ക്ക് അവനെ കൂട്ടിക്കൊണ്ടു പോയ സ്റ്റെല്ല, അവനിഷ്ടമുള്ള ഒന്ന് തിരഞ്ഞെടുത്തു കൊള്ളാൻ പറഞ്ഞു. അവന്റെ കണ്ണുകൾ ചെന്ന് വീണത് ഒരു ജോഡി ചുവന്ന സ്പോർട്സ് ഷൂസുകളിലാണ്. അത് അവന്റെ പാകത്തിനുള്ള അളവാണോ എന്ന് അവർ കടക്കാരനോട് ചോദിക്കുന്നത് വരെ അവൻ അതിനടുത്ത് തന്നെ ചുറ്റിപ്പറ്റി നിന്നു. അവന്റെ ചെറിയ കാൽപ്പാദങ്ങളിലേയ്ക്ക് ആ ഷൂസുകൾ ഒതുക്കത്തോടെ കയറി. നൈക്കി ബ്രാൻഡിന്റെ വ്യാജനായ ആ ഷൂസുമിട്ട്, ആ കടയിലൂടെ അങ്ങോട്ടുമിങ്ങോട്ടും നടന്ന്, കാൽ വേദനിക്കുന്നില്ല എന്നവൻ ഉറപ്പാക്കി. അവർ ഷൂസിന്റെ പണം കൊടുക്കുമ്പോൾ അവൻ ദൂരെയെങ്ങോട്ടേയ്ക്കോ നോട്ടം മാറ്റി. തൊട്ടടുത്ത കടയിൽ നിന്നും ഭംഗിയുള്ള സൂചിപ്പതക്കമോ, ഒരു ജോഡി വില കുറഞ്ഞ കമ്മലുകളോ സ്റ്റെല്ലയ്ക്ക് വാങ്ങിക്കൊടുക്കണമെന്നൊരു മോഹം അവനിൽ നര പൊന്തി. പക്ഷേ ആ ആഗ്രഹത്തിന് അധികം ആയുസ്സുണ്ടായിരുന്നില്ല; അവരിരുവരും കടകൾ താണ്ടി ലോഡ്ജ് ലക്ഷ്യമാക്കി നടന്നു.

കുറേക്കാലം മുൻപത്തെ ഒരു യാത്രയയപ്പ് പരിപാടി അപ്പോൾ ലത്തീഫിന്റെ ഓർമ്മയിലേയ്ക്കെത്തി. ആ മധ്യാഹ്നം അവന് നല്ല ഓർമ്മയുണ്ടായിരുന്നു. സ്റ്റാഫ് മുറിയിൽ, വിരമിക്കുന്ന പ്രധാനാധ്യാപകന് ചുറ്റുമിരുന്ന് അധ്യാപകർ പഫ്സും പഴവും കഴിക്കുമ്പോൾ, കുട്ടികൾ ഒന്നടങ്കം മുറ്റത്ത് കാത്തുനിൽക്കുകയായിരുന്നു. കുറച്ചു കഴിഞ്ഞ് കുട്ടികളോടൊക്കെ ഫോട്ടോ എടുക്കാനായി നെല്ലിമരങ്ങൾക്ക് കീഴിൽ

നിരയായി നിൽക്കാൻ അദ്ധ്യാപകർ പറഞ്ഞു. കൂട്ടത്തിൽ വലിപ്പം കുറഞ്ഞ കുട്ടിയായതിനാൽ, മുൻനിരയിൽ, വിരമിക്കുന്ന അധ്യാപകന്റെ കാൽച്ചുവട്ടിൽ തന്നെ ലത്തീഫിന് സ്ഥാനം ലഭിച്ചു. പിന്നീടുള്ള വർഷങ്ങളൊക്കെ, ഓരോ തവണ സ്റ്റാഫ്‌മുറിയ്ക്ക് മുന്നിലൂടെ പോകുമ്പോഴും, ഉള്ളിൽ ഭ്രൂപടത്തിനരികിൽ തൂങ്ങുന്ന ആ ഫോട്ടോയിലേയ്ക്ക്, അവൻ അഭിമാനപൂർവ്വം പാളി നോക്കാറുണ്ടായിരുന്നു.

വൈകുന്നേരമാകാറായപ്പോൾ, പാരഡൈസ് ലോഡ്ജിലെ ജീവനക്കാരും, അന്തേവാസികളും ചേർന്ന്, അവനൊപ്പമുള്ള ഒരു ഫോട്ടോ എടുക്കാനുള്ള ഏർപ്പാട് ചെയ്തിരുന്നെങ്കിൽ എന്നവൻ ആഗ്രഹിച്ചു. ആ ചിത്രത്തിന്റെ ഒരു കോപ്പി ലോഡ്ജിലും, മറ്റൊരു കോപ്പി വീട്ടിൽ ഉപ്പയുടെ ചിത്രത്തിനരികിലും, അവന്റെ ആദ്യത്തെ ജോലിയുടെ തെളിവുകളായും, പട്ടണത്തിൽ ചെലവഴിച്ച നാളുകളുടെ ഓർമ്മകളായും തൂങ്ങിയേക്കാം. പക്ഷേ, വെളിച്ചം മായാൻ തുടങ്ങിയപ്പോഴേയ്ക്കും അത്തരത്തിൽ ഒരു ഫോട്ടോ ഉണ്ടാവാനുള്ള സാധ്യതയും മങ്ങുകയാണെന്ന് അവനു ബോധ്യമായി. ലോബിയിലെ ചുവരുകളിൽ ചിത്രങ്ങളൊന്നും തന്നെ ഉണ്ടായിരുന്നില്ല. തനിക്ക് മുന്നേ അവിടെ ഒരുപാട് ബെൽബോയ് പയ്യന്മാർ ജോലി ചെയ്തിട്ടുണ്ടെന്ന് അവനറിയാമായിരുന്നു. അവർക്കാർക്കും അത്തരത്തിൽ ഒരു യാത്രയയപ്പ് അവിടെ നടന്നിട്ടില്ല എന്ന് അവൻ അനുമാനിച്ചു. അവന് എന്തെങ്കിലും പ്രത്യേകത ഉണ്ടായിട്ടല്ല; പക്ഷേ സ്റ്റെല്ല നൽകിയ സമ്മാനത്തിന്റെ തിളക്കത്തിൽ, അവന്റെയുള്ളിലെ അതിമോഹം സടകുടഞ്ഞെഴുന്നേറ്റതാണ്. വേറൊന്നും ചെയ്യാനില്ലാത്തതിനാൽ, അവനാ പെട്ടി തുറന്ന്, ചുവന്ന ഷൂസെടുത്ത് ധരിച്ചുകൊണ്ട് ലോബിയിലൂടെ തലങ്ങും വിലങ്ങും നടന്നു. താഴെ വീണ നാണയം തേടുന്ന ഒരാളെപ്പോലെ, മിഴികൾ നിലത്തൂന്നിയായിരുന്നു അവന്റെ നടപ്പ്.

യാത്ര പറയാനായി സ്റ്റെല്ല ലോബിയിലേയ്ക്ക് വന്നപ്പോഴും അവൻ ഷൂസ് ധരിച്ച ശീലിക്കുകയായിരുന്നു. അവർ അവന്റെ കാലിലേയ്ക്ക് നോക്കി ഒന്നു പുഞ്ചിരിച്ചു. അതുകണ്ട അവന്റെ മുഖം തുടുത്തു. വീട്ടിലേയ്ക്ക് വന്ന വിരുന്നുകാർ കൊണ്ടുവന്ന പലഹാരങ്ങൾ ആർത്തിയോടെ കഴിക്കാൻ തുടങ്ങുമ്പോൾ, വിരുന്നുകാർ പോയിട്ടില്ലായിരുന്നു എന്ന് തിരിച്ചറിഞ്ഞ കുട്ടിയുടെ ഭാവമായിരുന്നു അവനപ്പോൾ.

“ഞങ്ങളെയൊന്നും മറക്കരുത് കേട്ടോ. സമയം കിട്ടുമ്പോഴൊക്കെ എന്നെ വിളിക്കണം.” കൗണ്ടറിലെ ഫോൺ ചൂണ്ടിക്കാട്ടി, ഇടറാൻ തുടങ്ങുന്ന സ്വരത്തിൽ അവൾ പറഞ്ഞു.

അവർ തന്റെ നെറ്റിയിൽ ചുംബിച്ചേക്കുമോ എന്ന് അവനൊന്നു ഭയന്നു. പക്ഷേ അവന്റെ തലയിൽ മൃദുവായി ഒന്ന് തട്ടിയ ശേഷം പോകാനായി തിരിഞ്ഞ അവൾ, ലോബിയിലേയ്ക്ക് വന്ന ഒരു എൻജിൻ ശബ്ദം കേട്ട് അവിടെത്തന്നെ നിന്നു. ജനലിലൂടെ എത്തിനോക്കാൻ

വേണ്ടി കുനിഞ്ഞപ്പോൾ, അവരുടെ തലകൾ കൂട്ടിമുട്ടി. മുറ്റത്തേയ്ക്ക് വന്ന ഒരു പോലീസ് ജീപ്പ്, ഗുൽമോഹറിന് കീഴിൽ വന്നു ബ്രേക്കിട്ടു.

"ഇതിപ്പോ എന്താണാവോ കാര്യം?" മുഖം അൽപം വിളറിയ സ്റ്റെല്ല ചോദിച്ചു.

ഗേറ്റിലൂടെ ഉള്ളിലേയ്ക്ക് വന്ന ഒരു കാർ, വഴിതെറ്റിയത് പോലെ പതുക്കെ നീങ്ങിയ ശേഷം, ആ പോലീസ് ജീപ്പിന് പിന്നിലായി വന്നു നിന്നു. താൻ ധരിച്ചിരിക്കുന്ന ഷർട്ടിന്റെ യഥാർത്ഥ അവകാശി, മരിച്ചുപോയ നടൻ, കാറിൽ നിന്നുമിറങ്ങി ലോബി ലക്ഷ്യമാക്കി നടന്നു വരുന്നത് ലത്തീഫ് കണ്ടു.

22

"നിനക്കെന്താ വട്ടായോ?" പതർച്ചയോടെ നിൽക്കുന്ന അവനെ നോക്കി, സ്റ്റെല്ല പുഞ്ചിരിച്ചു. പക്ഷേ അവളുടെ ആ പുഞ്ചിരിയിൽ ഒരു സ്വൈര്യക്കേട് ഒളിഞ്ഞിരിക്കുന്നുണ്ടായിരുന്നു; തന്നെപ്പോലെ തന്നെ എന്തോ ഒന്ന് അവളെയും അലട്ടുന്നുണ്ടെന്ന് അവനു തോന്നി. "ഇതെങ്ങനെ മരിച്ചുപോയ നടനാവും? ഇത്, അയാളുടെ സഹോദരനാണ്. ഇരട്ട സഹോദരൻ. ഇയാൾ ഒരു പാട്ടുകാരനോ, സംഗീതജ്ഞനോ അങ്ങനെ എന്തോ ആണ്. ഏതാണെന്നൊന്നും എനിക്കറിയില്ല."

അവന്റെ നെഞ്ചിനുള്ളിലെ ഭാരം ഒന്നയഞ്ഞു. പക്ഷേ, ഒന്നോ രണ്ടോ ഐസ് കട്ടികൾ അറിയാതെ വിഴുങ്ങിപ്പോയ ഒരുവനെപ്പോലെ, അവന്റെ അടിവയറ്റിൽ ഒരു തണുപ്പ് കല്ലിച്ചു കിടന്നു. മരിച്ചുപോയ നടന്റെ സഹോദരനും, മൂന്ന് പോലീസുകാരും, കൗണ്ടറിന് മുകളിൽ കൈമുട്ടുകളൂന്നി നിന്ന് മാനേജരോട് സംസാരിക്കുന്നത് അവൻ സാകൂതം നിരീക്ഷിച്ചു. വാടകയെപ്പറ്റി സംസാരിച്ചു തീർപ്പുണ്ടാക്കാൻ വന്നിരിക്കുന്നവരെപ്പോലെ, കൃത്രിമമായ ഒരു ഔപചാരികത അവർക്കുണ്ടായിരുന്നു. പുഞ്ചിരിച്ചിരുന്നില്ല എങ്കിലും, മാനേജർ താഴ്മയോടെ അവരോട് സംസാരിച്ചു. അയാളുടെ വലതുകൈ ഇടയ്ക്കിടെ തൊണ്ട തടവുന്നുണ്ടായിരുന്നു. അവർക്കപ്പുറമിരിക്കുന്ന ക്ലോക്കിലേയ്ക്ക് ലത്തീഫ് എത്തി നോക്കി. സമയം അഞ്ചേ മുക്കാൽ. പതിനഞ്ചു മിനിറ്റിനുള്ളിൽ അവസാനത്തെ ബോട്ട് പട്ടണം വിടും. ഒരു മണിക്കൂറിന് ശേഷം ഇരുണ്ട പാതാറിലേയ്ക്ക് അത് അടുക്കുകയും ചെയ്യും. എപ്പോഴത്തെയും പോലെ രാവിലത്തെ ബോട്ടിന് പോകാമെന്നാണ് അവൻ ആദ്യം കരുതിയിരുന്നത്. പക്ഷേ ബെൽബോയ് ആയി ജോലിയ്ക്ക് ചേർന്ന ആദ്യത്തെ ദിവസത്തെപ്പോലെ, അവർ പ്രതീക്ഷിക്കുന്നതിനും മുൻപേ വീട്ടിലേയ്ക്കെത്തിച്ചേരാൻ അവന്റെ ഉള്ളു തുടിച്ചു. ഈ ബോട്ട് പിടിച്ചാൽ, അത്താഴത്തിന് മുൻപ് വീട്ടിൽ എത്താം. അവനു തീരെ വിശപ്പുണ്ടായിരുന്നില്ല എങ്കിലും, വീട്ടിലുണ്ടാക്കിയ അത്താഴത്തിനും, തന്റെ ചെറിയ കട്ടിലിന്റെ സുഖത്തിനും അവൻ വല്ലാതെ കൊതിച്ചു.

"ഇവരെന്തിനാ ഇവിടെ വന്നത്?" അവൻ സ്റ്റെല്ലയോട് ചോദിച്ചു. ഏതോ കഥാപുസ്തകത്തിൽ നിന്നും ഇറങ്ങി വന്നവരെപ്പോലെ മുന്നിൽ നിൽക്കുന്ന ആ മനുഷ്യരെ കണ്ണിമയ്ക്കാതെ നോക്കി നിൽക്കുകയായിരുന്നു സ്റ്റെല്ലയപ്പോൾ.

"എനിക്കറിയില്ല," അവൾ മറ്റെന്തോ ഓർത്തുകൊണ്ട് പറഞ്ഞു. "എന്തെങ്കിലും നടപടികൾ പൂർത്തിയാക്കാനുണ്ടാവും."

"ഞാൻ വീട്ടിൽപ്പൂവാ," പുതിയ ഷൂസിട്ട കാലുകൾ തിരിച്ചുകൊണ്ടു അവൻ പറഞ്ഞു. "ഞാൻ പോയി എന്ന് മാനേജറോട് പറഞ്ഞേക്കാമോ?"

"നിനക്കെന്താ പ്രാന്താണോ ചെക്കാ?" അവരിൽ നിന്നും കണ്ണെടുക്കാതെ തന്നെ സ്റ്റെല്ല ചോദിച്ചു. അവർ സംസാരിക്കുന്നത് ഒളിച്ചുകേൾക്കാനെന്നോണം തലയല്പം ചരിച്ചുപിടിച്ചിട്ടുണ്ടായിരുന്നു അവൾ. "നിനക്ക് കിട്ടാനുള്ള പണം വാങ്ങാതെയാണോ പോകുന്നത്? അത് നിന്റെ സ്വന്തം പണമാണ്, മണ്ടാ. അല്ലാ, നീ രാവിലത്തെ ബോട്ടിനേ പോകുന്നുള്ളൂ എന്നല്ലേ എന്നോട് പറഞ്ഞത്?"

"അത്താഴത്തിന് മുൻപ് വരണമെന്ന് ഉമ്മ പറഞ്ഞിരുന്നു."

മറ്റൊരു പോലീസ് ജീപ്പ് കൂടി കടന്നു വരുന്ന ശബ്ദം അവർ കേട്ടു. അത് ഗുൽമോഹറും താണ്ടി മുന്നോട്ട് വന്ന്, ജനലിന് തൊട്ടു മുന്നിലായി നിന്നു. അതിന്റെ ഹെഡ് ലൈറ്റ് അടിച്ച് ജനൽച്ചില്ലുകളിൽ മഞ്ഞ നിറം പടരുകയും, അതിലെ ചാരനിറത്തിലെ പുള്ളികളുടെ വലിപ്പം കൂടുകയും ചെയ്തു. കുറച്ചുനേരം കൂടി ശബ്ദം മുഴക്കിയ ശേഷം എൻജിൻ പതുക്കെ നിന്നു. അതോടെ ജനൽച്ചില്ലുകളിലെ മഞ്ഞ നിറം മായുകയും, പുള്ളികൾ അപ്രത്യക്ഷമാകുകയും ചെയ്തു. ഫോണിൽ പതുക്കെ സംസാരിച്ചുകൊണ്ട് അകത്തേയ്ക്ക് വന്ന ഇൻസ്പെക്ടറെ കണ്ടപ്പോൾ, അവിടെ നിന്നിരുന്ന കോൺസ്റ്റബിൾമാർ പെട്ടെന്ന് അറ്റൻഷനായി. വന്നയാളുടെ യൂണിഫോം, മറ്റുള്ളവരുടേതിനേക്കാൾ അൽപ്പം കൂടി ഇരുണ്ട കാക്കി നിറത്തിലുള്ളതായിരുന്നു. സുമുഖനായ അയാളെ കണ്ടപ്പോൾ, ഏതോ നടനാവും എന്ന ചിന്ത ലത്തീഫിന്റെ മനസ്സിലൂടെ പോയി. ആ ഒരു കണ്ണുകൊണ്ട് നോക്കിയപ്പോൾ, കോൺസ്റ്റബിൾമാർ ചിലപ്പോൾ സഹനടന്മാരാവും എന്നും അവനു തോന്നി. പെട്ടെന്ന്, അവരെന്തിനാണ് അങ്ങോട്ട് വന്നിരിക്കുന്നത് എന്ന് അവന് ഏറെക്കുറെ ഉറപ്പായി. മരിച്ചുപോയ നടന്റെ ജീവിതത്തെക്കുറിച്ചുള്ള ഡോക്യുമെന്ററിയുടെ അവസാനഭാഗം ചിത്രീകരിക്കുകയാവും അവർ. അദ്ദേഹത്തിന്റെ തന്നെ ഇരട്ടസഹോദരനെക്കൊണ്ട് ആ വേഷം ചെയ്യിക്കുന്നത് ഒരുഗ്രൻ ആശയം തന്നെ എന്ന് അവനു തോന്നി. പക്ഷേ അവനു പിടികിട്ടാതിരുന്നത് പുറത്തു കിടന്ന പോലീസ് ജീപ്പുകളെക്കുറിച്ചായിരുന്നു; ചിലപ്പോൾ, ശരിക്കുമുള്ളത് പോലെ തോന്നിപ്പിക്കാൻ വേണ്ടി അവയെയും രൂപം മാറ്റിയതാവാം.

ദ്വീപിലെ ജീവിതത്തിൽ ഒരു സിനിമാ ചിത്രീകരണം കാണാനുള്ള അവസരം അവനൊരിക്കലും ലഭിച്ചിരുന്നില്ല. എന്തായാലും താൻ

ഇവിടുന്ന് പോകും മുൻപ് തന്നെ അത്തരമൊരു ഭാഗ്യം ഉണ്ടായല്ലോ എന്നതിൽ അവനു സന്തോഷം തോന്നി. ചിത്രീകരണസംഘം ഒരാഴ്ച മുൻപേയെങ്കിലും വന്നിരുന്നെങ്കിൽ കൊള്ളാമായിരുന്നു. അല്ലെങ്കിൽ പ്പിന്നെ, താൻ കുറച്ചുദിവസം കൂടി ഇവിടെ നിൽക്കാൻ തീരുമാനി ക്കണം. ഇൻസ്പെക്ടർ, മാനേജറോട് സംസാരിക്കുന്നത് നോക്കിക്കൊണ്ടു നിൽക്കുമ്പോൾ, നടന്റെ മൃതദേഹം കണ്ടെത്തിയ രംഗം അവരെ ങ്ങനെയാവും ചിത്രീകരിക്കുക എന്നവൻ മനസ്സിലോർത്തു നോക്കി. ഒരാൾ കതക് തുറന്ന്, നേരിയ ഇരുട്ടുള്ള മുറിയിലേയ്ക്ക് പ്രവേശിക്കുന്നതും, അയാൾക്ക് പിന്നിൽ ഒരു പയ്യൻ നിൽക്കുന്നതും അവൻ വിഭാവനം ചെയ്തു. എന്തുകൊണ്ടോ, അവന്റെ മനസ്സിലെ ആ രംഗത്തിലെ കുട്ടിയ്ക്ക് അവനെക്കാൾ പ്രായം കുറവായിരുന്നു. പക്ഷേ ചെറിയ പയ്യന്മാർക്ക് സിനിമയിൽ ഒരുപാട് സഹിക്കേണ്ടിവരും എന്നവൻ കരുതി. ആരായിരിക്കും മാനേജറുടെ കഥാപാത്രം ചെയ്യുക? ശരിക്കുമുള്ള മാനേജർ തന്നെയാവുമോ? ആരായിരിക്കും ബെൽബോയിയുടെ വേഷം ചെയ്യുക? താൻ തന്നെയാവുമോ?

“അവരിവിടെ ഒരു സിനിമ എടുക്കാൻ പോവുകയാണോ?” അവൻ സ്റ്റെല്ലയോട് ഒരു രഹസ്യം പോലെ ചോദിച്ചു.

“എന്താ? സിനിമയോ? അതെന്താ നിനക്കങ്ങനെ തോന്നാൻ?” അവൾ അതിശയത്തോടെ ചോദിച്ചു.

അവനതിനൊരു മറുപടി ഇല്ലായിരുന്നു. ഇനിയൊരുപക്ഷേ ആ ജീപ്പുകളും പോലീസുകാരും ശരിക്കുമുള്ളതാണോ എന്ന ചിന്തയിൽ, അവന്റെ നെഞ്ചിലെ ഭാരം വീണ്ടും കൂടി.

“ഇത് സിനിമയൊന്നുമല്ല. മാനേജർ എന്തോ വലിയ പ്രശ്നത്തിൽ പെട്ടിട്ടുണ്ടെന്ന് തോന്നുന്നു.” സ്റ്റെല്ല ആത്മഗതം പോലെ പറഞ്ഞു.

ഹുക്കിൽ നിന്നും 555 എന്നെഴുതിയ താക്കോലെടുത്ത്, മാനേജർ അവർക്കൊപ്പം ചെന്നു. മെക്സിക്കൻ ഫുട്ബാൾ കളിക്കാരൻ ചുവന്ന കാർഡ് കിട്ടി കളത്തിന് പുറത്തു പോകുന്ന രംഗമാണ് അപ്പോൾ ലത്തീഫിന് ഓർമ്മ വന്നത്. “കൗണ്ടറൊന്നു നോക്കിക്കോ. ഞാനിപ്പോ വരാം.” മാനേജർ സ്റ്റെല്ലയോട് പറഞ്ഞു.

“മാനേജർ എന്തെങ്കിലും പ്രശ്നത്തിൽ പെട്ടിട്ടുണ്ടാവുമോ?” ലിഫ്റ്റ് മുകളിലേയ്ക്ക് പോകുന്നതും നോക്കി ബെഞ്ചിലേയ്ക്കിരിക്കുമ്പോൾ ലത്തീഫ് ചോദിച്ചു. “പുള്ളിയ്ക്ക് എന്തു പ്രശ്നമാവും വരുക?”

“എന്താ ഏതാ എന്നൊന്നും എന്നോട് ചോദിക്കണ്ട. എന്തായാലും എന്തോ പ്രശ്നത്തിൽ പെട്ടിട്ടുണ്ട്.” ലിഫ്റ്റ് അഞ്ചാം നിലയിലെത്തി നിന്നു. അതിന്റെ കപ്പികൾ നിലയ്ക്കുന്നതും, കമ്പികൾ മുറുകി വിറയ്ക്കുന്നതും അവർ കേട്ടു. ലിഫ്റ്റിന്റെ ഷട്ടറുകൾ അടഞ്ഞു; പിന്നീടതിൽ ഇരുട്ടും നിശബ്ദതയും മാത്രം കനത്തു കിടന്നു.

സൂര്യൻ അസ്തമിച്ച് കഷ്ടിച്ച് അരമണിക്കൂറായിട്ടേ ഉണ്ടാവുകയുള്ളൂ. പക്ഷേ ഗുൽമോഹറിന് കീഴിലെ ഇരുട്ടിന്, അർദ്ധരാത്രിയുടെ ഘനമുണ്ടായിരുന്നു. കൗണ്ടറിന് മുകളിലെ ബൾബിന്റെ വെളിച്ചത്തിലേയ്ക്ക് ലത്തീഫ് കാലുകൾ നീട്ടിവെച്ചു. ആ ഷൂസുകൾ താൻ ഇനി വാങ്ങാൻ പോകുന്നതേയുള്ളൂ എന്ന മട്ടിൽ അവനത് അടിമുടി അവലോകനം ചെയ്തു. വൈകുന്നേരം അത് വാങ്ങാൻ നേരം ശ്രദ്ധിക്കാൻ വിട്ടു പോയ ചില ചെറിയ സവിശേഷതകൾ അവൻ അപ്പോൾ ശ്രദ്ധിച്ചു – ഷൂസിന്റെ അടിഭാഗം വളഞ്ഞു വന്ന് വിരലുകൾക്ക് മുകളിൽ ഒരു ത്രികോണം പോലെയാകുന്നത്, അതിന്റെ ചരടിന് ഉണ്ടായിരുന്ന ഇടകലർന്ന നിറങ്ങൾ, ചരട് കോർക്കുന്ന ദ്വാരങ്ങളുടെ ആകൃതി, വെള്ളയിൽ അങ്ങിങ്ങ് ചുവപ്പ് കലർന്ന മുകൾഭാഗം. സ്റ്റെല്ല വാട്ടർ ഡിസ്പെൻസറിന് പിന്നിൽ നിന്നും ഒരു പത്രത്താളെടുത്ത് രണ്ടായി കീറി, അത് വച്ച് ഒരു വിമാനം ഉണ്ടാക്കാൻ ശ്രമിക്കുകയായിരുന്നു.

മാനേജർ മടങ്ങി വരുന്നതും കാത്തവരിരിക്കുമ്പോൾ, അകലെ മരങ്ങൾക്ക് പിന്നിലായി നേർത്ത മിന്നൽപ്പിണറുകൾ തെളിഞ്ഞു തുടങ്ങി. ഒപ്പം, ആകാശം മുരളാനും തുടങ്ങി. ആ ശബ്ദവെളിച്ചങ്ങളെ അപേക്ഷിച്ചു നോക്കിയാൽ, അന്തരീക്ഷത്തിൽ ഉഷ്ണം നിറഞ്ഞിരുന്നു. പക്ഷേ കാലവർഷം കടന്നുവരുന്നുണ്ടെന്നും, ദ്വീപുകളെ നനയിച്ചുകൊണ്ട് മഴ പുഴയ്ക്ക് മുകളിൽ പെയ്തു തുടങ്ങിയിട്ടുണ്ടാവുമെന്നും ലത്തീഫിന് ഉറപ്പായിരുന്നു. മഴയുള്ള രാത്രികളിൽ, ഓടുകൾക്കിടയിലെ നേർത്ത വിടവുകളിലൂടെ മഴവെള്ളം മുറിയിലേയ്ക്ക് ഇറ്റു വീണിരുന്നതിനാൽ, അവൻ കട്ടിൽ മുറിയുടെ മദ്ധ്യത്തിലേയ്ക്ക് നീക്കിയിടാറുണ്ടായിരുന്നു. ദ്വീപിൽ മഴ പെയ്തിട്ടുണ്ടാവുമെങ്കിൽ, അവന്റെ തലയിണ നനഞ്ഞുകുതിർന്നിട്ടുണ്ടാവും; പേരറിയാത്ത, മുഖമറിയാത്ത ഒരു കന്യക, അവനെക്കാണാഞ്ഞ്, നെഞ്ചുപൊട്ടി കരഞ്ഞതിന്റെ അടയാളമെന്നോണം.

ക്ലോക്കിൽ മണി എട്ടായി; ഒൻപതായി. ആ പഴയ ക്ലോക്കിന്റെ സൂചികൾ സ്റ്റെല്ലയെപ്പോലെ അവശയായി; ലത്തീഫിനെപ്പോലെ മടുത്തു പോയി. പെട്ടെന്ന് ഇന്റർകോം ശബ്ദിച്ചപ്പോൾ അവർ ഇരുവരും ഒന്നിച്ചു ഞെട്ടി. സ്റ്റെല്ല, കൈയിലിരുന്ന കടലാസ്സ് വിമാനം താഴെയിട്ടെങ്കിലും, ബെഞ്ചിൽ നിന്നും എഴുന്നേറ്റില്ല. ഒടുവിൽ, ലത്തീഫാണ് ഫോണെടുത്തത്.

"ആരാണ് സ്റ്റെല്ല?" വിളിച്ച ആൾ ചോദിച്ചു.

"ഇവിടെയുണ്ട്." അവളെ നോക്കി, കൗണ്ടറിന് അടുത്തേയ്ക്ക് വരാൻ തലയാട്ടിക്കൊണ്ട് അവൻ പറഞ്ഞു.

"ലത്തീഫ് ആരാണ്?" ഫോൺ സ്റ്റെല്ലയ്ക്ക് കൈമാറുന്നതിന് മുൻപേ അയാൾ വീണ്ടും ചോദിച്ചു.

"ഞാനാണ് ലത്തീഫ്." അവൻ വിക്കി വിക്കി പറഞ്ഞു.

"555-ാം നമ്പർ മുറിയിലേയ്ക്ക് വാ രണ്ടുപേരും." അത്രയും പറഞ്ഞുകൊണ്ട് അയാൾ ഫോൺ വെച്ചു.

അവന്റെ ബെൽബോയ് ജീവിതത്തിലെ ഏറ്റവും വേഗത കുറഞ്ഞ അദ്ധ്യായമായിരുന്നു ലിഫ്റ്റിൽ അഞ്ചാം നിലയിലേയ്ക്കുള്ള അവരുടെ പോക്ക്. ഓരോ നിലകൾക്കുമിടയിലെ ഇരുട്ടുകളിൽ നിന്നും ഇരുട്ടുകളിലേയ്ക്ക് അത് പൊയ്ക്കൊണ്ടിരിക്കവേ, പള്ളിമണികൾ പോലെ അതിന്റെ കമ്പികൾ കൂട്ടിയടിക്കുന്ന ശബ്ദം അവിടെ അതുവരെ മുഴങ്ങിയിട്ടുള്ളതിൽ വച്ചേറ്റവും ബഹളമയമായ ഒന്നായി തോന്നി. അലക്കേണ്ട വസ്ത്രങ്ങളോ, വെള്ളത്തിന്റെ ജഗ്ഗുകളോ കൈവശം ഇല്ലാതിരുന്നിട്ടു പോലും, കൈകളിൽ സഹിക്കാനാവാത്ത ഒരു ഭാരം അവന് അനുഭവപ്പെട്ടു. ലിഫ്റ്റ് ആടിയുലഞ്ഞു നിന്നപ്പോൾ, മടിച്ചു മടിച്ച് പുറത്തേയ്ക്ക് ഇറങ്ങിയ അവർ, ഇടനാഴിയിലൂടെ സ്വപ്നാടകരെപ്പോലെ നടന്നു.

555-ാം നമ്പർ മുറിയ്ക്ക് പുറത്ത് ഒരു കോൺസ്റ്റബിൾ അവരെക്കാത്ത് നിൽക്കുന്നുണ്ടായിരുന്നു. അല്ലെങ്കിലൊരുപക്ഷേ അവർക്ക് വഴി തെറ്റിയാലോ എന്ന മട്ടിലായിരുന്നു അയാളുടെ നിൽപ്പ്. അവർ മുറിയ്ക്കുള്ളിലേയ്ക്കുകയറിയതും,പിന്നിൽശബ്ദമില്ലാതെവാതിൽഅടയ്ക്കുന്നത് ലത്തീഫ് കേട്ടു. കട്ടിലിന്റെ തലയ്ക്കലുള്ള ചെറിയ ലൈറ്റ് സഹിതം, എല്ലാ ലൈറ്റുകളും തെളിയിച്ചിരുന്നു. നിഴലുകളെ ആരോ വൃത്തിയായി മടക്കി, അലമാരയ്ക്കുള്ളിൽ അടുക്കി വച്ചിരിക്കുന്ന വിചിത്രമായ ഒരിടത്ത് എത്തിപ്പെട്ടത് പോലെയാണ് അവർക്ക് തോന്നിയത്. ഇൻസ്പെക്ടറും, മരിച്ച നടന്റെ സഹോദരനും കട്ടിലിൽ ഇരിക്കുകയായിരുന്നു. ഗുൽമോഹറിന്റെ കാഴ്ച മറച്ചുകൊണ്ട് കോൺസ്റ്റബിൾമാർ ജനലരികിൽ നിന്നു. ആ മുറിയിലെ ഒരേയൊരു കസേരയിൽ, വിരലുകൾ കൊരുത്ത്, കൈകൾ കാൽമുട്ടുകൾക്കിടയിൽ വച്ച് ഇരിക്കുകയായിരുന്നു മാനേജർ. വിലങ്ങുകൾ വല്ലതും ഉണ്ടോയെന്നറിയാൻ ലത്തീഫ് മാനേജറുടെ കൈകളിലേയ്ക്ക് നോക്കി. അവ സ്വതന്ത്രമായിരുന്നു. ഉണ്ടായിരുന്നത് ഭയത്തിന്റെ കെട്ടുകൾ മാത്രമായിരുന്നു.

"എനിക്ക് കുറച്ച് കാര്യങ്ങൾ ചോദിച്ചറിയാനുണ്ടായിരുന്നു," ഇൻസ്പെക്ടർ പറഞ്ഞു. മുഖത്തിന്റെ ഭംഗിയോളം തന്നെ കരുണ നിറഞ്ഞതായിരുന്നു അയാളുടെ സ്വരവും. "അധികനേരമൊന്നും വേണ്ട. നമുക്കൊക്കെ വീട്ടിൽ പോവണ്ടേ? ഇപ്പൊത്തന്നെ വൈകി."

അറ്റത്ത് ചെറിയ വെളിച്ചപ്പൊട്ടുകളുള്ള, ക്രീം നിറത്തിലെ ഒരു ഷൂസാണ്ഇൻസ്പെക്ടർധരിച്ചിരുന്നത്.അതിൽനിന്നും കണ്ണുകളുയർത്തിയ ലത്തീഫ് കണ്ടത്, തന്റെ ചുവന്ന സ്പോർട്സ് ഷൂ സാകൂതം നിരീക്ഷിക്കുന്ന ഇൻസ്പെക്ടറിനെയാണ്. "ഈ മുറിയിൽ മൃതദേഹം ആദ്യം കണ്ടത് ആരാണ് എന്നതാണ് എന്റെ ആദ്യത്തെ ചോദ്യം." അയാൾ ചോദിച്ചു.

"ഞാനാണ് സാർ." മാനേജർ പറഞ്ഞു. അയാളുടെ ശബ്ദം വല്ലാതെ നേർത്തിരുന്നു.

"അല്ല. എന്റെ ചോദ്യം ഈ രണ്ടു പേരോടുമാണ്. എനിക്ക് അവരിൽ നിന്നുമാണ് ഉത്തരങ്ങൾ വേണ്ടത്." ഇൻസ്പെക്ടർ പറഞ്ഞു.

"മാനേജറാണ് കണ്ടത് സാർ." സ്റ്റെല്ല പറഞ്ഞു.

"മൃതദേഹം കാണുമ്പോൾ അയാൾ തനിച്ചായിരുന്നോ?"

"അല്ല. ഞാനും ഉണ്ടായിരുന്നു കൂടെ." ലത്തീഫ് പറഞ്ഞു.

"നല്ല കാര്യം," ഇൻസ്പെക്ടർ ലത്തീഫിനെ നോക്കി ഒന്ന് പുഞ്ചിരിച്ചു. "ഇനി എന്റെ ചോദ്യം നിങ്ങൾ മൂന്നു പേരോടുമാണ്."

ഉത്തരങ്ങൾ ആദ്യം പാടിപ്പറയാൻ ലത്തീഫ് മനസ്സുകൊണ്ട് ഒരുങ്ങി. സ്കൂളിൽ പഠിക്കുമ്പോൾ ഒരു ചോദ്യത്തിന് പോലും തനിക്ക് ഉത്തരമറിയില്ലായിരുന്നു. അതുകൊണ്ട് തന്നെ, ചോദ്യങ്ങൾ ചോദിക്കുമ്പോൾ എവിടെയെങ്കിലും ചൂളിപ്പിടിച്ച് ഇരിക്കാറായിരുന്നു പതിവ്.

"പോലീസ് എത്തുന്നതിന് മുൻപ് നിങ്ങളിൽ ആരെങ്കിലും എപ്പോഴെങ്കിലും മൃതദേഹത്തിനടുത്ത് തനിച്ച് നിന്നിരുന്നോ?"

ലത്തീഫ് വായ മൂടി. അതായിരുന്നില്ല അവൻ പ്രതീക്ഷിച്ച ചോദ്യം. അവൻ മാനേജറെ നോക്കി; അയാൾ ആ വൈകുന്നേരം ഓർക്കാൻ ശ്രമിക്കുന്ന മട്ടിൽ തലയല്പം ചരിച്ച് നിൽക്കുകയായിരുന്നു. "ഉവ്വ്. ഞാൻ പോലീസിനെ വിളിക്കാൻ ലോബിയിലേയ്ക്ക് പോയപ്പോൾ, ലത്തീഫ് ഇവിടെ മുറിയിൽ ഉണ്ടായിരുന്നു. അവനിവിടെ തനിച്ചായിരുന്നു." മാനേജർ പറഞ്ഞു.

"നിങ്ങളാണോ അവനോടിവിടെ നിൽക്കാൻ പറഞ്ഞത്?" ഇൻസ്പെക്ടർ ചോദിച്ചു.

"ഇല്ല സാർ. അവൻ എന്റെ പിന്നാലെ വരുന്നുണ്ട് എന്നാണ് ഞാൻ കരുതിയത്. ലിഫ്റ്റിൽ കയറിയപ്പോൾ മാത്രമാണ് അവൻ കൂടെയില്ല എന്ന കാര്യം ഞാൻ അറിഞ്ഞത് തന്നെ."

"കൊള്ളാല്ലോ," ഇൻസ്പെക്ടർ ലത്തീഫിനെ നോക്കിക്കൊണ്ട് പറഞ്ഞു. "നിനക്കെത്ര വയസ്സായി?"

"എനിക്ക് പതിനെട്ട് വയസ്സായി." തെല്ല് അഭിമാനത്തോടെയാണ് അവനത് പറഞ്ഞത്.

"ശരിക്കും? നിന്നെക്കണ്ടാൽ പതിനാറ് വയസ്സ് പോലും തോന്നുന്നില്ലല്ലോ."

"ശരിക്കും അതെ. നാല് മാസം മുൻപായിരുന്നു എന്റെ പതിനെട്ടാം പിറന്നാൾ."

"അതേതായാലും നന്നായി," ഇൻസ്പെക്ടർ, കോൺസ്റ്റബിൾമാർക്ക് നേരെ തിരിഞ്ഞു പറഞ്ഞു. "ഏതായാലും ഇതിലിനി ബാലാവകാശ കമ്മീഷനെയൊന്നും ഇടപെടുത്തേണ്ട ആവശ്യം വരുന്നില്ലല്ലോ."

കോൺസ്റ്റബിൾമാർ അത് അംഗീകരിക്കുന്ന മട്ടിൽ ഭവ്യതയോടെ തലയാട്ടി.

ഇൻസ്പെക്ടർ പറഞ്ഞത് ലത്തീഫിന് മനസ്സിലായില്ല. അവൻ അടുത്ത ചോദ്യത്തിന് വേണ്ടി കാത്തിരുന്നു. അത് എളുപ്പമുള്ളതായിരിക്കണേ എന്ന് മാത്രമായിരുന്നു അവന്റെ പ്രാർത്ഥന.

"ആരെങ്കിലും അവനൊരു കസേര കൊണ്ടുകൊടുത്തേ," ഇൻസ്പെക്ടർ പറഞ്ഞു. "ഇവൻ എത്ര നേരം ഇങ്ങനെ നിൽക്കും?" ലത്തീഫിന്, ആ ഇൻസ്പെക്ടറിന്റെ പെരുമാറ്റം നന്നേ ഇഷ്ടപ്പെട്ടു. വിനയത്തോടെ, പുഞ്ചിരിയോടെ, വീട്ടിൽ പോകാനുള്ള തിടുക്കമുണ്ടെങ്കിൽപ്പോലും ക്ഷമയോടെയാണ് അദ്ദേഹം ഇടപെട്ടിരുന്നത്. ഒരു കോൺസ്റ്റബിൾ പുറത്തു നിന്നും ഒരു കസേര കൊണ്ടുവന്ന് ലത്തീഫിന് പിന്നിൽ ഇട്ടുകൊടുത്തു. ഇൻസ്പെക്ടറെ അപേക്ഷിച്ച് നോക്കുമ്പോൾ, കർക്കശമായ ഒരു മുഖഭാവമായിരുന്നു ആ കോൺസ്റ്റബിളിന്. തടിച്ച വസൂരിക്കലകളും, കള്ളുകുടിയന്റേത് പോലത്തെ കണ്ണുകളുമുള്ള മുഖമായിരുന്നു അയാൾക്ക്. ലത്തീഫ്, മാനേജറെപ്പോലെ, കൈവിരലുകൾ കോർത്ത്, കൈകൾ കാൽമുട്ടുകൾക്കിടയിൽ വച്ച്, അൽപം മുന്നോട്ടാഞ്ഞിരുന്നു.

"ശരി ലത്തീഫ്. ഇനി നീ ഒരേയൊരു കാര്യം പറഞ്ഞാൽ മതി. പിന്നെ നമ്മക്കെല്ലാം വീട്ടിൽ പോകാം."

താൻ രാവിലത്തെ ബോട്ടിൽ വീട്ടിൽ പോകുന്നത് കൊണ്ട് തന്റെ ഇന്നത്തെ വീട് ആ ബെഞ്ചാണെന്നും അതുകൊണ്ട് എല്ലാ ചോദ്യങ്ങൾക്കും ഉത്തരം പറയാൻ ആവശ്യത്തിന് സമയമുണ്ടെന്നും ഒരു ഫലിതം പറഞ്ഞാലോ എന്ന് ലത്തീഫ് ആലോചിച്ചു. മുറിയിലുള്ള എല്ലാവരും ഉറക്കെ പൊട്ടിച്ചിരിക്കുന്നത് അവൻ മനസ്സിൽ കണ്ടു. പക്ഷേ അവൻ വെറുതെ ഇൻസ്പെക്ടറെ നോക്കി തലയാട്ടിയതേയുള്ളൂ.

"മൃതദേഹത്തിൽ നിന്നും നീ എടുത്ത ആ മോതിരമെവിടെ? ആറു പവനും, കുറെ വിലപ്പെട്ട കല്ലുകളുമുള്ള മോതിരമാണ്. മാത്രവുമല്ല, കുടുംബത്തിന് അതിനോട് ഒരല്പം വൈകാരികതയുമുണ്ട്. അല്ലെങ്കിൽപ്പിന്നെ മരണം നടന്ന് ഇത്ര മാസങ്ങൾക്ക് ശേഷം ഞങ്ങൾ അതും അന്വേഷിച്ച് ഇവിടെ വരെ വരേണ്ട കാര്യമില്ലല്ലോ."

നടന്റെ സഹോദരന്റെ കണ്ണുകൾ തന്റെ തലച്ചോറു തുളച്ച് കയറാൻ പാകത്തിൽ തീക്ഷ്ണമായി പതിക്കുന്നത് അവനറിഞ്ഞു. അത് നൽകിയ കഠിനവേദന അസഹനീയമായിരുന്നു. "എനിക്കാ മോതിരത്തെപ്പറ്റി ഒന്നും അറിഞ്ഞൂടാ." അവൻ പറഞ്ഞു.

"നിനക്കതറിയാം. ചിലപ്പോൾ നീയത് മൃതദേഹത്തിൽ നിന്നും എടുത്തു കാണില്ല. പകരം, ഇവിടെ എവിടെയെങ്കിലും കിടന്ന് കിട്ടിയപ്പോൾ എടുക്കാമെന്ന് കരുതിയതാകും. അത് സാരമില്ല. എനിക്ക് മനസ്സിലാകും." ഇൻസ്പെക്ടർ പറഞ്ഞു.

"ഇല്ല, ഞാനാ മോതിരം എടുത്തിട്ടില്ല," അവൻ പറഞ്ഞു. എന്നിട്ട്, തന്റെ നിരപരാധിത്വം തെളിയിക്കുന്നതിനായി പോക്കറ്റുണ്ടായിരുന്ന ഭാഗത്ത് കൈവച്ചുകൊണ്ട് പറഞ്ഞു, "ഞാനീ ഷർട്ട് മാത്രമേ മുറിയിൽ നിന്നും എടുത്തിട്ടുള്ളൂ."

"പക്ഷേ ഇത് നിന്റെ ഉമ്മ പിറന്നാൾ സമ്മാനമായി തന്നതാണെ ന്നാണല്ലോ നീ പറഞ്ഞത്." പറഞ്ഞുവന്നത് അബദ്ധമായെന്ന മട്ടിൽ സ്റ്റെല്ല പെട്ടെന്ന് നിർത്തി. അവൾ ആ മുറിയിൽ അപ്പോഴും ഉണ്ടായിരുന്നു എന്നത് അവനെ അതിശയിപ്പിച്ചു. കസേര കിട്ടിയതിന് ശേഷം അവൾ നിന്നിരുന്ന ഭാഗത്തേയ്ക്ക് അവൻ ശ്രദ്ധിച്ചിരുന്നില്ല.

"ഈ ഷർട്ട് നിങ്ങളുടെ സഹോദരന്റേതാണോ? ഇൻസ്പെക്ടർ നടന്റെ സഹോദരനോട് ചോദിച്ചു.

"അവനൊരു വെള്ളഷർട്ട് ഉണ്ടായിരുന്നു. പക്ഷേ ഇത് തന്നെയാണോ അത് എന്നെനിക്കറിയില്ല. അവന്റെ ഷർട്ടിന് ചുവന്ന ബട്ടണുകൾ ഇല്ലായിരുന്നു."

"ഇതിൽ വെള്ള ബട്ടണുകളായിരുന്നു ഉണ്ടായിരുന്നത്," ലത്തീഫ് സഹോദരന് സ്ഥിരീകരണം നൽകി. ആവേശം കൊണ്ട് അവന് ശ്വാസം മുട്ടുന്നുണ്ടായിരുന്നു. "ഒരു അടിപിടിയ്ക്കിടെ അവ നഷ്ടപ്പെട്ടു പോയതാണ്."

"നീ ആരോടാണ് അടിയുണ്ടാക്കിയത്?" ഇൻസ്പെക്ടർ ചോദിച്ചു. ദൂരദേശങ്ങളിൽ നടക്കുന്ന അടിപിടികളെക്കുറിച്ചുള്ള കഥകൾ കേൾക്കാനുള്ള ഒരു താല്പര്യം അയാളുടെ സ്വരത്തിലുണ്ടായിരുന്നു.

"ജോർജിയുമായിട്ട്. അവൻ എന്റെ കൂടെ പഠിച്ചതാണ്." അവൻ പറഞ്ഞു.

"നിങ്ങൾ മോതിരത്തിനു വേണ്ടിയാണോ തല്ലുണ്ടാക്കിയത്? അതോ അത് വിറ്റു കിട്ടിയ പൈസയ്ക്ക് വേണ്ടിയോ?" ഇൻസ്പെക്ടർ ചോദിച്ചു.

"ഇല്ല. അവനും അവന്റെ കൂട്ടുകാരും എന്നെ തല്ലാൻ വന്നതാണ്. കാരണം, ഞാൻ പണ്ടൊരിക്കൽ അവനെ പെൻസില് കൊണ്ട് കുത്തിയിരുന്നു."

ഒരു നിശബ്ദത മുറിയിൽ തളം കെട്ടി. ആകാശം മുരളുന്ന ഒച്ച ലത്തീഫ് കേട്ടു. ഇത്തവണ അത് തൊട്ടരികിൽ, ലോഡ്ജിന് നേരെ മുകളിലായിരുന്നു. ഒരു നിമിഷം കണ്ണടച്ചിരുന്നപ്പോൾ, ശൂന്യമായ കടവ് അവൻ കണ്ടു.. അവസാനസംഘം യാത്രക്കാരുമായി *ജീസസ്* പട്ടണത്തിലേയ്ക്ക് പുറപ്പെട്ടിരുന്നു. ദ്വീപിലപ്പോൾ മഴ തിമിർത്തു പെയ്യുകയായിരുന്നു. പുഴയിൽ നിന്നു വീശിയടിച്ച കാറ്റ്, മാന്റോ റോഡിലെ മണ്ണും പൊടിയും വശങ്ങളിലേയ്ക്ക് ഒതുക്കിവെച്ചു.

"ഉറക്കം വരുന്നുണ്ടോ?" ഇൻസ്പെക്ടറിന്റെ ശബ്ദം കേട്ട അവൻ കണ്ണുകൾ തുറന്നു.

"ഇല്ല." അവൻ പറഞ്ഞു.

"ഒന്ന് ഉഷാറാവാൻ സിഗരറ്റോ മറ്റോ വേണോ?"

"അവൻ പുകവലിക്കില്ല." കോപത്തിന്റെ തൊങ്ങലുകൾ ചാർത്തിയ സ്വരത്തിൽ സ്റ്റെല്ല പറഞ്ഞു.

"ഞാൻ ഒരിക്കൽ മാത്രമേ പുക വലിച്ചിട്ടുള്ളൂ." അവൻ പറഞ്ഞു.

"ആണോ? ഞാൻ നല്ലോണം പുക വലിക്കുമായിരുന്നു," ഇൻസ്പെക്ടർ പറഞ്ഞു. "പിന്നത് നിർത്തി. അഞ്ചു കൊല്ലമായി ഞാൻ സിഗരറ്റ് തൊട്ടിട്ടില്ല. പക്ഷേ നീ ഒരേയൊരു സിഗരറ്റ് വലിച്ചിട്ട് നിർത്തിക്കളഞ്ഞോ? അത് കൊള്ളാമല്ലോ. എന്തേ, നിനക്കതിന്റെ സ്വാദ് ഇഷ്ടപ്പെട്ടതേയില്ലേ?"

അയാളിൽ എന്തോ ഒരു വ്യത്യാസം വന്നിരിക്കുന്നതായി ലത്തീഫിന് തോന്നി. ഇൻസ്പെക്ടർ ഓരോ ചോദ്യം ചോദിക്കുമ്പോഴും, ദ്വീപിലെ എന്തെങ്കിലുമൊന്ന് അവന് ഓർമ്മ വരുമായിരുന്നു. ഒരു വഴി, ഒരു കെട്ടിടം, ഓടയ്ക്ക് കുറുകെ പാലമായി ഉപയോഗിച്ചിരുന്ന കടപുഴകിയ ഒരു മരം – അങ്ങനെ എന്തെങ്കിലുമൊക്കെ. ഇപ്പോൾ അവനോർമ്മ വന്നത് ചതുപ്പും, കണ്ടലുകൾക്കിടയിലൂടെ കാണുന്ന പുഴയുമാണ്. "ഇയാളെന്നെ തല്ലിയത് കൊണ്ടാണ് ഞാൻ പുക വലിച്ചത്," അവൻ മാനേജർക്ക് നേരെ വിരൽ ചൂണ്ടിക്കൊണ്ട് പറഞ്ഞു. ആ ആക്രമണത്തെ അയാൾ എതിർക്കുമെന്നോ, നിഷേധിക്കുമെന്നോ ആണ് അവൻ പ്രതീക്ഷിച്ചിരുന്നത്. പക്ഷേ ആ ആരോപണം മാനേജറെ കുറച്ചുകൂടി ശാന്തനാക്കി. അതവനെ ചൊടിപ്പിച്ചു. "ഇയാള് ഒരു മോപ്പ് കൊണ്ട് എന്നെ തല്ലി."

ഇൻസ്പെക്ടറുടെ മുഖത്ത് നിന്നും പുഞ്ചിരി മാഞ്ഞു. അയാൾ ക്രുദ്ധനായി മാനേജറുടെ മുഖത്തേയ്ക്ക് നോക്കി, "നീ ഈ ചെറിയ കൊച്ചനെ തല്ലിയോ? അതും, ഒരു മോപ്പ് കൊണ്ട്?"

"ഉവ്വ് സാറേ, ഞാൻ തല്ലി. കാരണം, ഇവൻ ഒരു മുറിയിലേയ്ക്ക് ഒളിഞ്ഞു നോക്കി. അപ്പൊ അതിന്റെ ഉള്ളിൽ അവർ...." അയാൾ പറഞ്ഞു വന്നത് പാതിയ്ക്ക് വച്ച് നിർത്തി, ഒന്ന് ഇളിച്ചു.

"ലത്തീഫ്, നീ മുറിയിലേയ്ക്ക് ഒളിഞ്ഞു നോക്കിയോ? അതും അതിനുള്ളിൽ ഉള്ളവർ..." ഇൻസ്പെക്ടറും പറഞ്ഞു വന്നത് പാതിവഴിയിൽ നിർത്തി, ഇളിച്ചു. അയാൾ മാനേജറെ അനുകരിക്കുകയാണെന്നാണ് ലത്തീഫിന് തോന്നിയത്.

ചുറ്റും നിൽക്കുന്നവരുടെ പരിഹാസച്ചിരിയ്ക്ക് പാത്രമാകാതെ എങ്ങനെ അത് വിശദീകരിക്കണം എന്ന് അവന് അറിയില്ലായിരുന്നു. അവൻ കണ്ണുകളടച്ചു. അപ്പോൾ, എന്നും സ്കൂളിൽ പോകുന്ന വഴിയ്ക്ക് കാണാറുണ്ടായിരുന്ന ഒരു വീട് അവന്റെ ഓർമ്മയിലേയ്ക്കെത്തി. ഒരു

ഇടുങ്ങിയ വഴിയിലെ വളവിലായിരുന്നു ആ വീട്. അതിന്റെ മുന്നിൽ തൂക്കിയിട്ടിരുന്ന ചട്ടികളിൽ നിറയെ നീലയും പർപ്പിളും നിറങ്ങളിലുള്ള ഹൈഡ്രാഞ്ചിയ ചെടികളുണ്ടായിരുന്നു. അവയെ കണ്ടാൽ ശരിക്കുമുള്ള ചെടികളാണെന്ന് പറയാനേ കഴിയില്ല. ഷെൽഫിൽ നിന്നും ആരോ കൊണ്ടു വച്ച, ഒരിക്കലും വാടാത്ത പൂക്കളെപ്പോലെയായിരുന്നു അവ.

"നീ നോക്കിയോ, ഇല്ലയോ?" ഇൻസ്പെക്ടർ ചോദിച്ചു.

"ഞാൻ നോക്കി." കണ്ണു തുറന്നുകൊണ്ട് അവൻ പറഞ്ഞു.

മാനേജർ എന്തോ പറയാൻ തയാറെടുത്തുകൊണ്ട് മുരടനക്കുന്നത് അവൻ കേട്ടു, "അവൻ ഒരിക്കലേ പുക വലിച്ചിട്ടുള്ളൂ എന്ന് പറയുന്നത് കള്ളമാണെന്നാ തോന്നുന്നത് സാറേ. ഓഫീസിന് പിറകിലുള്ള ചതുരപ്പുളി മരത്തിന് കീഴിൽ നിന്ന് ഇവൻ പുക വലിക്കുന്നത് പലപ്പോഴും ഞാൻ കണ്ടിട്ടുണ്ട്."

മേള നടന്ന സ്ഥലത്തെ വാകമരത്തിൽ പെൻസിൽ കുത്തിയിറക്കിയ ആ ദിവസത്തിന് ശേഷം, അവന് അന്നാദ്യമായി ഒന്നുറക്കെ നിലവിളിക്കണം എന്ന് തോന്നി. ആരെങ്കിലുമവന്റെ വായ ബലമായി മൂടുന്നത് വരെ ഉറക്കെയുറക്കെ നിലവിളിക്കണം എന്ന്. അവനാ നിലവിളി വിഴുങ്ങി. അതിന് പഴുക്കാത്ത പുളിയുടെ സ്വാദായിരുന്നു.

"എനിക്കവന്റെ പുകവലിയെക്കുറിച്ച് അറിയാൻ താല്പര്യ മൊന്നുമില്ല." ഇൻസ്പെക്ടർ പറഞ്ഞു.

"സാറേ ഒരു നിമിഷം. എനിക്കിപ്പോ ഒരു കാര്യം ഓർമ്മ വന്നു. ഇതുകൊണ്ട് എന്തെങ്കിലും കാര്യമുണ്ടോ എന്നറിയില്ല. പക്ഷേ ഒരു ദിവസം രാത്രി ഇവനാ ചതുരപ്പുളി മരത്തിന്റെ കീഴിൽ ഒരു കുഴി കുത്തുന്നത് ഞാൻ കണ്ടായിരുന്നു." മാനേജർ പറഞ്ഞു.

തലകൾ തന്റെ നേരെ തിരിയുന്നതും, മുഖങ്ങളിൽ പ്രകാശം പരക്കുന്നതും, ശരീരങ്ങൾ ആശ്വാസം കൊണ്ട് അയയുന്നതും ലത്തീഫ് കണ്ടു.

"നീ മോതിരം ആ കുഴിയിലാണോ ഒളിച്ചു വച്ചിരിക്കുന്നത്?" ഇൻസ്പെക്ടർ എഴുന്നേറ്റ് നടു നിവർത്തിക്കൊണ്ട് ചോദിച്ചു.

ലത്തീഫ് ഇപ്പോൾ കണ്ടത് സെമിനാരി കെട്ടിടവും, കന്യാമറിയത്തിന്റെ പ്രതിമയുടെ പിറകുവശവുമാണ്. മറിയത്തിന്റെ കോൺക്രീറ്റ് വസ്ത്രത്തിന്റെ മടക്കുകളിൽ നേരിയ പായൽ പറ്റിപ്പിടിച്ചിരുന്നു. "ഇല്ല, ഞാൻ ആ മരത്തിന്റെ കീഴിൽ ഒരിക്കലും ഒരു കുഴിയും കുത്തിയിട്ടില്ല."

"അതാണ് നമ്മളിപ്പോൾ കണ്ടുപിടിക്കാൻ പോകുന്നത്." എന്ന് പറഞ്ഞുകൊണ്ട് ഇൻസ്പെക്ടർ വാതിലിനടുത്തേയ്ക്ക് നടന്നു. ലത്തീഫിന്റെ തോളിൽ ആരോ പിടിച്ചു. തിരിഞ്ഞു നോക്കിയപ്പോൾ, വസൂരിക്കലയുള്ള കോൺസ്റ്റബിൾ പിറകിൽ വന്നു നിന്ന് അവനോട് എഴുന്നേൽക്കാൻ ആംഗ്യം കാണിക്കുകയായിരുന്നു.

"നമുക്ക് ഒന്നുകൂടി കുഴിച്ചുനോക്കാം." അയാൾ പറഞ്ഞു. ലത്തീഫിന്റെ ചുമലിലൂടെ കൈയിട്ട് അയാൾ അവനെ ഇരുണ്ട വരാന്തയിലൂടെ മുന്നോട്ടു നടത്തി. എന്തുകൊണ്ടോ, മുൻപില്ലാത്തവിധം അവിടം ഇരുണ്ടു കിടക്കുന്നതായി അവനു തോന്നി.

23

അനവധി ടോർച്ചുകളുടെ പ്രകാശത്തിൽ, കരിയിലകൾ, പടുവൃദ്ധന്മാരുടെ ചുക്കിച്ചുളിഞ്ഞ ഞരമ്പുകൾ എഴുന്നു നിൽക്കുന്ന, ദുഃഖാർദ്രമായ മുഖങ്ങളെപ്പോലെ തോന്നിച്ചു. എവിടെയെങ്കിലും മണ്ണ് ഇളകിക്കിടക്കുന്നുണ്ടോ എന്നറിയാൻ കോൺസ്റ്റബിൾമാർ ലാത്തി കൊണ്ട് കരിയിലകൾ വകഞ്ഞുമാറ്റുന്നതിന്റെ ശബ്ദമൊഴിച്ചാൽ, ചതുരപ്പുളി മരത്തിന് കീഴിൽ നിശബ്ദമായിരുന്നു. സ്റ്റെല്ല ഒരു മൺവെട്ടി എടുക്കാൻ വേണ്ടി പാൻട്രിയിലേയ്ക്ക് പോയിരിക്കുകയായിരുന്നു. അതിനെന്തിനാ ഇത്ര വൈകുന്നത് എന്ന് ഇൻസ്പെക്ടർ വിളിച്ച് ചോദിക്കുന്നത് അവൻ കേട്ടു. ആരുമറിയാതെ അവൾ കൗണ്ടറിലേയ്ക്ക് പോയി, ക്വയിലോൺ കാഷ്യൂസിലേയ്ക്ക് ഫോൺ വിളിച്ച്, രാവിലത്തെ ആദ്യത്തെ ബോട്ടിന് തന്നെ ഉമ്മയെ ഇങ്ങോട്ടയക്കണം എന്ന് അവിടത്തെ മുതലാളിയോട് പറയുകയായിരിക്കുമോ എന്നവൻ ആലോചിച്ചു. പെട്ടെന്നാണ് ക്വയിലോൺ കാഷ്യൂസിന്റെ ഫോൺ നമ്പർ സ്റ്റെല്ലയ്ക്കറിയില്ലല്ലോ എന്നവൻ ഓർത്തത്. മാത്രവുമല്ല, അങ്ങനെ ഒരു സ്ഥാപനം ഉള്ളതായിപ്പോലും ചിലപ്പോൾ അവൾക്കറിയുമായിരിക്കില്ല.

നിലത്തേയ്ക്ക് അടിച്ചിരുന്ന ടോർച്ചുകളിൽ ഒന്ന്, അവന്റെ മുഖത്തേയ്ക്ക് ഉയർന്നു. അതിന്റെ പ്രകാശത്തിൽ കണ്ണുകൾ ഇറുക്കിയടച്ച അവൻ, മുഖം വശത്തേയ്ക്ക് തിരിച്ച്, അറിയാതെ പല്ലിറുമ്മി. ഇൻസ്പെക്ടറിനെപ്പോലെതന്നെ അവനും വല്ലാതെ അസ്വസ്ഥനാകുന്നുണ്ടായിരുന്നു. മൺവെട്ടി വന്ന്, അവിടമൊക്കെ കിളച്ച്, മണ്ണിരകളല്ലാതെ മറ്റൊന്നും കിട്ടാതെ വരുമ്പോൾ, അവന്റെ അഗ്നിപരീക്ഷ അവസാനിക്കും. മിക്കവാറും, അവനോട് മാപ്പ് പറഞ്ഞ്, മാനേജരെ വീണ്ടും ചോദ്യം ചെയ്യുമ്പോഴേയ്ക്കും ഇൻസ്പെക്ടറുടെ ക്ഷമ നശിക്കും. നാടകീയത നിറഞ്ഞ ഒരു രാത്രിയാണ് മുന്നിലുള്ളത് എന്ന ചിന്ത, ആശങ്ക കലർന്ന ഒരുത്സാഹം അവനിൽ നിറച്ചു. ഇതിന് മുൻപ്, ഇതിനോട് വിദൂര സാദൃശ്യമുള്ള ഒരു അനുഭവം അവനുണ്ടായത് കോയ മാമായുടെ മകന്റെ കല്യാണത്തലേന്നാണ്. അന്ന്, കല്യാണപ്പന്തലിൽ

മേഞ്ഞിരുന്ന ഓലകൾക്കിടയിൽ ചെറിയ ഇലത്തോരണങ്ങൾ കെട്ടിവച്ചുകൊണ്ട് അവൻ പുലരും വരെ ഉറങ്ങാതിരുന്നു. പിന്നീട് നിറം മാറി, താഴേയ്ക്ക് പൊഴിഞ്ഞുവീണ കടുംപച്ചനിറത്തിലെ ആ ഇലകളുടെ നിരകൾ അപ്പോൾ അവന്റെ മനസ്സിലേയ്ക്കോടിയെത്തി. വെളിച്ചം അവന്റെ മുഖത്ത് നിന്ന് മാറിയതും, അവൻ കണ്ണുകൾ തുറന്നു.

ലോബിയ്ക്ക് പിന്നിലെ വാതിലിലൂടെ പുറത്തേയ്ക്ക് വന്ന സ്റ്റെല്ല, ചതുരപ്പുളി മരത്തിന് കീഴിലെ ആ പുരുഷാരത്തിന് അടുത്തേയ്ക്ക് സാവധാനം നടന്നുവന്നു. മണ്ണിലൂടെ തലങ്ങും വിലങ്ങും ഏതാനും തവണ പായുമ്പോഴേയ്ക്കും ലത്തീഫിന്റെ ജീവിതത്തിലെ കുരുക്കുകൾ അഴിച്ചെടുക്കപ്പെടും എന്ന മട്ടിൽ, ഒരു മൺവെട്ടി അവളുടെ ഇടത്തെ കൈയിൽ തൂങ്ങിക്കിടന്നിരുന്നു.

"ഇതെടുക്കാൻ എന്താ ഇത്രമാത്രം താമസിച്ചത്?" ഇൻസ്പെക്ടർ ചോദിച്ചു.

"എനിക്കൊന്ന് ഫോൺ ചെയ്യണമായിരുന്നു." അവൾ പറഞ്ഞു. അപ്പോഴാണ്, ലോബിയിലെ ഫോൺ ബുക്കിൽ തന്റെ പേരിന് നേരെ ക്വയിലോൺ കാഷ്യൂസിന്റെ നമ്പർ എഴുതിയിട്ടിട്ടുണ്ടല്ലോ എന്ന് ലത്തീഫ് ഓർത്തത്.

"ങേ, നീ ഫോൺ ചെയ്തോ? ആർക്ക്?" ഇൻസ്പെക്ടറുടെ സ്വരം കടുത്തിരുന്നു.

"ഞാൻ വീട്ടിലേയ്ക്കൊന്ന് വിളിച്ചതാണ്. വൈകും എന്ന് പറയാൻ." ലത്തീഫിന്റെ മനസ്സിടിഞ്ഞു.

"എന്നോട് ചോദിക്കാതെ ആരും ഇനി ഇവിടുന്ന് ഫോൺ ചെയ്തേക്കരുത്. മനസ്സിലായോ?" ഇൻസ്പെക്ടർ അപ്പോൾ കുറച്ചുകൂടി വയസ്സായ, ഭംഗിയില്ലാത്ത മുഖവും കുടവയറുമുള്ള ഒരാളെപ്പോലെ തോന്നിച്ചു. "മൺവെട്ടി ആ പയ്യന്റെ കൈയിലോട്ട് കൊടുക്ക്."

സ്റ്റെല്ലയുടെ കൈയിൽ നിന്നും മൺവെട്ടി വാങ്ങുമ്പോൾ, അവൻ അവളെ നോക്കി ഒരു കണ്ണ് ചെറുതായൊന്ന് അടച്ചു. ഇതൊന്നും സാരമില്ലായെന്നും, താൻ നിരപരാധിയാണെന്ന് തെളിയുമെന്നും, എല്ലാം തനിക്ക് അനുകൂലമാകാൻ ഇനി ഏതാനും നിമിഷങ്ങൾ മാത്രമേ ബാക്കിയുള്ളൂ എന്നും, മാനേജറൊഴികെ ബാക്കി എല്ലാവർക്കും ഇത് സന്തോഷകരമായി പര്യവസാനിക്കുമെന്നുമൊക്കെ അവൾക്ക് ധൈര്യം നൽകുന്നതായിരുന്നു ആ കണ്ണിറുക്കൽ. പക്ഷേ അത് ചെറുതായിരുന്നത് കൊണ്ടും, അവിടെ ഇരുട്ടായിരുന്നത് കൊണ്ടും അവളത് കണ്ടുകാണുമോ എന്നവന് ഉറപ്പില്ലായിരുന്നു.

"തുടങ്ങിക്കോ. കഴിഞ്ഞ തവണ എവിടെയാ കുഴിച്ചതെന്ന് ഓർമ്മ കാണുമല്ലോ അല്ലേ?" ഇൻസ്പെക്ടർ ചോദിച്ചു.

മൺവെട്ടി ഭൂമിയിൽ പതിഞ്ഞ ഭാഗത്ത്, ടോർച്ചുവെട്ടങ്ങൾ ഒരു

പൂക്കളം തീർത്തു. കാപ്പിപ്പൊടിയുടെ നിറമുള്ള മണ്ണിൽ, വിറയ്ക്കുന്ന ആ വെട്ടങ്ങൾ ഒന്നിനോടൊന്നു ചേർന്ന് വട്ടത്തിൽ നിന്നു. ഓരോ തവണ മണ്ണിൽ ആഞ്ഞു കിളയ്ക്കുമ്പോഴും ചെറുതായി ശബ്ദമുണ്ടാക്കിക്കൊണ്ട്, കൂലിപ്പണി ചെയ്യുന്ന അതേ ആത്മാർത്ഥതയോടെ അവൻ ജോലി ചെയ്തു. കുഴിയിൽ നിന്നും കോരിയ മണ്ണ്, അതിനരികിൽ തന്നെ വലിയ ഉറുമ്പുപുറ്റുകൾ പോലെ കൂട്ടിവച്ചുകൊണ്ട് അവൻ തുടർന്നു. കുഴിയ്ക്ക്, ഒരു കാൽപ്പാദം ഉള്ളിൽ കടക്കുന്നത്ര ആഴമായപ്പോൾ അവൻ ഒന്ന് നിർത്തി മുകളിലേയ്ക്ക് നോക്കി. തന്റെ നിരപരാധിത്വം തെളിയിക്കപ്പെട്ടു എന്ന് അവനുറപ്പായിരുന്നു.

"കൃത്യമായി എവിടെയാണ് എന്ന് നിനക്കോർമ്മയില്ലേ?" ഇൻസ്പെക്ടർ ചോദിച്ചു. "ശരി, വേറെ ഒരിടത്ത് കുഴിക്ക്."

വെളിച്ചങ്ങൾ പുതിയ ഒരിടത്തേക്ക് നീങ്ങി. അവൻ വീണ്ടും മണ്ണിൽ കിളയ്ക്കാൻ തുടങ്ങി. പതുക്കെ അവന്റെ മുഖം മുഴുവൻ ഈറനായി. കവിളിലൂടെ ഒഴുകിയിറങ്ങിയത് കണ്ണുനീരാണോ, വിയർപ്പാണോ എന്ന് അവനുൾപ്പടെ ആർക്കും തീർച്ച പറയാൻ സാധിക്കുമായിരുന്നില്ല. അതേതായാലും മഴത്തുള്ളികളല്ല എന്ന് മാത്രമേ അവന് അറിയാമായിരുന്നുള്ളൂ. ആകാശത്ത് അപ്പോഴും ചെറുതായി ഇടി വെട്ടുന്നുണ്ടായിരുന്നു. അകലെ മരങ്ങൾക്ക് പിന്നിൽ ഇടയ്ക്കിടെ മിന്നൽ തെളിയുന്നുണ്ടായിരുന്നു. ഒരു ചതുരപ്പുളി അവന്റെ കാൽച്ചുവട്ടിലേയ്ക്ക് വന്നു വീണു. അവൻ തന്റെ പുതിയ ഷൂസ് കൊണ്ട് അതിനെ ചതച്ചരച്ചു. രണ്ടാമത്തെ കുഴിയ്ക്ക് ആദ്യത്തേതിനേക്കാൾ ആഴം കൂടിയിട്ടും അതിൽ ഒന്നും കാണാതിരുന്നതിനാൽ, ആരും പറയാതെ തന്നെ അവൻ മറ്റൊരു സ്ഥാനത്തേയ്ക്ക് നീങ്ങി കുഴിയ്ക്കാൻ തുടങ്ങി. വെളിച്ചങ്ങൾ അനുസരണയോടെ അവനെ പിന്തുടർന്നു.

അഞ്ചാമത്തെ കുഴിയെടുത്തുകൊണ്ടിരിക്കുമ്പോൾ, തന്റെ ഉമ്മയും പെങ്ങന്മാരും അപ്പോൾ എന്തെടുക്കുകയാവും എന്നവനോർത്തു. അവർ കിടന്നിട്ടുണ്ടാവും. ഓരോ തവണ മൺവെട്ടി മണ്ണിൽ പതിക്കുമ്പോഴും, അവർ ഉറക്കത്തിലേയ്ക്ക് അടുത്തുകൊണ്ടിരിക്കുകയാവും.

"നിർത്ത്," അവൻ ഇൻസ്പെക്ടറുടെ ശബ്ദം കേട്ടു. "ഇവൻ കുഴിയെടുക്കുന്നത് നിങ്ങൾ കണ്ടോ? ഉറപ്പാണോ?"

"ഉവ്വ് സാർ. ഞാൻ കണ്ടതാണ് ഇവൻ കുഴിയെടുക്കുന്നത്." മാനേജർ പറഞ്ഞു. ആ പാതിരാത്രി കഷ്ടപ്പെട്ട് മണ്ണിൽ കിളച്ച് കുഴികളെടുത്തുകൊണ്ടിരിക്കുന്നത് അയാളാണെന്ന് തോന്നിപ്പിക്കത്തക്ക വിധം, ആ ശബ്ദം വല്ലാതെ ആയാസപ്പെട്ടിരുന്നു.

"കണ്ട സമയത്ത് താങ്കൾ എവിടെയാ നിന്നിരുന്നത്?"

"ഞാൻ ദേ അവിടെ നിൽക്കുകയായിരുന്നു." ലോബിയുടെ വെളിച്ചം പതിഞ്ഞിരുന്ന ഒരു ജനലിലേയ്ക്ക് മാനേജർ കൈചൂണ്ടി.

ജനാലപ്പാളിയുടെ ഒരു വശത്ത് വാട്ടർ ഡിസ്പെൻസറിന്റെ ചെറിയൊരു ഭാഗം ലത്തീഫ് കണ്ടു. അതിനപ്പുറത്തേയ്ക്ക് പിന്നെയുണ്ടായിരുന്നത് ഒഴിഞ്ഞ ചുവരായിരുന്നു. അതിന്റെ മങ്ങിയ നീലനിറത്തിന്റെ ശൂന്യത അവന്റെ നെഞ്ചിലൊരു നീറ്റലുണ്ടാക്കി.

“നീ കണ്ടപ്പോൾ അവൻ മരത്തിന്റെ ഏത് ഭാഗത്ത് നിൽക്കുകയായിരുന്നു?”

“എനിക്കത് കൃത്യമായിട്ട് പറയാൻ പറ്റുന്നില്ല,” അവിടം കുറച്ചുനേരം നിശബ്ദമായി. “അവൻ ആ ഭാഗത്താണ് നിന്നിരുന്നത് എന്ന് തോന്നുന്നു.”

വെളിച്ചങ്ങൾ മരത്തിന്റെ അങ്ങേ വശത്തേയ്ക്ക് നീങ്ങി. ലത്തീഫ് അവയെ പിന്തുടർന്നു. തളർന്നു തുടങ്ങിയ അവന്റെ ആയാസപ്പെട്ട വെട്ടേറ്റ്, നിലത്തുകിടന്ന ചതുരപ്പുളികൾ തെറിച്ചു. അവൻ ഉണ്ടാക്കിയ കുഴികളുടെ നിര, ആ മരത്തിന് ചുറ്റും ഒരു കിടങ്ങു പോലെയായി. അവയ്ക്കിടയിൽ മണ്ണുകൊണ്ടുള്ള നേരിയ വേർതിരിവുകളേ ഉണ്ടായിരുന്നുള്ളൂ.

“ഒന്നോർത്തു നോക്കിയേ. ഇവിടെയാണോ നീ മോതിരം കുഴിച്ചിട്ടത്?” അടുത്ത് നിന്ന ഒരു പൂച്ചെടിയിലേയ്ക്ക് ചൂണ്ടിക്കൊണ്ട് ഇൻസ്പെക്ടർ ചോദിച്ചു.

ലത്തീഫിന്റെ മനസ്സിലപ്പോൾ നടപ്പാലവും, അതിനടിയിലൂടെ കുതിച്ചൊഴുകുന്ന തോടും, അതിന്റെ ഒഴുക്കിനെ രണ്ടാക്കിക്കൊണ്ട് നിൽക്കുന്ന വലിയ പാറയും, പാറയിലേയ്ക്ക് പറന്നിറങ്ങുന്ന കൊറ്റിയും, കുറച്ചുകഴിഞ്ഞ് ആരുടെയോ കവണയുടെ ശബ്ദം കേട്ട് അത് പറന്നുയർന്ന് നിശബ്ദമായ പറമ്പിലൂടെ പുഴയിലേക്ക് പറക്കുന്നതുമായ ചിത്രങ്ങൾ തെളിഞ്ഞുമാഞ്ഞു.

“നിനക്കറിയത്തില്ല എന്നൊന്നും പറയണ്ട,” ഇൻസ്പെക്ടർ കടുത്ത സ്വരത്തിൽ പറഞ്ഞു. “കുഴിക്ക്, കുഴിക്ക്.”

മണ്ണിൽ ചടുലമായി വീഴുന്ന മൺവെട്ടിയുടെ ശബ്ദത്തിന്, ഒരു നാടൻപാട്ടിന്റെ താളമുണ്ടായിരുന്നു. അവൻ അതിന്റെ പല്ലവി കേട്ടു. ആ താളത്തിന് ഭംഗം വരാതിരിക്കാൻ അവൻ ശ്രദ്ധിച്ചു. അവന്റെ മുരളലുകൾക്ക് ഗാംഭീര്യം കൂടിക്കൂടി വരുന്നുണ്ടായിരുന്നു. അത് വസൂരിക്കലയുള്ള പോലീസുകാരനോ, മറ്റാരോ, അവനെ പ്രോത്സാഹിപ്പിക്കാൻ വേണ്ടി ചെയ്യുന്നതാണെന്ന് അവൻ വിശ്വസിച്ചു. പെട്ടെന്ന് മൺവെട്ടി എന്തിലോ തട്ടുന്ന ഒച്ച കേട്ടു. അതിൽ എന്തോ കുടുങ്ങി. ചെളിമണ്ണിന്റെ ഒരു കൂമ്പാരം ലത്തീഫ് മുകളിലേയ്ക്ക് എടുത്തിട്ടു. വെളിച്ചങ്ങൾ അതിലേയ്ക്ക് ആർത്തിയോടെ വീണു. ഒരു തുണി കൊണ്ട് മൂടി, ചണം കൊണ്ട് കെട്ടിയ, സിലിണ്ടർ ആകൃതിയിലുള്ള എന്തോ ആയിരുന്നു അത്.

“തുറക്കത്,” ഇൻസ്പെക്ടർ ആവശ്യപ്പെട്ടു.

നിസ്കരിക്കുമ്പോഴെന്ന പോലെ മുട്ടുകുത്തിയിരുന്ന ലത്തീഫ്, അതിന്റെ ചണം മെല്ലെ അഴിച്ചു. ആ തുണിസ്സഞ്ചിയിൽ കുട്ടികൾക്ക് കൊടുക്കുന്ന ഭക്ഷണത്തിന്റെ പഴയ ഒരു തകരപാത്രമായിരുന്നു.

“അതിന്റെ മൂടി തുറക്ക്.” ഇൻസ്പെക്ടർ മൃദുവായി പറഞ്ഞു.

ലത്തീഫ് പണിപ്പെട്ട് ആ മൂടി തുറന്ന്, ഉള്ളിലേയ്ക്ക് നോക്കി. ടോർച്ചുകളിൽ നിന്ന് വന്ന വെളിച്ചങ്ങൾ അതിനുള്ളിലെ തുരുമ്പുപൊടികളിൽ വീണു. അത് ശൂന്യമാണ് എന്നാണ് ആദ്യം അവൻ കരുതിയത്. പിന്നീടാണ് അതിന്റെ ചുവട്ടിൽ ചുരുട്ടിക്കൂട്ടി വച്ചിരുന്ന ഒരു പത്രക്കടലാസ്സിന്റെ കഷണം അവന്റെ ശ്രദ്ധയിൽപ്പെട്ടത്. മൺവെട്ടി പിടിച്ച് മരവിച്ച കൈ ഉള്ളിലേയ്ക്കിട്ട അവൻ, ചത്ത തുമ്പിയെയെന്ന പോലെ, രണ്ടു വിരലുകൾ കൊണ്ട് ആ ചുരുൾ പുറത്തേയ്ക്ക് എടുത്തു.

ഒരു കോൺസ്റ്റബിൾ മണ്ണിന് മുകളിലേയ്ക്ക് ഒരു തുവാല വിരിച്ചിട്ടു. ലത്തീഫ് അതിന്റെ ഒത്ത നടുക്കായി ആ കടലാസ്സ് കഷണം വച്ചു.

“തുറക്കത്,” ഇൻസ്പെക്ടർ പറഞ്ഞു.

അവൻ അതിന്റെ ചുരുണ്ട ഭാഗം അകത്തിയതും, ഒരു പൂ വിടരുന്നത് പോലെ അത് തുറന്നു. അതിനുള്ളിൽ, ടോർച്ച് വെളിച്ചത്തിൽ തിളങ്ങാൻ പണിപ്പെടുന്ന കല്ലുകളോടെയുള്ള മോതിരമുണ്ടായിരുന്നു. ഒരു കൈ നീണ്ടു വന്ന് ആ മോതിരം എടുത്തു. വെളിച്ചങ്ങൾ ഓരോന്നായി ആ കടലാസ്സ് തുണ്ടിൽ നിന്നും അകന്നുപോയി. അവശേഷിച്ച ഒരേയൊരു വെളിച്ചത്തിൽ, അതിൽ അച്ചടിച്ചിരുന്ന തലക്കെട്ട് അവൻ വായിച്ചു. *Saffron Sweeps Nation*.

“നമുക്കെന്നാൽ പോകാം.” ഇൻസ്പെക്ടർ പറഞ്ഞു.

പിൻവശത്തെ മരങ്ങളിൽ കിളികൾ ചിലയ്ക്കുന്നത് ലത്തീഫ് കേട്ടു. പുലരാൻ ഇനി അധികമില്ല. ചതുരപ്പുളി മരത്തിന്റെ ചില്ലകൾക്കിടയിലൂടെ നേർത്തു വരുന്ന ആകാശം കാണാമായിരുന്നു. അവൻ മൺവെട്ടി സ്റ്റെല്ലയെ ഏൽപ്പിച്ച് പോലീസുകാർക്കൊപ്പം നടന്നു. ലോബിയ്ക്ക് ചുറ്റുമുള്ള നടപ്പാത കടന്ന് അവർ മുറ്റത്തെത്തി.

ജീപ്പിന്റെ സീറ്റിന് വല്ലാത്ത തണുപ്പായിരുന്നു. അത് പാന്റിലൂടെ അരിച്ചുകയറി, തുടയുടെ ഉൾവശങ്ങളിലേയ്ക്ക് പടർന്നു കയറുന്നത് അവൻ അറിഞ്ഞു. പുഴയിൽ നിന്നും പെട്ടെന്നൊരു കാറ്റ് വീശിയപ്പോൾ അവന്റെ പല്ല് കൂട്ടിയിടിച്ചു. ആശ്വാസത്തിനെന്നോണം, അവൻ സ്വയം ചുറ്റിപ്പിടിച്ചു. തന്റെ ശരീരം, മറ്റാരുടേതോ ആണെന്ന മട്ടിലായിരുന്നു അവൻ ചുറ്റിപ്പിടിച്ചിരുന്നത്.

ജീപ്പിന്റെ ഹെഡ് ലൈറ്റുകൾ, ലോബിയുടെ ജനലുകളിൽ മഞ്ഞവെളിച്ചം നിറച്ചു. സ്റ്റെല്ല അതിന് പിന്നിൽ നിൽക്കുന്നുണ്ടായിരുന്നു. ഒരു ചിത്രമെന്നപോലെ, നിശ്ചലയായിട്ടായിരുന്നു അവൾ നിന്നിരുന്നത്. ജീപ്പ് പുറകിലേയ്ക്ക് നീങ്ങിത്തുടങ്ങിയതും, ജനാലയിലെ മഞ്ഞവെളിച്ചം

പതുക്കെ മാഞ്ഞുതുടങ്ങി. ഒടുവിൽ, ലോബിയിലെ വെളിച്ചത്തിൽ, അകലെ, മഞ്ഞിൽ പുതഞ്ഞ ഒരാളെപ്പോലെ നിൽക്കുന്ന അവളുടെ രൂപം അവൻ കണ്ടു.

ജീപ്പ് ആ വളപ്പിൽ നിന്നും പുറത്തേയ്ക്ക് പോകുമ്പോൾ, മഴ പതുക്കെ പെയ്യാൻ തുടങ്ങിയിരുന്നു. പ്രഭാതത്തിന്റെ ആദ്യകിരണങ്ങൾ അവന്റെ കണ്ണുകളെ നോവിച്ചു. അവൻ കണ്ണുകൾ ഇറുക്കിയടച്ചു. ഉപ്പ ഗേറ്റിൽ തൂക്കിയിട്ട എഴുത്തുപെട്ടി അവൻ കണ്ടു. ചിലപ്പോൾ വണ്ടുകൾ സ്വയം കത്തുകളായി, അതിലേയ്ക്ക് വന്നു വീഴാറുണ്ടായിരുന്നു.

ഉപസംഹാരം

മഴക്കാറുള്ള ഒരു ഞായറാഴ്ച, ഉച്ചയ്ക്കത്തെ ബോട്ടിന് സ്റ്റെല്ല മാന്റോ ദ്വീപിലേയ്ക്ക് പോയി. ബോട്ട് ഒരല്പം വൈകിയാണ് വന്നത്. ജെട്ടി ഏറെക്കുറെ വിജനമായിരുന്നു. കാലപ്പഴക്കം കൊണ്ട് നശിച്ചു തുടങ്ങിയ ജെട്ടി ഓഫീസിന് പിന്നിലെ ചെറിയ ഭക്ഷണശാലയിലേയ്ക്ക് അവൾ കയറി. ലത്തീഫിന്റെ അവസാന പ്രവൃത്തി ദിവസം അവർ ഭക്ഷണം കഴിക്കാനിരുന്ന അതേ മേശയിലിരുന്ന്, സുതാര്യമായ ജനാലവിരികളിലൂടെ അവൾ പുറത്തേയ്ക്ക് നോക്കി. അടുത്തുകൊണ്ടിരുന്ന ബോട്ടിന്റെ ഹോറൺ ശബ്ദം, എഴുന്നേറ്റ് വീട്ടിലേയ്ക്ക് തിരിഞ്ഞോടാനുള്ള ഒരു സൂചനയാണെന്ന് അവൾക്ക് തോന്നി. പക്ഷേ അവൾ തന്റെ തീരുമാനത്തിൽ ഉറച്ചു നിന്നു.

ബോട്ടിലേയ്ക്ക് കയറുന്ന പടിയ്ക്ക് അടുത്ത് എത്തുന്നത് വരെയും *ജീസസ്* എന്ന പേരിൽ ഒരു ബോട്ടുള്ളത് അവൾക്കറിയില്ലായിരുന്നു. ഡ്രൈവറുടെ ക്യാബിൻ വാതിലിന് മുകളിലുള്ള യേശുവിന്റെ പടം അവളെ തെല്ലൊന്നാശ്വസിപ്പിച്ചു. യാത്രയ്ക്കിടയിൽ പ്രക്ഷുബ്ധതകളൊന്നും വരില്ല എന്ന് ആ ചിത്രം അവളെ സമാധാനിപ്പിച്ചു.

പട്ടണം കണ്ണിൽ നിന്നും മറഞ്ഞ ഉടനെ, വെയിൽ മൂക്കാൻ തുടങ്ങി. അത് ജലശോഭയെ കൂടുതൽ ഹരിതാഭമാക്കി. ആദ്യത്തെ യാത്രകളിലെന്ന പോലെ, ഈ യാത്രയ്ക്കും ദൈർഘ്യം കൂടുതലുള്ളത് പോലെ തോന്നി. ബോട്ട് ഓരോ തുരുത്ത് കടക്കുമ്പോഴും, അവൾ ഇറങ്ങാൻ തയ്യാറെടുത്തു. ഒടുവിൽ, നാല്പത്തിയഞ്ചു മിനിറ്റിന് ശേഷം, ബോട്ടിന്റെ വേഗത കുറയുകയും, അത് തീരത്തടുക്കുന്നതിന്റെ ലക്ഷണങ്ങൾ കാണിക്കാൻ തുടങ്ങുകയും ചെയ്തു. ദൂരെ നിന്ന് നോക്കുമ്പോൾ, മാന്റോ ദ്വീപ് ഒരു മുതലയെപ്പോലെയുണ്ടായിരുന്നു. ഇതിനെ എങ്ങനെയാണ് ബ്രായുടെ ആകൃതിയോട് ഉപമിച്ചത് എന്നവൾ അതിശയിച്ചു.

പുറപ്പെട്ടു വന്ന ജെട്ടി പോലെതന്നെ വിജനമായിരുന്നു എത്തി ച്ചേർന്ന പാതാറും. ബോട്ടിൽ നിന്നും ഇറങ്ങുമ്പോൾ ചുറ്റും നിറഞ്ഞു

നിന്ന നിശബ്ദത അവളെ തെല്ലൊന്നമ്പരപ്പിച്ചു. ആൾപ്പാർപ്പില്ലാത്ത ഒരു തുരുത്തിൽ, തന്നെ അബദ്ധത്തിൽ ഇറക്കി വിട്ടതാകുമോ എന്ന് ഒരു നിമിഷം അവളൊന്ന് സംശയിച്ചു. അവൾ പരിഭ്രമത്തോടെ ഊടുവഴിയിലൂടെ നടന്നു. കുറച്ചു ദൂരം ചെന്നപ്പോഴാണ്, അടുത്തിടെ ആരൊക്കെയോ വെടിവെച്ചിടാൻ ശ്രമിച്ചത് പോലെ, നിറയെ പുള്ളിക്കുത്തുകളുള്ള ഒരു കെട്ടിടം ശ്രദ്ധയിൽപ്പെട്ടത്. അതിന്റെ വാതിലിൽ, ക്വയിലോൺ കാഷ്യൂസ് എന്നെഴുതിയ, പെയിന്റ് ഇളകിത്തുടങ്ങിയ ഒരു തകരബോർഡ് തൂങ്ങിക്കിടന്നിരുന്നു. ആ കെട്ടിടത്തിന് പുറകിലെ ഷെഡിൽ കുറെ സ്ത്രീകൾ വരിനിരന്ന് കുന്തിച്ചിരുന്ന് കശുവണ്ടി തല്ലിപ്പൊട്ടിക്കുന്നുണ്ടായിരുന്നു. ആ വരിയിൽ ആദ്യമിരുന്ന സ്ത്രീയോട് അവൾ പീരു മുഹമ്മദിന്റെ വീട്ടിലേയ്ക്കുള്ള വഴി ചോദിച്ചു. എന്തുകൊണ്ടോ ലത്തീഫിന്റെ പേര് പറയാൻ അവൾ ആഗ്രഹിച്ചില്ല. ആ സ്ത്രീ ജോലി നിർത്തി, അവളെ കരുണയോടെ, ഏറെക്കുറെ കൃതജ്ഞതയോടെ നോക്കി. താൻ ഏറെ നാളായി കാത്തിരുന്ന ഒരു ശിക്ഷായിളവ് വന്നത് പോലത്തെ ഒരാശ്വാസത്തോടെയാണ് അവർ വഴി കാണിച്ചുകൊടുക്കാൻ തുടങ്ങിയത്. ഒരു കത്തി എടുത്ത്, ചുവന്ന മണ്ണിൽ അവർ ആ വീട്ടിലേയ്ക്കുള്ള വഴി വരച്ചു കാണിച്ചു. പക്ഷേ വളവുകളും തിരിവുകളും ഒരുപാടായപ്പോൾ സ്റ്റെല്ലയ്ക്കത് ആശയക്കുഴപ്പമുണ്ടാക്കി; കുറച്ചു കഴിഞ്ഞപ്പോൾ, ആ സ്ത്രീയ്ക്ക് തന്നെ എന്തോ ഒരു സംശയം വന്നത് പോലെ തോന്നി. അവർ എഴുന്നേറ്റ്, അവിടെ സൈക്കിൾ ചവിട്ടിക്കൊണ്ടിരുന്ന ഒരു പയ്യനെ അടുത്തേയ്ക്ക് വിളിച്ചു. "ഈ ആന്റിയ്ക്ക്, മാൻഡ്രേക്കിന്റെ വീട് കാണിച്ചുകൊടുക്ക്."

"ഞാൻ ആ ഭാഗത്തോട്ടല്ല പോകുന്നത്." ആ പയ്യൻ ഉറക്കെ വിളിച്ചു പറഞ്ഞു.

"ഇവര് പട്ടണത്തിൽ നിന്നാ. അവർക്ക് വഴി അറിയാൻ പാടില്ല. ഒന്ന് സഹായിക്കെടാ."

"എനിക്ക് സമയമില്ല. ഫുട്ബാൾ മത്സരമുണ്ട്."

"പോടാ. നീ കളിയും കഴിഞ്ഞ് വീട്ടിലോട്ട് വാ. കുടിക്കാൻ പച്ചവെള്ളം തരത്തില്ല ഞാൻ. നീ അത്താഴത്തിന് ഫുട്ബോള് പുഴുങ്ങി തിന്നോണ്ടാൽ മതി."

ഏകദേശം ലത്തീഫിന്റെ പ്രായമുണ്ടായിരുന്ന ആ പയ്യൻ, ചെരുപ്പില്ലാത്ത കാലുകൾ കൊണ്ട് ദേഷ്യത്തിൽ നിലത്താഞ്ഞു ചവിട്ടി. അവൻ സ്റ്റെല്ലയെ നോക്കി വെറുപ്പോടെ ഒന്ന് ചിരിച്ചിട്ട്, സൈക്കിളിന് പിന്നിലെ കാരിയറിൽ ഇരിക്കാൻ ക്ഷണിച്ചു. മാൻഡ്രേക്കിന്റെ വീട്ടിലേയ്ക്ക് ഒരു കിലോമീറ്ററിലധികം ദൂരമുണ്ടെന്ന് ആ സ്ത്രീ പറഞ്ഞെങ്കിലും, അവളാ ക്ഷണം നിരസിച്ചു. പറ്റുന്നത്ര വേഗം സൈക്കിളിന് പുറകെ നടന്നു വന്നോളാം എന്നവൾ അവനു വാക്കു കൊടുത്തു. ദ്വീപിന്റെ അങ്ങേയറ്റം വരെ തനിച്ച് സൈക്കിളിൽ സ്ലോ റേസ് നടത്തേണ്ടതിനോട് അവനത്ര പ്രതിപത്തി ഉണ്ടായിരുന്നില്ല. എങ്കിലും അവൻ സമ്മതിച്ചു.

ഒരു ഭംഗിയുമില്ലാതെ നൃത്തം ചെയ്യുന്ന ഒരുവനെപ്പോലെ മാന്റോ റോഡിലൂടെ അവൻ സൈക്കിളിൽ മുന്നോട്ടു നീങ്ങി. പരമാവധി വേഗത കുറച്ച് അവൻ നിയന്ത്രിച്ചിരുന്ന ആ സൈക്കിളിന്റെ ഹാൻഡിൽ വിറയ്ക്കുകയും വെട്ടുകയും ചെയ്തുകൊണ്ടിരുന്നു. കുറുങ്കാട്ടുകൾക്ക് നടുവിലെ തീരെ ചെറിയ വഴികളും, നടപ്പാലവും, നടപ്പാതകളും, അങ്ങിങ്ങുള്ള ഭീതിദമായ വീടുകളും കടന്ന്, ഒടുവിൽ പൂത്തുനിൽക്കുന്ന ശീമക്കൊന്നകൾ അതിരിട്ട ഇടവഴിയിലൂടെ മുന്നോട്ടു നീങ്ങിയ അവർ, വള്ളിച്ചെടികൾ പടർന്നു കിടക്കുന്ന തടി കൊണ്ടുള്ള ചെറിയ ഗേറ്റിന് മുന്നിൽ നിന്നു. ഗേറ്റിനുള്ളിൽ, കരിയിലകൾ നിറഞ്ഞ ചെറിയ നടവഴിയ്ക്കപ്പുറം, ഉപേക്ഷിക്കപ്പെട്ട നിലയിൽ ആ ചെറിയ വീട് നിൽക്കുന്നുണ്ടായിരുന്നു. ജനലുകളിലൂടെ ഇഴഞ്ഞു കയറുന്ന വള്ളിച്ചെടികൾ, മേൽക്കൂര കീഴടക്കാൻ വെറും ആഴ്ചകൾ മാത്രമേ ബാക്കിയുണ്ടായിരുന്നുള്ളൂ.

“ഇതു തന്നെയാ വീടെന്ന് നിനക്ക് ഉറപ്പാണോ?”

“അതെ. ഇത് തന്നെയാ വീട്,” സൈക്കിൾ തിരിച്ചുകൊണ്ട് പയ്യൻ പറഞ്ഞു. “എന്റെ അച്ഛനാ അവരുടെ മൃതദേഹങ്ങൾ ആദ്യം കണ്ടത്. ആ സ്ത്രീയുടെ ശരീരം മുൻവശത്തെ സ്വീകരണ മുറിയിലും, പെൺകുട്ടികളുടേത് അകത്തെ കിടപ്പുമുറിയിലും ആയിരുന്നു.”

നിലം പൊത്താനൊരുങ്ങി നിൽക്കുന്ന ആ വീടിനെ അവൾ കണ്ണിമയ്ക്കാതെ നോക്കിനിന്നു. അവളുടെ ശ്രദ്ധ തിരിയ്ക്കാൻ വേണ്ടി, പയ്യന് നിർത്താതെ സൈക്കിൾമണി അടിക്കേണ്ടി വന്നു. “തിരിച്ചുള്ള വഴി എളുപ്പമാണ്. എങ്ങാനും വഴി തെറ്റി എന്ന് തോന്നിയാൽ, ആരോടെങ്കിലും ചോദിച്ചാൽ മതി.”

അവൻ സൈക്കിളിൽ കയറി തിരിച്ചുപോകാനൊരുങ്ങി.

“അതേ, നിനക്ക് ഇബ്രു എന്ന് പേരുള്ള ഒരു പയ്യനെ അറിയാമോ?”

“അറിയാം. അവനിപ്പോ ജയിലിലാ.” തിരിഞ്ഞുനോക്കി പറഞ്ഞ ശേഷം അവൻ സൈക്കിൾ ചവിട്ടി പോയി.

സ്റ്റെല്ല അവനോട് നിൽക്കാൻ പറഞ്ഞില്ല. തിരിച്ച് കടവിലേയ്ക്കുള്ള വഴി അവൾക്കറിയാമായിരുന്നു. തടികൊണ്ടുള്ള ഗേറ്റിനപ്പുറം തഴച്ചു വളർന്ന ചെടികൾക്കിടയിലിരുന്ന് കിളികൾ പാടുന്നത് അവൾ കേട്ടു. വീടിന്റെ മച്ചിലൂടെ ഒരു അണ്ണാൻ ചാടിച്ചാടി നീങ്ങുന്നത് അവൾ കണ്ടു. ഇടവഴി തിരിയുന്നിടത്തെത്തിയപ്പോൾ അവളൊന്നു നിന്ന്, കടന്നുവന്ന വഴിയിലേയ്ക്ക് തിരിഞ്ഞുനോക്കി. പച്ചിലകളും പർപ്പിൾ പൂക്കളും അതിരിട്ട വിജനമായ ഒരു നീളൻ വഴി. സ്വപ്നങ്ങളിൽ മാത്രം കാണുന്നതു പോലുള്ള ഭംഗിയുള്ള ഒരു വഴി.

നന്ദി

എന്റെ കഥകളുടെ നല്ല കേൾവിക്കാരനാകുന്ന ഓമനക്കുട്ടന്. നിർലോഭം സ്നേഹവും പിന്തുണയും വാരിക്കോരി നൽകുന്ന അമ്പി പരമേശ്വരന്. കൈയെഴുത്തു പ്രതി തുറന്ന മനസ്സോടെ വിലയിരുത്തിയ അബ്ദുല്ല ഖാന്. ഈ പുസ്തകത്തിന് യോജിച്ച ഒരു കുടുംബം കണ്ടെത്തിത്തന്ന കനിഷ്ക ഗുപ്തയ്ക്ക്. കിടിലനൊരു കവർ നൽകിയ ഗുഞ്ചൻ അഹ്ലാവത്തിന്. എനിക്ക് നിരന്തര പിന്തുണ നൽകുന്ന മാനസി സുബ്രഹ്മണ്യത്തിന്.

ഹരിത സി കെ

കൊല്ലം ജില്ലയിലെ ചാത്തന്നൂരിൽ ജനനം. കൊല്ലം ഫാത്തിമാ കോളേജിൽ നിന്നും ഇംഗ്ലീഷ് സാഹിത്യത്തിൽ ബിരുദം. കൊച്ചി രാജഗിരി കോളേജിൽ നിന്നും സോഷ്യൽ വർക്കിൽ ബിരുദാനന്തര ബിരുദം. കോയമ്പത്തൂരിൽ 'സിരുതുളി' എന്ന സംഘടനയിൽ അഞ്ചു വർഷത്തോളം പ്രവർത്തിച്ചു. ശേഷം, യുഎഇ-യിലും ഇന്ത്യയിലുമായി കുട്ടികൾക്കായുള്ള സ്കിൽ ഡെവലപ്മെന്റ് പ്രോഗ്രാമുകളുടെ കോർഡിനേറ്ററായും, കണ്ടെന്റ് റൈറ്ററായും, സോഷ്യൽ മീഡിയ സ്ട്രാറ്റജിസ്റ്റ് ആയും ജോലി ചെയ്തുവരുന്നു. സ്കൂൾ കാലം മുതൽ ആനുകാലികങ്ങളിലും മറ്റും ലേഖനങ്ങളും കഥകളും എഴുതാറുണ്ട്. ഷാർജാ ഇന്റർനാഷണൽ ബുക്ക് ഫെസ്റ്റിവലിൽ, മാതൃഭൂമി-ക്ലബ് എഫ്എം പ്രസിദ്ധീകരിച്ച *കിതാബ്* എന്ന സമാഹാരത്തിൽ, *ജലം പോലൊരുത്തി*, *പ്രണയത്തിന്റെ ഭസ്മപ്പൊട്ടുകാർ* എന്നീ ചെറുകഥകൾ, തുടർച്ചയായി രണ്ടു വർഷങ്ങളിൽ പ്രസിദ്ധീകരിച്ചു. *അരുന്ധതിയുടെ നാലാം വിവാഹം* എന്ന ഷോർട്ട്ഫിലിമിന് സബ് ടൈറ്റിൽ ഒരുക്കിയിട്ടുണ്ട്. ആനന്ദ് നീലകണ്ഠന്റെ *നളന്റെ ദമയന്തി* എന്ന ഓഡിയോഡ്രാമ, സുഹൃത്തുക്കൾക്കൊപ്പം ചേർന്ന് വിവർത്തനം ചെയ്തു. സ്വതന്ത്രമായി വിവർത്തനം ചെയ്തിട്ടുള്ള കൃതികൾ : *തീവണ്ടിയിലെ പെൺകുട്ടി*, *വാറൻ ബഫറ്റിന്റെ മാനേജ്മെന്റ് തന്ത്രങ്ങൾ.*

ചന്ദ്രശേഖരൻ നായർ, കാഞ്ചനവല്ലി എന്നിവരാണ് മാതാപിതാക്കൾ.

harithaa.0085@gmail.com